ஒரு கலை நோக்கு
ஆளுமைகள் தோழமைகள்

ஒரு கலை நோக்கு
ஆளுமைகள் தோழமைகள்

சுந்தர ராமசாமி (1931–2005)

தமிழின் முன்னோடி எழுத்தாளர்களில் ஒருவரான சுந்தர ராமசாமி நாகர்கோவிலில் பிறந்தார். பள்ளியில் மலையாளமும் ஆங்கிலமும் சமஸ்கிருதமும் கற்றார். 1951இல் 'தோட்டியின் மக'னைத் தமிழில் மொழிபெயர்த்ததே முதல் இலக்கியப் பணி. 1951இல் புதுமைப்பித்தன் நினைவு மலரை வெளியிட்டார். இவரது முதல் கதையான 'முதலும் முடிவும்' அதில் இடம்பெற்றது. மூன்று நாவல்களும் பல கட்டுரைகளும் சுமார் 60 சிறுகதைகளும், பசுவய்யா என்ற பெயரில் கவிதைகளும் எழுதினார். 1988இல் காலச்சுவடு இதழை நிறுவினார்.

சுந்தர ராமசாமிக்கு டொரொன்டோ (கனடா) பல்கலைக் கழகம் வாழ்நாள் இலக்கியச் சாதனைக்கான 'இயல்' விருதை (2001) வழங்கியது.

வாழ்நாள் இலக்கியப் பணிக்காகக் 'கதா சூடாமணி' விருதையும் (2003) பெற்றார்.

சுந்தர ராமசாமி 14.10.2005 அன்று அமெரிக்காவில் காலமானார்.

மனைவி: கமலா. குழந்தைகள் : தைலா, கண்ணன், தங்கு.

(மூத்த மகள் சௌந்தரா 1996இல் காலமானார்.)

சுந்தர ராமசாமியின் பிற நூல்கள்

சிறுகதைகள்

சுந்தர ராமசாமி சிறுகதைகள் (2006) (முழுத் தொகுப்பு)
அக்கரைச் சீமையில் (2007) (முதல் சிறுகதை வரிசை)
அழைப்பு (2003), பள்ளியில் ஒரு நாய்க்குட்டி (2008)
பல்லக்குத்தூக்கிகள் (2010), பள்ளம் (2012)

நாவல்கள்

ஒரு புளியமரத்தின் கதை (1966)
ஜே.ஜே: சில குறிப்புகள் (1981)
குழந்தைகள் பெண்கள் ஆண்கள் (1998)

குறுநாவல்கள்

திரைகள் ஆயிரம் (2008)

கவிதை

நடுநிசி நாய்கள் (2008)
சுந்தர ராமசாமி கவிதையை (முழுத்தொகுப்பு) (2005)

விமர்சனம்/கட்டுரைகள்

அந்தரத்தில் பறக்கும் கொடி (2014) (தமிழ் கிளாசிக்)
ந. பிச்சமூர்த்தியின் கலை: மரபும் மனிதநேயமும் (1991)
இவை என் உரைகள் (2003)
வானகமே இளவெயிலே மரச்செறிவே (2004)
மனக்குகை ஓவியங்கள் (2011) (கட்டுரைகள் உரைக விவாதங்கள்)
வாழ்க சந்தேகங்கள் (2004) (கேள்வி – பதில்)
புதுமைப்பித்தன் கதைகள்: சு.ரா குறிப்பேடு (2005)
வாழும் கணங்கள்(2005) (படைப்புகளின் தொகுப்பு)
புதுமைப்பித்தன்: மரபை மீறும் ஆவேசம் (2006)

நேர்காணல்கள்

சுந்தர ராமசாம நேர்காணல்கள் (2011)

பிற நூல்கள்

மூன்று நாடகங்கள் (2006)
தமிழகத்தில் கல்வி (2000) (வசந்தி தேவியுடன் உரையாடல்)
இதம் தந்த வரிகள் (2002) (கு. அழகிரிசாமி – சுந்தர ராமசாமி கடிதங்கள்)
ஒரு தடா கைதிக்கு எழுதிய கடிதங்கள் (2006)

நினைவுக் குறிப்புகள்

ஜீவா (2003), கிருஷ்ணன் நம்பி (2003), க.நா.சு. (2003),
சி.சு. செல்லப்பா (2003), பிரமிள் (2005), ஜி. நாகராஜன் (2006),
தி. ஜானகிராமன் (2007), கு. அழகிரிசாமி (2011), தொ.மு.சி. ரகுநாதன் (2014),
ந. பிச்சமூர்த்தி (2016), நா. பார்த்தசாரதி (2016). கவிமணி (2019) மௌனி
வெ. சாமிநா சர்மா என்.எஸ். கிருஷ்ணன் (2019)

மொழிபெயர்ப்புகள்

செம்மீன் (1962) (தகழி சிவசங்கரப்பிள்ளையின் சாகித்திய
அகாதெமி பரிசுபெற்ற மலையாள நாவல்)
தோட்டியின் மகன் (2000) (தகழி சிவசங்கரப்பிள்ளை)
தொலைவிலிருக்கும் கவிதைகள் (2004)

சுந்தர ராமசாமி

ஒரு கலை நோக்கு
ஆளுமைகள் தோழமைகள்

காலச்சுவடு பதிப்பகம்

அன்பார்ந்த வாசகருக்கு,

வணக்கம்.

காலச்சுவடு நூலை வாங்கியமைக்கு நன்றி.

நூலின் உள்ளடக்கம், உருவாக்கம், அட்டைப்படம் இன்ன பிற அம்சங்கள் பற்றிய உங்கள் கருத்துகளையும் ஆலோசனைகளையும் காலச்சுவடு வரவேற்கிறது. தகவல், எழுத்து, வாக்கியப் பிழைகள் தென்பட்டால் கட்டாயம் தெரிவித்து உதவுங்கள். நூல் தயாரிப்பில் கடும் குறைபாடு இருப்பின் மாற்றுப் பிரதி உங்களுக்குக் கிடைக்கக் காலச்சுவடு ஏற்பாடு செய்யும்.

மின்னஞ்சல்: publisher@kalachuvadu.com

காலச்சுவடு நாகர்கோவில் தலைமையகத்துக்கும் கடிதம் அனுப்பலாம்.

தங்கள்
எஸ்.ஆர். சுந்தரம் (கண்ணன்)
பதிப்பாளர் — நிர்வாக இயக்குநர்

ஒரு கலை நோக்கு ஆளுமைகள் தோழமைகள் ❖ கட்டுரைகள் ❖ ஆசிரியர்: சுந்தர ராமசாமி ❖ முதல் பதிப்பு: டிசம்பர் 2019 ❖ வெளியீடு: காலச்சுவடு பப்ளிகேஷன்ஸ் (பி) லிட்., 669, கே.பி. சாலை, நாகர்கோவில் 629001

காலச்சுவடு வெளியீடு: 972

oru kalai nookku aalumaikal thozhamaikal ❖ Articles ❖ Author: Sundara Ramaswamy ❖ © Sundara Ramaswamy ❖ Language: Tamil ❖ First Edition: December 2019 ❖ Size: Demy 1 x 8 ❖ Paper: 18.6 kg maplitho ❖ Pages: 272

Published by Kalachuvadu Publications Pvt. Ltd., 669 K.P. Road, Nagercoil 629001, India ❖ Phone: 91-4652-278525 ❖ e-mail: publications@kalachuvadu.com ❖ Printed at: Sudarsan Graphics, Chennai 600017

ISBN: 978-93-89820-38-6

12/2019/S.No. 972, kcp 2566 18.6 (2) 9ss

பொருளடக்கம்

பார்வை

1.	நான் காணும் பாரதி	11
2.	ஜீவா: காற்றில் கலந்த பேரோசை	19
3.	டி.கே.சி.: ஒரு கலை நோக்கு	35
4.	ஷண்முக சுந்தரத்தின் கிராமங்கள்	48
5.	புதுமைப்பித்தன் கதைகளில் காலத்தின் கலைவண்ணம்	56
6.	காந்தி இன்று	65
7.	க.நா.சு.: நட்பும் மதிப்பும்	75
8.	தாஸ்தயேவ்ஸ்கி என்ற கலைஞன்	94
9.	ந. பிச்சமூர்த்தியின் கலை: மரபும் மனித நேயமும்	120
10.	ஆத்மாநாம் கவிதைகள்	127
11.	பஷீர்: முற்போக்கு இலக்கியத்தின் அசல்	131
12.	திருவள்ளுவர் என்னும் நண்பர்	137

நினைவுகள்

1.	கவிமணி தந்த கருத்துகள்	145
2.	ரகுநாதன்: ஒரு சந்திப்பு	154
3.	'தோட்டியின் மகன்' தமிழுக்கு வந்த கதை	163
4.	முத்துலிங்கத்துடன் சந்திப்பு	170
5.	மௌனி: சில நினைவுகள்	174

6.	யதார்த்தவாதியான ஒரு கர்ம வீரர்	188
7.	ஹெப்சிபாவுக்குப் பாராட்டு	193
8.	பத்மநாப ஐயர்	199
9.	கொடிக்கால்: நட்பின் அலைகள்	207

விமர்சனம்

1.	நகுலனின் நிழல்கள்	217
2.	புதுமைப்பித்தனின் மனக்குகை ஓவியங்கள்	220
3.	நாகராஜனின் உலகம்	238
4.	தோப்பில் முகம்மது மீரான்: யதார்த்தம் – அதன் சருமமும் சாரமும்	243
5.	நாஞ்சில் நாடனின் நாஞ்சில் நாடு	250

அஞ்சலி

1.	மௌனி (1907 – 1985)	259
2.	இ.எம்.எஸ். (1909 – 1998)	263
3.	சி.சு. செல்லப்பா (1912 – 1998)	266
4.	ரகுநாதன் (1923 – 2001): காலத்தில் கரையாத அத்தியாயம்	269

பார்வை

1

நான் காணும் பாரதி

என்னையும் என் எழுத்தையும் பாரதி இலக்கியம் பாதித்திருக்கிறதா என்பதை ஆராய்ந்து பார்ப்பதே இக்கட்டுரையின் நோக்கம். 'என்மீது பாரதியின் செல்வாக்கு' எனவும் நான் இக் கட்டுரைக்குத் தலைப்பு வைக்கக்கூடும், இன்னும் சற்று வாய்ப்பான தலைப்பு எட்டாதவரையிலும். இவ்விஷயத்தைப் பற்றி எழுத நேர்ந்துவிட்ட காரணத்தினாலேயே, சென்ற காலத்தில் எனக்கும் பாரதிக்கும் இருந்துவந்திருக்கும் உறவை, மிக ஆழமான ஒன்றாக, நெருக்கமான ஒன்றாகக் காட்ட நான் முயலக் கூடாது. அவர்மீது இப்போது திடீர்க் காதலை வரவழைத்துக்கொண்டு, விடாப் பிடியாய் இழுத்துவைத்து ஆலிங்கனம் செய்துவிடுவது என்ற குயுக்தி எனக்குத் தோன்றாமல் இருக்க வேண்டும். கடவுளே, இது எவ்வளவு சிரமமான காரியம் என்பதை உணர்கிறேன். பெரியவர்களில் பலர் ஆசையோடு காலில் இழுத்து மாட்டிக்கொண்ட சுருக்கு இது. இதிலிருந்து நான் மட்டும் மீள முடியுமா?

உறவு என்று நான் குறிப்பிடுவது இலக்கிய ரீதியான உறவை. இலக்கியத்தில் நேரடியான உறவு இல்லாமலே பாதிப்புக்கு ஆளாகி விடுவதுண்டு. நேரடியான உறவுகொண்டிருந்தும் துர்ப்பலமான செல்வாக்கோடு நின்றுவிடுவதும் உண்டு. இலக்கியத்தில் செல்வாக்கு என்பது அருவமானது. அனுமானமாக உணரக்கூடிய ஒன்று. வாடைக் காற்று அடிப்பதால் மலையில் மழையிருக்கலாம்

என்பது போன்ற அனுமானம். செல்வாக்கின் வியாபகத்தை உள்ளங்கையில் ஏந்திக் காட்டவோ பார்க்கவோ முடியாது. இதுபோன்ற விஷயங்களில் திட்டவட்டமாகக் கூறுகிறவர்கள் காட்டும் ஆதாரங்கள் அநேகமாக உண்மையாய் இருப்பது இல்லை. இலக்கிய விசாரத்தில் அறுதியிட்டுச் சொல்வது அநேகமாகப் பொய்யாகவே இருக்கும். நிஜத்தின் தெளிவற்ற தன்மை அதற்கு இல்லாமல், மழமழவென்று, மேஜைமேல் ஸ்படிகக் கல்லை வைத்தாற்போல் காட்சி தருவதாலேயே அதுதான் உண்மையெனக் கொண்டுவிடுவோம். அந்த ஸ்படிகத் தெளிவு பொய்க்குச் சொந்தமானது. உண்மையோ எப்போதும் போல் இப்போதும் பிடிக்கப் பிடிக்க வழுக்கிக்கொண்டும் மங்கலாகவும்தான் இருந்து வருகிறது.

யோசிக்கையில் குழப்பமாக இருக்கிறது. தெளிவின்மை மிஞ்சுகிறது. பாரதியின் செல்வாக்கை விளக்க, பிட்டுவைத்தாற்போல் சொல்வதற்கு எதுவும் இல்லை. ஒன்றும் இல்லை என்று தோன்றும்போதே எதுவும் இல்லாமல் இருப்பது சாத்தியமல்ல என்பதும் தெரிகிறது. இலக்கிய சிருஷ்டிக்கு அவரும் நானும் பயன்படுத்தியது ஒரே பாஷை. அவர் சென்றபின் வந்தவன் நான். பாரதி சக்திப் பிழம்பான ஒரு கலைஞன். இம்மூன்று காரணங்களினாலும் அவருடைய சலனம் என்னைப் பாதித் திருக்கத்தான் வேண்டும். சம்மட்டியால் தாக்குவது போலவோ உரலில் உலக்கை விழும்போது தரையில் வைத்திருக்கும் பாத்திரம் அதிர்வது போலவோ இது நிகழ்ந்திருக்கக்கூடும். அதிலிருந்து நான் தப்பியிருக்க முடியாது. இது இலக்கிய நியதி. இதில் எனக்குப் பெருமை இல்லை; நான் இதை ஏற்றுக்கொள்கிறேன்.

ஆகவே, இப்போது நான் செய்யக்கூடியதெல்லாம் பாரதிக்கும் எனக்குமுள்ள உறவை ஆராய்ந்து பார்ப்பதே. இதிலிருந்து இந்தக் கட்டுரையின் தலைப்புக்குப் பொருளூட்டும் ரேகைகள் அகப்படக் கூடும். அவ்வாறு அகப்படாத வரையிலும் நான் பொதுவாகச் சொல்லியிருக்கும் விஷயங்கள் தாம் மிஞ்சும். அவசியம் என்று பட்டால் அப்போது கட்டுரையின் தலைப்பை மாற்றிவிடுவதும் சுலபம்தான்.

நடுவில் ஒரு விஷயம். செல்வாக்கு என்பதை ஒளி என்ற அந்தஸ்திலேயே பயன்படுத்த விரும்புகிறோம். நிழல் என்ற அர்த்தத்திலும் பயன்படுத்த வேண்டிய அவசியம் ஏற்படுவதுண்டு. ஒரு சக்திமிக்க கலைஞன் தனது சொரூபத்தால் அவன் வாழும் காலத்தில் மொழிக்கும் இலக்கியத்திற்கும் ஊட்டம் தரும் அதே சமயம், தனக்குப் பின்வரும் காலத்தை வெட்டையாக அடித்து விடவும்கூடும். இது அவனுடைய நோக்கமல்ல. அவன்மீது நாம் கொள்ளும் பலவீனமான பார்வையின் விளைவு. அப்போது

இலக்கியப் பரப்பு, ரசாயன உரத்தால் அமித போகத்தை உமிழ்ந்துவிட்டுச் சத்தற்றுக் கிடக்கும் நிலம்போல் காட்சி தரும். விளைவு எவ்வாறு இருப்பினும் கலைவீரன் ஒருவன் நமக்குள்ளே தோன்றிவிட்டதில் மெய்மறந்து கிடக்கிறோம். அவனைப் பாராட்டுகிறோம். மீண்டும் பாராட்டுகிறோம். அதோடு அவனைப் பின்பற்றாமலிருப்பதை அவனை அவமதிப்பதாகவோ கூடிவந்த ஒரு அரிய சந்தர்ப்பத்தைக் கைநழுவ விடுவதாகவோ எண்ணத் தொடங்குகிறோம். எனினும், காலம் என்று ஒன்றிருக்கிறது. சிவப்பு விளக்கு காட்டி அதை யாரும் நிறுத்தி வைத்திருக்கவுமில்லை. கவிஞர் பெருமான் புத்தம் புதிதாய்க் காட்டிய கலையும் அது பிறந்த நிமிஷத்திலிருந்து பழசாகிக்கொண்டிருக்கிறது என்பதை உணர இன்னும் எவ்வளவோ காலம் பிடிக்கும். நம்முடைய உற்சாகமும் பரவசமும் அத்தனை அளவு கடந்ததாகவே இருக்கும்.

திரும்பிப் பார்க்கிறேன். இறந்தகாலம், கொட்டும் மழையில் மூடியிருக்கும் கண்ணாடி ஜன்னலின் வெளிப்புறத்தில் தண்ணீர் சரசரவென்று வழிந்துகொண்டிருக்கும்போது தொலைதூரத்தில் தெரியும் மலைபோல் காட்சி தருகிறது. பண்டைத் தமிழ் இலக்கியத்தில் தோய்ந்தவனாய், உடம்பில் சுத்தத் தமிழ் ரத்தம் ஓடுகிறவனாய், பாரதி பக்தனாய், பாரதியைப் பரப்பியதில் பங்குள்ளவனாய், நாள்தோறும் அவன் நாமத்தை ஸ்மரிக்கக் கூடியவனாய் வாழ்ந்திருக்கலாகாதா எனும் பச்சாதாபம் மனத்தைக் கவ்வுகிறது. கடந்த காலம் கைநழுவிச் சென்றுவிட்டது. இனி எனக்கு அங்குப் பிரவேசம் இல்லை. இனி எதையும் திருத்தி எழுத ஆகாது. புத்தகம் அச்சேறி முடிந்துவிட்டது. இப்போது செய்யக் கூடியதெல்லாம் பிழைதிருத்தப் பட்டியல் தயாரிப்பதே.

கடந்த கால இலக்கிய உறவுகளை வார்த்தைகளில் தேக்கும் போது எதிர்ப்படும் வழிகள் இரண்டு. ஒன்று: நினைவின் துணை கொண்டு இயன்றவரையிலும் சத்தியத்தை உருவி எடுப்பது. மற்றொன்று: இன்றுள்ள புறச்சூழ்நிலைகளுக்கு ஏற்றாற்போல், பாரதியுடன் எனது சென்ற கால உறவு எத்தகையதாய் அமைந்திருக்க வேண்டுமென நானும் என் முன் நிற்போரும் எதிர்பார்க்கிறோமோ அதே பாங்கில் இயல்பாய் அமைந்திருந்தது என வர்ணப்பூச்சு செய்து காட்டுவது. ஆனால் இது ஒரு மயக்கமே தவிர நடைமுறையில் சாத்தியமானதல்ல. ஏனெனில் சொன்னவனுக்கு வர்ணப்பூச்சு தெரியும். சொன்னவன் நம்பாத ஒன்றை, கேட்டவன் நம்பியதால் வியாபாரத்தில் பயன் இருக்கலாம். உத்தரவாதம் அளிக்கப்பட்ட கெட்டிச்சாயம் கலங்கினாலும் விற்ற பணம் என் முந்தியில் இருக்கும். இலக்கிய விசாரத்தில் அப்படியல்ல. இலக்கியத்தில் சொல்கிறவனின் சத்தியமே முக்கியமானது.

பாரதியார் காலமாகிப் பத்தாண்டுகளுக்குப் பின் பிறந்தவன் நான். எனது குழந்தைப் பருவம் மலையாளச் சீமையில் கழிந்தது. அப்போது நான் கேட்ட பாட்டு, கேட்ட பேச்சு, கேட்ட வசை மலையாளத்திலேயே. எனது அட்சராப்பியாசமும் அம்மொழியி லேயே ஆரம்பமாயிற்று. ஆறாவது வகுப்பிலிருந்து பள்ளிப்படிப்பு முடிவது வரையிலும் நான் கற்ற பிற மொழிகள் ஆங்கிலமும் வடமொழியும். பள்ளியில் நான் அரை குறையாய்க் கற்ற மூன்று மொழிகளில் தமிழ் ஒன்றல்ல.

1939ஆம் ஆண்டு, இரண்டாவது உலக யுத்தம் மூண்ட அன்றோ மறுநாளோ, எனது குடும்பம் தெற்கே குமரிமுனைப் பக்கம் நகர்ந்தது. இந்த யாத்திரை ஒரு விதத்தில் முக்கியமானது. ஏனெனில் இப்பயணமே தமிழ் பாஷையோடு நான் உறவாட வழிகோலிற்று என்று சொல்லலாம். மலையாளக் கரையோடு நான் இருக்க நேர்ந்திருப்பினும் ஒரு எழுத்தாளன் ஆக – தமிழ் எழுத்தாளன் ஆகவில்லையென்றால் மலையாள எழுத்தாளனாகப்–பரிணமித்திருக்கத் தடை எதுவும் இருந்திராது. அவ்வாறு நேர்ந்திருப்பினும் எனது சிருஷ்டி சக்தியும் இலக்கியத் தரமும் பாதிக்கப்பட்டிராது என்றே நம்புகிறேன். ஏனெனில், இலக்கியப் படைப்பில் நான்தான் முக்கியமான அம்சமே தவிர, என் கையில் அகஸ்மாத்தாய்ச் சிக்கிய ஒரு பாஷையின் தனிப்பெரும் குணாம்சமல்ல. இதை இங்குத் தனியாக எடுத்துச்சொல்லக் காரணம், இன்றைய எழுத்தாளர்களில் பலர் தமிழ் பாஷையின் சுகபாவத்தையும் பிரதாபத்தையும் புகழ்ந்து கூறுகிறபோது, அவர்கள் தங்கள் பணியை ஆற்ற உலக மொழிகள் அனைத்திலுமிருந்து தமிழ் மொழியைத் தங்களுடைய அலாதியான சாமர்த்தியத்தால் தேர்ந்தெடுத்த பாவனையில் பேசுகிறார்கள். நான் தமிழ் எழுத்தாளன் ஆனது எனது சாமர்த்தியமும் அல்ல; இதில் எனக்குப் பெருமைப்பட உரிமையும் இல்லை.

எனது பதினாறாவது வயதுவரையிலேனும் தமிழ்க் கவிதையைப் படித்துப் புரிந்துகொள்வது என்பது எனது தமிழ் ஞானத்துக்கு அப்பாற் பட்டதாகவே இருந்தது. ஆக 1947, 48 வரையிலும் பாரதியார் கவிதைகளை நான் படித்தது இல்லை என்பது திண்ணம். ஆனால் எனக்கும் பாரதிக்குமான உறவு அதற்கு முன்பே ஏற்பட்டுவிட்டது.

பாரதியைத் தமிழ் மக்கள் மத்தியில் பரப்பிய பெருமை பலருக்குண்டு என்கிறோம். வ.ரா. பெயர் நினைவில் வருகிறது. பின்னால் கல்கி ஆற்றிய பங்கு பெரிது. மேடையில் முழங்குவதில் சலியாத பாரதி பக்தனாக ஜீவா என்றுமே காட்சி அளித்திருக்

கிறார். இன்னும் பலரைச் சொல்லலாம். ஒரு மட்டத்தில் இவர்கள் ஆற்றிய பணி சிறப்பானது. இந்த மட்டத்துக்கும் கீழே, புழுதியில், நானும் என்னையொத்த லட்சக் கணக்கானவர்களும் முகத்தில் இரு புண்களுடன் பரக்கப் பரக்கப் பார்த்துக்கொண்டிருந்தோம். பாரதியின் கவிதை மிகவும் எளிமையானது என்றார்கள். ஆனால் கவிதை என்பதாலேயே அது எங்களுக்குக் கடினமானது என்றால் நம்புவார்களா? மேடைப் பேச்சிலேயே டி.கே.சி. பேச்சுதான் புரியும்; திரு.வி.க. பேச்சு புரியாது. என்ன செய்வது? எங்களுடைய பாரதி எங்கே? எங்களுக்கு மட்டும் அவர் சொந்தம் இல்லையா?

பாரதியின் உருவப் படத்தை வரைந்து அவருடைய முகத்தை மனத்தில் பேண வாய்ப்பு அளித்த சைத்திரிகர் ஆர்யா, பாரதிக்கு ஆற்றிய தொண்டு மிகப் பெரியது. என்னைப் போன்றவர்களுக்கு அன்று பாரதி என்றாலே ஆர்யா வரைந்த படம்தான். மலையாளிக்கும் சரி, குஜராத்திக்கும் சரி, ஹிந்திக்காரர் களுக்கும் சரி. இன்றும் பாரதி என்றால் ஆர்யா வரைந்த படம்தான். தமிழ்நாட்டிலும் பாரதியின் ஒரு பாடலையோ ஒரு கட்டுரையையோ படித்துப் பாராது, இந்தச் சித்திரத்தின் மூலமே பாரதியிடம் தோழமை கொண்டிருப்பவர்கள் எத்தனை லட்சமோ? இந்த எண்ணிக்கைக்குள் அடங்கும் பிரபலஸ்தர்கள், பட்டதாரிகள், தலைவர்கள், பெரியவர்கள் எத்தனை பேரோ? இதில் பாரதியின் படத்தைப் பார்த்திராத ஒருவரேனும் உண்டா? ஆர்யா செய்த சேவை மிகப் பெரிய சேவைதான். சந்தேகமில்லை.

பாரதியைப் பாராட்டுவதற்காகவே புரட்டிப் பார்த்தவர் களும் படிக்காமலே பாராட்டுகிறவர்களும் என்றுமே உண்டல் லவா? படிக்காமலே பாராட்டுகிற சங்கத்தில் நானும் ஒரு அங்கத்தினன் ஆனேன். இந்நிலை அதிக நாள் நீடிக்கவில்லை. ஏனெனில் மார்க்சிய சித்தாந்தத்தின் மேல்வாரியான தன்மை என்னைக் கவர்ந்து, நான் சற்றே தீவிரவாதியாகவும் முற்போக்கு எழுத்தாளனாகவும் மாறிவிட்டபோது, இனிமேலும் பாரதிப் பாடல்களைப் படிக்காமல் இருப்பது என் கௌரவத்துக்கும் அந்தஸ்துக்கும் மிகுந்த ஹானியை ஏற்படுத்தும் என்ற எண்ணம் எனக்கு ஏற்படலாயிற்று. இதற்குள் என் முகத்திலிருந்த புண்கள் வள்ளிசாக ஆறிவிட்டதோடு லேசான பார்வை தரும் கண்களும் முளைக்கலாயின. புதுமைப்பித்தன் சிறுகதைகளிலும், 'ஒரு நாள்' என்ற நாவலிலும் மனசைப் பறிகொடுக்கவும் முடிந்துவிட்டது. என் ஆரம்பகாலச் சிறுகதைகளும் அச்சேறிவிட்டன. முற்போக்கு வாதிகள் இனங்கண்டு கொண்டார்கள். இரண்டு ஜில்லாக்களில் என் புகழ் பரவிவிட்டது. தமிழ் நசிவு இலக்கியத்தை மனிதாபிமானம், சோஷலிசம் என்ற படிகள் வழியாகக் கம்யூனிஸத்துக்கு இட்டுச் செல்லும் பணியில் தோளும் கொடுத்துவிட்டேன். இன்னும்

சமூக, பொருளாதாரத் துறைகளில் எத்தனையோ பணிகள் காத்துக் கிடந்தன. மேற்சொன்ன திட்டங்களை அமலாக்க எந்த அளவுக்குப் பாரதியின் ஒத்துழைப்பு கிடைக்கும் என்பதை அவரிடமே கேட்டுத் தெரிந்து கொண்டுவிடுவோம் என்ற உத்தேசத்திலேயே நான் அவர் பக்கம் திரும்பினேன்.

பக்தி சிரத்தையுடன் நான் அவரை அணுகவில்லை. என்னுடைய அகராதியில் அப்போது பக்திக்கு இடமும் இல்லை. மேலும் நான் ஒரு 'சோட்டா' எழுத்தாளனும் அல்ல. உலகு தழுவிய பார்வை என் உள்ளங்கையில் இருக்கிறது. சமூகவியல், பொருளாதாரம் முதல் சிற்பக்கலை, சங்கீதம், இலக்கியம் ஈறாகத் திட்டவட்டமான முடிவுகளை அளிக்கவல்ல சித்தாந்தம் அது. இந்தச் சித்தாந்தப் பார்வையில் பாரதி எந்த அளவு தேறுகிறார் என்பதைக் காணவே நான் பாரதியை அணுகினேன். புரட்டிப் பார்க்குமிடத்து, முடிவில், ஏதோ ஒரு சில பாடல்களே ஏற்றுக்கொள்ளும்படியாக இருந்ததாக ஞாபகம். அவற்றிலும் ஒரு தெளிவைக் காணோம். முற்போக்காகச் சொல்லிக்கொண்டு வரும்போதே குடைசாய்ந்து பக்திச் சேற்றில் விழுந்து திசை திரும்பி எங்கெங்கோ சென்றுவிடுவது எனக்குப் பெருத்த ஏமாற்றத்தைத் தந்தது. தன்னிடமிருந்த அரிய கவிதா சக்தியை முழுக்க முழுக்கப் பாட்டாளி வர்க்கத்திற்காகப் பயன் படுத்தியிருக்கலாகாதா என எண்ணி விசனமுற்றேன். ஒரு மார்க்சிஸ்ட் ஆச்சாரியரிடம் இதுபற்றி முறையிட்டபோது, பாரதி முற்போக்காளன் என்றாலும் கூட, ஒரு பூர்ஷுவாதான் என்றும் முற்போக்கான பூர்ஷுவா என்றும் முற்போக்கான பூர்ஷுவா ஒரு மார்க்சிய முற்போக்குவாதியான அவரைப் போலவோ என்னைப் போலவோ முற்போக்காக இருக்க வேண்டும் என எதிர்பார்க்கக் கூடாது என்றும் சொல்லி என்னைச் சமாதானப் படுத்தினார். தொடர்ந்து பல அறிவுரைகளும் தந்தார். எனினும் எனக்குப் பூரணத் திருப்தி ஏற்படவில்லை. கடைசியில் நான் பாரதியை அவன் வாழ்ந்த காலத்தைக் கருதி – மார்க்சிய சித்தாந்தம் இந்தியாவில் பரவியிராத அக்கொடிய காலம் – மன்னிக்கத் தயாராக இருந்தேனே தவிர, ஏற்றுக் கொள்ளத் தயாராக இருக்கவில்லை. எங்கள் முதல் சந்திப்பு தோல்வியில் முடிந்தது.

கவிதை இலக்கியத்தை என்றும் என் மனம் ஆசை வெறியோடு தழுவியது இல்லை. கவிதைபால் பாராமுகம் என் ரத்த குணம் என்றே நினைக்கிறேன். யாப்பு எனக்கு ஆகாது. அரும்பதங்கள் நடையில் ஊடுருவ அறிந்து இடம் கொடுக்கமாட்டேன். நிலவு, ஞாயிறு, இயற்கை எழில், செவ்வானம், கிளி, கடல், மேகம்

இத்யாதி விஷயங்களை நான் அவ்வளவாக ரசித்ததும் இல்லை. இது சம்பந்தமாகக் கவிஞர்கள் சொல்வதைக் கேட்க எனக்குப் பொறுமையும் இல்லை. பழைய கவிதைகளில் தென்படும் சவிஸ்தாரம், யாப்புக்கு வாய்க்கட்டை போட்டதிலேயே இரண்டு வரி இருபது வரிகள் ஆகிவிட்ட அவலம் என்னால் தாங்கக் கூடியதாய் இல்லை. அதோடு, கவிதையில் புலனாகும் ஓசையை நுட்பமாக உணரவும் என் செவிகளால் ஆகவில்லை. கவிதையின் வடிவத்தை ஆராய்ந்தவர்களும் இப்படி ஒரு சந்ததி தோன்றுவதைத் தவிர்க்க முடியாது என்று சொல்லியிருக்கிறார்கள். தமிழில் அந்தச் சந்ததியின் குணாம்சங்கள் என்னிடம் துவக்கம் கொண்டிருக்கின்றன. தமிழ் மொழியில் கவிதையின் அந்திமக் கிரணங்கள் மலைமுகட்டில் விழுந்த பின் பிறந்தவன் நான். நான் வசனத்தின் குழந்தை. வசனமே எனக்குப் பிரியமானது.

நான் பாரதியின் வசன இலக்கியத்துக்கு ஆசையோடு திரும்பினேன். எடுத்த எடுப்பிலேயே அவருடைய வசன நூல்கள் என்னைப் பெரிதும் கவர்ந்தன. அவருடைய சத்திய உணர்வு என்னைக் கவர்ந்தது. அவருடைய நடையழகும் என்னைக் கவர்ந்தது. வாக்கிய அமைப்புகள் – சரம்போல் புறப்படும் ஆரம்பமும் நறுக்கென்ற முடிவும் – என்னைக் கவர்ந்தன. இதற்கெல்லாம் மேலாக அவருடைய கருத்துகளும் என்னை ஆகர்ஷித்தன.

பாரதியின் கவிதையைப் படித்த காலத்திலிருந்த மனோநிலையில் இப்போது நான் இல்லை. இப்போது என்னுடைய எண்ணங்களையும் ஆசைகளையும் துண்டுத் துணுக்காய் வரிசைப்படுத்திப் பார்க்கிறேன். இவற்றை வரிசைப்படுத்துவதன் மூலம் என்மீது பாரதியின் வசன இலக்கியத்தின் செல்வாக்கை உணர வசதி ஏற்படும்.

சமூக வாழ்வில் அக்கறை; கலையை விடவும் வாழ்க்கை பிரதானமானது என்ற எண்ணம்; ஜாதிப் பாகுபாட்டில் அவநம்பிக்கை; இந்து மதத்தில் வைதீகக் கும்பல் புகுத்திவிட்ட நாஸ்திக அம்சங்களைப் பற்றி அடிக்கடி எண்ணுதல்; நாஸ்திகனை விடவும் ஆஷாடபூதியான ஆஸ்திகனைப் பரம வைரியாகக் கருதுதல்; மனித குலத்தை அழிக்க முற்படும் தீய சக்திகளுக்கு எதிராகக் கலையை ஒரு பிரச்சார சாதனமாக்க மனம் ஒப்புதல்; சமூகப் பின்னணியை மாற்றுவதன் மூலம் மனிதனை ஒரு எல்லை வரையிலும் மாற்றிவிடலாம் என்ற நம்பிக்கை; அறிவை முதன்மையாகக் கருதுதல்; அடக்கம்; பெண்களிடத்தில் விசேஷ வாஞ்சை; எந்தத் துறையைச் சேர்ந்த மேதையைக் கண்டாலும்

ஒரு கலை நோக்கு

பரவசப்படுதல் – இத்யாதி குணாம்சங்களைப் பற்றி எண்ணுகிற போது பாரதி என்னைப் பாதித்திருக்கிறார் என்றுதான் எண்ண வேண்டியிருக்கிறது. பாரதியின் கலை செய்யாததைக் கருத்து செய்திருப்பதும் ஒரு விசேஷ அம்சம்.

இக்கட்டுரையைப் படிக்கிற வாசகன், என்னுடைய எழுத்தின் பரப்பைப் பற்றித் தெரியாதவன் என்றால், மிகையான எண்ணங்களுக்கு ஆளாகக்கூடும். கட்டுரை நெடுகிலும் பாரதி – நான் என்று வருவதாலேயே என்னை இமயம் என எண்ண வேண்டாம். தமிழில் கடந்த பத்தாண்டுகளில் சுமார் இருபது கதைகளும் ஐந்து கவிதைகளுமே நான் எழுதியிருக்கிறேன். எனது எழுத்து மிகக் குறைந்த அளவுடையதாக இருப்பதால் என்மீது பாரதியின் செல்வாக்கைப் பற்றி ஆராய்கையில் மூச்சு திணறுகிறது. எனினும், பனித்துளியினுள்ளும் பனைமரம் தெரியும் என்பார்கள். தெரியும். ரொம்பவும் சின்னப் பனையாகத் தெரியும்.

இலக்கிய வட்டம், ஆண்டு மலர், 1963

2

ஜீவா:
காற்றில் கலந்த பேரோசை

நண்பர் ஒருவரிடம் 'ஜீவா மறைந்துவிட்டார்' என்றேன். 1963 ஜனவரி மாதம் பதினெட்டாம் தேதி. நண்பகல் வேளை. செய்தி தபால் நிலையத்துக்கு வந்து அப்போது ஒரு மணி நேரம் கூட ஆகியிருக்கவில்லை. 'ஆ!' என்று கூவி ஸ்தம்பித்து நின்ற நண்பர், இரண்டொரு நிமிஷங்களுக்குப் பின் 'கூட்டத்தில் பேசிக்கொண்டிருக்கும்போதா?' என்று கேட்டார். 'ஏன் அப்படிக் கேட்கிறீர்கள்?' எனக் கேட்க எண்ணியவன் 'தெரியாது' என்ற சொல்லோடு நிறுத்திக்கொண்டேன். அரை மணி நேரத்திற்குப் பின் மற்றொரு நண்பர் காதில் இச்செய்தியைப் போட்டபோது, அவரிடமிருந்தும் அதே கேள்வி பிறந்தது ஆச்சரியத்தை அளித்தது. நண்பர்கள் அரசியல்வாதிகளோ சமூகத் தொண்டர்களோ அல்ல. முற்போக்கு எழுத்தாளர்களும் அல்ல. இருவருமே 'தன் காரியம் ஜிந்தாபாத்' என்று பிழைத்துவரும் சராசரி ஆத்மாக்கள். இருவரது வாயிலிருந்தும் ஒரே கேள்வி புறப்பட்டதைத் தற்செயலான காரியம் என எண்ணி மறந்துவிடுவதும் சுலபம்தான். ஆனால் நான் அவ்வாறு எண்ணவில்லை. அதற்குக் காரணமும் உண்டு.

கொடுமை, சற்றும் எதிர்பாராத நேரத்தில் நிகழ்ந்துவிட்டது. வளைய வளைய அதை எண்ணியே

பொருமுகிறது மனசு. ஈவிரக்கம் கெட்டு மறைந்திருந்து படு நீசத்தனமாகத் தாக்கிவிட்டது மரணம். நிகழக்கூடாதது நிகழ்ந்து முடிந்துவிட்டது.

அவ்வாறு நிகழக்கூடாதது நிகழ்ந்துவிட்டது உண்மை யென்றால், ஜீவா என்ற சக்திப் பிரவாகம் ஓய்வுபெற்ற இடம், அவருடைய இல்லமாகவோ அல்லது மனைவியின் கால்மாடாகவோ அல்லது ஒரு மருத்துவமனையாகவோ அல்லது அவருடைய அலுவலக அறையாகவோ இருந்திருக்கலாம் என ஏன் என் நண்பர்களால் எண்ண முடியவில்லை? மேடையில், மனித வெள்ளத்தை நோக்கி அவர் முழங்கிக்கொண்டிருக்கும்போதுதான் விபரீதம் நேர்ந்திருக்கக் கூடுமென ஏன் அவ்வுள்ளங்கள் தாமாகக் கற்பனை பண்ணிக்கொள்கின்றன? பைத்தியக்காரத்தனமான கற்பனை என எண்ணிவிடலாமா இதை?

நண்பர்களைப் பொறுத்தவரையில் ஜனப்பிரளயத்தின் முன்னால் நின்று சங்கநாதம் எழுப்பிக்கொண்டிருக்கும்போதே, அண்டம் முட்ட எழுந்து நாற்றிசையிலும் அலையலையாய்ப் பரவும் அப்பேரோசையில் அவர் கலந்துவிடுவதே ஜீவாவின் முத்திரை கொண்ட மரணமாக இருக்கும் போலும். அப்போதுதான் நாடகத்தின் இறுதிக் காட்சி முந்திய காட்சிகளுடன் பொருந்தி அமையும் போலும். மேடையில் வாழ்ந்த மனிதன், வாழ்ந்த இடத்தில்தானே மறைந்திருக்கவும் வேண்டும்? இவ்வாறு எண்ணு கிறது பேதை மனசு. ஜீவா என்ற தொண்டன் தனது இறுதி மூச்சு நிற்பதுவரையிலும் கர்ஜித்துக்கொண்டுதான் இருந்திருப்பான் என் பதில் இவர்களுக்கு எத்தனை நம்பிக்கை! எனவே தான் 'மூச்சு நின்றுவிட்டது' என்று நான் சொன்னபோது 'பேச்சு நின்ற போதா?' எனத் திருப்பிக் கேட்கிறார்கள். எத்தனை அர்த்த புஷ்டியான கேள்வி! ஜீவா தனது அரிய சேவையால் சர்வ சாதாரண உள்ளங்களில்கூட எழுப்பியிருக்கும் சித்திரம்தான் எத்தனை ஜீவகளையுடன் காட்சி தருகிறது!

நண்பர்கள் எழுப்பிய கேள்வியை, 'பற்றற்ற' சமூகப் பிரதி நிதிகள் அவருடைய அயராத பணிக்கு மனமுவந்து அளித்த நற்சாட்சிப் பத்திரமாகவே நான் மதிக்கிறேன்.

இருபது வருடங்களுக்கும் அதிகமாகவே இருக்கும். அன்று திருவிதாங்கூர் திவானாயிருந்த ஸி.பி. ராமஸ்வாமி அய்யர் பிறப்பித்திருந்த தடையுத்தரவு காரணமாக ஜீவா நாஞ்சில் நாட்டில் கட்டுண்டு கிடக்க நேர்ந்த காலம்.

ஸ்ரீமான் சுப்பையா பிள்ளை அவர்களின் டீக்கடை அந்தக் காலத்தில் நாகர்கோவில் மணிமேடை ஜங்ஷனில் இருந்தது. ஸ்ரீமான் சுப்பையா பிள்ளை அவர்கள் என நான் சொன்னது சம்பிரதாயத்தைக் கருதி. 'வெட்டுக் கத்தி' சுப்பையன் என்பதே மக்கள் மன்றம் அறிந்த பெயர். காந்தியவாதி எனினும் அண்ணலின் அஹிம்சா சித்தாந்தத்தைப் பூரணமாக ஏற்றுக்கொண்டவர் என்று சொல்லிவிட முடியாது.

அவருடைய டீக்கடைக்குப் பின்னால் ஒரு குதிரை லாயம். அங்கு வற்றலாக ஒரு குதிரை. பார்த்தமாத்திரத்திலேயே அது நின்றுகொண்டிருக்கும் ஆச்சரியத்தில் ஆழ்ந்துபோய்விடுவோம். எதிரே ஒரு 'ரேக்ளா' வண்டி. மாலை வேளைகளில் சுப்பையா பிள்ளை இதில் அமர்ந்து நகருள் உலா சென்று திரும்புவதுண்டு. இந்தக் குதிரை லாயத்தை ஒட்டியிருந்த ஓட்டுத் திண்ணையில், ஒரு சின்னஞ்சிறு முக்காலியில், பழகிப் பழுப்பேறிப்போன ஒரு புத்தகத்தைப் படித்துக்கொண்டிருந்தார், நான் முதன்முதலில் சந்தித்த ஜீவா.

ஸ்டாலின், கார்க்கி இருவரது முகச் சாடைகளையும் சமபாகத்தில் கலந்து தாமிரத்தில் வார்த்தெடுத்தது போன்ற முகம். செழுமையான மீசை. இறுக்கமான தேகக் கட்டு. நிஜாரும் அரைக்கைச் சட்டையும் அணிந்திருந்தார்.

உள்ளே நுழைந்ததும் என்னை அங்கு அழைத்துச் சென்றவரைப் பார்த்து அவர் பட்டென்று போட்ட 'லால் சலாம்' என்னை வெருள அடித்துவிட்டது. சிறிது நேரத்திற்கெல்லாம் அழைத்துச் சென்றவரும் தம் சொந்த வேலையைக் கருதி என்னை அவர் முன்னால் விட்டுவிட்டுச் சென்றுவிட்டார். என் முகத்தைப் பார்த்த ஜீவா என் பீதியை உணர்ந்துகொண்டார் என்றே நினைக்கிறேன். 'அம்பி, குதிரை பாத்தியா?' என்று கொஞ்சலாகக் கேட்டார்.

நான் குதிரையைப் பார்த்தேன். 'தெனாலிராமன் குதிரை வளர்த்தின கதை படிச்சிருக்கியா? நம்ம சுப்பையன் குதிரை கிட்டே அது பிச்சை வாங்கணும். ஆமா, பஞ்சகல்யாணிக் குதிரை, ஆமா ...' தலையை மேலும் கீழுமாக அசைத்தார். 'அரேபியாவிலிருந்து எப்படி பொறுக்கிக் கொண்ணாந்து இருக்கான் பாரு ... வண்டியிலே பூட்டப் பொறுக்காது ... ஆமா ... வண்டியிலே காலைத் தூக்கி வைக்கணும்னு சொன்னா ஒரு ஆளு முன்னாலே நின்னு குதிரையை ஆவிச் சேத்து அணைச்சு மடக்கிப் பிடிச்சுக்கணும் ... ஆமா ... லேசா நெனக்காதே, வாயு வேகம் மனோவேகம் ... சிட்டாப்

பறந்துடும்... ஆமா...' தொடர்ந்து சொடக்குப் போட்டுக் கொண்டே தலையை மேலும் கீழும் பலமாக ஆட்டினார்.

குரலில் வெளியான கிண்டலைப் புரிந்துகொண்டு சிரித்தேன். இரு கைகளையும் ஆட்டியபடி அவர் பேசுவதும் தலையை உருட்டுவதும் எனக்குப் புதிய காட்சிகளாக இருந்தன. ஆனால் அந்தப் பேச்சுத் தோரணை என்னை வெகுவாகக் கவர்ந்தது. அதேசமயம் இனம் தெரியாத கலவர உணர்ச்சியையும் ஏற்படுத்தியது.

சிறிது நேரம் அமைதியாகக் கழிந்தது. ஜீவா மீண்டும் என் வாயைக் கிளறினார்.

'அம்பி, காலையிலே என்ன சாப்பிட்டே?'

'தோசை.'

'தோசையா... பேஷ்... தோசை... இல்லையா? சரி, எத்தனை தோசை சாப்பிட்டே?'

'ரெண்டு.'

தடித்த இருவிரல்களை என் கண்ணெதிரே நீட்டி 'ரெண்டே ரெண்டா?' என்று கேட்டார். தலையை அசைத்தேன்.

'பூ! காணாது, காணவே காணாது. குறைஞ்சது நாலு தோசை திங்கணும். அதுக்கு மேலே அஞ்சு ஆறு ஏழு எட்டு ஒன்பது பத்து... அது உன் பிரியம் போலே.'

இரு கைகளையும் முன்னால் நீட்டி என்னை இழுத்து அவர் முன்னால் நிறுத்திக்கொண்டு, என் சோனிக் கைகளைத் தோளிலிருந்து மணிக்கட்டு வரையிலும் உருவியவாறு, 'இப்படியா இருக்கணும் உடம்பு? இரைப்பூச்சி கணக்க. நல்லா சாப்பிடணும்; நல்லா ஓடியாடி விளையாடணும்' என்றவர், வலது பக்கம் தலையைச் சரித்து இடது கையை மேலும் கீழும் அசைத்தபடியே, 'நல்லா விளையாடணும்; தேகப் பயிற்சி செய்யணும்; தண்டால் எடுக்கணும்; புட்பால் விளையாடணும்; வாலிபால் விளையாடணும்; பாட்மிண்டன் விளையாடணும்' என்று அடுக்கிக்கொண்டே வந்து சரேலென்று தலையை இடது பக்கம் சரித்து வலது கையை வேகமாக அசைத்தவாறு, 'சடுகுடு விளையாடணும்; ஆசனம் போடணும்; கிட்டிப்புள் விளையாடணும்; குழிப்பந்து விளையாடணும்; மரக்குரங்கு விளையாடணும்; கண்ணாமூச்சி விளையாடணும்; கரணம் போடணும்' என்று ஒரே மூச்சில் சொல்லிவிட்டு இரைக்க இரைக்க என் முகத்தைப் பார்த்துச் சிரித்தார். நான்

அசந்துபோனேன். அவருடைய அபிநயத்தையும் பேச்சையும் வெகுவாக ரசிக்கவும் செய்தேன். இதற்குள் மூட்டம் கலைந்து மனசும் அவர்பால் கவிய ஆரம்பித்திருந்தது. அவருக்கும் உற்சாகம் பெருகி வந்தது. அப்போது அவர் என் முகத்தைப் பார்த்துச் சிரித்தபடி, முன்னால் குனிந்து கண்களில் விஷமச் சிரிப்புப் பொங்க, 'பூணூல் போட்டாச்சா?' என்று கேட்டார்.

'ம்.'

'காட்டு.'

சட்டையைத் தூக்கிக் காட்டினேன்.

'மந்திரம் தெரியுமா?'

'ம்.'

'சொல்லு.'

தயங்கினேன்.

'கூச்சப்படாதே, சும்மா சொல்லு. மெதுவாச் சொல்லு போதும்' என்றார். காதை என் வாயோரம் வைத்து, கூரை முகட்டைப் பார்த்தவாறு கேட்கவும் ஆயத்தமாகிவிட்டார். அவர் காதோரம் வளர்ந்திருந்த ரோமக் கற்றையைப் பார்த்தபடி நான் இரண்டு வரி மந்திரம் சொன்னேன். அவர் கடகடவென்று சிரித்தபடி என் முதுகைப் பலமாகத் தட்டினார். 'நீ ரொம்பவும் கெட்டிக்காரன் போ' என்றார். 'ஆனால் உடம்பு இப்படி இருந்தாப் போதாது. ரெண்டு தோசையா? காணவே காணாது ... அவியல் சாப்பிடணும்; கட்டித் தயிர் சாப்பிட ணும்...' என்று மீண்டும் ஆகார விஷயங்களைப் பற்றிப் பேசலானார்.

அவர் ஏதோ ஒரு இடத்தில் பேச்சை நிறுத்தியதும், 'இந்தக் குதிரை ஏன் ஒரு காலை மட்டும் லேசா தூக்கி வெச்சுகிட்டு இருக்கு?' என்று நான் அவரிடம் கேட்டேன். என் வெகு நாளைய சந்தேகம் அது.

நான் பேச ஆரம்பித்துவிட்ட மகிழ்ச்சியில் 'என்ன கேட்டே? என்ன கேட்டே?' என்று அவர் ஆவலோடு முன்னால் குனிந்தார்.

திரும்பக் கேட்டேன்.

'ஏன் ஒரு காலை மட்டும் சப்பாணிக் கை கணக்க தூக்கி வெச்சுக்கிட்டு இருக்குண்ணுதானே கேக்குறே? அப்படித்தானே? அப்படித்தானே?' அப்போது அவருடைய வலதுகை மணிக்கட்டு தானாக அந்தரத்தில் உயர்ந்து கீழ்நோக்கி வளைந்து சப்பாணிக்

கை காட்டிக்கொண்டிருந்தது. குதிரையை அவர் சிறிது நேரம் வைத்த கண் வாங்காமல், ஏதோ மிகச் சிறிய சாமானைப் பார்ப்பது போல் பார்த்துக்கொண்டிருந்தார். 'சப்பாணிக் கை'யும் அப்படியே அந்தரத்தில் அசைவின்றி நின்றிருந்தது.

அப்புறம் என் முகத்தைப் பார்த்துச் சிரித்தார். 'பேஷ் பேஷ்' என்ற பாவத்தில் தலையை அசைத்தார். நான் மிக அபூர்வமான ஒன்றைக் கண்டு சொன்னதுபோல் பெருமிதம் அவர் முகத்தில் பரவியது. (அவருடைய முகம் அப்போது என் மனசுக்கு ஊட்டிய குளுமை வார்த்தைகளில் தேக்க முடியாத ஒன்று. என் வாழ்நாளில் முதன்முதல் என்னை ஒருவர் பாராட்டிய சுகத்தை அன்று அனுபவித்தேன். இந் நினைவுகள் இன்றும் என் மனத்தில் பசுமையாய் நிலைத்து நிற்கக் காரணமும் இதுதானோ?)

'அம்பி, நல்லாக் கேட்டே போ!' என்று சொல்லிவிட்டு ஓட்டல் பக்கம் திரும்பி கனத்த குரலில் 'சுப்பையா, சுப்பையா, அம்பி ஒரு கேள்வி கேக்கறான் பாரு. வந்து பதில் சொல்லு' என்று கத்தினார்.

சுப்பையா பிள்ளை நகர்ந்து வந்து அவர் முன்னால் நின்றார்.

'அம்பி கேக்கறான், இந்தக் குதிரை ஏன் ஒரு காலை மட்டும் லேசா தூக்கி வெச்சுக்கிட்டு இருக்குன்னு கேக்கறான் பாரு! எப்படிப் போடறான் பாரு கேள்வியெ! நோட் பண்ணிப்புட்டான் அம்பி! நோட் பண்ணிக் கேக்கறான். பதில் சொல்லு, சொல்லு... சொல்லு... சொல்லு...' என்று அமர்க்களப்படுத்தினார்.

பாவம் சுப்பையா பிள்ளை! கல்தூணாய் நின்றுகொண்டிருந்தார்.

ஒன்றிரண்டு நிமிஷங்கள் கழிந்தன.

'என்ன ரொம்ப யோசிக்கிறயோ?' ஜீவாவின் குரலில் கிண்டல் தொனித்தது.

'எனக்குத் தெரியாதண்ணேய்' என்று இரண்டு கைகளையும் விரித்துக் காட்டிவிட்டு, பிள்ளை ஓட்டல் பக்கம் நழுவப் பார்த்தார்.

'இந்தா, இந்தா, ஒரு நிமிஷம் . . . இங்கே வா . . . இது தெரியாதுன்னு சொல்லிவிட்டே, போகட்டும் . . . விடு . . . இந்தாப் பாரு, ஒரு கேள்வி . . . சின்னக் குருவியிருக்கே, சின்னக் குருவி . . . அது எப்படிடே மானத்திலே பறக்குது?'

ஜீவா பதிலை எதிர்பார்த்துத் தரையை நோக்கி முகத்தைக் கவிழ்த்துக்கொண்டார்.

சிறிது நேரம் மௌனம்.

'சரி போனால் போகட்டும், விட்டுத் தள்ளு. மோட்டார் கார் இருக்கே மோட்டார் கார் . . . சர்ர்ர்னு பாயுதே, அது எப்படி ஓடுது? சொல்லு பார்ப்போம் . . .'

பரிபூரண அமைதி.

'ஸ்விச்செத் தட்னா பட்னு லைட்டு விழுதே. அது எப்படி சொல்லு, என் அருமைத் தம்பில்லா நீ . . . சொல்லு . . . என் ராசால்ல சொல்லு . . . சொல்லு . . .'

சுப்பையா பிள்ளை என்னைப் பார்த்து அசட்டுச் சிரிப்புச் சிரித்தார். 'இந்த ஆள் கையில் அகப்பட்டுவிட்டால், அவ்வளவு தான்' என்பது அந்தச் சிரிப்புக்கு அர்த்தம். ஒன்றாம் வகுப்பு மாணவன் மாதிரி அவர் ஜீவா முன் தொந்தி தொப்பையோடு நின்றிருந்தது வெகு ரசமான காட்சியாக இருந்தது.

'சரி, கடைசிக் கேள்வி. இதுக்குள்ளே என்ன இருக்கு? சொல்லு பார்ப்போம்?' என்று கேட்டுக்கொண்டே ஜீவா சுப்பையா பிள்ளையின் தொந்தியைத் தடவினார்.

'மட்டன்' என்று சொல்லிவிட்டு 'பூ பூ பூ பூ'வென்று சிரித்தார் சுப்பையா பிள்ளை.

ஜீவாவும் கடகடவென்று உடம்பு குலுங்கச் சிரித்தார்.

'மட்டன், கோழி சூப்பு, ஆம்லேட்டு, குருமா, காமா சோமா... அதெல்லாம் இருக்கட்டும், இல்லாமலா போய்விடும்! நான் அதைக் கேக்கலே. சின்னக்குடல், பெரியகுடல், அந்தப் பை, இந்தப் பை அப்படீன்னெல்லாம் சொல்றாங்களே அதெக் கேக்கறேன். வயித்துக்குள்ளே என்ன என்ன இருக்குன்னு ஒரு சின்னப் படம் போட்டுக் காட்டு பார்ப்போம்.'

'சும்மா இரு அண்ணேய், நீ ஒண்ணு. ஆளைப் போட்டுப் பயித்தாரன் ஆக்கிக்கிட்டு. அம்பி சிரிக்கான் என்னைப் பாத்து' என்று உடம்பை நெளித்தபடி கொஞ்சினார் பிள்ளை.

ஜீவா, பிள்ளையின் கரங்களைப் பற்றியபடி, 'சுப்பையா, தம்பி சுப்பையா, நாம் எல்லாம் இந்த தேசத்திலே, நாங்களும் மனுஷப் பிறவீன்னு சொல்லிக்கிட்டு வேட்டியும் கெட்டிக்கிட்டு அலையுறோமே, எதுக்குன்னு கேக்கறேன்? நமக்கு ஏதாவது

தெரியுதா? நாம் ஏதாவது செய்து காட்டியிருக்கோமா? சத்தியமாக் கேக்கறேன்... காரு எப்படி ஓடுதுன்னு கேட்டா தெரியாதுங்கறே... சோறு எப்படிச் செமிக்குதுன்னு கேட்டா தெரியாதுங்கறே... விளக்கு எப்படி எரியுதுன்னு கேட்டா தெரியாதுங்கறே... குருவி எப்படிப் பறக்குதுன்னு கேட்டா தெரியாதுங்கறே... வாத்து எப்படி நீஞ்சுதுன்னு கேட்டா தெரியாதுங்கறே...' என்று சொல்லிக்கொண்டே வந்தவர், துரித காலத்தில் ஆரம்பித்து, 'எப்படி நிக்கறே? – தெரியாது; எப்படி ஓடறே? – தெரியாது; எப்படிப் படுக்கறே? – தெரியாது; பல் எப்படி முளைக்குது? – தெரியாது...' என்று சொல்லிவிட்டு உரத்த குரலில் 'என்ன எளவுதான் நமக்குத் தெரியும்?' என்று உணர்ச்சிவசப்பட்டுக் கத்தினார்.

சுப்பையா பிள்ளை ஜீவாவின் முகத்தையே பார்த்தபடி நின்றிருந்தார். அவர் முகத்தில் கோபத்தின் சாயலே தெரியவில்லை. அதற்கு நேர்மாறாக அவரை உட்காரவைத்து புஷ்பார்ச்சனை செய்தால் பிறக்கும் திருப்தியே முகத்தில் தெரிந்தது.

ஜீவா தொடர்ந்து பேசினார் :

'சுப்பையா, நல்லாக் கேட்டுக்கோ. எறும்பு இருக்கே எறும்பு, இதைப் பத்தி இங்கிலீஷிலே எழுதி வைச்சிருக்கான் பாரு, புஸ்தகம் தண்டிதண்டியா தலையாணி கணக்கா! எத்தனை ஆயிரம் புஸ்தகம் எறும்பெப் பத்தி! அட ஆண்டவனே, எறும்புலெ எத்தனை வகை; ஒவ்வொண்ணும் என்ன என்ன செய்யுது; பாட்டி எறும்பு என்ன செய்யுது; பேரன் எறும்பு என்ன செய்யுது; அக்கா எறும்பு என்ன செய்யுது; அம்பி எறும்பு (என்னைக் காட்டியவாறு) என்ன செய்யுது; எறும்புக் கூட்டம் லெஃப்ட் ரைட் போட்டு எப்படி மார்ச் பண்ணிப் போகுது; அதிலெ தலைவன் யாரு; தொண்டன் யாரு; ஆண்டை யாரு; அடிமை யாரு; அய்யர் எறும்புக்கு என்ன மரியாதை; அரிஜன் எறும்புக்கு என்ன மரியாதை; காதலன் எறும்பும் காதலி எறும்பும் பூங்காவனத்தில் 'பாயும் ஒளி நீ எனக்கு, பார்க்கும் விழி நான் உனக்கு' அப்டீனு தொகையறா எடுத்து கிட்டப்பா சுந்தராம்பாள் மாதிரி பாடிக்கிட்டு எப்படி காந்தர்வ விவாகம் பண்ணிக்கிடுது... எனக்குச் சொல்லத் தெரியலே சுப்பையா, எனக்குச் சொல்லத் தெரியலே! பாவிகள் எழுதி வெச்சிருக்கிற புஸ்தகத்திலெ லேசா ஒரு பக்கத்தெப் பாக்க இந்த ஆயுள் பத்தாது. பத்தவே பத்தாது!... ஆமா... நாம் என்னடான்னா நாமதான் மகா கெட்டிக்காரங்கன்னு நெனச்சுக் கிடறோம்... 'ஓம்' என்கிற ரெண்டு எழுத்துக்குள்ளே நீ, உங்கப்பன், பாட்டன்,

26 சுந்தர ராமசாமி

பேரன், பூட்டன் தெரிஞ்சுக்கிட்டது அத்தனையும் அடக்கி வெச்சுருக்கோம், எல்லாம் இதுக்குள்ளே அடங்கிப் போச்சு என்கிறோம்... வேண்டாம், புதுசா ஒண்ணும் வேண்டாம், வேண்டவே வேண்டாம் அப்டீனு தொண்டை கிழியக் கத்தறோம், புல்லும் தர்ப்பையும் போறும் என்கிறோம். என்னை விட்டால் யாருடா? ஹாய் தாட்புட் ராஜா அப்டீனு தொடையெத் தட்டறோம்... சாயங்காலமாயுட்டா ரேக்ளா வண்டியிலெ ஊர் சுத்தப் போறோம்... மோர் காரியிட்டெ குஸ்திக்குப் போறோம்... பால்காரியிட்டே சவால் விடுறோம்... தம்பி உன்னைச் சொல்றேன்னு நெனச்சுக்கிடாதே. பொதுவாச் சொல்றேன்... ஆமா... நாம என்னைக்காவது அது ஏன் அப்படி? இது ஏன் இப்படி? அப்படி இருக்குமா? எப்படி இருக்கணும்? எப்படி மாத்தணும்?... கொஞ்சமாவது யோசிச்சிப் பார்த்திருக்கிறோமா? கடுகாவது யோசிச்சுப் பார்த்திருக்கிறோமா?... யோசிக்காம மண்ணாந்தைகளா போயுட்டோமே தம்பி, மண்ணாந்தைகளா போயுட்டோமே... மண்ணாந்தைகளா போயுட்டோமே...'

இரு கைகளாலும் ஜீவா தன் நெஞ்சில் அடித்துக்கொண்டார்.

ஜீவா, நீங்கள் எவ்வளவு அருமையான மனிதர்!

உள்ளூர் மின்சார நிலையத்துக்குச் செல்கிறோம். அங்குக் கணப்பொழுதில் மின்சக்தியை உற்பத்தி செய்யும் ராட்சச யந்திரங்களைப் பார்க்கிறோம். பக்கத்தில் நிற்கும் இஞ்சினியர் அதன் சக்தியை நமக்கு விளக்குகிறார். நாம் அதைக் கேட்டுப் பிரமிக்கிறோம். எனினும் அதன் சக்தி அங்கு நம் கண்களுக்குப் புலனாவதில்லை. அதை நம்மால் உணரவும் முடிவதில்லை. மின்சக்தி ஒளியுருவம் பூண்டு நம் வீட்டு வாசல் திண்ணைக்கு வருகிறது. அதன் அடியில் அமர்ந்து பிளேட்டோவின் அரசியல் படிக்கிறோம். ஒளி, அடுக்களைக்குள் செல்கிறது. மனைவி, குழம்புக்குத் தாளித்துக் கொட்டுகிறாள். கூடத்து விளக்கொளியில் குழந்தைகள் கண்ணாமூச்சி விளையாடுகின்றன.

ஒன்று சிருஷ்டி; மற்றொன்று சிருஷ்டியின் பயன். பயன் இல்லையென்றால் சிருஷ்டி அர்த்தமற்றதாகிவிடும்.

ஜீவா தனக்கென ஒரு தத்துவத்தை சிருஷ்டித்துக்கொண்டவர் அல்ல. அவர், தான் நம்பிய தத்துவத்தை, அச்சில் உயிரிழந்து கிடக்கும் அதன் சித்தாந்தக் கருத்துகளை, தனது அரிய திறமையால், கலை நோக்கால், கற்பனையால், உயிர்பெறச் செய்து, மனிதன் முன் படைத்தவர். மின்சக்திக்கு ஒளியுருவம் கொடுத்தவர் அவர்.

அவருடைய வாழ்வை, அதன் மையமான போக்கை எண்ணிப் பார்க்கையில், ஒரு கனவு, சிறு பிராயத்திலிருந்தே நெஞ்சோடு வளர்ந்த ஒரு கனவு, அவருக்கு இருந்திருக்கத்தான் வேண்டும் என்று தோன்றுகிறது. மனித வெள்ளத்தை அவர்களில் ஒருவனாய் முன்னின்று தலைமை தாங்கி இட்டுச் சென்று, அதி உன்னதமான ஓர் எதிர்காலத்துக்கு அழைத்துச் செல்ல வேண்டும் என்பதே அது.

'மனித சிந்தனையே, கற்பனைக்கும் எட்டாத பேராற்றலே, நீ சிந்தித்தவற்றில் சிறந்தவற்றை என்னிடம் ஒரே ஒருமுறை கூறு. அதனை நான் எட்டுத் திசையிலும் பரப்பி மனித ஜாதியை நீ சொன்ன இடத்திற்கு அழைத்து வருகிறேன். சந்தேகப்படாதே. செய்துகாட்டுகிறேன். என்னைப் பயன்படுத்திக்கொள். முடிந்த மட்டும் என்னைப் பயன்படுத்திக்கொள். கைம்மாறு வேண்டாம். என்னை நீ பயன்படுத்திக்கொள்வதே நீ எனக்குத் தரும் கைம்மாறு.' இதுவே அவருடைய பிரார்த்தனை.

இந்த அடிப்படையான மனோபாவத்திலிருந்து பிறந்தது அவருடைய கொள்கை; அவருடைய நம்பிக்கை.

கரும வைராக்கியத்தோடு தன்னை ஒரு கொள்கைக்கு அர்ப்பணித்துக்கொண்ட ஜீவா, தன் வாழ்நாளில் அனுபவித்த துயரங்கள், இன்னல்கள் . . . அவற்றை எண்ணி இப்போது வருந்துகிறோம். கடைசிவரையிலும் அவர் சங்கடங்களை சந்தோஷத்தோடு அனுபவித்துவிட்டார். எண்ணிப் பார்க்கையில் இது எத்தனை சிரமமானது என்பது தெரிகிறது.

அவருடைய தியாகத்துக்குத் தலை வணங்குவோம்.

பேச்சுக்கலை, அவர் பெற்ற வரம் என்றுதான் சொல்ல வேண்டும். அதோடு அவர் பேசுகையில் வெளிப்படும் உத்திகளும் பேச்சை அமைக்கும் அழகும் வெகு நூதனமாகவும் நளினமாகவும் இருக்கும். பேச்சுக்கலையை விளக்கும் பாடப் புத்தகங்கள் எத்தனையோ விதிகள் கூறும். ஜீவா அவற்றைக் காலடியில் போட்டு மிதித்தவர். அவருடைய பாணி இரவல் பாணி அல்ல; கற்று அறிந்ததும் அல்ல. நம் நாட்டு மக்களின் தரத்தையும் அனுபவ அறிவையும் பழக்கவழக்கங்களையும் நம்பிக்கைகளையும் நன்றாகத் தெரிந்துகொண்ட ஒரு மனிதன், விஷயத்தைக் கலைநோக்கோடு அணுகிக் கற்பனையும் கலந்து நாளடைவில் வெற்றிகரமாக அமைத்துக்கொண்ட பேச்சுப் பாணி அது. அதோடு, உழுது விதைத்தால் நல்ல அறுவடை காண வேண்டும் என்பதில் ஜீவாவுக்கு நிர்ப்பந்தமுண்டு. இந்தத் தேசத்தில் பேச்சு, அதற்குரிய பயனைத் தர வேண்டுமென்றால்,

அது எவ்வாறு அமைய வேண்டும் என்பதும் அவருக்குத் தெரியும். பேச்சைக் கேட்டுக்கொண்டிருந்தவன் 'ஜீவா நன்றாகப் பேசினார்' என்று சொன்னால் மட்டும் போதாது; கொள்கை ரீதியாக அவனை மாற்றியதில் தான் வெற்றி பெற்றிருந்தால்தான் அவருக்குத் திருப்தி. தன்னை வளர்த்துக்கொள்ளப் பேசியவர் அல்ல அவர்; தான் நம்பிய கொள்கை, கண்ணோட்டம் இவை வளரப் பேசியவர். இந்தப் 'பயன்கலை' மனோபாவத்தைக் கருத்தில் கொண்டால்தான் அவருடைய பேச்சுத் திறனையும் பாணிகளையும் நாம் உணர முடியும். விஸ்தாரமான பீடிகை போட்டு, விரிவான பின்னணி அமைத்து, தூண்களை நிறுத்தி, முகப்புக் கட்டி, கோபுரம் எழுப்பி, பிரகாரம் சுற்றி வரும் பேச்சு அவருடையது. செல்விகள் குத்து விளக்கைச் சுற்றிக் கும்மியடிப்பது மாதிரி வெகுநேரம் விஷயத்தைச் சுற்றிச் சுற்றி வந்து கும்மியடிப்பார். அப்போதெல்லாம் தற்செயலாய் விஷயத்தின் மையக் கருத்தைப் பேச்சு தொட்டுவிட்டாலும் சரேலென்று வாபஸ் வாங்கிப் பின்னணிக்குச் சென்று ஆலாபனை செய்துகொண்டிருப்பார். இப்போது பறக்கும் விமானத்திலிருந்து ஊரைப் பார்ப்பது போல் விஷயத்தை மேல்வாரியாகப் பார்க்கிறோம். பின்னால் எல்லோரையும் ஒரு மொட்டை மாடிக்கு அழைத்துச் சென்று விஷயத்தை ஒரு 'குளோஸ் அப்'பில் காட்டுவார். அதுவரையில் விஷயத்தின்மேல் அனாவசியமாகப் படிந்து கிடந்து சேஷ்டைகள் செய்துகொண்டிருந்த பேய்கள் இப்போது ஓடிப்போய்விடும். சிக்கல்கள் அறுபடும். பனிமூட்டம் கலையும். விஷயத்தின் சொரூபம், கண்ணாடி அணியாமலே, தெற்றெனப் புலப்படும்.

சில சமயம் அவர் எதிர்க்கட்சிக்காரனின் கோணத்தை எடுத்துக்கொண்டு அவர்களே அமர்த்திய திறமையான வக்கீல் மாதிரி வாதம் பண்ணுவார். கூட்டத்துக்குப் பிந்தி வந்து, கட்டைவிரலில் நின்றபடி கழுத்தை நீட்டுகிறவன், 'இவரென்ன கட்சி மாறிவிட்டாரா?' என்று கூடச் சந்தேகப்படுவான். பின்னால் ஒரு ராட்சசப் பறவையின் இறகுகளைச் சீவித் தள்ளுவதுபோல் தானே எழுப்பிய கேள்விகளுக்குச் சாங்கோபாங்கமாகப் பதில் சொல்ல ஆரம்பிப்பார். எதிர்க்கட்சியின் வாதங்களைக் கொன்ற பின்பும் அதை நையப் புடைத்தால்தான் அவருக்குத் திருப்தி பிறக்கும். சில சமயம் திறமையான திரைப்படப் புகைப்படக்காரர் மாதிரி ஒரு கோணத்தில் நின்றே விஷயத்தைப் பார்க்கச் சுட்டுக்கொண்டிருப்பதும் உண்டு. அடுத்தாற்போல் மற்றொரு கோணம். இவ்வாறு மாறிமாறிப் பல கோணங்களில் பார்க்கிறபோது விஷயம் பாமரர்கள் உள்ளங்களில்கூட மங்காத சித்திரம்போல் பதிந்துவிடும். எதிர்க்கட்சியின் வாதங்கள் சிறு

பிள்ளைத்தனமானதாக இருக்குமென்றால், அவற்றைப் பூனை எலியைக் கொல்வதுபோல் வேடிக்கை பார்த்து, விளையாட்டுப் பார்த்துக் கொல்வது கேட்க வெகு ரசமாக இருக்கும்.

அவருடைய பேச்சில் சங்ககாலப் பாடலைத் தொடர்ந்து நந்தன் சரித்திரக் கீர்த்தனை ஒன்று வரும். பத்து வருடங்களில் கேட்டிராத பழமொழி காதில் விழும். பிராந்தியச் சொற்றொடர் ஒன்று வாய்ப்பான இடத்தில் விழுந்து அழகூட்டும். பிரதம மந்திரியின் பாராளுமன்றப் பேச்சையும் கிராமத்து விதவை ஒருத்தி வயிற்றெரிச்சலோடு ஏசுவதையும் அவர் அவரவருக்கு உரிய வார்த்தைகளில் சொல்வார்.

மாலையில் பேசப்போகும் விஷயத்தை ஜீவா நண்பர்களிடம் பிரஸ்தாபித்துப் பேசிக்கொண்டிருக்கிறார். அப்போது அருகில் இருக்கும் ஒரு இளைஞன் ஒரு புதுக் கருத்தை உதிர்க்கிறான். ஜீவா அதை வரவேற்று, தலையை அசைத்து ஆமோதிக்கிறார். 'நீ சொன்னபடியே சொல்லப் போகிறேன்' என்று அவனிடம் சொல்லிவிட்டுக் கூட்டத்துக்குச் செல்கிறார். இளைஞனும் முன் வரிசையில் அமர்ந்து பேச்சைக் கேட்க சித்தமாக இருக்கிறான். அன்றைய பேச்சுப் பூராவையுமே தான் அவருக்குத் தானம் செய்த எண்ணம் அவன் மனதில்! ஆனால் ஜீவா வாயிலிருந்து இளைஞன் சொன்ன கருத்து வெளியாகும்போது, அதற்கு ஆயிரம் இறக்கைகள் முளைத்திருக்கும்; ஆயிரம் கால்களும் கைகளும் முளைத் திருக்கும். அத்துடன் இளைஞனுடைய 'காப்பிரைட்'டும் காற்றோடு போயிருக்கும்.

விஷயத்தை வண்டி வண்டியாகக் குவித்து, சின்ன மூளை களைக் குழப்பி வாதனைக்கு உள்ளாக்குவது பல பிரசங்கிகளுக்குப் பொழுது போக்கு. ஜீவா இதற்கு எதிரி. ஒரு சில கருத்துகளை விரிவாகச் சொல்லிப் புரியவைத்துவிட்டால் போதும் என்பதே அவருடைய எண்ணம். வாண வேடிக்கைக்காரன் நாழிக்குள் திணிக்கும் மருந்து போல் இரண்டு கைப்பிடி விஷயம்தான் எடுத்துக்கொள்வார். மேடை மீது ஏறி அதற்கு நெருப்பு வைத்ததும் அதிலிருந்து வர்ண ஜாலங்கள் தோன்றும்; பச்சையும் சிவப்பும் மஞ்சளும் உதிரும்; குடைகுடையாய் இறங்கி வரும்; மாலை மாலையாய் இறங்கி வரும்.

பேச்சுக்கலை அவருடைய காலடியில் விழுந்து கிடந்தது.

இப்போது மேடையில் ஒரு நாற்காலி காலியாகிவிட்டது.

அது என்றும் காலியாகவே கிடக்கும்.

வயதில் குறைந்தோரை, அவர்களுடன் தான் ஒட்டிப் பழகி யிருந்தால், ஒருமையில் அழைப்பதற்கே ஜீவா பெரிதும் விரும்பு வார். ஒருமையில் அன்பைக் காட்ட அவருக்கு ஆசை. நீ, நீ, நீ என்று ஒரு வாக்கியத்துக்குள் 'நீ'க்கள் கணக்கில்லாமல் வரும்.

என்னை எப்போதும் அவர் ஒருமையிலேயே அழைப்பது வழக்கம். அதோடு அவர் பன்மையில் அழைப்பவர்களும் என்னுடன் இருந்துவிட்டால் ஒருமை வேகம் மேலும் ஓங்கிவிடும். 'இவன் நமக்குத் தம்பி மாதிரி. தொட்டில் குழந்தையாக இருந்தது முதற்கொண்டு இவனை நமக்குத் தெரியும். இவனுக்கு நம்மிடம் ரொம்பவும் வாஞ்சை' என்று சொல்லாமல் சொல்வது போலிருக்கும்.

ஆயிரம் அணைப்பில் வெளியாகாத அன்பு அவருடைய ஒரு ஒருமை அழைப்பில் தேங்கிவிடும்.

இப்போது அதை எண்ண சந்தோஷமாக இருக்கிறது. வருத்தமாகவும் இருக்கிறது.

அவருடைய உணர்ச்சிகளை நாம் புண்படுத்தி, அவருடைய பொறுமையை அளவுக்கு மீறிச் சோதித்துவிட்டால் சில சமயம் அவர் கோபப்படுவதுண்டு. ஒருசமயம் தனி அறையில் விவாதித்துக் கொண்டிருந்தபோது அவர் பெரிதும் மதித்திருந்த ஒரு சர்வதேச அரசியல் தலைவரை நான் இழிவுபடுத்திப் பேசியது பொறுக்காமல் உணர்ச்சிவசப்பட்டு, 'இனிமேல் உன்னோடு விவாதம் செய்யமாட்டேன். சத்தியம்' என்று மேஜைமீது அறைந்து சொல்லிவிட்டுப் பொதுக்கூட்டத்துக்குச் சென்றுவிட்டார். சத்தியம் நாலு மணி நேரத்தில் காற்றோடு போய்விட்டது. இரவு பத்து மணிக்குமேல் வந்து, விட்ட இடத்திலிருந்து தொடர்ந்து பேச ஆரம்பித்தார். சினத்தைப் பேணும் சின்னபுத்தி அவரிடம் கிடையாது. மனிதன், தன்னுடைய குறைந்த ஆயுளில், நொள்ளைக் காரணங்கள் கூறிப் பிறரிடம் விரோதம் பாராட்டுவது அறியாமை என்பதே அவருடைய எண்ணமாக இருந்திருக்க வேண்டும்.

தலைவர் ஜீவா என்ற மகுடம் பெற்று எத்தனையோ ஆண்டுகளுக்குப் பின்னாலும் தன்னுடைய கடைசி நாட்கள் வரையிலும் அவர் தன்னை ஒரு தொண்டன் என்றே எண்ணி யிருந்தார். அதைவிடவும் 'நான் ஒரு பள்ளி மாணவன், படித்துக் கொண்டிருக்கிறேன், படித்துக்கொண்டே இருப்பேன்' என்ற எண்ணம் எப்போதும் அவர் மனதில் பசுமையாக இருந்தது போலிருக்கிறது. அவர் கரைத்துக் குடித்துவிட்ட ஒரு விஷயத்தைப்

ஒரு கலை நோக்கு

பற்றி ஒரு கற்றுக்குட்டி அவரிடம் பேசினாலும் அதையும் காது கொடுத்துக் கேட்பார். தனக்குத் தெரியாத விஷயங்கள் பிறருக்குத் தெரிந்திருக்கும் என்ற எளிய உண்மை எப்போதும் அவர் நினைவில் நிற்கும். தனக்கு முடிவெட்ட வரும் தொழிலாளியிடம் அரைமணி நேரம் பேசி அவன் தோளில் கை போட்டு உறவாட வில்லை என்றால் மண்டை வெடித்துவிடும் அவருக்கு. நீங்கள் அவரை இந்தியக் குடியரசின் தலைவர் ஆக்கியிருந்தாலும் அவரை விட்டு இந்த அரிய குணங்கள் மறைந்து இருக்காது.

ஜீவாவைப் பார்க்க நாலைந்து நண்பர்கள் புறப்பட்டுச் செல்கிறார்கள். உள்ளூர் இளைஞன் ஒருவனும் இவர்களுடன் தொத்திக்கொள்கிறான். இவன் ஒரு மாணவர் தலைவனாக இருக்கலாம்; அல்லது கையெழுத்துப் பத்திரிகை ஆசிரியனாகவும் இருக்கலாம். எல்லோரும் ஜீவா முன் அமர்ந்த பின் இவனுக்கு ஒட்டிக்கொள்ள பெஞ்சின் நுனி மட்டுமே கிடைக்கிறது. பேச்சை ஜீவா ஆரம்பித்து வைத்து சண்டமாருதமாகப் பொழிகிறார். அவர் கண்களுக்கு எப்போதும் எதிரே ஜனசமுத்திரம். அவர் அமர்ந்திருக்கும் இடமே மேடை. நண்பர்களும் பேச்சில் பங்கெடுத்துக்கொள்கிறார்கள். சூழ்நிலை தரும் உற்சாகத்தில் இளைஞனும் எதையோ சொல்ல தைரியம் கொண்டு இதற்குள் மூன்று தடவை வாயைத் திறந்து திறந்து மூடிவிட்டான். நண்பர் களில் சிலர் இதைக் கவனிக்கவில்லை. கவனித்தவர்களும் கவனித்ததுபோல் காட்டிக் கொள்ளவில்லை. அதோடு 'இவன் எதற்குப் பேச ஆரம்பிக்கிறான்' என்று விசாரப்படுகிறார்கள். இவனைப் பேசவொட்டாமல் அடிக்க வழியுண்டா என்று தீவிரமாக யோசனை செய்கிறார்கள். அப்பாவி இளைஞன் நாலாவது தடவையும் வாயைத் திறக்கிறான். ஆனால் இந்தத் தடவை ஜீவா இதைக் கவனித்துவிடுகிறார். உடனே அவர் கையை உயர்த்திப் பெரிய மனிதர்களையெல்லாம் அடக்கிவிட்டு, கருவியை எடுத்துக் காதில் மாட்டிக்கொண்டு, இளைஞனின் வாய் அருகே குனியும் வினயத்தைப் பார்த்தால், உடன் இருக்கிறவர்களுக்கு 'அவன் வேத மந்திரத்தை ஓத, இவர் கேட்கப் போகிறார்' என்றே தோன்றும்.

யாரும் அலட்சியத்துக்கு ஆளாகிப் புண்பட்டு விடக்கூடாது என்பதில் அவர் சர்வ ஜாக்கிரதையாக இருப்பார்.

தனக்கு ஏற்படும் சந்தோஷத்தைப் பிறரோடு பகிர்ந்துகொள்ள வேண்டும் என்று ஜீவா மிகவும் ஆசைப்படுவார். சந்தோஷச் செய்திகளை முடிந்த மட்டும் ஆர்ப்பாட்டமாகக் கெட்டிமேளம் போட்டுக் கொட்டி முழக்குவார்.

ஒரு சமயம் குற்றாலம் திருவிதாங்கூர் பங்களாவில் அவர் தன் மனைவி குழந்தைகளுடன் தங்கியிருக்கையில், அவருடைய மூத்த பெண்ணைப் பார்த்து 'இவளுக்கு நம்ம பக்கத்துச் சாடை' என்று மனதில் பட்டதைச் சொல்லி வைத்தேன்.

'நம்ம பக்கத்துச் சாடைனு ஒண்ணு இருக்கா? விளக்கமாச் சொல்லு' என்றார்.

'இதை ரொம்பவும் விளக்கமாகச் சொல்லிவிட முடியாது. நம்ம பக்கத்துப் பெண்களுக்கு ஒரு விதமான சாடையுண்டு. அது இவள் முகத்திலும் தெரிகிறது. அதாவது நம்ம மண்வாசி தெரிகிறது. மனதில் தோன்றுவதுதான் இதற்கு ஆதாரம்' என்று சொன்னேன்.

ஏனோ இதைச் சொன்னதும் அவர் ஒரே ஆர்ப்பாட்டமாக சந்தோஷப்பட ஆரம்பித்துவிட்டார்.

'நிஜமாகவா சொல்கிறாய்? எப்படித் தெரியுது உனக்கு? நிஜமாகவா? பத்மா... பத்மா... ராமசாமி என்ன சொல்றானு வந்து கேளு' என்று அழைத்துக்கொண்டே, ஜன்னல் வழி வெளியே பார்த்து, அங்கு நின்றிருந்த ஒரு ஆரம்பப்பள்ளி ஆசிரியரையும் உள்ளே அழைத்து, அவரிடமும் விஷயத்தைச் சொன்னார். அப்புறம் அன்று பூராவும் வந்து போனவர்களிடமெல்லாம் இதைச் சொல்லியிருக்கிறார் என்பது எனக்குப் பின்னால் தெரியவந்தது. இதில் என்ன பிரமாதம் என்று நீங்கள் நினைக்கலாம். நானும் அப்படியேதான் எண்ணுகிறேன். ஆனால் அதுவல்ல முக்கியம். ஜீவாவுக்கு சந்தோஷம் வந்துவிட்டது! அதை ஆரவாரத்தோடு பிறருடன் சேர்த்துக் கொண்டாடினால்தான் அவருக்குத் திருப்தி.

இப்போது சந்தோஷ ஆரவாரம் அடங்கிவிட்டது.

ஆற்றில் ஒரு கிளையைப் போடுகிறோம். அது ஆற்றோடு செல்கிறது. நீரோட்டத்தில் சிக்கி கன வேகமாக ஓடுகிறது. சுழியில் அகப்பட்டுச் சுழல்கிறது. சில சமயம் கரையோடு ஒதுங்குகிறது. மீண்டும் ஓடுகிறது. சுற்றிச் சுழன்று இலக்கு அழிந்து செல்கிறது.

ஒரு சாதாரண விவசாயக் குடும்பத்தில் பிறந்த சொரிமுத்துப் பிள்ளை ஆற்றில் கிளையைப் போட்டாற்போல் வாழ்ந்திருக்க வேண்டியவர்தான். ஆனால் அவரோ இயற்கையின் விதிகளை மறுத்து எதிர்நீச்சல் போடத் துணிந்தார்.

அவரை அறிஞர் என்கிறோம்; பல்கலைக்கழகத்துக்கு இதில் பங்கு இல்லை. பேச்சுக்கலை வீரர் என்கிறோம்; கற்றுக்கொடுத்த குரு யாரும் இல்லை. பழந்தமிழ் இலக்கியத்தை யாரும் அவர்

ஒரு கலை நோக்கு 33

காதில் ஓதவில்லை. சாணுக்குச் சாண், அங்குலத்துக்கு அங்குலம் தன் வாழ்வைத் தானே உருவாக்கிக்கொண்டவர் அவர். சொரிமுத்துப் பிள்ளைக்கும் தலைவர் ஜீவாவுக்குமுள்ள இடைவெளி கொஞ்ச தூரமல்ல. அதை ஒரு கணம் எண்ணிப் பார்த்தால், அவருடைய சாதனை தெரியவரும்.

'என் வாழ்வு என் கைகளில்' என்று நம்பியவர் அவர். அவருடைய வாழ்க்கையை ஆராய்ந்து பார்க்கிறபோது அவருடைய நம்பிக்கை பலித்திருக்கிறது என்றே சொல்ல வேண்டும். கடவுளின் 'முன்னேற்பாடுகளை' முடிந்த மட்டும் அவர் தகர்த்து எறிந்துவிட்டார். நீரில் விழுந்த கிளை மலைக்குச் சென்றுவிட்டது.

எனினும், மரணம் இன்னும் கடவுளுக்குத்தான் சொந்தம்.

பேரோசை காற்றில் கலந்துவிட்டது.

தாமரை, ஜீவா சிறப்பு மலர், 1963

3

டி.கே.சி.: ஒரு கலை நோக்கு

மிகவும் கேவலமான நிலை இது. ஒன்றை மற்றொன்றின் அடிப்படையில் மதிப்பிட்டு முடிவு கட்டிவிடுவது. ஒரு பக்கம் கலை உணர்வற்ற சாமானிய ஜனங்களும் மறுபக்கம் அரசியல் கலாச்சாரத் தலைவர்களும் போட்டி போட்டுக்கொண்டு இந்தக் கைங்கரியத்தில் ஈடுபட்டு வருகிறார்கள்.

அபார அழகி – எனவே பரதநாட்டியம் பிரமாதம்; தூய்மையான மொழி – ஆகவே அற்புத மான இலக்கியம்; இதன்கண் தமிழ்ப் பண்பாடு அடக்கம் – மிகச் சிறந்த காவியம்; சிறந்த கருத்து– ஆகவே சிறந்த கதை; டபிள்ளெம்மே பி எச்.டி. எழுதியது – எனவே நாவல் எப்படி சாதாரணமாக இருக்க முடியும்? சீன், அலங்காரம், தந்திரக் காட்சிகள், காட்சி ஜோடனை, ஹெலிகாப்டர் பதினாறடி சவுக்கத்துக்குள் சுற்றிச் சுழல்வது, விந்தையிலும் விந்தை – ஆகவே நாடகம் வெகு அருமை; வார்த்தை பிரவாகமெடுத்து வருகிறது– சொற்பொழிவு அற்புதம்; பாடகர் அத்வைத சித்தாந்தத்தை விளக்குவதில் நிபுணர் – மிக உயர்ந்த சங்கீதம்; அகில உலக அறிஞர் – கேவலம், சிறுகதை உருவம் கைவந்துவிட்டதில் ஆச்சரியமே இல்லை; முப்பதினாயிரம் பிரதிகள் விற்பனை, பதினொரு மொழிகளில் மொழிபெயர்ப்பு – மட்டமானதை மக்கள் மன்றம் ஏற்றுக்கொள்ளுமா என்ன?... இத்யாதி.

இது ஒரு பக்கம்.

மற்றொரு பக்கம், கலைகளில் இலக்கியத்தில் கண்ட கண்ட இடமெல்லாம் சர்வ சமரசவாதிகள். ரொம்பவும் விசால மனசு படைத்தவர்கள். அடையாறு ஆலமரத்தின் விழுதுகள் போன்று தங்கள் கரங்களால் கூடுமானவரை அனைத்தையும் சகலமானதையும் பாரபட்சம் காட்டாமல் இழுத்து அணைத்துக்கொள்ளவே பார்ப்பார்கள்.

மேற்படி புருஷார்த்தங்கள் பரிபூரணமாகத் திகழும் பிரதிநிதியுடன் ஒரு பேட்டி:

இவர்களில் தாங்கள் மிகவும் விரும்பும் கவிஞர் யார்?

1. உலகநாதப் புலவர்
2. ஆண்டாள்
3. கம்பன்
4. பொட்டல்விளை ஜார்ஜ் ஃபர்னாண்டஸ்

நால்வரையும் சிறந்த கவிஞர்கள் என்றுதான் சொல்ல வேண்டும். உலகநாதப் புலவரிடம் பொருள் நயம்; ஆண்டாளிடம் சொல் நயம்; கற்பனைத் திறன் மிகுதி கம்பனிடம்; பொட்டல்விளை ஜார்ஜ் ஃபர்னாண்டஸோ தத்துவார்த்தக் கவிஞர்.

வால்மீகி சிறந்த கவிஞரா? கம்பன் சிறந்த கவிஞரா? ஷேக்ஸ்பியர் சிறந்த கவிஞரா?

வால்மீகி வடமொழியில் சிறந்த கவிஞன். கம்பன் கன்னித் தமிழை வளப்படுத்தியவன். ஷேக்ஸ்பியர் ஆங்கில மொழிக்குக் கிரீடம் போன்றவன். அந்த அந்த மொழிகளில் மூவரும் சிறந்த கவிஞர்கள்தாம் என்பதில் என்ன ஐயம்?

கலை கலைக்காக என்கிறார்கள்; மக்களுக்காக என்கிறார்கள். தங்கள் கருத்து?

உண்மைக் கலை அமைதி பெற்று மக்களுக்குத் தொண்டாற்றுகிறது.

புதுமைப்பித்தன் சிறந்த சிறுகதை ஆசிரியரா? கோமளவல்லி சிறந்த சிறுகதை எழுத்தாளரா?

புதுமைப்பித்தன் ஆண் உள்ளங்களைப் படம் பிடிப்பதில் வல்லவர்; பின்னவர் பெண் உள்ளங்களைச் சித்திரிப்பதில் திறமைசாலி.

கலை இலக்கியத் துறையில் மேல் நாட்டிலிருந்து நாம் கற்றுக்கொள்ள வேண்டியது ஏதேனும் உண்டா?

மேல் நாட்டாரிடம் நாம் கற்றுக்கொள்ள வேண்டியது சில உண்டு. நம்மிடம் மேல்நாட்டார் கற்றுக்கொள்ள வேண்டியதும் சில சொல்லலாம்.

கம்பனிடத்தில் தாங்கள் கண்ட சிறப்பான அம்சம் ஒன்று சொல்ல முடியுமா?

தாராளமாக. ஓராயிரம் சொல்லலாமே! திருப்பிப் போட்டது எவ்வளவு பெரிய சாதனை?

எதை?

விளங்கவில்லையா உங்களுக்கு? 'மன்னன் உயிர்த்தே மலர்தலை உலகம்' என்பது புறநானூறு. கம்பன் எப்படி மாற்றிப் போடுகிறான் பாருங்கள். 'வய்யம் மன்னுயிராக அம் மன்னுயிர், உய்யத் தாங்கும் உடலன்ன மன்னனுக்கு . . .' என்கிறான். எவ்வளவு பெரிய புரட்சி! குடியாட்சித் தத்துவத்தின் முதல் விதை. கவர்ண்மெண்டு ஆஃப் தி பீபிள், பை தி பீபிள், ஃபார் தி பீபிள் என்று லிங்கன் பேசுவது எத்தனை நூற்றாண்டுகளுக்குப் பின்னால் என்பதை நீங்களே கணக்குப் போட்டுப் பார்த்துக் கொள்ளுங்களேன் . . .

போன வருஷம் இந்தக் கருத்தை அருமையாக எடுத்து விளக்கினீர்களே, இரண்டு மணி நேரம் . . .

இரண்டரை மணி நேரம் என்று சொல்லுங்கள். ஒரே கரகோஷம்; ஒரே உற்சாகம் . . . அடேயப்பா!

ஆமாம், ஆமாம். இந்த வருஷம் புதிசாக ஏதாவது . . .?

இந்த வருஷம் 'தொட்டுத் தூக்கவில்லை' என்பது பற்றிப் பேசப் போகிறேன்.

யாரு?

ராவணன்.

யாரை?

சீதாப்பிராட்டியை.

அவ்வளவு பண்பாடா அவனுக்கு?

அவனுக்கா? கம்பனுக்கு. வால்மீகியில் அப்படி இல்லையே.

தொட்டுத் தூக்குவதைப் பார்த்தும் வால்மீகி சும்மா இருந்துவிட்டாரா என்ன?

ஏதோ தவறிவிட்டார்.

இழுக்குத்தானே?

இழுக்கு என்று சொல்ல முடியுமா? மிக மிகச் சிறந்த கவிஞர்தானே அவரும்?

யாரு?

வால்மீகி.

கம்பன்?

கம்பனும் மிக மிகச் சிறந்த கவிஞர்தான்.

இரண்டு பேருமே மிக மிகச் சிறந்த கவிஞர்கள்தான், இல்லையா?

சந்தேகம் என்ன அதில்?

உலகத்தில் மிக மிகச் சிறந்த கவிஞர்கள் எல்லோருமே மிக மிகச் சிறந்த கவிஞர்கள்தான் இல்லையா? அப்படித்தானே?

கேள்வியிலேயே விடை தொக்கி நிற்கிறதே.

தமிழில் மிக மிகச் சிறந்த கவிஞர் என்று சொல்ல முடியாதவர்கள் யாரேனும் இருக்கிறார்களோ?

தமிழ் மொழி தவமுடைத்து ... தலைவர் மேடை ஏறி விட்டாரே. வரட்டுமா?

ஓ*ரே வழவழா, கத்தாழை, ஆமணக்கெண்ணெய் என்றெல்லாம் நினைக்கலாம். ருசியில்லாதவர், தரம் தெரியாதவர் என்று நினைத்து விடலாம். மகாபலிபுரம் யானையைப் பார்த்தால் இதில் எத்தனை அம்மிகள் தேறும் என்று கேட்கக்கூடும் என்றே தோன்றும். முற்றிலும் உண்மை அல்ல அது. தராதரம் தெரியாதவர் என்று இவரைச் சொல்லவே முடியாது. ஆகார விஷயங்களில் துல்லியமான ருசி உள்ளவர்தான். மோர்க் குழம்பில் ஒரு சிமிட்டி உப்பு அதிகம் என்று வெகு கணக்காய்ச் சொல்வார். மிக்சரைக் கொண்டு வைத்தால் முதலில் முந்திரிப் பருப்பாகப் பார்த்துப் பொறுக்க ஆரம்பித்துவிடுவார். கோரம்பாயில்*

படுத்துறங்குவதற்கும் பஞ்சணையில் கண்ணயர்வதற்குமுள்ள வித்தியாசம் இவருக்கு நன்றாகத் தெரிகிறது. இந்தக் குளிருக்கு நகச்சூட்டில் குளித்தால் இதமாக இருக்கும் என்று சொல்லத்தான் செய்கிறார். கறுப்புக் கரை வேஷ்டிதான் இவருக்குப் பிடிக்கும். மனைவி அழகாய் இருப்பதில் உள்ளூர ஒரு பரவசம் உண்டு. 'ஆஹா நல்ல சுகமான தென்றல்' என்கிறார். பஞ்சேந்திரியங்கள் பழுதடைந்து, மழுங்கி, குணங்கள் இழந்து போய்விடவில்லை என்பதற்கு இவை உதாரணங்கள். கலை இலக்கிய விஷயங்களிலும் விருப்பு வெறுப்பு இருக்கத்தான் இருக்கின்றன. ஒருக்கால் துல்லியமான ரசபேதம் இல்லாமல் இருக்கலாம். அல்வா அளவு இட்லியும் பிடிக்கலாம், ஒருக்கால். இருந்தாலும் பரமன் இவருக்கு மனிதப் பிறவியை அளித்துவிட்ட காரணத்தினாலேயே இவரால் வைக்கோலைக் கடிக்க முடியாது. இவருடைய அபிப்பிராயங்கள், இலக்கியத் தேர்வுகள் அநேகம் இவருடைய மனையாட்டிக்குத் தெரியும். அம்மாளிடம் பேசுகிறபோது பட்பட்டென்று நொறுக்கி வாங்கி விடுகிறார். வாசல்கதவு திறக்கப்பட்டு சூரியோதயமும் ஆகிவிட்டால் வழவழா பழையபடி வந்து தொற்றிக்கொண்டுவிடும். அப்புறம் இவரிடமிருந்து லேசில் எதையும் பிடுங்கிவிட முடியாது. அல்வாவோடு கொஞ்சம் வைக்கோலையும் வைக்கோலோடு கொஞ்சம் கொள்ளையும் மெல்ல ஆரம்பித்துவிடுவார்.

மிகவும் நல்லவர் இவர். அபிப்பிராயங்கள் உண்டு. உண்மையுணர்ச்சியும் உண்டு. அதைக் கூடுமானவரையிலும் காப்பாற்றிக் கொண்டு வரவேண்டும் என்ற விருப்பமும் உண்டு. இருந்தாலும் ஒரு பயம். என்ன ஆகுமோ ஏதாகுமோ என்று இனந்தெரியாத ஒரு பீதி. ஒரு பக்கம் பயமும் ஒரு பக்கம் உண்மையுணர்ச்சியும் இவரைப் பாடாய்ப்படுத்துகின்றன.

உயிர்த்தரிப்பின் நிர்ப்பந்தம் உயிருக்கெல்லாம் ஆதாரமாக உள்ளது. மனித வளர்ச்சியில் அது ஆற்றியுள்ள பங்கு பெரிது. அந்த அடிப்படை உந்துதல் எவ்வளவோ அவஸ்தைப்பட்ட பின்பு இவருக்குக் கண்டுபிடித்து சொல்லிக் கொடுத்த உபாயமே சர்வ சமரசவாதம் என்பது. மிகவும் நல்லவர் இவர்.

இறைவன் இவருக்கு எல்லாவித சௌபாக்கியங்களும் அளிக்க வேண்டும் என்று பிரார்த்திப்போமாக!

டி. கே. சி.யைப் பற்றித்தான் சொல்ல வந்தேன். வேஷ்டியின் வெண்மையை விவரிப்பதைவிடக் கரும்பலகையின் மையத்தில் அதைப் பொருத்திவிட்டால் வேலை சுருக்கு என்ற எண்ணம். நேற்று நிலவி வருவதும் இன்று இன்னும் தரக்குறைவாகவும் திட்டவட்டமாகவும் நிலவி வருவதுமான ஒரு கலாச்சார

இலக்கியப் பின்னணியில் டி. கே. சி.யின் உருவத்தைப் பொருத்தி அவருடைய கலைநோக்கையும் அது வெளிப்பட ஆதாரமாகச் செயல்பட்ட குணங்களையும் கண்டு சொல்வதே இங்கு நோக்கம். இலக்கிய விமர்சனம் தமிழில் உருவாவதற்கே அவசியமான குணங்கள் அவை.

என் பார்வைக்கு விசேஷமாகப்பட்டவை டி.கே.சி.யின் தைரியம், உண்மையுணர்ச்சி, ரசனை, கவிதை இலக்கியத்தில் ஒரு தேர்வுக்கான ரசனையின் பிரயோகம் ஆகியவையே. இவற்றை இங்குச் சுருக்கமாக ஆராய்ந்து பார்க்கலாம்.

இலக்கியத் துறையில் நேர்முகமாக அபிப்பிராயம் கூற வருகிறவன் சிறந்த அறிவாளியாக இருந்தாலும் சரி, கூரிய பார்வை படைத்தவனாக இருந்தாலும் சரி, கோழையாக இருந்தான் என்றால் அவன் எழுத்தில் தெளிவைக் காண முடியாது. எல்லோருக்கும் பொதுவான உண்மை ஒன்றில்லை. காலத்துக்குக் காலம் நபருக்கு நபர் உண்மை வேறுபடுகிறது. ஒருவனுக்கே ஒரு சந்தர்ப்பத்தில் தெளிந்த உண்மை மற்றொரு சந்தர்ப்பத்தில் பொய்த்துவிடுகிறது. இலக்கியத் துறையில் ஒருவன் தனக்கு உண்மை என்று பட்டுவிட்டதைச் சொல்ல முற்படுகிறபோது அந்தக் கருத்தோடு மோதுபவர்கள் மாறுபட்ட கோணங்களால் வேறுபட்ட முடிவுகளை வந்தடையலாம். தவிர்க்க முடியாததும் தவிர்க்கக் கூடாததுமான காரியம் அது. உண்மை விமர்சகன் தன் மனச்சாட்சிக்கு ஊழியம் செய்ய வருகிறான். இரண்டு எஜமானர்களுக்கு ஊழியம் செய்ய முடியாது என்பதும் அவனுக்குத் தெரிந்திருக்கும்.

டி.கே.சி.யின் எழுத்தில் ஒரு முப்பது பக்கங்களைப் படித்துப் பார்க்கிறவனுக்குக் காலம், இடம், இலக்கியச் சூழ்நிலையின் பொதுவான தன்மை இவற்றை அவர் புறக்கணித்துவிட்டு, தன் அந்தரங்கத்துக்கே செவிசாய்த்துக் குரல் கொடுக்கும் தைரியம் புலப்படும். பலர் இன்றும் வெளியே சொல்லக் கூசும் கருத்துகள் அவை. பலாபலன்களைப் பற்றிச் சிறிதும் கவலை கொள்ளாத தைரியம் தெள்ளத்தெளிவாகவும் பட்டவர்த்தனமாகவும் பேசுகிறது. அவருடைய கருத்துகள் ஏற்றுக்கொள்ள முடியாதபடி இருக்கலாம். அப்போதும் எந்த இடத்திலும் அது புரியாமல் இருக்காது. இதனால் ஏற்படும் லாபம் என்னவென்று கேட்டால் ஒரு இலக்கிய மாணவன் அவரைப் பரிசீலனைக்கு உள்ளாக்க முடியும் என்பதுதான். அவரை விமர்சிப்பதற்கு அவசியமான ஆதாரங்களை அவர் நமக்கு அளித்திருக்கிறார். இலக்கியத் துறையில் அறிவின் நேர்மையைப் பாதுகாக்க தைரியம் கொண்ட கலைஞனாலேயே இது முடியும்.

ஆத்மா இல்லாத ரசனை மேல்மட்டத்தில் தேங்கிக் கிடக்கும். போலிக்கும் உண்மைக்குமாய் ஊஞ்சலாடும். மயக்கம், சஞ்சலம், ஓயாத சந்தேகம் அதன் கூறுகள். ரசனையின் விளிம்பு இங்குத் துல்லியப் பட்டிராது. கும்பலின் கூச்சல் அதைப் பாதிக்கும். மனச்சாட்சிக் குரலைப் புறவுலக முடிவுகளோடு ஒப்பிட்டு முன்னதை ஏற்கவோ இரண்டுக்கும் பாதகமில்லை யென்று மயங்கும் சமரசங்களுக்குச் சரியவோ செய்யும். இங்கு முடிவுகளுக்குப் பொதுவான அடிப்படை காணக் கிடைக்காது. தர நிர்ணயங்கள் ஏறுக்கு மாறாகவும் முரண்பாடு கொண்டன வாகவும் அமையும்.

டி.கே.சி.யின் ரசனையை அவர் எழுதியுள்ள சில கட்டுரைகள் மூலமாக முற்றிலும் உணர்ந்துகொள்வது சாத்தியமல்ல என்று அவருடன் நெருங்கிப் பழகிய நண்பர்கள் சொல்லக் கேட்டிருக்கிறேன். இதிலும் நியாயம் உண்டு. ஏனெனில் டி.கே.சி. ஒரு எழுத்தாளர் அல்லர். எழுதுவதில் அவருக்கு நம்பிக்கையோ ஆசையோ இருந்ததில்லை என்றும் தெரிகிறது. அச்சு யந்திரத்தின் ஆதிக்கம் அவரையும் விட்டு வைக்காமல் சில வரிகளைப் பிடுங்கிக்கொண்டதின் விளைவே கட்டுரைகள். விஞ்ஞான நோக்கில் அவருக்குச் சிறிதும் நம்பிக்கையில்லை. பிரமாணங்களைவிடவும் ரசனையின் உள்ளுணர்வையே அவர் பெரிதும் மதித்திருப்பதாகப்படுகிறது. இதனால் அழுத்தமான முடிவுகளைப் பார்க்கிறோமே தவிர முடிவுகளுக்கு வந்து சேர்ந்த நீண்ட யாத்திரையின் விவரம் எழுத்து வடிவம் பெறவில்லை. பெரும்பாலும் விஷயங்களை எடுத்து விரிவாக ஆராய அக்கறை கொள்ளாது ரசிகனின் சீரண சக்திக்கேற்ப முடிவுகளையே பக்குவமாகச் சமைத்துக் கொடுக்கிறார். ஒரு ரசிகர் தனது தேவைக்கு வகுத்துக்கொண்ட வழியாகும் இது. காவிய அனுபவத்தை ரசிகனின் உள்ளத்தில் பாய்ச்ச அவசியமான தயாரிப்புகளில் மட்டுமே அவருக்கு அக்கறை. விமர்சகனின் ஜரிகைக் குல்லாயை மாட்டிக்கொள்ளும் உத்தேசம் அவருக்கு இல்லை.

இதனால் ஏற்பட்ட விளைவு என்னவெனில் அவருடைய கலை அம்சம் ரசிகர்களின் இதயங்களுக்கு எட்டிய அளவின் ஒரு பகுதிகூட நம் கைக்கு வந்து சேரவில்லை என்பதுதான். அவருடன் நெருக்கமான சகவாசம் கொண்டிருந்தவர்கள் எவரும் அவருடைய ஆளுமையின் முழு வீச்சைத் துலக்கும் நூல் ஒன்றையும் நமக்குத் தரக் காணோம். இந்நிலையில் அவருடைய ரசனையை மதிப்பிட மற்றொரு மார்க்கம் அவரால் தேர்ந்தெடுக்கப்பட்டதும் புறக்கணிக்கப்பட்டதுமான பாடல் களை ஒப்புநோக்கி குணங்களின் வேற்றுமையை ஆராய்ந்து

ஒரு கலை நோக்கு

அவருடைய ரசனையின் பொதுத் தன்மையை மதிப்பிடுவதே. மிகவும் சிரமமான காரியம் இது. கவிதையில் விசேஷ ஈடுபாடும் ரசனையுமுள்ள இதயமே இதைச் சாதிக்க முடியும்.

அவருடைய எழுத்தை வைத்து அவரை மதிப்பிடுவது அங்கத்தைக் கண்டு ஆகிருதியை மதிப்பிடுவது போலாகும் என்றாலும் அவரைப் பற்றிய கற்பனைகள் இல்லாத ஒரு இதயத்துக்கு எழுத்து மூலமே அவருடைய முக விலாசம் காண வாய்ப்பிருக்கிறது. ஒரு ரசமான மனசின் கும்மாளத்தை நெடுகிலும் பார்க்கலாம். தன்னோடு பிறரையும் ஆனந்தத்துக்கு ஆசை காட்டி அழைக்கும் மனசு அது. இயற்கையான ஹாஸ்ய பாவம் கொண்ட மனசு. நளினமான வக்கணை, கேலியும் கிண்டலுமாக விரியும் மனசு. ஒரு சிறு கடிதத்தில்கூட கும்பலில் தனியாகத் தெரியும் முகம் நிழலாடும். சமரசத்தை மறுக்கும் நம்பிக்கையின் ஆணவத்தையும் மயக்கமின்றி முடிவுகளை வற்புறுத்திக் கூறும் மனோபாவத்தையும் ஒரு போலி முகத்தைச் சர்ரென்று கிழித்து அம்பலப்படுத்திவிடும் துணிச்சலையும் காணலாம். எடுத்த எடுப்பிலேயே விரல்கள் கலையின் ஆதார சுருதியில்தான் படியும். உண்மை இயற்கையாய் வருவதால் அதற்கு முன் தொகையறா கிடையாது. பின்னால் பாதகமான அம்சம் ஒன்றைச் சொல்லப் போகிறோம் என்பதனால் எதிராளியின் சாதகமான அம்சங்களில் ஆரம்பிக்கும் சர்வ ஆபாசமான போர்த் தந்திரம் கிடையாது. செய்யுளின் ஸ்தூல வடிவத்தில் ரசனைக்குப் புறம்பான அசட்டுக் காதல், அற்பக் காதல், மூட பக்தி கிடையாது. தொன்மை காரணமாக அனுதாபம் பிறக்காது. அலங்காரத்தை அழகு என்று எண்ணும் மயக்கத்தையும் காண முடியாது. பொருள் நயத்திற்குச் சலுகை அளிக்காது. ரசனையின் கூரான பார்வையினால் 'இழக்க' நேருவதை எண்ணி அசட்டு உருக்கம் கொள்ளாது. காயலான் கடையையும் கொலுத்தட்டையும் இணைத்துப் பார்த்து ஆனந்திக்கும் மனோபாவம் இல்லை.

ரசனையின் விவேகமான அம்சம் ஒன்றுண்டு. பெரிதும் அது மூல சிருஷ்டியை மட்டுமே சார்ந்து நிற்கும். சிருஷ்டி, மனசில் துலங்குவதற்கு சிருஷ்டிக்குள் சரணாகதி அடைவதே உத்தமம் என அது எண்ணும். புற உபகரணங்களை அது ஏறிட்டுப் பார்க்காது என்பது இல்லை. அவ்வளவாக அதில் நம்பிக்கை கொள்ளாது. சிருஷ்டியை விளக்க, எளிமை செய்ய, பக்குவப்படுத்த இலக்கியத் தரகர்களை அணுகினால், கலை விளக்கம் பெறுகிற அளவு மாசும் படியும். குறுக்கே வந்து சேர்கிறவனின் பார்வை என்ற மாசு அது. காவியத்தின் ஆனந்தத்தை ரசிகனின் இதயத்தில் பாய்ச்ச வருபவன் குணங்களில்லாத மீடியமாகச் செயல்பட

வேண்டும். குணங்களில்லாதவனோ இதைச் சாதிக்கவும் முடியாது. கவிதையை ரசிகன் அனுபவிப்பதற்கு அவசியமான சூழ்நிலையை மட்டும் உருவாக்கிவிட்டு ரசிகனோடு தானும் ஒன்றிக் கவி இதயத்தில் கரைந்து போவதே அனுபவ சாத்தியமான வழி. இதற்கு அபூர்வமான ரசனை வேண்டும். ரசனையிருந்தால்தான் தக்க தருணத்தில் விலக மனசு வரும். இதற்கு எளிமையான புத்தியும் வேண்டும். கவிஞனின் சன்னிதானத்தில் தன்னை அற்பத் துரும்பாக எண்ணிக்கொள்ளும் அடக்கம் வேண்டும். தன்னகங்காரம் கலந்த புலமை கொப்பளித்து மேலே வரத் தான் செய்யும். கவிஞன் பிரசன்னமாவதற்கு முன் கரகோஷங் களை அள்ளிக்கொண்டு போய்விட வேண்டும் என்ற நப்பாசை தோன்றத்தான் செய்யும். இந்த வாசனையின் விபரீதம் கடைசி வரையிலும் கவிஞன் முகத்தைக் காட்டாமல் அடித்துவிடுவதே; தன்னுடைய அற்ப பவிஷுக்குக் கவிஞனை ஒரு கருவியாகப் பயன்படுத்திக்கொண்டு விடுவதே.

டி.கே.சி. வெண்ணெய் திரட்டுகிறபோது மத்தின் அரவமே கேட்கக் காணோம். தயிரிலிருந்து தானாகத் திரண்ட வெண்ணெய் நேராக நம் கைக்கு வந்துவிட்டது போல் ஒரு மயக்கம். இங்குக் கவிஞனுடன் ரசிகனும் பங்காளியாகி சந்தோஷமும் தன்னம்பிக்கையும் பெறுகிறான். காவியம் லேசு என்ற எண்ணம் கூட ஏற்படுகிறது. மேதாவிகள் பேச ஆரம்பித்தால் காவிய அனுபவம் கிடைக்காது என்பது மட்டுமல்ல, ரசிகனுக்குத் தாழ்வு மனப்பான்மையே ஏற்பட்டுவிடும். அவன் படிக்காத படிப்பை யெல்லாம் சொல்லிச் சொல்லி இடித்துக் காட்டுவது போலவே இருக்கும். எடுத்த எடுப்பிலேயே கலைக் களஞ்சியத்தின் கனமான பிரதிகளை விட்டெறிய ஆரம்பித்துவிடுவார்கள். இலக்கிய விழாதோறும் இந்தக் கூத்துதான். 'இலக்கியம்' என்று புத்தக வியாபாரி அந்தஸ்து அளித்திருக்கும் சரக்குகளும் அநேகமாய் இவையே.

கம்பனைக் காட்ட வருகிறவர்கள் பொதுவாக விஷயச் சிறப்பை எடுத்துக்காட்டுவார்கள். சமூகப் பொருளாதாரக் கண்ணோட்டத்தின்படி கருத்துகளின் முற்போக்கு அம்சம் ஆராயப்படும். அவ்வப்போது தோன்றும் அரசியல் பிரச்சினை களுக்கு எல்லாம் அவனிடத்தில் விடை கண்டுபிடிக்கப்படும். அவன் துணைகொண்டே எல்லைகளைக் காப்பாற்றிவிடலாம் என்றுகூட ஒருவர் துணிந்துவிட்டார். அரசியல்வாதிகள் கட்சியின் அங்கத்தினர் சீட்டு ஒன்று அளிக்க அவனுடைய யோக்கியதாம்சங்களை ஆராய்கிறார்கள். தங்கள் அளவில் மாறுபட்ட கொள்கைகள் கொண்டிருந்தும்கூட சாதகமான

முடிவுக்கே வந்துசேர்கிறார்கள். ஒருவர்கூட 'லாயக்கு இல்லை' என்று முடிவுக்குவந்தார் இல்லை. முடிவு ஏற்கனவே தீர்மானிக்கப் பட்டுவிட்டது அல்லவா? அதிலிருந்துதானே ஆராய்ச்சியே ஆரம்பமாகிறது. கம்பனுடைய லீலை பெரிய லீலை. அவனும் ஆளுக்கு ஒரு முகத்தைக் காட்டிக்கொண்டு எல்லோரையும் 'டபாய்'த்துக்கொண்டிருக்கிறான்.

கருத்துகளை ஆராயக் காவியம்தான் வேண்டும் என்ப தில்லை; கம்பராமாயண வசனமே போதும். கவிதைக் கலை யினால் மட்டும் சாத்தியமாகிற அம்சங்களை அனுபவிக்க முடியாதவர்களே விஷய மட்டத்துக்கு இறங்கிவிடுகிறார்கள். கவிதையின் லோகாயத நிலை ஒன்றுதான் அவர்களால் வாங்கிக் கொள்ள முடிகிறது.

டி.கே.சி. சொல்கிறார்:

எல்லாவற்றிலும் முக்கியமான விஷயம் ஒன்று. கம்பருடைய கவிகளைக் கற்க முன்வரும்போது விஷயம் எவ்வளவோ உயர்ந்ததாய் இருக்கும்; அருமையாய் இருக்கும். அவைகளை அனுபவிக்க வேண்டியதுதான். 'கம்பர் கல்வியில் பெரியவர்' அல்லவா – ஆனாலும் விஷயத்தைவிட, அந்த விஷயத்தை எடுத்துச் சொல்லும் முறைதான் முக்கியமானது. சொல்லும் முறை என்றால் செய்யுளில் உண்டாகும் பாவ உருவந்தான். விஷயத்திலுள்ள உணர்ச்சி விம்மியே செய்யுளுக்கு பாவ உருவம் கொடுக்கிறது. அப்படிக் கொடுத்து வந்த செய்யுளே கவி. (கம்பர் தரும் ராமாயணம் – முகவுரை)

இதே கருத்தை எழுத்தில் பல இடங்களில் அவர் வற்புறுத்தி யிருக்கிறார். கவிதைக் கலை சம்பந்தமான அவருடைய கொள்கையை ஆமோதிப்பதற்கு அல்ல, உருவத்துக்குக் கிடைத்த நியாயமான அழுத்தத்தைக் காட்டுவதே உத்தேசம்.

இதனால் டி.கே.சி. கம்பனைப் பற்றிப் பேசுகிறபோது கருத்தைப் பற்றி அல்ல, காவியத்தைப் பற்றியே பேசுகிறார். வசனத்துக்கு எட்டுகிற எந்த அம்சத்தையும் காவியத்தின் சாதனைக்கு உதாரணம் ஆக்குவதில்லை. இதனால் காவிய அனுபவத்தின்பால் ரசிகனுடைய பார்வையையும் அவரால் திருப்ப முடிந்திருக்கிறது.

தமிழின் தொன்மை இரண்டாயிரம் வருஷம் என்கிறார்கள். நாலாயிரம் ஐயாயிரமாகக் கணக்குப் போடுகிறவர்களும் உண்டு. இந்த நீண்டகாலப் பகுதியில் எத்தனை ஆசிரியர் என்ன என்ன எழுதினார்கள் என்பதை யாரால்தான் கணக்கெடுக்க

முடியும்? அச்சு யந்திரம் தோன்றிய பின், புத்தகச் சேமிப்புக்கான வசதிகள் பெருகிய பின், அச்சுத் தாள்களை ஒன்றுவிடாமல் பாதுகாக்க வேண்டும் என்ற சமூகக் கடனும் உருவான பின், ஒரு புத்தகம் வாசகர்கள் உலகில் செத்தாலும் அதன் எலும்புக் கூடுகள் அலமாரிகளில் பாதுகாக்கப் பட்டுவிடும். முன்போ இப்போதைவிடவும் ஒரு நூல் நிரந்தரமாக அழிந்துபோக அதிக வாய்ப்பிருந்தது. ஒரு சிருஷ்டியை ரசிகர்கள் விசேஷ அக்கறையோடு காப்பாற்றினால்தான் உண்டு என்ற நிலையில், மட்டமான செய்யுள்கள் லட்சக்கணக்கில் அழிந்து போயிருக்க வேண்டும். இது மிகவும் நல்ல விஷயம். அப்படி இருந்தும் தரக்குறை வான உருப்படிகள் எப்படி இந்த நீண்ட காலப் பகுதியைத் தாண்டி நம்மை வந்து எட்டிவிட்டன என்று யோசிக்கும்போது காலத்தின் விமர்சனத் திறமையிலேயே சந்தேகம்கொள்ள நேர்கிறது. ரசனையுள்ளவன், கையில் அகப்பட்ட ஏட்டைச் சுண்டிப் பார்த்துவிடுவான். தோதுப் படாததை அதிக நாள் சுமந்துகொண்டிருக்கவும் மாட்டான். ரசனையற்றவனின் மூடபக்தி, சிருஷ்டியை ஆராய அக்கறை கொள்ளாமல் அதன் ஸ்தூல வடிவத்தை அடுத்த தலைமுறையினருக்கு அளிக்கிறது. ஏடுகள் பக்தி காரணமாகப் பாதுகாக்கப்படும். பழமையைப் போற்றும் மனோபாவம் அதேபோல் இன்றும் பொதி சுமக்கும் புத்தியை வளர விட்டுக்கொண்டிருக்கிறது. முன்னாளில் பிறந்த சாதாரணத்துக்குப் பழமையின் புனிதமும் தற்கால வசன சாதனைகளுக்குப் புறக்கணிப்பும் கிட்டுவது மூடபக்தியின் விளைவே. கால தேச வர்த்தமானங்களை உணராமல் பழைய மரபுகளை, ஜீவன் துறந்து நிற்கும் அதன் பொக்கான அம்சங்களை வற்புறுத்தி வருவது புதிய கலை சிருஷ்டிகள் தோன்றுவதற்குக் குந்தகமாக இருக்கிறது. பொதி சுமந்து கூன் விழுந்துவிட்ட நாம் சிருஷ்டிக்கான சுதந்திரத்தைப் பயன்படுத்திக்கொள்ளத் தெரியாதவர்கள் ஆகிவிட்டோம்.

பண்டை இலக்கியம் சம்பந்தமாக நம்முடைய மனோபாவத்தை மாற்றவும் கலை நோக்கோடு அதைப் பார்க்கவும் வற்புறுத்தி வந்தது டி.கே.சி.யின் சாதனை என்றே சொல்ல வேண்டும். இதை அவர் பிரக்ஞைபூர்வமாகச் செய்து வந்திருக்கிறார் என்பது தெளிவு. அவரே இதைச் சொல்லட்டும் :

> இனி தொன்மையைப் பற்றிப் பேசலாம். பழைய காரியங்கள் சிலவற்றை ரொம்பவும் மதிக்கிறோம் என்றால் ஏதோ பழையது என்ற பண்பு பற்றியல்ல. பழைய காலத்தில் உயிர் இருக்கும், பிரயோசனம் இருக்கும் என்ற நம்பிக்கை பற்றித்தான்.

ஆயிரம் வருஷமாக வளர்ந்துவந்த மரத்தை மதிக்கிறோம் என்றால் அதில் உயிர் இருக்க வேண்டும். பட்டுப்போன மரத்தை ஆயிரம் வருஷத்தியது என்று கொத்திக்கொடுத்து நீர் வார்த்துக்கொண்டிருக்க முடியாது. சந்தனம் புஷ்பம் எல்லாம் போட்டு வழிபாடு செய்ய முடியாது. கோடாலிக் காரனை ஏவிவிட வேண்டியதுதான். அல்லாத பக்ஷம் கறையானும் உளுவானும் குடியிருந்துகொண்டு, பக்கத்து மரங்களுக்கும் நோய் உண்டு பண்ணிக்கொண்டிருக்கும். எப்படியும் மரம் புதிதாக அந்த இடத்தில் உண்டாகாது. நம்முடைய சமுதாய வாழ்க்கையிலே பட்டுப்போன மரங்கள் பழையன என்ற காரணத்தாலேயே வட்டம் போட்டு இடத்தை அடைத்துக்கொண்டிருக்கின்றன. கலைத் துறைகளைப் பார்த்தால் ஒரே காடு; பட்டுப்போன மரங்கள் அடர்ந்த காடுதான்.

நம்முடைய வாழ்க்கையையும் பண்பாட்டையும் அடிக்கடி 'ஐடுதி' பார்க்க வேண்டும். பழைய காரியங்கள் உயிரற் றனவாய் நின்று இடையூறு செய்கின்றனவா என்று பார்க்க வேண்டும். வேண்டாதவைகளைக் களைந் தெறியக் கூசக் கூடாது. அப்போது தான் வாழ்க்கை வளம் பெறும். வாழ்க்கையில் வேறு எந்தத் துறையில் பேரம் பண்ணிக் கொண்டிருந்தாலும் கலை இலக்கிய சம்பந்தமாகப் பேரம் பண்ணவே கூடாது.

சமீபகாலம் வரையிலும் கலைப் பரிவர்த்தனைக்கும் கருத்துப் பரிவர்த்தனைக்கும் செய்யுள் வடிவம் பொது. தத்துவம், வைத்தியம், ஜோஸ்யம், தச்சுக் கலைப் பிரமாணம், மனை சாஸ்திரம் எல்லாம் செய்யுள் வடிவம்தான். உலக இலக்கியத் திலும் வான சாஸ்திரத்திலிருந்து நாவல்கள்வரை செய்யுள் வடிவம் பெற்று வெளியாகியிருக்கின்றன.

தமிழ் இலக்கியத்தில் செய்யுள் வடிவப் பிறவிகள் அனைத்தும் இலக்கியம் என்ற மயக்கம் நிலவுவதை இன்றும் காணலாம். 'மோட்டார் மெக்கானிஸம்' பற்றி வசனத்தில் எழுதப்பட்ட புத்தகம் இலக்கியம் அல்ல என்பது எந்த அளவுக்குத் தெளிவோ அந்த அளவுக்குத் தெளிவு பெறவில்லை செய்யுள் வடிவம் பெற்றுவிட்ட தத்துவம் இலக்கியம் அல்ல என்பது. தத்துவத்தைச் செய்யுள் வடிவத்தில் தருகிறவன் தத்துவாசிரியனே தவிர கவிஞன் அல்ல.

செய்யுள்களிலிருந்து கவிதைகளைப் பொறுக்கும் காரியத்தை டி.கே.சி. செய்திருக்கிறார். அந்த அளவுக்கு வேறு யாரும் இதைச்

செய்யவில்லை என்பதும் தெளிவு. இன்று சுந்தர கூளத்தில் சில சிருஷ்டிகள் தூக்கலாகத் தெரிவதற்கு அவரே காரணம். ரசனையின் பிரயோகத்தால் தேர்ந்தெடுக்கப்பட்ட கவிதைகளின் திரட்டுப் புத்தகம் உருவம் பெறாதது அவருடைய தேர்வுகளைத் துல்லியமாக நாம் தெரிந்துகொள்ளத் தடையாக இருக்கிறது. எனினும் இத்தேர்வுக்கான முயற்சியை ஏற்படுத்திக்கொண்ட முதல்வர் அவரே. இதுபோல் பல்வேறு பார்வைகளில் பல்வேறு திரட்டுகள் தோன்றித் தமிழ் இலக்கியம் சுத்தப்படுகிறபோதுதான் இன்றைய உள்ளங்களுக்கு அது பயன்தரக் கூடியதாய் அமையும்.

எதிர்காலத்தில் பண்டைத் தமிழ் இலக்கியத்தில் கலையைத் தேடும் மாணவன், அவருடைய பல்வேறு முடிவுகளில் அபிப்பிராய வித்தியாசம் கொள்ள நேர்ந்தாலும் மேலே எடுத்துக்காட்டிய பணி ஒன்றிற்காகவே அவர் அவன் மனத்தில் உரிய அந்தஸ்தையும் கௌரவத்தையும் பெறுவார் என்று நம்பலாம்.

இலக்கிய வட்டம், **1964**

4

ஷண்முக சுந்தரத்தின் கிராமங்கள்

ஷண்முகசுந்தரம் கிராம வாழ்க்கையைத் தன் நாவல்களில் காட்டியவர். எல்லோரும் ஏற்றுக் கொள்ளும் விஷயம் இது. கிராம வாழ்க்கையைக் காட்டினார் என்பதைவிடவும் சுய அனுபவங்களை வெளிப்படுத்தினார் என்று சொல்வதுதானே மேலும் பொருத்தமானது. இரண்டிற்குமுள்ள வித்தியாசம் என்ன? வாழும் வாழ்வில் தன்போக்கில் கூடிவரும் அனுபவங்கள் ஒன்று; தேடிச் சென்று தேவையினாலும் திட்டத்தினாலும் அனுபவங் களை ஏற்படுத்திக்கொள்வது மற்றொன்று. ஷண்முக சுந்தரத்தின் அனுபவங்கள் இயற்கையாய்க் கூடியவை. பிறப்பால், வளர்ப்பால், வாழ்வால் கூடியவை. இவ்வாறு பெறும் அனுபவத்தின் முழுமையும் வலிவும் கொண்டவை. கதையின் தேவைக்கு உட்பட்ட சிறு பகுதிகளைத்தான் தன் நாவல்களில் ஆசிரியர் காட்டுகிறார் என்ற எண்ணமும் இவருடைய உலகம் பற்றிச் சொன்ன வற்றுக்கும் அப்பால் வெகு தொலைவுக்கு இவர் அறிந்தவர் என்ற உணர்வும் நம்பிக்கையும் ஏற்பட்டு விடுகின்றன. தன் கிராம வாழ்க்கைபற்றி இவர் எதைச் சொன்னாலும் அதை ஏற்றுக்கொள்ளும் மனநிலைக்குத் துணிந்துவிடுகிறோம். பரிசீலிக்கும் புத்தியோ சந்தேகிக்கும் மனமோ நம்மிடம் எஞ்சியிருப்பதில்லை. அனுபவத்தின் முத்திரைகள் இவர் காட்டும் உலகில் தம்மை ஸ்தாபித்துக்கொண்ட விதம் இது.

கிராம வாழ்க்கையை இவர் நாவல்களில் எப்படி வெளிப் படுத்துகிறார்? இந்தக் கொங்குநாட்டு கிராமங்களும் அங்குள்ள வாழ்க்கையும் வெளியுலகப் பார்வைக்கு வித்தியாசமானவை; வினோதமானவை. இந்த அனுபவம் ஒப்பிடலின் விளைவாக ஏற்படும் ஒன்றாகும். வெளி உலகத்தைச் சார்ந்த நாம் நம் வாழ்வோடு இந்தக் கொங்குநாட்டு வாழ்வை ஒப்பிடுகையில் படிக்கும்போது நாம் உணராமலே நடந்துவிடும் காரியம் இது – வித்தியாசமான உலகம் உயிர் பெற்று எழுவதைப் பார்க்கிறோம். ஆனால் ஒப்பிடல் எதற்கும் அவசியமின்றித் தம் சுய வாழ்வை வாழ்ந்துகொண்டிருப்பவர்கள் கொங்குநாட்டு மக்கள். அவர்கள் வாழ்வு அவர்களுக்கு – நம் வாழ்வு நமக்கு எப்படி இயற்கையானதோ அவ்வாறு – இயற்கையானது. தம் அனுபவங்களை இயற்கையாக ஏற்று வாழ்ந்துகொண்டிருக்கும் கொங்குநாட்டு மக்களின் பிரதிநிதியாக ஷண்முகசுந்தரத்தைக் கொள்ள வேண்டும். தன் அனுபவ உண்மைகளைத் தன் பார்வை யினால் சொல்கிறார் அவர். இதற்கு நேர்மாறாகத் தன் கிராமிய அனுபவங்களைப் பட்டணவாசியின் பார்வையில் பார்த்துத்தாமே புல்லரித்துக்கொள்ளும் அசட்டுத்தனம் கொண்ட எழுத்தையும் இன்றையத் தமிழில் காணமுடியும். தன் அனுபவங்களை நுகர்வோர் பார்வையில் காண முற்படுவது வணிக நோக்கின் அடிப்படையாகும். அனுபவங்களை விசாரிப்பதற்கல்ல, பயன் படுத்தும் நோக்கத்துடனேயே எழுத்து இங்குப் பிறக்கிறது.

இலக்கியத்தில் கிராமிய வாழ்வு கடந்த ஐம்பது வருடங்களில் பல போலித்தனமான கௌரவங்களுக்கு ஆளாகியுள்ளது. விடுதலை இயக்கம், காந்தியம், சர்வோதயம், சோசலிஸ சிந்தனைகள் ஆகியவற்றின் பிரச்சாரங்களின் விளைவாகக் கிராமங்களின்மேல் புனிதங்கள் திணிக்கப்பட்டுள்ளன. மேலே கூறியுள்ள தத்துவங்களோ இயக்கங்களோ இவ்விளைவுக்கு நேரடிக் காரணமாக அமையாது. என்றாலும், தத்துவங்களின் மூல உருவத்தையோ இயக்கங்களின் அடிப்படைகளையோ அறியாது இயங்கும் சராசரி மனிதர்களின் பிரச்சாரங்களிலிருந்து உருவாகும் பொய்முகங்களில் இதுவும் ஒன்று. ஏழ்மையுடன் நற்குணங்களை வலுக்கட்டாயமாக இணைத்தாயிற்று. கிராமங்களிலோ செழுமையாக உள்ளது ஏழ்மைதான். கிராமங்கள் நற்குணங்களின் களஞ்சியம் என்ற கோஷம் உருவாகப் பின் என்ன தடை? அரை உண்மைகள் பிரச்சாரகர்கள் கையில் முழு உண்மைகளாக வற்புறுத்தப்படுகின்றன. இப்போலி எழுத்துகள் வாழ்வின் நிதர்சனத்தின் முன்வைத்து நிராகரிக்கப்படுவதற்குப் பதிலாக இலக்கியமாக அழுத்தம் பெறுகின்றன. படைப்புக்கு வாழ்வை ஆதாரமாகக் கொள்ளாமல் ஏற்கனவே படைக்கப்பட்டவற்றையே

ஆதாரமாகக் கொள்ளும் மோஸ்தர் எழுத்தாளர்கள், மேலே கூறிய போலிகளால் பாதிக்கப்பட்டு, புதிய போலிகளைக் குட்டி போடுகிறார்கள். பார்வை குழம்புகிறது. பின் குழம்பிய பார்வையே சீரான பார்வை என்ற சமூக அங்கீகாரம் பெறுகிறது. இதன் பின் 'கிராமத்தில் எல்லாருமே நல்லவர்களா?' என்ற எளிய முணுமுணுப்புக்கூட பிற்போக்குத்தனத்தின் அடையாளமாகவோ சுரண்டும் வர்க்கத்தின் கோணலாகவோ முத்திரை குத்தப்படுவது சகஜமான காரியமாகிவிடுகிறது. இதனை ஒரு உதாரணமாகக் கொண்டு இதனையொத்த பிற நிகழ்வுகளுக்கும் நாம் பொருத்திப் பார்த்துக்கொள்ள வேண்டும்.

ஷண்முகசுந்தரம் கிராம வாழ்வின் ஒரு நேர்மையான சாட்சி. தத்துவ முடிவுகளுக்கோ கெட்டிதட்டிப்போன எண்ணங்களுக்கோ அவல வெற்றி தேடித்தர தன் அனுபவங்களின் சிறகுகளை ஒடித்துக் கொள்ளாதவர். அனுபவங்கள் அவற்றின் சத்தை அவர்முன் உமிழ்ந்துவிடுவதால், அனுபவத்தின் ஜீவனுள்ள பகுதியைப் பதிவு செய்து, தான் விரும்பும் விளைவை எளிதில் எழுப்புகிறார். இவர் எழுத்தில் செட்டு கூடியது இவ்வாறுதான் என்பதை நுணுகிப் பார்த்து உணர முடியும். அனுபவங்களை கௌரவப் பிரச்சினைகளுக்கு ஆளாக்காமல், அதாவது, கூறும் விஷயங்கள் தான் சார்ந்து நிற்கும் மக்களுக்குத் தேடித் தருவது கௌரவமா அவமானமா என்பது போன்ற உணர்வுகள் எவற்றுக்கும் ஆளாகாமல் இயங்குகிறார். நிஜங்களின் விளைவுகளை அல்ல, நிஜங்களையே இவர் முதன்மைப்படுத்துகிறார். இவரிடத்தில் மிகையில்லை; பிரச்சார நோக்கமில்லை. விரும்பியதைப் பார்த்தலும் விரும்பாததை நிகழாதது என பாவனை செய்யும் தந்திரமும் இல்லை. வாழ்வின் முழுமையைக் காணவே இவருடைய ஆயத்தம்; கூடாது போனது இவருடைய வரையறை.

நெடுஞ்சாலைகளிலிருந்து விலகிப் பாதைகள் என அழைக்கத் தகுதியற்ற கரடு முரடான தடங்களில் – ஆசிரியர் பாஷையில் இட்டேறிகளில் – சென்று இவருடைய கிராமங்களை அடைகிறோம். ஒரத்த பாளையம் அல்லது வெங்கமேடு. கீரனூர் அல்லது சிவியார்பாளையம். வறண்ட நீர்நிலைகள். அனல் காற்று. சிற்சில இடங்களில் ஏதோ சிறிது பசுமை. பருத்தி அல்லது சோளம் அல்லது புகையிலை. தோட்டங்களில் ஆண்களுடன் பெண்களும் வேலை செய்கிறார்கள். நீர் இறைக்கப்படும் கிணற்று மேடுகள். தொலைவில் முள்வேலிகள். இவற்றைத் தாண்டி மனிதர்கள். எல்லாம் புதுப் பெயர்களாகவே இருக்கின்றன. நாச்சிமுத்து, கெட்டியப்பன், சின்னய்யன், வீராயி, முத்தையா, ராமாயி. பின் இவர்களின் வீடுகள்; உணவுப் பழக்கங்கள்; உறவுகள். ரொம்பவும் வித்தியாசமான உலகம் என்றே உணர்கிறோம். சரி.

இப்போது கதாபாத்திரங்கள் இயங்க ஆரம்பித்துவிடுகிறார்கள். உண்மையில் அவர்கள் மன உலகை எட்டிப் பார்க்கத்தானே இத்தனை பீடிகை. இந்த இயக்கத்தைப் பின்தொடர்ந்து நாம் செல்லும்போது உலகின் முன் தங்களைக் காட்டிக் கொள்ள இவர்கள் அணிந்துகொண்டிருக்கும் முகமூடிகள் கழன்று நிஜ சொரூபங்கள் வெளியாகின்றன. அவர்களுடைய குரோதமும் பொறாமையில் சண்டையிட்டுப் பிரிதலும் கோள் சொல்லிப் பிளவுபடுத்தும் குணங்களும் அனுபவமாகின்றன. வேற்றுமை ஏற்படுத்திக்கொண்டிருந்த புற உலகச் சின்னங்கள் படிப்படியாய்க் கரைய, பின் நகர, நமக்கும் அவர்களுக்குமான தூரங்கள் சுருங்க, மன உலகில் இவர்களை மிக நெருக்கமான தாயாதிகளாக உணர்கிறோம். பின்னணிகளும் தோற்றங்களும் பழக்கவழக்கங்களும் அவற்றின் வலுவை இழக்க, மனநிலைகளில் மேடுகளிலும் சரிவுகளிலும் தென்படும் வேற்றுமை ஓங்கி ஐக்கிய பாவம் கொள்கிறோம்.

மனிதனைச் சமூகப் பின்னணியில் வைத்துப் பார்ப்பது தவிர்க்க முடியாத காரியமாகவே இவ்வாசிரியருக்கு இருக்கிறது. கிராமிய வாழ்வில் சமூகத்தின் உயிருள்ள பகுதியாக அவர்கள் இயங்குகிறார்கள். கிராமியப் பொருளாதாரம் கூடி வாழ்தலைச் சகல மட்டங்களிலும் நிர்ப்பந்தப் படுத்துகிறது. வேலை, குடும்ப நிகழ்வுகள், பொது நிகழ்வுகள் அனைத்தையும் தனிமனிதன் சமூகத்துக்குத் தந்தும் பதிலுக்குப் பெற்றுமே வாழ்க்கை நடத்த முடிகிறது. வேலைகளில் – உழவிலும் நீர் இறைத்தலிலும் தோட்டத்தைக் கொத்துதலிலும்களை பறித்தலிலும் விறகொடித் தலிலும் – பலர், குறைந்தபட்சம் கணவனும் மனைவியுமேனும், இணைய வேண்டியிருக்கிறது. இங்கு உறவுகள் பின்னிக்கொண்டு கிடக்கின்றன. தனிநபர் சுதந்திரத்தைக் காப்பாற்ற உதவும் நிறுவனங்கள் எவையும் இங்கில்லை. தன்னைச் சுற்றி வட்டம் போட்டுக்கொண்டு வாழ்தலும் கிராமத்தில் சாத்தியமில்லை. கூடி வாழ்தல் வாழ்வுக்கே தேவையான சமூக நிர்ப்பந்தமாகச் செயல்படுகிறது. இந்த அமைப்பு அது ஆற்றும் பங்கின் வலுவில் ஒட்டிக்கொண்டிருக்கிறது. அதனாலேயே இவ்வமைப்பு பூரணமானதாகிவிடுமா? எந்த அமைப்புக்கும் அதற்குரிய முட்கள் உள்ளன. சமூக எதிர்பார்ப்புகள் பூர்த்தியாகிற அளவுகூட தனிமனித எதிர்பார்ப்புகள் பூர்த்தி பெறாமல் போவது இந்த அமைப்பின் முக்கியமான குறை. இதிலிருந்து விடுதலை தேடித் தன்னிச்சையான சுதந்திரத்திற்கு விழைதல் மோதல்களுக்கு வழிகோலும் காரியமாகிவிடுகிறது. சமூக நிர்ப்பந்தங்களுக்கும் தனிமனித அபிலாஷைகளுக்கும் உள்ள மோதல்களின் கோலங்களும் முடிவில் தனிமனிதனைச் சமூகம்

ஒரு கலை நோக்கு

நசுக்கிவிடும் அவலமும்தான் இவருடைய நாவல்களின் மையம் என்று சொல்லலாம். ஆசிரியர் நசுக்கப்படும் தனி மனிதனின் உணர்வுகளைப் பகிர்ந்துகொள்கிறார் என்பது தெளிவு. தனிமனித அபிலாஷைகள் கருகி, சமூகச் சிதையில் ஏன் சரிகின்றன என்பது பற்றி ஆசிரியர் எதுவும் யோசித்தவர் அல்லர் என்பதை அவருடைய நாவல்களே காட்டுகின்றன.

ஆசிரியரின் முடிவுகளை நாகம்மாள் (நாகம்மாள்), பண்ணாடி (சட்டி சுட்டது) ஆகிய இரு கதாபாத்திரங்களிலும் – தன் உணர்வு களின் பிரதிநிதிகளாக இவர்களை உருவாக்கியுள்ளார் ஆசிரியர்– காணலாம். இவர்கள் வாழ்வு ஏன் இவ்வாறு முடிந்தது?

நாகம்மாள் வாழ்வை நோக்கி நிமிர்ந்து நடக்கத் தயாராக இருக்கிறாள். விதவையான தன்னைத் தன் கணவனின் தம்பி கண்காணிக்க, அவனுடைய மனைவி இல்லத்தரசியாக வளைய வரும் ஒரு வீட்டில் ஒடுங்கி வாழ வேண்டும் என்ற நிர்ப்பந்தம் ஏன்? ஆண்மை விரும்பிச் சீண்டும்படி இருக்கிறாள் அவள். கணவனின் சொத்து வேறு அவன் தம்பி வசம் இருக்கிறது. அதைப் பங்கு போட்டு வாங்க வேண்டியது; தன்னைச் சுற்றி வரும் கெட்டியப்பனோடு வாழ்க்கையைப் பகிர்ந்துகொள்ள வேண்டியது; தன் வீடு, தன் கணவன், தன் தோட்டம், தன் வாழ்க்கை, சுதந்திரமான வாழ்வு என்று இராதா? என்ன தப்பு? கூடிற்றா நாகம்மாளுக்கு? வேறு ஆண் பிள்ளையோடு அவள் விரிக்க எண்ணும் உறவில் தங்கள் குடும்பத்தின் மானமே போயிற்று என்று அலறுகிறார்கள் தம்பியும் அவன் மனைவியும். உண்மையில் மானம் பறிபோய்விடும் என்று பயப்படுகிறார்களா அல்லது சொத்து குறைந்துவிடும் என்று கவலைப்படுகிறார்களா? சொத்து குறைவதைத் தடுக்கத்தான் மானப் பிரச்சினையை ஒரு கருவியாகப் பயன்படுத்துகிறார்களோ? கெட்டியப்பனுக்கு நாகம்மாள் எனும் வசீகரம் மிகுந்த பெண்ணின்மீது ஆசையா? இல்லை, அவள் கொண்டுவரவிருக்கும் சொத்தின்மீதுதான் ஒரு கண்ணா? ஊருக்கு வெளியே, மனிதப் பார்வைக்கு வெகு தூரத்திற்கு அப்பால் நாகம்மாளைச் சந்திக்கும்போதுகூட, கெட்டியப்பன் அவளை இழுத்து அணைத்துக்கொள்வதைவிட்டு, சொத்தைப் பிரிப்பதற்கான உபாயங்கள் பற்றியல்லவா சளைத்துக் கொண்டிருக்கிறான்? நாகம்மாளுக்குக் கெட்டியப்பன்மீது ஆசையா அல்லது அடையப்போகும் சுதந்திர லோகத்துக்கு அவன் ஏற்ற காவலாளி என்ற எண்ணமா? மன நிலைகளில் எந்தப் பொய்யிலும் சரிந்துவிட ஆசிரியர் மறுத்துக் கதாபாத்திரங்களை உண்மை எனும் கத்தியின் விளிம்பு வழியாக நடத்திக்கொண்டு வந்ததில் கதாபாத்திரங்களுக்கும் அதன் மூலம் கதைக்கும் கூடிவரும் நுட்பங்கள் இவை.

நாகம்மாளின் அபிலாஷை கொலையில் முடிந்தது. ஷண்முக சுந்தரத்தை நாகம்மாள் நேரில் சந்திக்கக்கூடுமென்றால், 'ஏனுங்கோ இப்படி ஆச்சு ?' என்று கேட்கக்கூடும். சண்முகசுந்தரத்தின் பதில், 'ஒண்ணும் தெரியலீங்கோ' என்றே இருக்கும்.

ஆசிரியரின் எண்ணங்களின் மற்றொரு பகுதியைப் பண்ணாடி மூலம் உணர இயலும். பண்ணாடி கிராம மதிப்பீடுகளின் நிறைவான உருவம். ஒதுங்கித் தன்மானத்தோடு வாழ வேண்டும் என்று ஆசைப்படும் கிழவர் அவர். குடும்பத்தின் மீது மிகுந்த பாசம். தெரிந்தவர்களுக்கு உபகாரம் செய்வதில் நம்பிக்கை. மண்ணைக் கொத்திக் கிடைப்பதை உண்டு மன நிம்மதியோடு வாழ வேண்டும் என்று நினைக்கிறார். இது ஒரு பெரிய கனவா ? பேராசையா ? எதுவுமில்லை. அவர் தேடிய எளிய சந்தோஷம், எளிய திருப்தி அவரைத் தேடி வரவில்லை. ஏன் ? மனைவியை இழந்தார். அவரது வயோதிக காலத்தில், திருமணத்திற்கு நிற்கும் தன் பெண்ணையும் அழைத்துக்கொண்டு தன் வீட்டை த் துறந்து, பெரிய பிள்ளைகளைத் துறந்து, பேரக் குழந்தைகளைப் பிரிந்து தோட்டத்தில் சென்று வாழும்படியாகிறது. தன் பிள்ளைகளோடு எவ்வாறு இவருக்கு உறவு முறிந்தது என்பதோ பிள்ளைகள் இவரை எவ்வாறு நடத்தினார்கள் என்பதோ நாவலில் காட்டப் படவில்லை. எப்படியோ முடிச்சு விழுந்துவிடும் என்று ஆசிரியர் நம்புகையில் எப்படி விழுந்தால் என்ன ? பெண்ணைத் திருமணம் செய்துகொடுக்க வேண்டிய பொறுப்பு கனத்துக் கொண்டிருக்கிறது பண்ணாடிக்கு. ஆனால் அவரோ தன் பெயரிலுள்ள சொத்துகள் முழுவதையுமே தனக்கென எதுவுமே வைத்துக்கொள்ளாமல் பிள்ளைகளுக்கே கொடுத்துவிடுகிறார். மிச்சம், மனைவி விட்டுச் சென்றுள்ள நகைகள், மனைவி பெயரிலுள்ள சொத்து. இவற்றின் பலத்தால் பெண்ணைக் கரையேற்றிவிடலாம் என்பது பண்ணாடியின் நினைப்பு. ஆனால் அந்தச் சொத்தையும் அபகரிக்க முனைகிறார்கள் அவருடைய பிள்ளைகள். சங்கடம் பண்ணாடியின் மனசைக் கவ்வுகிறது.

நிம்மதியாக வாழ்வதற்கு அவசியமான யோக்கியதையும் ஏற்பாடுகளும் கொண்டவர்தான் பண்ணாடி. குழந்தைகளை மிகுந்த பிரியத்துடன் வளர்த்தார். ஊரில், சகவாச தோஷத்தில் தன் பிள்ளைகள் கெட்டுப்போய் விடக்கூடாதே என்ற எண்ணத்தில் அவர்களை முன்னெச்சரிக்கையாக வெளியூரில் விடுதியில் தங்கவைத்துப் படிக்கவைக்கிறார். அவர்கள் நடத்தைகளை நேரில் சென்று கண்காணித்துவருகிறார். இருந்தும் நிம்மதியின்றி உழலும் நிலை அவர்மீது கவிழ்ந்துவிடுகிறது.

நாவல் உலகில் சஞ்சரிப்பது ஆசிரியருக்கு நெடுஞ்சாலையில் நடந்துசெல்வது போன்று மிகச் சரளமான இயற்கையான

ஒரு கலை நோக்கு

காரியமாக இருக்கிறது. பாத்திரங்கள் ஆயாசம் எதுவுமின்றித் தம் போக்கில் எழும்பிவருகிறார்கள். அவர்களை 'உருவாக்கும்' காரியம் எதுவுமில்லை. நாகம்மாளும் பண்ணாடியும் வாழ்வு மீது ஆசிரியர் கொண்டுள்ள ஈடுபாட்டின் வெற்றி என்று சொல்லலாம். ஆசிரியருடைய கதாபாத்திரங்களில் மட்டுமல்ல, தமிழ் நாவல் கதாபாத்திரங்கள் என எடுத்துக்கொண்டாலும் கூட, நாகம்மாளுக்கு மிக முக்கியமான இடமுண்டு. எவ்வித ஒப்பனையும் செய்யப்படாமல் உயிர்ப்புடன் இயங்குகிறாள் அவள்.

தன் அனுபவங்களை மிகுந்த உண்மையுணர்வோடும் கலைப்பாங்கோடும் ஆசிரியர் எழுதியிருக்கிறார். இவ்விஷயத்தில் அனுபவ உண்மைகளைப் பிரதிபலிக்கும் கண்ணாடிபோல் அவர் பங்காற்றியுள்ளார். ஆனால் ஆசிரியரின் அனுபவங்கள் அவருக்கே உரித்தான வாழ்க்கைக் கண்ணோட்டத்திற்கு ஆளானதன் மூலம் வீச்சும் விரிவும் பெற்றுச் செழுமையடைந்ததாகச் சொல்ல இயலாது. ஆசிரியனின் எழுத்து மூலம் நாம் பெறும் அனுபவத்தை ஆசிரியரின் கிராமங்களில் வாழ்வது மூலம் நேரடியாகப் பெற்று விடலாம் என்று தோன்றுகிறது அல்லவா? கலைஞனின் பார்வைக்கு அனுபவங்கள் இலக்காகும்போது தனி உலகம் ஒன்று எழுகிறது. அந்த உலகத்தை அவன் படைப்பு மூலமன்றி வேறு எவ்விதத்திலும் நாம் சந்திப்பது சாத்தியமற்றதாகிவிடுகிறது. கலைஞன் இவ்வாறு தன்னைத் தவிர்க்க இயலாதபடி ஸ்தாபித்துக் கொள்கிறான். இந்த ஸ்திதியை ஆசிரியர் பெறவில்லை என்பது அவருடைய வரையறையை நமக்கு உணர்த்தும் காரியத்தைச் செய்கிறது. இங்குகூட ஆசிரியர் தனக்கே உரித்தான உலகம் ஒன்றைப் படைத்துள்ளதான மயக்கம் ஏற்படலாம். இம்மயக்கம் அவர் காட்டும் வித்தியாசமான பின்னணியைச் சார்ந்து எழுவது. பின்னணி வேறு; பார்வை வேறு. பின்னணி வெறும் புற நிலை இயக்கம்; பார்வை அக ஒளி.

ஆசிரியர் அதிகமாக எழுதியிருந்தாலும் அனுபவ உண்மைகளின் அடிப்படையில் இவருக்கு அதிகமாக எழுத எதுவும் நிர்ப்பந்தமில்லை. கிராமிய வாழ்வின் தோற்றமும் மன இயல்புகளும் அவலமும் இளம் பருவத்திலேயே ஆசிரியர் உணர்ந்துவிட்டவை. தன் சிறுவயதில் (22ஆம் வயதில் எனச் சொல்லப்படுகிறது) ஆசிரியர் 'நாகம்மாளை' எழுதிவிட்டாராம். இந்த ஒரு படைப்பு மூலமே இவர் தன்னைப் பூரணமாக வெளிப்படுத்திக் கொண்டுவிட்டார் என்று சொல்லலாம். இது ஒரு சாதனைதான். பின்வரும் படைப்புகளில் 'நாகம்மாளி'ல் நாம் காணாத ஆசிரியரையோ கண்ட ஆசிரியரின் வளர்ச்சியையோ பார்க்க இயலாது போவது, அனுபவங்கள் கெட்டிதட்டிப்

போய்விட்டதையும் வளர்ச்சி முடங்கிவிட்டதையுமே காட்டுகிறது. 'நாகம்மாளு'க்குப் பின் சுமார் முப்பது வருடங்கள் தாண்டி எழுதப்பட்டுள்ள 'சட்டி சுட்டது' நாவலைப் படிக்கும்போது இந்த நீண்ட இடைவெளி ஆசிரியரிடத்தில் எவ்வித பாதிப்பையும் ஏற்படுத்தவில்லை என்பது ஆயாசம் தரும் விஷயமாகவே இருக்கிறது. இவர் பொருட்படுத்தி எழுதியுள்ள எல்லா நாவல்களிலுமே 'நாகம்மாளி'ல் சந்தித்த ஆசிரியரையே எவ்வித வளர்ச்சியுமின்றிச் சந்திக்கிறோம்.

உதாசீனமான நோக்கங்களுடன், படைப்பின் உணர்வுகள் எவற்றிற்கும் கொஞ்சமும் ஆளாகாமல் ஆசிரியர் பல நாவல்கள் எழுதியுள்ளார். இவற்றை நாவல்கள் என அழைப்பதுகூட, வேறு எவ்வாறு அழைக்கப்பட வேண்டும் எனத் தெரியாத சங்கடத்தினால்தான். பொருளாதார நெருக்கடிக்கு ஈடுகொடுக்க இவற்றை இவர் எழுதியிருக்கக்கூடும் என்று சொல்லப்படு கிறது. அனுபவங்களை மதிக்கும் இவருடைய மனப்பாங்கும் அவற்றை யதார்த்தமாகச் சொல்ல முற்படும் இவர் புறப்பாடும் வாழ்வின் நெருக்கடிகளுக்கு முன்னால் அபத்தமான நிலை களுக்குச் சரிந்துள்ளனவே தவிர, வியாபார ரீதியான எழுத்தை உருவாக்குவது இவருக்குச் சாத்தியமற்ற காரியமாகவே முடிந்திருக்கிறது. ஆரம்பப் பள்ளிக்கூட நாடகத்தில் சிறு பெண் தாசி வேஷம் போட்டுக்கொண்டதுபோல் பரிதாப உணர்வையே ஏற்படுத்துகிறது இவ்வகையான இவருடைய புத்தகங்கள். இப்புத்தகங்களை எழுதி ஆசிரியர் தனக்குக் களங்கம் ஏற்படுத்திக்கொண்டார் என்று இலக்கிய விமர்சகன் சொல்லலாம். அப்போதுகூட, ஒரு நல்ல எழுத்தாளருக்கு எளிமையாக வாழக்கூட வகை செய்து தராத இச்சமூகத்தில், சக எழுத்தாளர்களும் வாசகர்களும் பிரசுர நிறுவனங்களும் பல்கலைக்கழகங்களும் தமிழாசிரியர்களும் களங்கப்பட்ட பின் கடைசி பட்சமாகத்தான் ஆசிரியர் களங்கப்படுவார் என்று தோன்றுகிறது. தீராத பிடிவாதத்துடன் க.நா.சு. இவரைக் கவனப்படுத்தியிருக்காவிட்டால் நம்முடைய பரிபூரணமான புறக்கணிப்புக்கு இவர் ஆளாகியிருக்கக்கூடுமோ? அந்த விமர்சகருக்கு நாம் நன்றி தெரிவிக்கக் கடமைப்பட்டுள்ளோம்.

பிரக்ஞை, 1977

5

புதுமைப்பித்தன் கதைகளில் காலத்தின் கலைவண்ணம்

புதுமைப்பித்தன் இந்த நூற்றாண்டின் முதல் பாதியில் நாற்பத்திரண்டு ஆண்டுகள் வாழ்ந்தவர். அவர் எழுத்துத் துறையில், முக்கியமாகச் சிறுகதைப் படைப்புகளில், ஈடுபட்டிருந்த காலம் பன்னிரண்டு ஆண்டுகளே ஆகும். இச்சிறிய காலப்பகுதியிலும் அவர் சீராக இயங்கவில்லை. மிக ஆவேசமான ஆரம்பம் – முதலிரண்டு வருடங்களில் அவர் எழுதியுள்ள கதைகள் சுமார் எழுபது – பின் ஐந்தாறு வருடங்களில் ஒருசில கதைகள்; மறைவுக்கு முந்திய மூன்று நான்கு வருடங்களில் தமிழ் பெருமைப்படும் படி சில சாதனைகள். ஆக, புதுமைப்பித்தன் கதைகள் என இன்று நாம் பெரிதும் இனங்காண்பது அவரது ஐந்து வருடத்திய சாதனையேயாகும். இவற்றில் ஆரம்பகாலக் கதைகள், அவற்றின் சகல அம்சங்களிலும் தமிழ் மரபு மூளையால் ஜீரணிக்க முடியாதபடி, ஒரு பக்கம் அன்னியமானதும் மறுபுறம் புறக்கணிக்க முடியாதபடி தனது ஜீவனைத் தமிழ் மண்ணில் ஊன்றிக்கொண்டிருப்பது மான ஒரு கலைச் சக்தியைச் சந்தித்த அதிர்ச்சியைத் தந்ததாகவே இருந்திருக்க இயலும். ஆனால் இக்கதைகள், அநேகமாகக் கலைபூர்வமான அமைதி கொண்டவை அல்ல. தான் ஆற்றவிருக்கும் வித்தியாசமான பங்கை முன்கூட்டி உணர்ந்த ஒரு

கலைஞன், மிகுந்த தன்னம்பிக்கையோடு தன் மேதைமையைக் கிள்ளித் தெருவில் நாற்புறமும் வீசிக்கொண்டு ஓடுவதைப் போன்ற சித்திரத்தை எழுப்புகின்றன இக்கதைகள். இக்கதைகளை மட்டுமே, ஒருக்கால், இவர் எழுதியிருக்கக் கூடுமெனில் அது, கிளைவிடாது கருகிப்போன ஒரு மேதையின் கதையாகி, இன்றையப் பொருட்படுத்தலுக்கே இலக்காகத் தவறிப் போய்விடலாம். படைப்புக்களத்தில், கடைசி மூன்று நான்கு வருடங்களில், இவர்மூலம் வெளிப்பட்ட சாதனையின் வலுதான் ஒரு கலைஞனின் ஆளுமைப் பகுதியான இவரது பிற கதைகளையும் தூக்கிக்கொண்டு காலத்தைத் தாண்டி வந்து கொண்டிருக்கிறது.

ஒவ்வொரு கலைஞனிடமும் அவன் வாழ்ந்த காலம் ஏதோ ஒருவிதத்தில் பிரதிபலிப்புக்கொள்கிறது. இப்பிரதிபலிப்பு இயந்திர ரீதியில் நிகழ்வதில்லை. சிலேட்டு உடைந்ததில் விசும்பும் குழந்தையின் துக்கம் தீண்டக் கவிதை எழுதும் கவிஞன், அணுகுண்டுவீச்சுப் பற்றிப் பிரலாபிக்காதது ஏன் எனக் கேட்கக் காத்துக்கொண்டிருக்கும் அரசியல் மொண்ணைகளுக்குக் கலைப் பிரதிபலிப்பின் சூட்சுமமோ சிக்கலோ தீயணைக்கும் படையினருக்கும் கலைஞர்களுக்கும் உள்ள வித்தியாசமோ தெரியாது என்பது வெளிப்படை. கலைஞனின் பிறப்பு, அவன் வாழும் இடம், காலம், நம்பிக்கைகள், அவனுடைய சுயநலங்கள், அவன் சார்ந்து நிற்கும் மதிப்பீடுகள் போன்றவற்றுக்கு உள்நின்று காலத்தின் கோலங்கள் அவன் படைப்பில் பிரதிபலிப்பு கொள்கின்றன. பிரதிபலிப்பின் இயல்புகள் ஒரு எல்லைவரையிலும் வகைப்படுத்த இடம் தருபவை; பின் சூட்சுமத்தின் இருட்டில் மறைந்து நிற்பவை. அனுபவங்கள் கலைஞனைப் பாதிப்பது போலவே, கலை ஆளுமையால் அனுபவங்களும் பாதிக்கப்பட்டே கலை வெளிப்பாடு நிகழ்கிறது. கலைப் பார்வைக்கு அனுபவம் உள்ளாவதே கலை. கலைஞன் கண்ணாடி அல்ல எனில் கலை இல்லை; கண்ணாடி மட்டும்தான் எனில் அப்போதும் கலை இல்லை. அனுபவங்கள், கலைஞனின் ஆளுமையால் பாதிக்கப்படும்போது அந்த ஆளுமையின் தன்மைக்கேற்பத் தள மாற்றங்கள் நிகழ்கின்றன. மௌனியின் எழுத்தில் புற உலகம் அதன் அங்கங்களை மறுத்துக்கொண்டு மனவுலகின் நிழல்களாகி மங்குகிறது. புற உலகம், ராமாமிருதத்தின் முன்னால் அவருடைய கலைத் தேவைக்கு ஏற்பச் சுருங்கி தன் பரப்பைப் பன்முகங் களைச் சுவடு தெரியாமல் கழித்துக்கொள்கிறது. ராமாமிருதத்தின் உலகில் அலுவலகங்கள் இல்லை, அடுக்களை உள்ளிட்ட பின்கட்டு உண்டு; குழந்தைகளைப் பார்க்கக் கிடைக்காத

ஒரு கலை நோக்கு

குடும்பங்களில் ஹிந்து ஸ்திரீகள் பெரிய குங்குமப் பொட்டுடன் வீற்றிருக்கிறார்கள்; இயந்திரங்கள் இல்லை, பித்தளைக் குடங்கள் உண்டு; குழாய் இல்லை, கிணறு உண்டு.

புதுமைப்பித்தனோ புற உலகின் விஸ்தரிப்பால், பன்முகங்களால், அதன் பொருளாதார, இயந்திர, கருத்தோட்டங்கள் சார்ந்த, ஜாதி மத கலாச்சார, நாகரிக, மோஸ்தர் அழுத்தங்களால் தீவிரமாகப் பாதிக்கப்பட்ட கலைஞன். மௌனி, ராமாமிருதம் போன்ற கலைஞர்கள் தங்கள் ஆளுமைக்கு உள்ளாகிய வாழ்வை, தங்கள் சாளரங்களைத் திறந்து பார்க்கிறபோது, புதுமைப்பித்தன் முழு வாழ்வின் விசாலத்தையும் அது தரக்கூடிய அதிர்ச்சிகளையும் எதிர்கொள்ள ஆசைப்பட்டு, நாற்சந்துகளில், வாழ்வின் சுழிப்புகளில் நின்றுள்ளது போலவும் முழு வாழ்வையும் தழுவ முயன்ற முயற்சியிலிருந்தே வாழ்வின் வெற்றிகளிலிருந்தும் சரிவுகளிலிருந்தும் தன் கலை ஆளுமையைச் செழுமைப்படுத்திக் கொண்டுள்ளது போலவும் தோன்றுகிறது. ஒரு கலைஞனின் கலை ஆழம் புற உலகில் அவன் பெறும் அனுபவ விஸ்தரிப்புக்குச் சமமாக இருக்கும் என்பது இங்குக் குறிப்பல்ல. நம் எழுத்துத்துறையில் தமிழ்ப் பிரபலங்களின் ஆயத்த அணிகலன்கள் அனைத்தும் விஸ்தாரமான வெட்டாந்தரைகளுக்கு உதாரணமாகும். சதா ஊற்றுக் கொப்புளித்துக்கொண்டிருக்கும் நாழிக் கிணற்றுக்கு மௌனி உதாரணம். புதுமைப்பித்தனோ துறைமுகம் போன்றவர். அதன் ஆழத்தில், கோலாகலங்களில், உள்ளூர் வெளியூர் சத்தங்களில், புதுமைக் காட்சிகளில், அப்பால் அடிவானம் வரையிலும் காட்சி விரிந்துகொள்ளும் பரவசத்தில் – அனைத்திலுமே.

இருபதாம் நூற்றாண்டின் முதல் பாதியைச் சார்ந்த தமிழ் வாழ்வின் ஸ்திதியைப் புதுமைப்பித்தன்போல் பிரதிபலித்துள்ள மற்றொரு கலைஞன் நம்மிடையே இல்லை. இந்தப் பிரதிபலிப்பின் வீச்சை அவரது கதைக் கருத்துகளைப் பட்டியல் போடுவதன் மூலமோ கதை நிகழ்வில் தரும் விவரங்களிலிருந்து சில வரிகளைப் பிடுங்கிவைப்பதன் மூலமோ ஒவ்வொரு படைப்பிற்கும் பின்னிற்கும் நோக்கங்களை ஆராய்ந்து வகைப்படுத்துவதன் மூலமோ முழுமையாக உணர முடியாது. அவர் கதைகளினூடே கொள்ளும் யாத்திரையின் மூலமே, அதிலிருந்து பெறும் பிளவுபடாத கலை அனுபவத்தின் மூலமே இவருடைய கலைப்பதிவுகளின் விசாலத்தையும் அடர்த்தியையும் நாம் உணர்ந்துகொள்ள முடியும்.

காலத்தின் நேரான பதிவுகள் கதைகளிலும் கட்டுரைகளிலும் வேறு சிலவும் நமக்குக் கிடைத்துள்ளன. க.நா.சு.,

ஆர். ஷண்முகசுந்தரம் ஆகியோரின் நாவல்களில் காலத்தின் கலைபூர்வமான பதிவுகள் இடம்பெற்றுள்ளன. ஆனால் இவர்களுடைய உலகம் புதுமைப்பித்தனுடையதைப் போன்று விசாலமானது அல்ல; பன்முகங்கள் கொண்டது அல்ல. புதுமைப்பித்தன் இவர்களைவிடவும் இவர்களை ஒத்த பிற கலைஞர்களைவிடவும் அதிக அக்கறைகள் கொண்டவர்; பல்வேறு அதிர்வுகளால் பாதிக்கப்பட்டவர்; தன் சுயசார்பு வட்டத்தின் வெளி விளிம்பை நொறுக்கிக்கொண்டு வெளியே மோதி விழுந்தவர். ஆனால் இவர்கள் எல்லோருமே கலை நோக்கம் முதன்மையாகக் கொண்டவர்கள்.

வ.ரா., ரகுநாதன் போன்ற கலை நோக்கமற்ற பிரச்சாரகர்களின் கையில், அவர்களை ஆட்கொண்டிருக்கும் பிரச்சினைகளில் உலகம் தீப்பற்றி எரிந்துகொண்டிருப்பதான பிரமையைத் தரும் அளவுக்குத் தன்னைச் சார்ந்த பிரதிபலிப்புகளே நிகழ்கின்றன. உலகின் பரப்பில், தங்கள் கருத்துலக முடிவுகளின் விளக்கங்களைக் கண்டு, தம்பட்டம் அடிக்கும் பிரதிபலிப்பு இவர்களுடையது. அனுபவம், முன் முடிவுகளுக்கு எதிராக வரும்போது, இவர்கள் தகர்த்துக்கொள்வது முன் முடிவுகளை அல்ல; அனுபவத்தை.

நேர்ப்பதிவுகளில், நேர்மையான பதிவுகளும் ஒருசில நமக்குக் கிடைத்துள்ளன. உ.வே.சா., நாமக்கல் ராமலிங்கம் பிள்ளை, தி.சே.சௌ. ராஜன், திரு.வி.க. ஆகியோர் எழுதியுள்ள வாழ்க்கைக் குறிப்புகளில் காலம் மிக நேர்மையாகப் பதிவு பெற்றிருக்கிறது.

மேலே கூறிய கலைஞர்கள், பிரச்சாரகர்கள், நேர்ப்பதிவாளர்கள் ஆகியோருக்கும் புதுமைப்பித்தனுக்கும் உள்ள வித்தியாசம் என்ன? பிற எழுத்தாளர்களின் பதிவுகளில் அவர்கள் எதிர்கொள்ளும் உலகம், எதிர்கொண்டு நமக்குத் தந்துள்ள உலகம், அவரவர்களுடைய பிறப்பு, ஜாதி, மத நம்பிக்கைகள், கோட்பாடுகள், லட்சியங்கள் இவற்றால் பாதிக்கப்பட்டுச் சுருங்கியிருக்கிறது.

அனுபவங்களைச் சிதைக்காமல், தன் பார்வையில் முழுமையாகத் தரும் சுய அபிமானமற்ற தன்மை, தன்னிலிருந்தே விடுதலை பெற்று நிற்றல், புற உலக இயக்கத்தையும் விலகி நின்று விமர்சிக்கும் குணம் புதுமைப்பித்தனைப் போல் இவர்கள் எவரிடத்திலும் இல்லை.

புதுமைப்பித்தன் ஒரு மத்தியதரக் குடும்பத்தில் பிறந்தவர். தாயைச் சிறுவயதில் இழந்த இவரது இளமைக்காலம் சோதனைகள் நிறைந்தது; மனவடுக்கள் கொண்டது. சிடுக்காய்ப் போய்விட்ட

இவருக்கும் இவருடைய தந்தைக்குமான உறவு, இவருடைய திருமணத்திற்குப்பின் அறுந்துபோகிறது. மனமொப்பும் இலக்கியப் பணியை வாழ்வின் நோக்கமாகத் தொடர இவருக்குச் சந்தர்ப்பம் இல்லை. எழுத்துத் தொழில் கலைஞனுக்கு வருமானமற்றது. வருமானமற்றது என்பதால் சமூக மதிப்பு அற்றது. குடும்பத்தினரால் அலட்சியப்படுத்தப்படுவது. பிழைப்பை முன்னிட்டுச் சென்னை செல்லும் புதுமைப்பித்தன் சொந்த மண்ணிலிருந்து வேரொடு பிடுங்கி எறியப்பட்ட வேதனைக்கு ஆளாகியுள்ளதை இவருடைய சில கதைகள் வெளிப்படுத்துகின்றன.

புதுமைப்பித்தனைப் போன்ற ஒரு மேதை – மேலான உலக இலக்கியப் படைப்பாளிகள் சிலருடன் ஒப்பிட்டுப் பார்க்கத் தகுந்த மேதை, நோபல் பரிசு பெற்றுள்ள ஒரு சிலரையேனும் பின்தள்ளிவிடும் மேதை – செய்திகளை மொழிபெயர்த்துத் தன் காலத்தைத் தள்ள நிர்ப்பந்திக்கப்பட்டார் என்பது மிகவும் வெட்கப்படத் தகுந்த தலைகுனிவாகும். ஆனால் நம் கலாச்சாரத் தலைமை வெட்கமற்றது; சுயபோதம் அற்றது; தலைகுனிவுகளுக் குரிய பொறுப்பின்மையில் திளைத்துக்கொண்டே மீசையில் கைபோட்டு வீறாப்புப் பேசக்கூடியது.

புதுமைப்பித்தனின் 'நான்' வரும் கதைகளில், அநேகமாக 'நான்'கள் எழுத்தாளர்களாகவே – தமிழ் எழுத்தாளர்கள்தான்! – இருக்கிறார்கள். இந்த 'நான்'கள் ஸ்டீவன்சன் கதை, படமாக வந்திருப்பதன் கலைத் தரத்தைப் பற்றிப் பேசிக்கொள்கிறார்கள்; அதன்பின் அன்றையப் பாட்டுக்கு எட்டணா சில்லறை கைமாறு கிறது (வெளிப்பூச்சு). அவர்களுடைய லட்சியங்கள் சிறகு கட்டிப் பறக்கின்றன; ஆனால் வாழ்வின் எளிய சௌகரியங்களைப் பெறக்கூட அவர்களுக்கு விதியில்லை (ஒருநாள் கூத்து). படைப்பு, செய்திப் பத்திரிகை அலுவலகத்தில் அவசரத்தில் சில்லறை நிமிஷங்களைத் திருடிச் செய்ய வேண்டிய காரியமாகிறபோதும் கற்பனைக் குதிரை ராஜாக்களின் உலகில் தலைதெறிக்கப் பறக்கிறது (கருச் சிதைவு). எழுத்து, பிழைப்புக்கு வழிகோலவில்லை என்பது ஒரு பக்கமிருக்க, கலைஞனின் எழுத்தைப் பொருட்படுத்துவாரும் இல்லை (கடிதம்). அவனுடைய லட்சியங்களுக்கும் அவன் எதிர்கொள்ளும் கசப்பான வாழ்வுக்கும் சம்பந்தமே இல்லை (நிசமும் நினைப்பும்). இவர்களுடைய வாழ்க்கை ஒரு பெரிய இழுபறி; இவர்களுடைய கனவு ஒரு பெரிய வாழ்க்கை.

புதுமைப்பித்தன் மறைந்து இன்று முப்பதாண்டுகள் ஆகிவிட்டன. இன்றும் இத்தமிழ்ச் சமுதாயம் அவரை உணர்ந்து கொண்டுள்ளதற்கான அறிகுறிகள் எவையுமில்லை. தமிழ்மீதும்

தமிழர் வாழ்விலும் மிகுந்த கவலை கொள்வதான பாவனை கொள்ளும் நம் கலாச்சாரத் தலைமை எத்தனை ருசி கெட்டது, போலியானது என்பதற்கு இந்த ஒரு உதாரணமே போதும். இந்த உன்னதக் கலைஞனின் படைப்புகள் நம்மிடையே இருக்க, இதனை மறந்து அகிலனுக்கு மகுடம் சூட்டுகிறது ஒரு சுரணை கெட்ட பல்கலைக்கழகத் தலைமை.

புரட்சிகரமான கலைஞனை நம்மிலும் விவேகமுள்ள, சுரணையுள்ள, ருசியுள்ள சமுதாயங்கள்கூட அவன் வாழும் காலத்தில் ஏற்காமல் போனதற்கு உதாரணங்கள் பல உள்ளன. ஆனால் கலைஞர்கள் எங்கும் எதிர்கொள்ளப்படுகிறார்கள்; பரிசீலனைக்கு உள்ளாக்கப்படுகிறார்கள்; விவேகிகளால் மதிப்பிடப்படுகிறார்கள். கலைஞனின் பார்வை நிகழ்த்தும் மாற்றத்தை ஆபத்தின் அறிகுறியாகவோ அல்லது சுயநலங்களுக்கு எதிரானதாகவோ காணும் மடமை அவனைத் தூற்றுகிறது. தூற்றப்படுவதும் ஒரு எதிர்கொள்ளலே. பாதிப்பின் விளைவே. விளைவு நாகரிகமாக இல்லாதபோதும் பாதிப்பு உண்மையானது.

இங்குக் கலைஞன் – பச்சைப் பொய்களின் மொத்த விற்பனை யாளர்களையும் கலைஞன் என்றே அழைக்கிறோம் – அவன் கலைஞன் எனில், புரட்சிவாதி எனில், தனது முழுப்பிரக்ஞைக்கு நியாயம் சொல்லி இயங்க முற்பட்டுவிட்டான் எனில், இன்றைய ஓட்டை மரபுகளுக்கும் பொக்கான நிறுவனங்களுக்கும் போலியான அரசியலுக்கும் எதிராக இயங்கக்கூடியவன் எனில், அல்லது தன் எளிய துறைகளின் சிறுவட்டங்களில்கூட மனமொப்பும் உண்மையைத் தேடிச் சென்றுவிட்டான் எனில், அவனை நம் தமிழ்ச் சமூகம் எதிர்கொள்ளும் விதம் தந்திரபூர்வமானது. அவன் அலட்சியப்படுத்தப்படுகிறான்; முடிந்தவரையிலும் அவனது இருப்பே அறியப்படாத ஒன்றென பாவனை மேற்கொள்ளப்படுகிறது. பின் கலை வட்டத்தின் அங்கீகாரமோ அறிவாளிகளின் ஏற்போ மதிப்போ அவனுக்கு உறுதியானதும் நம் கலாச்சாரத் தலைமை அவனை ஒப்புக்கு ஏற்று, புன்னகையுடன் குழிதோண்டிப் புதைத்து விடுகிறது. இவர்களின் கலாச்சாரக் கொலைகள், உயிர்க் கொலைகளில் திளைத்த உலக சர்வாதிகாரிகளைக்கூட நாணமுறச் செய்துவிடும். உ.வே. சாமிநாத அய்யர், எஸ். வையாபுரிப்பிள்ளை, டி.கே.சி., புதுமைப்பித்தன் போன்ற பலரை ஒழித்துக் கட்டும் முயற்சி அடையாளமின்றி, அரவமின்றி நடந்துகொண்டு வருகிறது. தவிர்க்க முடியாத சந்தர்ப்பங்களில் இவர்களைப் பற்றி மிக உயர்வாகப் பேசி, நடைமுறையில் தொடர்ந்து புறக்கணித்து, தனிப்பேச்சுகளில் கீழான முத்திரை குத்தி, காலத்தின் போக்கில்

ஒரு கலை நோக்கு

புதைந்துபோய்விடும் என்ற ஆசுவாசத்தில் காத்திருக்கும் தலைமை யின் தந்திரம் நமது பண்பாட்டின் பிரிக்க இயலாத ஒரு பகுதி என்றே சொல்லலாம்.

பிரச்சாரத்தின் பொய்மையை ஏற்க மறுத்து, பிரக்ஞையின் உண்மையை அனுசரித்ததனால்தான் புதுமைப்பித்தன் புறக்கணிக்கப்படுகிறார் என்று தோன்றுகிறது. உண்மை நம் மக்களுக்கு அத்தனை கசப்பானது. அதேசமயம் புதுமைப்பித்தனின் உலகம் இன்றைய சமூக குணங்களுக்கு மிகவும் அனுசரணையானது, இன்றையத் தலைமையின் கோஷங்களுக்கு ஏற்றது என்றும் தோன்றுகிறதல்லவா? அரசியல், சினிமா, பத்திரிகைகள், பல்கலைக்கழகங்கள் ஆகிய சக்திகள் இன்று தங்களுக்குப் பொருத்திக்கொண்டிருக்கும் முகத்திற்கும் புதுமைப்பித்தனின் உலகத்திற்கும் ஒற்றுமைகள் உள்ளன எனத் தோன்றும்போதே, இச்சக்திகளாலேயே அவர் புறக்கணிக்கப்பட்டு வருவது ஏன் என்ற கேள்வி பிறக்கிறது.

புதுமைப்பித்தனின் உலகம் ஆத்மீக உலகம் அல்ல; பொருள் சார்ந்த உலகம்; வாழ்வின் தன்னிறைவுக்குப் பொருளாதாரத் தன்னிறைவை வற்புறுத்தும் உலகம்; இன்றையப் பொருளாதார அமைப்பு பெரும்பான்மையோருக்கு எதிராக இயங்கிக் கொண்டிருக்கும் உண்மையையும் அதனால் விளையும் சீர்கேடு களையும் பட்டவர்த்தனமாகச் சொன்ன உலகம்; ஜாதிக் கொடுமையை விவரித்த உலகம்; சமூக மாற்றங்களை, புதிய எழுச்சிகளை, கருத்தோட்டங்களைப் பிரதிபலித்த உலகம். இருந்தும் இன்றையக் கலாச்சாரத் தலைமை, வேறு பலரை உபயோகப்படுத்திக்கொள்வதுபோல் – உதாரணம்: பாரதிதாசன் – புதுமைப்பித்தனை உபயோகப்படுத்திக்கொள்ளவில்லை. ஏன்?

புதுமைப்பித்தனின் நோக்கு கலைநோக்கு என்பதும் பிரச்சாரத்தின் கீழ்மைகளை ஒரு கலைஞனாக நின்று அவர் ஏற்கப் பிடிவாதமாக மறுத்துவிட்டதுமே காரணமாகக் காணமுடிகிறது. புதுமைப்பித்தன் எந்தக் கட்சிக்கும் இயக்கத்திற்கும் தத்துவத்திற்கும் நிறுவனத்திற்கும் தன் முழு விசுவாசத்தைத் தர மறுத்துவிட்டவர்.

காந்திய அலையும் தேசிய அலையும் இவரைக் கவர்ந் துள்ளன. ஜாதிக் கொடுமையை இவர் பிரதிபலித்துள்ளார் ('துன்பக்கேணி', 'நாசகாரக் கும்பல்'). ஜாதிப் பாகுபாட்டை எதிர்ப்போருக்கும் எதிர்ப்பதான வேஷம் போட்டுக்கொண்டே இயங்குபவர்களுக்கும் புதுமைப்பித்தனின் இப்பிரதிபலிப்புகள் திருப்தியைத் தரும்; அல்லது திருப்தியைத் தந்துள்ளதாகக் காட்டிக் கொள்ள முடியும். இத்துடன் நின்றுகொள்ளாமல் புதுமைப்

பித்தன் 'கோபாலய்யங்காரின் மனைவி' என்ற கதையையும் எழுதுகிறார். பாரதியின் கதைக்கு அனுபந்தமாக எழுதிய கதை இது. கலாச்சார வேற்றுமை உள்ளவர்கள் திருமண உறவு கொள்ளும்போது இருதரப்பிலும் எதிர்கொள்ளும் தத்தளிப்பை விவரிக்கும் கதை. ஜாதிக் கொடுமையைப் பிரச்சாரத் தளத்தில் பார்ப்போருக்கு, ஜாதிகளை ஒழித்தல் எனும் பிரச்சினையை ஒரு கோஷமாக மட்டும் பார்ப்பவர்களுக்கு, புதுமைப்பித்தன் இங்குச் சேர்த்திருக்கும் மற்றொரு பரிமாணம் – பிரச்சாரத்தில் விட்டுப்போகும், பல சமயம் வேண்டுமென்றே மறைக்கப்படும் பரிமாணம் – அதிருப்தியைத் தரும். ஒரு கட்சி அல்லது ஒரு இயக்கத்தைச் சேர்ந்தவர்களுக்குப் புதுமைப்பித்தனின் ஒரு பகுதி பிடிக்கும்போதே மற்றொரு பகுதி பிடிக்காமல் போய்விடும். பிரச்சாரத்தின் அவசர நோக்கங்களை ஏற்று, அப்போதைய ஆமோதிப்புகளையும் கரகோஷங்களையும் கருதி, முக்கால் உண்மைகளை முழு உண்மைகளாகக் காட்டப் புதுமைப்பித்தன் மறுத்துவிட்டதையும் கசப்பான உண்மைகளை, விட்டுப்போகும் உண்மைகளை, மறைக்கப்படும் உண்மைகளைப் புலப்படுத்திக் கலைஞனின் மகத்தான தர்மத்தை ஏற்றுக்கொண்டிருப்பதையும் இவர் கதைகளில் நாம் காணலாம். நாஸ்திகவாதத்திலும் பகுத்தறிவுவாதத்திலும் இவர் மனச்சாய்வு கொள்ளும்போதே, புராணங்களில் கலைப்பூர்வமான ஈடுபாடு கொண்டுள்ளார் (அகலியை, சாப விமோசனம், அன்றிரவு). மனம் தருக்க நிலைகளுக்கு மீறி பயப் பிராந்திகொள்வதையும் (காஞ்சனை) எழுதுகிறார். பிராமணர்களின் ஜாதிப் புத்தியையும் ஆஷாடபூதித்தனத்தையும் (எல்லாம் முடிவிலே இன்பம்) கேலி செய்வது ஒரு பகுதியைத் திருப்திப்படுத்தக்கூடும்; ஆனால் பிராமணர்களைப் போலவே பிற ஜாதியினரும் ஜாதித் துவேஷம் கொண்டவர்களாகப் புதுமைப்பித்தன் சுட்டுவது (துன்பக் கேணி, நாசகாரக் கும்பல்) ஜாதிப் பிரச்சனையைப் பிரச்சாரத் தளத்தில் சந்திப்பவர்களின் அதிருப்தியைப் பெற்றுக்கொள்வதாகும். இதேபோல் மேல்ஜாதியினர் கீழ்ஜாதியினரைச் சுரண்டுவது போலவே கீழ்ஜாதி யினரும் சந்தர்ப்பம் கிடைக்கும்போது மேல் ஜாதியினரை ஏமாற்ற எண்ணுவதைப் புதுமைப்பித்தன் காட்டுவது பிரச்சாரத்திற்கு உகந்த விஷயமல்ல. 'அன்றிரவு' கதைப்பொருள் சைவத் தமிழ்ப் புலவருக்கு விருப்பமான விஷயமாக இருக்கலாம். இதில் பெறும் திருப்தியைத் 'திருக்குறள் குமரேச பிள்ளை'யைப் படிக்கும்போது இவர்கள் இழந்து விடக்கூடும். புராணக் கருக்களில் நவீன முனிவரைப்போல் இவர் கம்பீரமான யாத்திரை மேற்கொள்வது மரபில் ஈடுபாடு கொண்டவர்கள் மனத்தை வெகுவாகக் கவரும். ஆனால் சீதையைச் சோதித்த ராமனுக்கு, அகலியைக்குச் சாப

விமோசனம் தர என்ன தகுதி இருக்கிறது என்று புதுமைப்பித்தன் கேட்பது இவர்களுக்கு அதிருப்தியைத் தரும். பிரச்சாரகர் களால் கலைஞன் புறக்கணிக்கப்படுவது புரிந்துகொள்ளக்கூடியதுதான். ஆனால் பிரச்சாரகர்களை, போலிகளை, வர்த்தகர்களைக் கலைப்பிரதி நிதிகளாக ஏற்றுக்கொண்டிருப்பது நம் சமூகத்தின் விசேஷமான சீரழிவாகும்.

திருவனந்தபுரம் பல்கலைக்கழகக் கல்லூரித்
தமிழ்த்துறை ஆய்வுப் பகுதிக் கருத்தரங்கில்
1977இல் வாசிக்கப்பட்ட கட்டுரை.

யாத்ரா, 1979

6

காந்தி இன்று

இன்றைய பார்வையில் காந்தியின் எண்ணங்கள் எந்த அளவிற்குப் பொருட்படுத்தும் படியாக இருக்கின்றன? காந்தியின் எண்ணங்கள் அவர் வாழ்ந்த வாழ்க்கையைச் சார்ந்தவை. வாழ்க்கையை மட்டுமே சார்ந்தவை. சுத்தமான தத்துவக் கேள்வி என்று அவரிடம் எதுவும் இல்லை. அவர் தத்துவ உலகத்தைச் சார்ந்தவரும் அல்லர். இதில் நமக்கு ஒரு நிம்மதி உண்டு. வாழ்க்கையைச் சார்ந்தே, தான் பெற்ற அனுபவங்களைச் சார்ந்தே, மிக விரிவாக ஒருவர் எழுதி வைத்திருக்கும் போது, வாழ்ந்துகொண்டிருக்கிறோம் எனும் தகுதியினாலேயே நாமும் அவரது எண்ணங்களின் அகண்ட உலகத்துக்குள் நுழைய முடிகிறது. குறையான வாழ்க்கையை நிறைவாக மாற்றுவதற்கான சோதனைகளில் தன் வாழ்க்கையை அர்ப்பணித்துக்கொண்டவர் அவர். குறையான வாழ்க்கையின் பிரதிநிதிகளாக நாம் இருந்து கொண்டிருக்கிறோம். இது அவரது எண்ணங்களின் உலகத்திற்குள் நுழைய நமக்கு மற்றுமொரு 'தகுதி' யாகிவிடுகிறது. இவற்றைவிட்டு, அவர் வாழ்ந்து முடித்த வாழ்க்கையின் தளம், அந்தத் தளத்தின் தரம், மேன்மை இவற்றோடு நாம் வாழ்ந்துகொண்டிருக்கும் தளத்தின் தரத்தை மட்டுமே ஒப்பிடுவோம் எனில் நாம் அவரைப் பற்றி எதுவுமே பேச அருகதை அற்றவர்களாகிவிடுவோம்.

மிக விரிவாக அவர் எழுதி வைத்திருக்கிறார் என்பதை நாம் அறிவோம். எண்பது தொகுதிகளுக்கு மேல் அவரது எழுத்துகள் வெளிவந்துள்ளன.

தொகுக்கப்படாதவையாகவும் காலத்தின் நீட்சியில் மறைந்து போனவையாகவும் கணிசமான அளவு இருக்கும் என்றும் சொல்லப்படுகிறது. காந்தியை அறிந்துகொள்ள இன்று நாம் யாரையும் சார்ந்து நிற்கவேண்டியதில்லை. வழிகாட்டிகளையோ உரையாசிரியர்களையோ தேடிக்கொண்டு போகவேண்டியதில்லை. காந்தியைப் பற்றி ஒரு காந்தியப் புலவர் என்ன நினைக்கிறார் என்று தெரிந்துகொள்ள அவரை அணுகுகிறோமே தவிர, காந்தியின் எண்ணங்களைப் புரிந்துகொள்ள எந்தக் காந்தியப் புலவரின் துணையும் தேவையில்லை. இருந்தும்கூட இங்கு காந்தி போதிய அளவு மறுபரிசீலனைக்கு ஆளாக்கப்படவில்லை என்றே நினைக்கிறேன்.

காந்தியின் மறைவுக்குப்பின் இந்திய சமூகக் கருத்துலகில், கடந்த நாற்பது வருடங்களில், இடதுசாரிச் சிந்தனைகளை விளம்பரப்படுத்தும் பல சொற்றொடர்கள் பிரபலமாகிவிட்டன. இந்தச் சொற்றொடர்களை உருவாக்கியவர்களும் பரப்பியவர்களும் இந்திய மக்களை இன்றுவரையிலும் பெரும் அளவுக்குப் பாதித்துவிடவில்லை. ஆனால் கருத்துலக ஆய்வுகளிலும் புத்தகங்களின் உலகங்களிலும் மாநாடு கருத்தரங்குகளிலும் இந்தச் சொற்றொடர்களும் இந்தச் சொற்றொடர்களைச் சார்ந்த மேம்போக்கான தத்துவ விவரிப்புகளும் புழக்கத்துக்கு வந்துவிட்டன. இதன் விளைவாக, சிந்தனையாளர்கள் மேம்போக்காக இரு கூறாகப் பிரிக்கப்பட்டுவிட்டனர். ஒன்று, முற்போக்குவாதிகளின் முன்னணிப் படை; மற்றொன்று, இந்தப் படையில் சேர்ந்து, யார் யாருக்குச் சீருடை வழங்க முடியவில்லையோ அவர்கள் அனைவரும் பிற்போக்குவாதிகள். ஆனால் வாழ்வின் தளத்திலோ இந்த முற்போக்குவாதிகளும் பிற்போக்குவாதிகளும் கூடிக் கலந்து கிடக்கிறார்கள். இருவருமே எண்ணங்களின் உலகில், கருத்துகளின் உலகில், புத்தகங்களின் உலகில் தொழில்பட்டுக் கொண்டிருக்கிறார்கள். இப்போது பிற்போக்குவாதிகளிலிருந்து முற்போக்குவாதிகளை இனம் கண்டுகொள்வது எப்படி? அதற்கு எளிமையான வழி ஒன்று உருவாயிற்று. இடதுசாரிச் சிந்தனைகளைச் சார்ந்தவை என்று கருதப்படும் சொற்றொடர்களை ஒருவன்மீது வீசவேண்டும். அந்தச் சொற்றொடர்கள் அவன்மீது ஒட்டிக்கொள்ளும் என்றால், அந்த அளவுக்கேனும் முற்போக்கு மோஸ்தரின் ஈரப்பசையுடன் அவன் இருந்தால், சந்தேகமே இல்லை, அவன் முற்போக்குவாதிதான். வீசப்பட்ட சொற்றொடர்கள் உதிர்ந்துவிட்டால், அப்போதும் சந்தேகமே இல்லை, அவன் பிற்போக்குவாதிதான்.

இன்று நாம் பரிசீலனைக்கு எடுத்துக்கொண்டிருக்கும் கிழவர் இந்த முற்போக்கு மோஸ்தரின் சொற்றொடர்களை

ஏற்க மறுத்து அவற்றை உதிர்த்துக்கொண்டு நிற்கிறார். அவர் பிற்போக்குவாதி என்று தீர்மானிப்பதற்கு வேறு என்ன சோதனை வேண்டும்! இந்த மனப்போக்கு அவரை உதாசீனப்படுத்தக் காரணமாயிற்று. சொற்றொடர் சோதனையின் மூலம் ஒருவன் பிற்போக்குவாதி என்ற முடிவுக்கு வந்துவிட்டால் அதன் பின் என்ன செய்ய வேண்டும்? பிற்போக்குவாதியைக் கிழித்து நாட்ட வேண்டும். கிழித்து நாட்டுகிறவன் எவ்விதக் கோட்பாடும் இல்லாமலே, தத்துவ பலம் இல்லாமலே, செயல்பாடு இல்லாமலே, பிற்போக்குவாதியைக் கிழித்து நாட்டுகிறான் என்பதினாலேயே முற்போக்குவாதியும் ஆகிவிடுகிறான். எவ்வளவு சுலபமான பதவி உயர்வு!

எந்தப் பெரும் வாழ்விலும் அபஸ்வரங்கள் உள்ளன. காவியத்தில், கற்பனையின் தளத்தில்கூட, ஒரு முழுமையான கதாநாயகனைக் கவிஞனால் படைத்துக் காட்ட முடிந்துவிடவில்லை. எங்கோ ஒரு சிறு கோணலேனும் விழுந்துவிடுகிறது. கவிஞனும் பரிபூரணத்திற்கு ஏங்கும் மனிதனே அன்றி, பரிபூரணத்தை எட்டிவிட்ட பரிபூரணன் அல்லன். காந்தியின் வாழ்விலும் அபஸ்வரங்கள் உள்ளன. இந்த அபஸ்வரங்கள் நம்மால் சற்றும் கூச்சம் இன்றிக் கண் திறந்து பார்க்கப்பட வேண்டியவை. பல முரண்பாடுகள், ஒரு சில பாரபட்சங்கள், தந்திரங்கள், வழுக்கல்கள், சறுக்கல்கள் எல்லாம் உள்ளன. திருத்தொண்டர் என்றோ புனிதர் என்றோ எடுத்துக்கொண்டால் கூர்மையாகிவிடும் குறைகள். அரசியல்வாதி என்று எடுத்துக்கொண்டால் மங்கிப் பின்னொதுங்கிப் போகும் குறைகள். மலைச் சிகரத்தில் விஷச் செடிகள் போல் இவை தெரிகின்றன. மலைச் சிகரத்தின் அழகுகளை, வானம் அளாவி நிற்கும் அதன் கோலத்தை, எவனுக்கு முழுமையாகப் பார்க்கத் தெம்பு இருக்கிறதோ அவன் விஷச் செடிகளை விஷச் செடிகளாகக் காண்பதில் எவ்விதத் தவறும் இல்லை. மகோன்னதம் அந்த அளவுக்கு மாசுபடட்டும். பெருமையின் நிமிர்வுகள் அந்த அளவுக்குக் குறையட்டும். அவர் வற்புறுத்தி வந்த சத்தியம், ஈவிரக்கமற்ற அந்தச் சத்தியம், அவரையும் தராசில் நிறுத்தட்டும். அனைத்தையும் முழுமையாகக் கண்டு சுதந்திரமான முடிவுக்கு வருவது ஒன்று; விழத்தட்டுவதற்காக ஓட்டைகளை, அபஸ்வரங்களை, பலவீனங்களைக் கண்டு பிடிப்பது மற்றொன்று. இடதுசாரிகளாயினும் சரி, மேலோட்டமான வலதுசாரிகளாயினும் சரி, காந்தியை விழத் தட்டுவதற்குரிய கீறல்களை முன்வைத்தே, அதிகமும் அவற்றிற்கு அழுத்தம் தந்தே பேசியிருக்கின்றனர்.

நேர்மையான மறுபரிசீலனைக்கான காலம் இப்போது தோன்றுகிறதோ என மகிழ்வு கொள்வதற்கான அறிகுறிகள்

ஒரு கலை நோக்கு   ❈ 67 ❈

உள்ளன. இந்த மறுபரிசீலனை செம்மைப்பட நாம் காந்தியுடன் எந்த விதமான உறவுகொள்ள வேண்டும்? இதுதான் மிக முக்கியமான விஷயம். நாம் சேர்த்து வைத்துக்கொண்டிருக்கும் எண்ணங்களிலிருந்து விடுதலை பெற வேண்டும். மேற்கத்திய சித்தாந்தங்கள் எவற்றிலும் சிறைப்பட்டு நிற்காமல், மதக் கோட்பாடுகள் எவற்றிலும் சிக்குண்டு கிடக்காமல் நாம் அவரைப் பார்க்க வேண்டும். எவ்விதமான முடிவுக்கும் வர நாம் இயற்கையாகப் பெற்றிருக்கும் சுதந்திரத்தை, எந்த அமைப்புக் காகவும் விட்டுக்கொடுக்கப் பிடிவாதமாக மறுத்து, திறந்த மனத்துடன் நாம் அவரைப் பார்க்க வேண்டும்.

நாம் வாழ்ந்துகொண்டிருக்கும் வாழ்க்கையின் கஷ்டங்கள் நம்மையும் நமது நட்பையும் சுற்றங்களையும் பிடுங்கியிருக்கின்றன. நாம் வாழ்ந்திராத காலத்தின் கொடுமைகளையும் நாம் அறிந்திராத மக்களின் துன்பங்களையும் இலக்கியத்தின் மூலம் அனுபவப்பட்டுக்கொண்டிருக்கிறோம். இந்த அனுபவங்களின் பிரக்ஞை ஒருவனுக்கு இருக்கும் எனில், அவன் காந்தியை எதிர்கொள்ள சகல தகுதிகளும் உள்ளவனாக இருக்கிறான். தத்துவச் சிறையிலிருந்து அவரைப் பார்க்காமல் வாழ்க்கைச் சோதனைகளின் துன்பச் சுழிப்பிலிருந்து நமக்கு அவரைப் பார்க்கத் தெரிய வேண்டும். அவரை நிலைநாட்டுவதற்காகவோ துதிப்பதற்காகவோ வணங்குவதற்காகவோ நாம் அவரைச் சந்திக்க மறுத்து, கிழித்து நாட்டவோ பிளந்து காட்டவோ அக்கறை கொள்ளாமல், உன்னதமான வாழ்வு ஒன்றைப் புரிந்து கொள்வதற்காக நாம் அவரைச் சந்திக்க வேண்டும்.

இன்று வாழ்வின் இந்தக் காலகட்டத்தில் உன்னதங்கள்மீது நாம் ஆயாசமே கொண்டிருக்கிறோம். உன்னதங்களைக் கண்டு, பரவசப்பட்டு அவற்றைப் பின்பற்றி வெகுதூரம் ஓடி, சூன்யத்தின் குழிக்குள் விழுந்து ஏமாந்து திரும்பிக்கொண்டிருப்பது நம்முடைய தொழிலும் அல்ல. இவர் வருவதற்கு முன்னரே யேசுவைக் கண்டு, புத்தரைக் கண்டு, நபிநாயகத்தைக் கண்டு, இவர்களை யொத்த எண்ணற்ற உன்னதங்களைக் கண்டு நாம் சரித்திரத்தில் பரவசப்பட்டிருக்கிறோம். பரவசம் கொப்பளிக்க ஒருவரை யொருவர் அணைத்துக்கொண்டிருக்கிறோம். பின் பரவசம் தந்தவர்களைக் காப்பாற்ற மிருக வெறிகொண்டு பரஸ்பரம் வெட்டிச் சாய்த்துக்கொண்டும் இருக்கிறோம். உன்னதங்கள் கண்ட ஊனங்கள் தொடர்கின்றன. அவர்கள் கண்ட அவலங்கள் தொடர்கின்றன. அவர்கள் விவரித்த ஸ்திதி இன்றும் நம் முன்னால் நிற்கிறது. நம்மை அச்சுறுத்துகிறது. நிலைகுலையச் செய்கிறது. ஆக, இன்றைய வாழ்வின் ஊனங்களுக்கு ஏதும் பரிகாரம் பெற முடியுமா என்று பார்ப்பதற்காகவும் நாம் காந்தியை அணுகுகிறோம்.

இவ்வளவு மனநிலைகளையும் முன்னிலைப்படுத்திப் பார்க்கும் ஒருவன், இன்றைய வாழ்வைச் சிறிது செப்பனிட்டுக் கொள்வதில் காந்தி மீண்டும் பங்குபெற முடியும் என்று எண்ணச் சாத்தியக்கூறுகள் உள்ளன. காந்தியைக் கற்கத் தொடங்கும் மாணவன் முதலில் மூன்று புத்தகங்களில் கவனம் கொள்ள வேண்டும். இது என் தேர்வு. ஆனால் இந்த வாசல் வழியாகத்தான் உள்ளே போக வேண்டும் என்ற கட்டாயம் எதுவுமில்லை. ஒன்று: காந்தியின் சுயசரிதம். அதாவது 'சத்திய சோதனை.' இரண்டு: 'இந்திய சுய ராஜ்ஜியம்.' காந்தி தனது எண்ணங்களின் அடிப்படைகளை விளக்கும் புத்தகம். மூன்று: 'காந்திஜி ஒரு சொற்சித்திரம்.' காந்தியிடம் நேர்ப்பழக்கம் கொண்ட பலரும் தத்தம் அனுபவங்களைக் கூறியிருப்பவற்றின் தொகுப்பு. பி.பி.சி. தயாரித்து அளித்தது. நம் மனத்தில் இருக்கும் கற்பனை காந்தியிலிருந்து உண்மையான காந்தியைப் பிரித்து எடுத்துக்கொள்ள இந்த நூல்கள் உதவும்.

வெள்ளையன் கையிலிருந்து இந்தியாவைப் பிடுங்குவது என்பது அவருடைய லட்சியங்களின் இறுதியும் அல்ல; மிக முக்கியமான லட்சியமும் அல்ல. அவருடைய கவனம் படிந்திருந்த எண்ணற்ற காரியங்களில் அதுவும் ஒன்று. வாழ்க்கையின்மீது அவர் கொண்டிருந்த கவனங்கள் பரந்துபட்டவை. உணவு, உடை, குடியிருப்பு, மருத்துவம், தன்னை மட்டுமே சார்ந்து நிற்பதன் மூலம் ஒருவன் பெறக்கூடிய சுதந்திரங்கள், தொழிலாளர் வாழ்வு, இந்திய விவசாயியின் நலன்கள், கல்வி, நாகரிகம், சுகாதாரப் பழக்கவழக்கங்கள், மதத்தின் அசுத்தங்கள், கழிவறையின் சுத்தங்கள் அல்லது அசுத்தங்கள், உடலைப் பேண வேண்டியதன் அவசியம், மரணத்தைச் சந்திப்பதற்கான அவசியங்கள், பிரம்மச்சரியம், ஆண் – பெண் உறவு, காமம், காமத்துக்கும் சில பொல்லாத உணவுகளுக்குமான உறவுகள் என எண்ணற்ற பகுதிகளில் அவரது சிந்தனைகள் வளர்ந்துள்ளன.

அவருடைய சோதனைகள் முக்கியமாக இரண்டு தேசங்களில் நடைபெறுகின்றன. முதலில் தென்னாப்பிரிக்காவிலும் பின் இந்தியாவிலும். என்னை இழிவுபடுத்தக்கூடாது என்பதிலிருந்து இந்தப் போராட்டம் ஆரம்பித்து எங்களை யாரும் இழிவுபடுத்தக் கூடாது என்ற திசையை நோக்கி விரிகிறது. எவனும் எவனையும் இழிவுபடுத்தக்கூடாது என்ற ஆதர்சம் தோன்றி மனித விடுதலையே இறுதி லட்சியம் என விகாசம் கொள்கிறது. ரஸ்கினின் 'கடையனுக்கும் கதிமோட்சம்' என்ற நூலைப் படிக்க நேர்ந்த போது அதிலிருந்து முக்கியமாக மூன்று கருத்துகளை அவர் எடுத்துக்கொள்கிறார்.

1. எல்லோருடைய நலனில்தான் பாதிக்கப்பட்டவனின் நலனும் அடங்கியிருக்கிறது.

2. உழைப்பினால் வாழ்கிற தொழிலாளியின் வேலைக்கு இருக்கிற அதே மதிப்புத்தான் வக்கீலின் வேலைக்கும் இருக்கிறது.

3. உழுது பாடுபடும் குடியானவனின் வாழ்க்கையே உயர்வான வாழ்க்கை.

ஃபீனிக்ஸ் பண்ணையை அமைக்க இக்கருத்துகளே அவரைத் தூண்டின.

இம்மூன்று கருத்துகளும் சமூக முக்கியத்துவம் கொண்டவை. வேலை சார்ந்து ஒருவன் தாழ்வாகவோ உயர்வாகவோ கருதப்படுவானாயின் அது நாகரிக சமுதாயம் அல்ல. காலம் காலமாக வந்த ஏற்றத்தாழ்வுகள் மறைய நீண்ட காலம் எடுத்துக்கொள்ளும் என்ற வாதம் உண்டு. அந்த வாதம் இன்று செல்லுபடியாகக்கூடியது அல்ல. ஏற்றத்தாழ்வுகள் மறைவதற்கான முயற்சிகளைத் தீவிரமாக நாம் மேற்கொள்ளும்போது மட்டுமே இந்த வாதம் செல்லுபடியாகும். ஜாதி, அதிகாரம், பணம் எனும் மூன்று தளங்களிலும் இந்த ஏற்றத்தாழ்வுகள் துலக்கமாக வெளிப்படுகின்றன. அதன்பின் ஒருவனின் தோற்றம், படிப்பு, குடும்பம், தேசம் சம்பந்தமான ஏற்றத்தாழ்வுகளும் உள்ளன. அதிகாரத்திலிருப்பவன் ஜாதியின் ஏற்றத்தாழ்வுகளை விமர்சிக்கும்போதே அவனுடைய அதிகாரத்தைப் பயன்படுத்தி, புதிய ஏற்றத்தாழ்வுகளை உருவாக்கிக்கொண்டு இருக்கிறான். இந்த ஏற்றத்தாழ்வுகளுக்கு எதிராகப் போராடும் குணம் முற்றாக மங்கிய நிலையில் நாம் இன்று இருந்துவருகிறோம். இத்தீமைக்கு எதிரான போராட்டத்தை உருவாக்க காந்தி இன்றும் நமக்குப் பெரும் ஆவேசத்தைத் தரக்கூடியவராக இருக்கிறார். ஏற்றத்தாழ்வுகளின் கொடுமைகளை வேறு எவருடைய மொழியிலும் கூறுவதைவிடவும் காந்தியின் மொழியில் மக்களிடம் எளிமையாக எடுத்துச் செல்ல முடியும். காந்தியின் இந்த முற்போக்கான முகத்திற்கு இன்று எந்தவிதமான பிரச்சாரமும் இல்லை. இன்றையத் தலைமைக்குச் சகல மட்டங்களிலும் இந்த ஏற்றத்தாழ்வுகளைப் பேச்சாக மட்டும் சுருக்கி ஆதாயங்களை அடைய வேண்டும் என்ற எண்ணம் இருக்கிறதே தவிர ஏற்றத்தாழ்வுகளை ஒழிக்க வேண்டும் என்ற எண்ணம் இல்லை. காந்தியின் வாரிசுகள் என்று நம்பப்படுபவர்கள்கூட, காந்தியின் சமூக சாராம்சம் கொண்ட கருத்துகளைப் பரப்ப முற்படுவதில்லை.

மற்றொன்று, மதுவிலக்கு எனும் சீர்திருத்தம். காந்தி உருவாக்க முனைந்த சமுதாயத்திற்கும் என்னைப் போன்ற ஒரு படைப்பாளி

கனவு காணும் சமுதாயத்திற்கும் வேற்றுமைகள் இடைவெளிகள் இருப்பது ஆச்சரியம் அல்ல. உன்னதமான கோட்பாடுகளை உறுதியாகக் கடைபிடித்த தன் மூலம் சில உரமான, திட்பமான, அசைக்க முடியாத நம்பிக்கைகளைக் கொண்டவர் காந்தி. இதுபோன்ற வாழ்க்கையை மேற்கொள்ளாதவர்கள் இந்த எண்ணங்களின் ஆழத்தை உணர முடியாது. என்னளவில் நான் மனிதன்; சாதாரண மனிதன். நியாயமான எல்லா சந்தோஷங்களையும் அனுபவிக்க வேண்டும் என்ற ஆசை கொண்டவன். விசேஷ சந்தர்ப்பங்களில், சுய விவேகத்தால் எல்லைகள் வரையறுக்கப்பட்ட கேளிக்கைகளிலும் ஈடுபடலாம் என்ற எண்ணம் கொண்டவன். ஆனால் இன்று மனிதனுக்கும் மதுவுக்குமான உறவு காந்தியின் கோட்பாட்டிலிருந்து வெகுதூரம் விலகிச் சென்றுவிட்டது மட்டும் அல்ல; என்னைப் போன்ற சாதாரண மனிதனின் கனவுகளிலிருந்தும் சபலங்களிலிருந்தும் வெகுதூரம் விலகிச் சென்றுவிட்டது. இந்தத் தேசத்தில்தான் மதுவிலக்குப் பிரச்சாரம் ஒரு காலத்தில் மிகத் தீவிரமாக நடந்தது என்றால் இளைய தலைமுறையைச் சேர்ந்தவர்கள் அதை நம்புவார்களோ என்னவோ! அன்று அந்தப் பிரச்சாரம் பத்திரிகைகளின் பக்கங்களில் இடம்பெற்றிருந்தது. சினிமாவிலும் நாடகங்களிலும் இந்தப் பிரச்சாரம் இடம்பெற்றிருந்தது. இந்தத் தேசத்தில்தான் மதுக்கடைகளுக்கு முன்னால் வக்கீல்களும் ஆசிரியர்களும் டாக்டர்களும் எழுத்தாளர்களும் தொழிலாளர்களும் விவசாயிகளும் மறியல் செய்தார்கள். பூரிப்புடன் சிறைத் தண்டனையை ஏற்றுக்கொண்டார்கள். எப்போது இந்தப் பானத்தை, அதன் மிக மோசமான சேர்க்கைகளில் – உடலை அரித்துத் தின்றுவிடும் சேர்க்கைகளில் – தெருவுக்கு இரண்டு கடைகளாகத் திறந்து எல்லோருடைய வாயிலும் ஊற்ற ஆரம்பித்தோமோ அன்று அதற்கெதிரான சகல எதிர்ப்புகளை யும் முடக்கிக்கொண்டுவிட்டோம். இன்று தொழிலாளர்களும் விவசாயிகளும் தங்கள் அன்றாடச் சம்பாத்தியத்தை இக்கொடிய பழக்கத்தில் இழந்து தம் உடலையும் முற்றாகச் சீரழித்துக் கொண்டு, தத்தம் குடும்பங்களையும் எல்லையற்ற துயரத்திற்கு ஆட்படுத்திக்கொண்டிருக்கிறார்கள். இந்தப் பிரச்சினை உண்மை யாக நம்மைப் பாதிக்கும் என்றால் இத்தீமை பற்றிக் காந்தி கூறியிருக்கும் கருத்துகளும் இதனை ஒழிக்க அவர் வகுத்திருக்கும் திட்டங்களும் இன்றும் நம்மை வெகுவாக ஆட்கொள்ளும்.

இந்திய வாழ்க்கை மேற்கத்திய நாகரிகத்தால் பாதிக்கப் படுவதை காந்தி கடுமையாகக் கண்டித்திருக்கிறார். வெள்ளையன் இந்தியாவில் அவனுடைய நாகரிகத்தைப் புகுத்தாமல், நமது நாகரிகத்தை முற்றாக ஏற்றுக்கொண்டு அதையே இங்கும்

ஒரு கலை நோக்கு

பரப்பிக்கொண்டும் இருப்பான் என்றால் அவர்கள் நம்முடன் இருந்துவிட்டுப் போகட்டும் என்று சொல்லக்கூட காந்தி ஒரு சமயம் முற்பட்டிருக்கிறார். ஆக, சுயராஜ்ஜியம் என்பதில் முக்கியமான அழுத்தம் இந்திய நாகரிகத்தை விழுங்க முற்படும் மேற்கத்திய நாகரிகத்தை விரட்டுவது என்பது. இதன் இரண்டு முக்கியமான அம்சங்கள்:

1. வாழ்க்கை பற்றி இந்தியனின் அடிப்படையான எண்ணங்களையே மேற்கத்திய நாகரிகத்தின் ஊடுருவல் தகர்த்துவிடுகிறது.

2. இந்திய வாழ்க்கையில் பெரும் இயந்திரங்கள் ஊடுருவி அவற்றின் மிருகபலத்தைச் செலுத்த ஆரம்பிக்கின்றன.

உணவுக்கும் உடைக்கும் குடியிருப்புக்கும் இன்னும் பிற காரியங்களுக்கும் தன் உழைப்பைத் தன் கைகளையே சார்ந்து நின்று, தானே தன்னைக் காப்பாற்றிக்கொள்ளும் சந்தோஷத்தைப் பெற்றுக்கொண்டிருந்த மனிதன், சுதந்திரமாக வாழ்ந்துகொண்டிருந்த மனிதன், இயந்திரங்களின் உறுப்பாகி உடல் உழைப்பை முற்றாகத் துறந்து, புறச்சக்தி ஒன்றுக்கு மண்டியிட்டு நிற்கிறான். இதை மிகக் கேவலமான நிலையாகக் காந்தி கண்டார். இது மிக ஆழமாகப் பரிசீலனை செய்துபார்க்க வேண்டிய வாழ்க்கை நிலையாகும். மனிதன் மீண்டும் எளிமைப்பட வழி உண்டா? தன் கரங்களை நம்பும் மார்க்கம் அவனுக்கு உண்டா? தன்னையும் தனக்குச் சேவகம் செய்யும் சிறு இயந்திரங்களையும் வைத்துக்கொண்டு பெரும் இயந்திரங்களின் மரணப் பிடியிலிருந்து அவன் இனி விமோசனம் பெற முடியுமா? பெரும் யந்திரங்களின் விஷக் கழிவுப் பொருள்களை உண்ணாமல் சுவாசிக்காமல் இனி அவனுக்கு இருக்க முடியுமா? யந்திரங்கள் அள்ளி அள்ளித் தரும் வசதிகளை அனுபவிக்கும் மோகத்துக்கு ஆட்பட்டுவிட்ட மனிதனை இனி எளிமையின் உன்னதங்களைப் பற்றிச் சிந்திக்க வைக்க முடியுமா? யந்திரங்களின் சக்கரங்களும் மனிதனின் பேராசைகளும் சபலங்களும் பின்னிப்பிணைந்து கிடக்கின்றன. நடந்து வந்த பாதையை மீண்டும் திரும்பி நடந்து கடப்பது சாத்தியமற்ற காரியமாகவே தோன்றுகிறது. ஆனால் குறைந்தபட்சம் நின்று, கடந்த வந்த பாதை பற்றியும் போகும் திசை குறித்தும் மறுபரிசீலனை செய்ய வேண்டிய கட்டாயத்தை ஏற்படுத்தக்கூடிய அளவுக்கு வாழ்க்கை சிக்கலாகிவிட்டது. இன்று உலகெங்கும் பல அறிஞர்களும் இந்த மறுபரிசீலனையை வற்புறுத்தி வருகிறார்கள். இந்த மறுபரிசீலனையை ஏற்றுக்கொள்ளக்கூடிய அளவுக்கு நமக்கும் விவேகம் இருக்கும் என்றால் அப்போது காந்தி ஆற்றக்கூடிய பங்கும் மிகப் பெரிதாக இருக்கும்.

காந்தி ஒரு ஆழ்ந்த மதவாதி. எல்லா மதங்களின் அடிப்படையான கூறுகளும் ஒன்றே என்ற நம்பிக்கை கொண்டவர். தன் பிறப்பின் மூலம் தன்னிடம் வந்துசேர்ந்த இந்து மதத்தின் மூடப் பழக்கவழக்கங்களையும் ஏற்றத்தாழ்வுகளையும் அவரளவில் பிற்போக்கானவை என்று கருதிய அம்சங்களையும் களைந்து, சமூக வாழ்வு செம்மை பெறுவதற்கான தொண்டையும் வழிகளையும் வற்புறுத்தும் மதக் கோட்பாட்டை அவர் உருவாக்கிக்கொண்டார். கடவுளைக் காண்பதைத் தனது இறுதி லட்சியம் என்றும் சொல்லிவந்தார். அவ்வப்போதுதான் கடவுளை இன்னும் காணவில்லை என்பதையும் தெரிவித்துக்கொண்டிருந்தார். இறுதிவரையிலும் கடவுளைக் காண்பதற்கான சந்தர்ப்பம் அவருக்கு அமையவில்லை என்றே நாம் கருத வேண்டியிருக்கிறது. மனிதத் தொண்டு மூலமே கடவுளைக் காணமுடியும் என்ற அவரது நம்பிக்கையும் செயல்பாடுமே இன்று நாம் அவரைப் பொருட்படுத்திப் பேசும் முகாந்திரத்தை உருவாக்கியிருக்கின்றன. மனிதத் தொண்டை விட்டுவிட்டு வேறு வழிகளில் அவர் கடவுளைக் காண முயன்றிருந்தால், அப்போது அவர் கடவுளைக் கண்டிருப்பாரா என்பதை நம்மால் கூற முடியாது. நாம் அவரைக் கண்டு கொண்டிருக்கமாட்டோம் – இன்று காணும் அர்த்தத்தில் – என்பது தெளிவு. அந்த ஆத்மீக வாழ்வின் ஒரு பகுதியாகப் பிரம்மச்சரியம், சைவ உணவு போன்ற கட்டுப்பாடுகளையும் அவர் வற்புறுத்திவந்தார்.

சாதாரண மனிதனைப் பொறுத்தவரையிலும் பிரம்மச்சரியம் என்பது ஒரு செயற்கையான, இயற்கையை விவேகமின்றிச் சண்டைக்கு இழுக்கும் சாகசம் என்றே நினைக்கிறேன். பிரம்மச்சரியத்தைக் கடைப்பிடிக்க முயலும் மனிதர்கள் பெரும் அளவில் தோன்ற ஆரம்பித்துவிட்டால், அவர்களுடைய உலகத்தில் நடக்கக்கூடிய ஊழல்களையும் ஒழுக்கக் கேடுகளையும் என்னால் கற்பனை செய்துகூடப் பார்க்க முடியவில்லை. மேலும், குடும்ப வாழ்க்கையில் ஈடுபட்டிருப்போரையும் அவர்களது குழந்தைகளையும் பார்க்க வேண்டும் என்ற ஆசை உள்ள அளவுக்குக் கடவுள் விவேகமானவர் என்பதுதான் என்னுடைய எண்ணம்.

அடுத்து சைவ உணவுக்கும் ஆத்மீக வாழ்க்கைக்கும் எந்த விதமான சம்பந்தமும் இல்லை. ஆத்மீகச் சிந்தனையாளர்கள் இந்தியாவில் மட்டும் அல்ல, கிழக்கத்திய நாடுகளில் மட்டு மல்ல, உலகெங்கும் இருந்துவந்திருக்கிறார்கள். இருந்துகொண்டிருக்கிறார்கள். இந்து முனிவர்களுக்குக் கொஞ்சமும் குறையாத கிறிஸ்துவ முனிவர்கள் இருந்துவந்திருக்கிறார்கள். இதற்கு மேல் முஸ்லிம் முனிவர்களும் சூஃபிஸ்டுகளும் இருந்துவந்திருக்கிறார்கள்.

ஆல்டெக்ஸ் ஹக்ஸிலியின் *Perennial Philosophy* என்ற புத்தகத்தைப் புரட்டிப் பார்ப்பவர்களுக்குச் சைவ ஆத்மீகவாதிகள் இருந்திருக் கிற அளவுக்கு, ஒருக்கால் அதற்கு மேலும் அதிகமாக, அசைவ ஆத்மீகவாதிகள் இருந்துவந்திருக்கிறார்கள் என்பதைத் தெரிந்து கொள்ள முடியும். மனிதன் எந்தவிதமான உணவை உண்கிறான் என்பதல்ல; உணவுக்கும் அவனுக்குமான உறவை எப்படி வைத்துக்கொண்டிருக்கிறான் என்பதே முக்கியமானது.

இதேபோல் காந்தியின் தர்மகர்த்தா சித்தாந்தமும் அஹிம்சை சித்தாந்தமும் இன்றைய வாழ்க்கைப் பிரச்சினைகளுக்கு முன்னால் ஆழ்ந்த கேள்விகளுக்கு உட்படுத்தப்பட வேண்டியவை. மனிதனின் பேராசைகளையும் சொத்தின் மீது அவன் கொண்டிருக்கும் பற்றையும் ஆழமாகவே உணர்ந்திருந்த காந்தி, தர்மகர்த்தா சித்தாந்தத்தை உருவாக்கியது விந்தையாகவே இருக்கிறது. காந்தி யின் பிற கருத்துகளைப் பார்க்கும்போது உழுது பயிரிடும் விவசாயிக்கே நிலங்கள் சொந்தமாக இருக்க வேண்டும் என்ற கருத்தே அவர் முற்றிலும் வற்புறுத்தியிருக்க வேண்டிய விஷயமாக எவருக்கும் படக்கூடும். இந்திய வாழ்க்கையை மேம்படுத்த மிக அவசியமான அடிப்படையான இந்தச் சீர்திருத்தத்தை அவர் ஏன் ஏற்றுக்கொள்ளாது போனார் என்பதை நம்மால் புரிந்து கொள்ள முடியவில்லை.

இன்றைய வாழ்க்கைப் பிரச்சினைகள்மீது நாம் மெய்யான அக்கறைகொள்ளும்போது காந்தியின்மீதும் நாம் தீவிரமான அக்கறைகொள்வோம். அவருடைய எண்ணங்களில் இன்று நாம் ஏற்றுக்கொள்ளும் பகுதி கூடுதலாகவோ குறைவாகவோ இருக்கலாம். அதேபோல் இன்று நாம் நிராகரிக்கும் பகுதியும் கூடுதலாகவோ குறைவாகவோ இருக்கலாம். நாளை நாம் எதிர் கொள்ளும் பிரச்சினைகளுக்கு ஏற்ப இந்நிலைகளில் மாறுபாடும் ஏற்படலாம். ஆனால் இன்று திறந்த மனத்துடன் அவரைப் பார்ப்பவர்களுக்கு, சில அடிகளேனும் முன்னால் இட்டுச் செல்ல, அவரது வாழ்க்கையும் சிந்தனைகளும் பயன்படும் என்பதை மறுக்க முடியாது.

திருச்சி புனிதபால் சமய போதனைக் கல்விக்கூடத்தில்
காந்தி பற்றி நடந்த கருத்தரங்கில்
1985 மார்ச் 3ஆம் தேதி படிக்கப்பட்ட கட்டுரை.

***ஞானரதம்*, 1986**

7

க.நா.சு. : நட்பும் மதிப்பும்

க.நா.சு.வை 1956இல் நான் சந்தித்தேன். கிருஷ்ணன் நம்பி திருவனந்தபுரத்தில் அவரைப் பார்த்துவிட்டு வந்திருந்தான். அதன்பின் எங்களுக்கு இருப்புக்கொள்ளவில்லை. வெகு சமீபத்தில் அவர் அங்கே; நாங்கள் இங்கே. ஒரே தவிப்பாக இருந்தது. நாகர்கோவிலுக்கு வர அவரை அழைத்து நான் கடிதம் எழுத வேண்டும் என்றான் நம்பி. பெரிய பிம்பமாக என் மனத்தில் அவர் இருந்தார். 'பொய்த்தேவு', 'ஒரு நாள்' ஆகிய நாவல்களில் நான் மனத்தைப் பறி கொடுத்திருந்தேன். பெரிய படிப்பாளி, வயதில் மிக மூத்தவர். எழுத எனக்குக் கை வரவில்லை. ஆனால் அவரை வரவழைக்க ஒரு உபாயம் செய்ய முடிந்தது. உள்ளூர் கல்லூரி ஒன்றில் அவருடைய பேச்சுக்கு நான் ஏற்பாடு செய்தேன். ஆங்கிலத் துறைப் பேராசிரியர், நல்லவேளை, 'இந்து' நாளிதழில் க.நா.சு.வின் மதிப்புரைகளைப் படித்திருந்தார். இரண்டு மதிப்புரைகளை. 'மிஸ்டர் சுப்ரமண்யம் எம்.ஏ. பட்டதாரி தானே?' என்று அவர் கேட்டார். பதில் எனக்குத் தெரிந்திருக்கவில்லை. 'இங்கிலீஷில் ஏகமாகப் படித்திருக்கிறார் சார்' என்று நான் சிபாரிசு செய்தேன். 'இல்லை என்றால் 'ஹிண்டு'வில் எழுத முடியுமா ?' என்றார் ஆங்கிலப் பேராசிரியர்.

ஒரு கடல் மடைச் சொற்பொழிவை நிகழ்த்தி ஆங்கிலப் பேராசிரியர்களை க.நா.சு. திணறடிக்க வேண்டும் என்ற எதிர்பார்ப்பு எங்களுக்கு இருந்தது. அவ்வளவு பெரிய ஆகிருதிக்கு இந்தச் சின்ன வித்தை

என்ன பெரிய விஷயம்! ஆனால் க.நா.சு. மிகவும் தடுமாறினார். பேச்சு அவருக்கு வரவில்லை. பின்னிக்கொண்டுவிட்ட வாக்கியங் களை முடிக்க முடியாமல் திணறினார். எனக்கும் நம்பிக்கும் முகம் சிவந்துவிட்டது. நாங்கள் ஏமாந்துவிட்டதைக் க.நா.சு. உணர்ந்துகொண்டார். 'பேச்சு வர்ரலே, என்ன பண்றது?' என்றார். அவரை அறிமுகப்படுத்தும்போது 'கே.என்.எஸ். சுப்ரமண்யம்' என்று பலமுறை ஆங்கிலப் பேராசிரியர் குறிப்பிட்டதையும் 'இந்து' மதிப்புரையாளராக மட்டுமே அவர் அறிமுகப்படுத்தப்பட்டதையும் சொல்லி நான் கொதித்தேன். 'அட சர்தான்' என்றார் க.நா.சு. அதற்குப்பின் முப்பது வருடங்களில், பல சந்தர்ப்பங்களில் எவ்வளவோ விஷயங்களைச் சொல்லி நான் அவரிடம் கொதித்திருக்கிறேன். என் ஆத்திரம் அடங்கியதும் 'அட சர்தான், என்ன பண்றது' என்பார் க.நா.சு. அப்படிச் சொல்லிக்கொண்டுதான் கடைசிவரையிலும் அவருக்கு வாழ வேண்டியிருந்தது. அவ்வளவு அலாதியான வாழ்க்கை – அஞ்ஞானத்தில் வெட்கங்கெட்டுத் திளைத்துக்கொண்டிருந்தவர் களின் வாழ்க்கை – அவர் காலைச் சுற்றிக்கொண்டிருந்தது.

க.நா.சு.வை முதலில் பார்த்த அன்று ஆத்மானந்தா என்ற கிருஷ்ண மேனனைப் பற்றித்தான் அதிகமும் அவரிடம் கேட்டுக் கொண்டிருந்தேன். அவருடைய வேதாந்தப் பாடங்களைக் கேட்பதற்குத்தான் க.நா.சு. திருவனந்தபுரம் வந்திருந்தார். ஆத்மானந்தாவின் வீட்டு முற்றத்தில் கண்ட காட்சி பற்றி நம்பியின் விவரிப்பு – அங்குதான் அவன் க.நா.சு.வையும் பார்த்திருந்தான் – கற்பனையின் சிறகுகளை என் மனத்தில் விரித்திருந்தது. 'ஐ.நா. சபை மாதிரி இருக்கு' என்றான் நம்பி. பல தேசங்களைச் சேர்ந்தவர்கள் அங்குக் கூடியிருந்தார்களாம்! இத்தாலியக் கவி என்றும் பிரெஞ்சு நாவலாசிரியர் என்றும் ஜெர்மன் தத்துவ ஞானி என்றும் அவர்களைப் பற்றிப் பின்னால் எங்களிடம் சொன்னார் க.நா.சு.

க.நா.சு. சிரித்தார். சிரிக்கும்போது வெளிப்பட்ட பல்வரிசை எங்கள் சுதந்திரத்தைக் கூட்டிற்று. உற்சாகம் பொங்கத் தொடங்கிற்று. வர்ணனைகள், தகவல்கள், குமிழியிடும் கிண்டல் இவற்றில் திளைக்கத் தொடங்கினார். கரகரப்பான தொண்டை. நுனிகளில் பித்தான் இல்லாத முழுக்கைச் சட்டை. டென்னிஸ் கட்டம். இரு கைமுட்டுகளையும் மேஜையின்மீது ஊன்றியபடி குள்ளமான கைவிரல்களைத் தூக்கி வைத்துக்கொண்டிருந்தார். வளைந்த முதுகு, குனிந்த தலை. அது பேச்சு சுவாரஸ்யத்தில் மேலெழும்பி மீண்டும் கீழே தணியும். பேச்சோ அசைவோ இன்றிப் பார்வை வெறிச்சிட்டு இருக்கும்போது ஒரு சிலைத்தன்மை அவர்மீது உறையும். மீண்டும் பேசத் தொடங்கும்போது,

உயிர்ப்பு முகத்திலிருந்து விகசித்து உடல் பூராவும் பரவும். விரல் நகங்களில் ஏதாவது சேஷ்டை செய்துகொண்டே இருப்பார். ஒதுக்க ஒதுக்க எப்போதும் முன்பக்கம் வந்து விழும் அடர்த்தியான கேசத்தைப் பெற்றிருந்தது அவர் அதிர்ஷ்டம். அவரையும் அவருக்கும் மற்றவர்களுக்குமான வித்தியாசத்தையும் அவருக்கும் லௌகீகத்திற்குமான இடைவெளியையும் நம் மனத்தில் தக்கவைத்துக்கொள்ள அது ஆற்றியிருக்கும் பங்கு மிகப்பெரியது.

நாங்கள் போட்டிருந்த திட்டத்தின்படி க.நா.சு.வைக் கரைக்கத் தொடங்கினோம். 'நீங்கள் இங்கு வந்து தங்கலாமே' என்றோம். ஒரு கணம் அவர் யோசித்தார். 'வரலாமே. வேதாந்த கிளாஸ் ஒண்ணும் அவ்வளவு முக்கியமில்லே' என்றார். மிகுந்த முக்கியத்துவம் அவர் தந்திருப்பதாக நான் நினைத்துக்கொண்டிருந்த வேதாந்த வகுப்புகளை ஒரு நொடியில் அவர் சுண்டியது என்னை வியப்பில் ஆழ்த்திற்று. 'எல்லாம் முக்கியமானவைதாம்; ஆனால் ஒன்றும் அவ்வளவு முக்கியமானதும் அல்ல' என்ற வாக்கியம் அவர் பார்வையை வரையறுக்கும் வகையில் என் மனத்தில் படிந்தது. பின் வந்த நீண்ட வருடங்களில் அந்த வாக்கியம் மேலும் உறுதிப்பட்டதே தவிர அதை மாற்றிக்கொள்வதற்கான அவசியமே எனக்கு ஏற்படவில்லை. 'நல்ல லைப்ரரி இருக்குமா, உங்க ஊரிலே?' என்று கேட்டார் அவர். 'ஸ்காட் கிறிஸ்துவக் கல்லூரி நூலகம் மிகப் பெரியது' என்று நாங்கள் சொன்னோம். ஆனால் போகப் போக அவர் பேச்சிலிருந்து நூல்நிலையம்கூட அவ்வளவு முக்கியமல்ல என்பதும் எங்களுக்காக மட்டுமே அவர் வரத்தயாராக இருக்கிறார் என்பதும் தெரிந்துவிட்டது. இந்த நெகிழ்ச்சியில் விடை பெற்றுக்கொள்ளும்போது எங்களால் அவரிடம் பேச முடியவில்லை. எங்கள் தழுதழுப்பைப் பார்த்துச் சிரித்துக்கொண்டே அவர் பஸ்ஸில் ஏறினார். 'இரண்டொரு நாட்களில் வறேன்' என்றார். மனத்தில் அவருடைய சித்திரம் முழுமை பெற்றுக்கொண்டிருந்தது. 'Waves are nothing but water. So is the Sea' என்ற அந்த ஆங்கில வாக்கியம் – அவர் நினைவை பின் வந்த வருடங்களில் கிளறும் வாக்கியமாக என் மனத்தில் நிறைந்திருந்தது – அப்போதுதான் என் மனத்தில் படிந்தது. கிருஷ்ண மேனனின் ஆப்த வாக்கியம் அது என்று க.நா.சு. சொல்லியிருந்தார். So is the sea என்ற முத்தாய்ப்பில் பெற்ற சிலிர்ப்பை பாரதி, புதுமைப்பித்தன் வாக்கிய முடிவுகளில் ஏற்கனவே நான் பெற்றிருந்தேன்.

க.நா.சு. அன்று குறுகிய நேரத்தில் ஏகமாகச் சொன்ன ஆசிரியர்களுடைய பெயர்களை எல்லாம் அவரை வழியனுப்பிய பின் நினைவுகூர முடியாமல் போனதில் எனக்கும் நம்பிக்கும்

ஒரு கலை நோக்கு

வருத்தமும் ஏமாற்றமும் ஏற்பட்டன. அவர் சொன்ன விஷயங் களை அவரே எடுத்துக்கொண்டு போய்விட்ட மாதிரி இருந்தது. ராஜா ராவ் என்ற பெயர் மட்டும் எங்கள் மனத்தில் நின்றிருந்தது. அவர் பெயரை மிகவும் மதிப்புடன் உச்சரித்திருந்தார் க.நா.சு. ஒரு பர்லாங்கு தூரத்தில் இருக்கும் நூலகத்துக்கு ராஜா ராவ் டாக்சியில் போவார் என்றும் இரண்டு மணி நேரம் டாக்சி காத்துக் கிடக்கும் என்றும் அதன் பின் அதில் ஓட்டல் அறைக்குத் திரும்புவார் என்றும் க.நா.சு. சொன்னார். 'அது ரொம்ப அநியாயம்' என்று நான் சொன்னேன். 'அதுக்கு என்ன பண்றது. அப்படித்தானே அவர் செய்யறார்' என்றார் க.நா.சு. ('எல்லாம் முக்கியமானதுதான். ஆனால் ஒன்றும் அவ்வளவு முக்கியமானதும் அல்ல.') க.நா.சு.வை வழியனுப்பிய சூட்டோடு நானும் நம்பியும் முனிசிபல் நூல்நிலையத்துக்குப் போனோம். புழுதியில் திளைத்த புத்தக அம்பாரத்திலிருந்து ராஜாராவின் 'காந்தபுரா'வைக் கண்டெடுத்தபோது மிகுந்த மனத்துள்ளல் ஏற்பட்டது. அந்த நூலின் முதல் பக்கத்தில் 'முட்டாள்; புரியும்படி எழுது' என்று கிறுக்கப்பட்டிருந்தது. அதுதான் அவருடைய எளிமையான புத்தகம் என்றும் அதிலிருந்து தான் நாங்கள் அவரைப் படிக்கத் தொடங்க வேண்டும் என்றும் க.நா.சு. சொல்லியிருந்தார்.

2

க.நா.சு. மீண்டும் வந்தார். சிறு அறை ஒன்றை அவருக்காக அமர்த்தியிருந்தோம். சிறிய கைப்பெட்டி. மிகக் கொஞ்சமாக சாமான்கள். சௌகரியங்களைப் பற்றிய கவனங்களோ அசௌகரியங்களைப் பற்றிய புகார்களோ அவருக்கு இருக்கவில்லை. படிப்பு, படைப்பு, பேச்சு இந்த மூன்று போதைகளிலும் அமிழ்ந்திருந்தார். காலை நேரங்களில் எட்டு மணி வரையிலும் கொஞ்சம் ஊர் சுற்றுவார், மனம் போனபடி. எழுதும்போது அவரைத் தொந்தரவு செய்யக் கூடாது என்ற நியதியை இறுக்கமாகப் பின்பற்றுவதுபோல் நாங்கள் பாவனை செய்துகொண்டிருந்தோம். அதனால் ஒவ்வொரு நாளும் முற்பகலுக்குப் பின் ஓட்டலுக்குச் சென்று அறைக் கதவைத் தட்டாமல் ஏணிப்படியில் உட்கார்ந்து கொண்டிருப்போம். நாங்கள் வந்திருப்பது இரண்டு நிமிஷங்களில் அவருக்குத் தெரிந்துவிடும். கதவைத் திறந்து 'இன்னிப்போதுக்கு எழுதியாச்சு' என்பார். எழுதுவதைவிட பேச்சுத்தானே சுவாரஸ்யம். எல்லா எழுத்தாளர்களுக்கும் அப்படித்தான். க.நா.சு.விடம் பேச விஷயமும் இருந்தது. தமிழ் இலக்கியம், இந்திய இலக்கியங்கள், உலக இலக்கியங்கள், அவர் சுற்றிப் பார்த்திருந்த ஊர்கள், தஞ்சாவூர் கிராமங்கள், மனிதர்களின் குண விசேஷங்கள், தனது

இளமைக்கால வாழ்க்கை, ஓட்டல்கள், சிற்றுண்டியின் தரங்கள், சிற்றுண்டிகளின் தரங்களில் ஏற்பட்ட சரிவுகள் இவற்றைச் சுற்றித்தான் அவர் பேச்சு அனேகமாகப் படரும். அவருடைய நண்பர்களைப் பற்றியெல்லாம் எங்களிடம் சொன்னார். தெரிந்தவர்களைப் பற்றியும் சொன்னார். ஸ்டாலின் ஸ்ரீனிவாசன், வ.ரா., கல்கி கிருஷ்ணமூர்த்தி, டி.கே.சி., கி. சந்திரசேகரன், மௌனி, பி.எஸ். ராமையா, ந. பிச்சமூர்த்தி, கு.ப. ராஜகோபாலன், சி.சு. செல்லப்பா, ஆர். ஷண்முக சுந்தரம், கம்பதாசன், ந. சிதம்பர சுப்ரமணியன், தி. ஜானகிராமன், திரிலோக சீதாராம், எம்.வி. வெங்கட்ராம், கரிச்சான் குஞ்சு . . . எல்லோரைப் பற்றியும் சொன்னார். அவர் சந்தித்திருந்த இந்திய எழுத்தாளர்களைப் பற்றியும் பிறநாட்டு எழுத்தாளர்கள் பற்றியும் சொன்னார். தமிழ் எழுத்தாளர்களில் புதுமைப்பித்தன் பேரிலும் மௌனி பேரிலும் அவருக்குத் தனி மதிப்பு இருந்தது. பாரதியைச் சற்றுக் கடுமையாக அவர் விமர்சனம் செய்தார். பாரதியின் மிகச்சிறந்த கவிதை 'மழை' என்றும் அதன் தரத்தில் அவர் அதிகம் எழுதிவிடவில்லை என்றும் சொன்னார். பாரதியைப் பற்றிய அவருடைய விமர்சனம் எங்களுக்கு அதிர்ச்சியை அளித்தது. பாரதியைப் பற்றிய பாராட்டுரைகளுக்கு மட்டுமே நாங்கள் தயாராக இருந்தோம். பாரதி விமர்சனத்திற்கு அப்பாற்பட்டவர் என்ற எண்ணமும் உள்ளூர எங்களுக்கு அப்போது இருந்திருக்கலாம்.

க.நா.சு. ஒரு எழுத்தாளரைப் பற்றியோ அல்லது நூலைப் பற்றியோ பேசும்போது மிகவும் பொதுப்படையாகவும் மேலோட்டமாகவும் பேசுவது போலவே இருக்கும். அவருடைய அபிப்பிராயங்கள் அவருடைய படிப்பிலிருந்து உருவானவை என்பதால் அவற்றுக்குத் தனியான வலு இருந்தது. முடிவுகளை மட்டும் அவர் முன்வைத்துப் பேசிக்கொண்டே போவார். காரிய காரணங்களைச் சார்ந்த ஒரு வாதத்தின் வலு பின்னால் நின்று கொண்டிருக்கும். நாம் விடாப்பிடியாகத் தூண்டிக் கேட்பதன் மூலமே அந்த வாதங்களை அறிந்துகொள்ள முடியும். முடிவுக்கு இட்டுச் சென்ற பயணத்தின் விவரங்களைச் சொல்வதில் அவருக்குச் சிறிதும் ஆர்வம் இருக்கவில்லை.

தரங்கள் சார்ந்து நான் பெரும் குழப்பத்தில் ஆழ்ந்திருந்த காலம் அது. அவர் பேச்சைத் தொடர்ந்து கேட்டுக்கொண்டிருந்த எனக்குத் தரங்கள் சார்ந்த பிரிவுகள் மனத்தில் துல்லியப்படத் தொடங்கின. விவரிக்கும் நோக்கம் மட்டுமேதான் கொண்டுள்ளது போன்ற பாவனையை நம்மிடம் ஏற்படுத்தி விமர்சனங்களை இடைகலந்து பின்னும் பேச்சுப் பாணி அவருடையது. அவரைவிட்டுத் தனியாக வந்த பின் பல தடவைகள் நான் யோசித்திருக்கிறேன்,

முனைப்பின்றி இந்தத் தரப் பிரிவுகளை நம் மனத்தில் எப்படி ஏற்படுத்துகிறார் என்று. புகை மூட்டமாக இருந்தது இந்தக் கலை. என்னால் கற்றுக்கொள்ள முடியாத கலையாகவும் தோன்றிற்று. அவரைச் சந்திக்கக் கிடைத்தது என் அதிருஷ்டம். நாள் போகப் போக அவர் பேச்சின் மூலம் என் மனத்தில் உருவாகிக்கொண்டிருந்த கற்பனை அலமாரி மிகப் பெரிதாக வளர்ந்து, அதன் தட்டுகளில் ஆசிரியர்களின் தரத்திற்கேற்ப நான் புத்தகங்களை அடுக்கினேன். அவர் பேச்சின் மூலம் தொடர்ந்து அந்த வரிசையைச் சரிசெய்துகொண்டும் வந்தேன். அவர் தந்த அறிமுகங்கள் மூலம் எனக்குத் தெரிய வந்தவர்களில் ஒரு சிலரை எனக்குப் படிப்பதற்கான வாய்ப்பு பின்னால் கிடைத்தது. மிகப் பெரிய அனுபவம் அது. அதற்கு இணையாகச் சொல்வதற்கு என்னிடம் வேறெதுவும் இல்லை. அவர்களைப் படித்த பின்பும் கற்பனை அலமாரியில் க.நா.சு.வின் அடுக்குகளைக் குலைக்க வேண்டிய அவசியம் அதிகமாக ஒன்றும் ஏற்பட்டு விடவில்லை. ஒரு சிலரை இரண்டாவது தட்டிலிருந்து முதல் தட்டுக்கும் முதல் தட்டிலிருந்து இரண்டாவது தட்டுக்கும் மாற்றினேன் என்பது உண்மைதான். அதற்குக் காரணம் அவர்கள் தரங்களின் மீது நான் கொண்ட விமர்சனம் என்பதைவிடவும் என்னுடைய சொந்த வாழ்க்கையின் பிரதிபலிப்பை அவர்களுடைய படைப்பு களில் கண்டதன் மூலம் அவர்களிடம் நான் கொண்ட தனிப் பிரியங்கள் தான். தமிழ் மூன்றாம் தரங்களை என் மன அலமாரியில் பதினைந்தாவது தட்டிலோ பதினாறாவது தட்டிலோ வைத்திருந்தேன். பின்னர் அவர்களை வெளியே வீசித் தட்டுகளைச் சுத்தம் செய்தேன். இது க.நா.சு.வின் உதவியின்றி நானே செய்தது.

நேர்த் தொடர்பில் பெறும் ஆளுமையின் ஸ்தூல நெருக்கம், அதன் உன்னதத்தை, லௌகீகத் தளத்திலிருந்து பிரித்துப் பார்க்கும் விழிப்பை மங்கச் செய்துவிடுகிறது. நாங்கள் க.நா.சு.விடம் அதிக சுதந்திரம் எடுத்துக்கொள்ளத் தொடங்கினோம். ஒருநாள் அவருடைய ஓட்டல் அறையை நெருங்கிக்கொண்டிருந்தபோது, நம்பி 'இன்று அவரைப் பார்க்காமல் வேறு எங்காவது போய்விடுவோமே' என்றான். அவன் கண்களில் விஷமம் தெரிந்தது. அப்படியே அன்று கன்னியாகுமரிக்குப் போய்விட்டோம். மறுநாள் ஓட்டலுக்குப் போனபோது, அறைப் பையன், 'நீங்க வர்ரீங்களானு எட்டி எட்டிப் பார்த்துக்கொண்டேயிருந்தாரு, நாள் முழுக்க' என்றான். எங்களுக்கு மிகவும் சங்கடமாகப் போய்விட்டது. அவரிடம் ஏதேதோ சால் ஜாப்பு சொன்னோம். 'அதனால் என்ன? நீங்களும் பேசிக்கணுமே' என்றார் க.நா.சு.

அவர் எங்களுக்குத் தந்த சுதந்திரத்தில் சில சமயம் அவரிடம் கருத்துச் சண்டைகள் போட்டோம். எங்களையும் அவருக்குச் சமமாக நினைத்தே பதில் சொல்வார் அவர். எங்கள் வயது, அரைவேக்காட்டுத் தனம், நாங்கள் படித்திராத புத்தகங்கள், நாங்கள் பெற்றிராத அனுபவங்கள் இவற்றை எங்களுக்கு நினைவு படுத்தி லகுவாக அவரால் எங்களை மடக்கிவிட முடியும். ஆனால் ஒருபோதும் அப்படி அவர் செய்யவில்லை. 'உங்க வரைக்கு நீங்க சொல்றது சரிதான்' என்பார். 'நீங்க சொல்ற படியும் யோசிச்சுப் பாக்கலாம். தப்பில்லே' என்பார். 'என்னமோ எனக்குப் பட்டதைச் சொல்றேன்' என்பார்.

தன்னுடைய கருத்துகள்போல் எதிராளியின் கருத்துகளும் முக்கிய மானவை என்ற நம்பிக்கை அவர் ரத்தத்தில் ஊறியிருந்தது. உண்மையின் எண்ணிறந்த பரிமாணங்கள். இந்தப் பிரக்ஞை எப்போதும் அவர் மனத்தில் நிறைந்திருக்கும். வாழ்க்கையின் அகண்டத்தை அவர் தன் படிப்பின் மூலம் உணர்ந்திருந்தார். வயது, ஜாதி, மதம், மொழி, தேசம் இவை தாண்டி ஒரு மனித ஜீவனைத் தன்னையொத்த ஜீவனாகக் காணும் பண்பு அவரிடம் இயற்கையாக இருந்தது. அவர் மிகப் பெரிய படிப்பாளி. இதில் சிறிதும் சந்தேகமில்லை. சற்றே மிகைப்படுத்தப்பட்டது இந்தப் படிப்பு. அதைக் கழித்துப் பார்த்தாலும் அவரைப்போல் படித்தவர்கள் இந்தியாவிலும் சரி, பிற தேசங்களிலும் சரி, மிகக் குறைவாகவே இருப்பார்கள். அவர் படித்த விதத்தில் புத்தகங்களைப் படிக்கக்கூடாது என்ற திடமான முடிவு கொண்டவன் நான். அதனால் அவர் படித்த படிப்பில் நான் கொள்ளும் ஆச்சரியத்தில் எனக்கு மதிப்புக் குறைவுதான். ஆனால் அவர்மீது என் மதிப்பு படிப்பின் வரையறைகளைப் பற்றி அவர் கொண்டிருந்த உள் பிரக்ஞை சார்ந்தது. இது மிக அபூர்வம். தனக்குத் தெரியாத ஒரு விஷயம் எதிராளிக்குத் தெரிந்திருக்கக்கூடும் என்ற உண்மை எப்போதும் அவர் நினைவில் இருந்தது. இளம் வயதில் துள்ளி, வாலிபத்தில் ஆட்டம் போட்டு, முதுமையில் பக்குவம் பெற்றவர் அல்லர் அவர். நான் அவரைப் பார்க்கும்போது – அப்போது அவருக்கு வயது நாற்பத்தைந்து – மிகுந்த பக்குவம் அடைந்தவராகவே இருந்தார். நான் பார்ப்பதற்கு இருபது வருடங்களுக்கு முன் அவருடன் பழகியிருந்தவர்கள், அப்போதும் அடங்கி அறிந்தவராகவே அவர் இருந்தார் என்று என்னிடம் கூறியிருக்கிறார்கள். ஞானச்செருக்கு எனும் பாசி அவரிடம் படியவே இல்லை. அவர் மனக்குளத்தில் உலகத்து ஆளுமைகள் சதா குளித்துக்கொண்டிருந்தன. படர, நீரின் நிச்சலனத்துக்குக் காத்துக் கிடந்த பாசி கடைசிவரையிலும் ஏமாந்து போயிருக்கக்கூடும்.

ஒரு கலை நோக்கு

ஒரு வாரம் அல்லது பத்து நாட்கள் தங்கிப் போக வந்தவர் இரண்டு மாதங்களுக்கு மேல் எங்கள் ஊரில் தங்கினார் என்று நினைவு. எங்கள் எதிர்பார்ப்புக்கு மாறாக ஊர் சுமாராகத்தான் அவருக்குப் பிடித்திருந்தது. சிற்றுண்டித் திருப்தியை அவருக்கு அளிப்பதில் எங்கள் ஊர் ஓட்டல்கள் முற்றாகத் தவறிவிட்டன. ஆனால் அறை அவருக்கு வெகுவாகப் பிடித்திருந்தது. நல்ல வெளிச்சம், காற்றோட்டம். அறைப் பையன்கள் அவரிடம் ரொம்பவும் ஒட்டிக்கொண்டுவிட்டார்கள். வெகு அனுசரணை யாக இருந்தார்கள். தான் விரும்பும் விதத்தில் அவர்களுக்கு வெகுமதி தர முடியவில்லையே என்று க.நா.சு. வருந்தினார். 'ஒரு நாளைக்கு அஞ்சு ரூபா இருந்தா சர்தான்' என்றார் அவர். அறை வாடகை இரண்டு ரூபாய். மேல் செலவுக்கு மூன்று ரூபாய். ஒவ்வொரு நாளும் ஒரு 'மேட்டரைத்' தபாலில் சேர்ப்பார். அதிகமும் ஆங்கிலப் பத்திரிகைக்கு அவர் எழுதிய துக்கடாக்கள். புத்தக அறிமுகமாக அவர் எழுதியுள்ள 'படித்திருக்கிறீர்களா?' முக்காலும் திருவனந்தபுரத்தில் வைத்து எழுதப்பட்டவை. விட்டுப்போன ஒன்றிரண்டை நாகர்கோவிலில் எழுதினார். நிறைய சிறுகதைகளும் எழுதினார். எனக்கும் நம்பிக்கும் அவற்றைப் படித்துக் காட்டுவார். அவற்றில் ஒன்றுகூட என் மனத்தைக் கவரவில்லை. நல்ல எழுத்து – நமக்கு அதிகம் புரியாத நேரத்திலும்கூட – நம் மனத்தை ஈர்த்துவிடுகிறது. அவற்றில் இந்த ஈர்ப்பு இல்லை. என் மனத்துக்குப் பட்டதை அப்போது அவரிடம் சொல்ல எனக்குத் தெம்பு இருக்கவில்லை. நான் அறிந்திராத ஒரு இலக்கியத் தரத்தைச் சார்ந்தவையாக அவை இருக்கக்கூடுமோ என்றும் அவற்றை அளப்பதற்கான அனுபவம் எனக்கு வாய்க்க வில்லையோ என்றும் சந்தேகப்பட்டுக்கொண்டிருந்தேன்.

சிறுகதை என்பது மிகுந்த கவனத்தையும் சிரத்தையையும் உழைப்பையும் கேட்டு நிற்கும் ஒரு உருவம். காலைப்பொழுதுக்கு ஒன்று என்ற கணக்கில் காஷுவலாக ஒவ்வொரு நாளும் அவர் எழுதிக்கொண்டிருந்ததை என்னால் சகித்துக்கொள்ள முடியவில்லை. இந்த காஷுவல் தன்மை அவருடைய பல நடவடிக்கைகளிலும் பிரதிபலிப்பதைக் கவனித்திருக்கிறேன். ஆகச் சிறந்ததைச் சென்றடைவதுதான் படைப்பாளியின் சவால் என்று எனக்கு உறுதிப்பட்டிருந்தது. அதற்கு நேர் எதிரானது 'வந்த வரையிலும் செய்து முடிப்பது' என்பது. 'ஒவ்வொன்றுமே முக்கிய மானதுதான். ஆனால் ஒன்றும் அவ்வளவு முக்கியமானதும் அல்ல.' இதற்குப் பதிலாக 'ஒவ்வொன்றுமே முக்கியமானதுதான். ஆனால் படைப்பு எல்லாவற்றையும்விட முக்கியமானது' என்ற நோக்கு க.நா.சு.வுக்கு இருந்திருக்குமென்றால் 34 வயதில் 'பொய்த் தேவு' எழுதிய அவர் அதைவிடப் பெரிய படைப்புகளைப்

பின்னர் தமிழுக்குத் தந்திருக்க முடியும். ஒரு வாசகனாக ஒவ்வொரு படைப்பாளியிடத்திலும் மிகத் தீவிரமானவற்றையும் மிகத் தரமானவற்றையும்தான் அவர் கேட்டார். அந்தக் கோரிக்கையைத் தன்னிடமே கேட்டுக் கொண்டாரா என்றால் இல்லையென்றுதான் சொல்லவேண்டும். ஒரு படைப்பு நிறைவு கூடி உன்னதம் பெறுவது அபூர்வத்திலும் அபூர்வமாகவே எந்த மொழியிலும் இருக்கும். ஆனால் உன்னதத்தைச் சென்றடைவதற் கான பாய்ச்சல் ஒரு மொழியில் சகஜமாக நிகழ்ந்து கொண்டிருக்க வேண்டும். படைப்பின் உன்னதக் குறிக்கோள்களை சென்றடைய முடியாமல் சரிந்துவிடுவது தோல்வியல்ல. ஒரு மொழியில் நிகழ்ந்துவிட்ட சகஜங்களை மீண்டும் நிகழ்த்திக்காட்டி வெற்றி பெறுவது தோல்வி ஆகும்.

வாழ்க்கையில் முற்றாகக் குழம்பித் தத்தளித்துக்கொண்டிருந்த ஒரு காலத்தில் நான் க.நா.சு.வைச் சந்தித்தேன். என் குழப்பத்தை நான் அவரிடம் கொட்டத் தொடங்கினேன். எனக்கு நம்ப எதுவும் இல்லாமல் போனது பற்றியும் நான் நம்பிக் கனவு கண்ட கம்யூனிஸத்தைப் பற்றியும் என் தந்தைமீது நான் கொண்டிருந்த விமர்சனத்தையும் ரஜினி பாமி தத் எழுதிய 'இன்றைய இந்தியா' என்ற நூல் என்னைக் கம்யூனிஸ சிந்தனைக்கு இட்டுச் சென்றது பற்றியும் ஸ்டாலினிடத்தில் என் தந்தையின் எதிர்மறைகளை மிகக் கொடுமையாகவும் பூதாகரமாகவும் கண்டதில் நான் அடைந்த ஏமாற்றங்கள் பற்றியும் சொன்னேன். என் அரற்றலைக் கேட்டுக்கொண்டிருந்த க.நா.சு., அனேக நேரங்களில் மௌனமே சாதித்தார். ஒரு விடைக்காக நான் அவரை மிகவும் நெருக்கினேனோ என்னவோ ஒரு சமயம் அவர் 'இதுக்கெல்லாம் எங்கிட்டே பதில்னு ஒண்ணும் இல்லை' என்றார். 'அவரவர் வழியை அவரவர்தான் தேர்ந்தெடுக்கணும். அந்த வழியைத் தேர்ந்தெடுக்க அனுபவம் பிரயோஜனப் படலாம். படிப்பு பிரயோஜனப்படலாம். இதுக்கு மேலே ஒண்ணும் சொல்றதுக்கில்லே' என்றார். எனக்கு உதவி செய்ய அவரால் முடியும் என்றும் அந்த உதவியைச் செய்ய ஏதோ ஒரு காரணத்தினால் அவர் மறுக்கிறார் என்றும் எனக்குத் தோன்றிற்று. அன்று என்னுடைய ஆதங்கம் அப்படியிருந்தது. கண் மூடித்தனமாக ஒன்றைப் பின்பற்றுவதில் ஆசுவாசம் தேடும் சோம்பல் மனம்தான் எனக்கு இருந்திருக்க வேண்டும். இந்திய மரபு எனக்கு இதைத்தான் தந்திருக்க வேண்டும். அல்லது அந்த மரபிலிருந்து இதைப் பெற்றுக்கொள்ளத்தான் எனக்கு வலு இருந்ததோ என்னவோ. ஹெர்மன் ஹெஸேயின் 'சித்தார்த்தா'வும் ஜே. கிருஷ்ணமூர்த்தியின் நூல்களும் படித்த பின்பு க.நா.சு. அன்று கூறிய வார்த்தைகள் விவேகமானவை என்று எனக்குத்

தோன்றிற்று. கம்யூனிஸத்தை ஏற்காத க.நா.சு.வைக் கம்யூனிஸ்ட் விரோதி என்று முத்திரை குத்தி, என்னை மூளைச் சலவை செய்து கம்யூனிஸத்திலிருந்து அழைத்துச் சென்றார் என்று என் கம்யூனிஸ்ட் நண்பர்கள் அன்று அவதூறு பரப்பினார்கள். இது வெறும் கற்பனை சார்ந்த அவதூறு. மாறுபட்ட கருத்துகள் கொண்டவர்களைப் புரிந்துகொள்வதற்கான சிரத்தையோ கவனமோ கம்யூனிஸ்டுகள் ஒருபோதும் காட்டியதில்லை. மாறாக வேற்றுமை ஏற்பட்டதும் முத்திரை குத்தும் முனைப்புக்கே அவர்கள் ஆட்படுகிறார்கள். மாறுபட்ட கருத்துகள் சார்ந்த பரிசீலனைகள் முற்றாக முடங்கிப்போன நிலையில் ஒற்றைப் பரிமாணம் சார்ந்த முடிவுகளின் வெற்றுச் சொற்களே அவர்களிடம் வெளிப்படுகின்றன.

ஒரு நூலைப் படித்து முடித்த நிலையிலேயே அதன் சாராம்சம் சார்ந்தும் தரம் சார்ந்தும் எளிய சொற்கள் க.நா.சு.விடம் உருவாகிவிடுவதை நான் பல தடவை கவனித்திருக்கிறேன். ஒரு நூலைப் படித்த பின் அதன் தரம் பற்றிக் கூறுவது பெரிய வித்தையா என்று எழுத்தாளர் ஒருவர் என்னிடம் கேட்டார். ஒரு மாயத் தோற்றம் சார்ந்த கேள்வி இது. தர நிர்ணயம் எளிமையான காரியம் அல்ல. நம்மைப் போன்று பின்தங்கிக் கிடக்கும் கலாச்சாரச் சூழலில் அர்த்தம் புரியும் வகையில் எளிய வார்த்தைகளில் ஒரு படைப்பின் ஜீவனைப் பிடிப்பது எளிமையான காரியம் அல்ல. க.நா.சு. இயற்கையாகப் பெற்றிருந்த ருசியை அவரது வாசிப்பு அனுபவம் கூர்மைப்படுத்தியிருந்தது. படைப்பின் புறப்பூச்சுகளையும் ஆடை ஆபரணங்களையும் ஒதுக்கித் தள்ளிவிட்டு ஆத்மாவை நோக்கிப் பாயும் பார்வை அவருடையது.

கலாநிதி கைலாசபதியை வெகுவாகப் போற்றும் ஒரு ஈழத்து இதழாசிரியர், விமர்சனத்தைக் கைலாசபதி விஞ்ஞான ரீதியாக வளர்த்தார் என்றும், க.நா.சு. மனம் போனபோக்கில் முடிவுகளைச் சொன்னார் என்றும் என்னிடம் சொன்னார். அவருடைய வார்த்தைகளால் சீண்டப்பட்ட நான், கைலாசபதி விஞ்ஞான ரீதியாக தவறான முடிவுக்கு வந்தார் என்றும் க.நா.சு. மனம் போனபோக்கில் சரியான முடிவுக்கு வந்தார் என்றும் சுருக்கென்று பதில் சொன்னேன். உணர்வு ரீதியான பாதிப்புக்கு நான் ஆளாகியிருக்கவில்லை என்றால் இவ்வாறு பதில் சொல்லியிருப்பேன்: 'கைலாசபதி விஞ்ஞானரீதியாக விமர்சனத்தை வளர்த்தார் என்பது உண்மைதான். படைப்புக்கும் சமூகத்துக்குமான உறவு முதன்முதலாகத் தமிழ் மொழியில் அவரால்தான் அழுத்தம் பெற்றது. க.நா.சு. கணக்கில் எடுத்துக்கொள்ளத் தொடர்ந்து மறுத்துக்கொண்டிருந்த ஒரு

சுந்தர ராமசாமி

இடைவெளியைக் கைலாசபதிதான் பூர்த்தி செய்தார். ஆனால் படைப்பாளிகளின் தரம் சார்ந்து கைலாசபதி வந்திருக்கும் அனேக முடிவுகள் அபத்தமானவை. க.நா.சு. 'மனம் போனபோக்கில்' வந்த முடிவுகள் சரியானவை. க.நா.சு.வின் அநேக முடிவுகள் ஆத்மார்த்த மானவை. சிறு பகுதி நடைமுறைத் தந்திரங்கள் சார்ந்தவை. கைலாசபதியின் கூற்றுகள் முற்றிலும் ஆத்மார்த்தமானவை. ஆனால் ஒரு படைப்பை எடைபோடுவதற்கு அவசியமான ருசி அவரிடம் இல்லை. தனக்கு உடன்பாடான கருத்துகளை எழுத்தில் முன்வைத்தவர்களை அவர் போற்றிக்கொண்டிருந்தார். கலையெழுச்சியற்ற அவை இன்று அதிகமும் விழுந்து விட்டன. க.நா.சு.வின் முடிவுகளோ உறுதியாகி நின்றுகொண்டிருக்கின்றன.'

1950களில் தமிழ் இலக்கியக் காட்சி முற்றாகக் குழம்பிக் கிடந்தது. சஞ்சிகைகளின் மூலம் வாசகர்கள் கூட்டத்தைப் பெற்றிருந்த தொடர்கதை ஆசிரியர்கள்தான் தரமான இலக்கியக் கர்த்தாக்கள் என்ற கருத்து சஞ்சிகை வட்டங்களிலும் வாசகர்கள் மத்தியிலும் கல்லூரி ஆசிரியர்களின் இடையிலும் சந்தேகத்திற்கிடமின்றி ஏற்றுக்கொள்ளப்பட்டிருந்தது. சமூக அந்தஸ்து, செல்வாக்கு, புகழ் ஆகியவை சார்ந்து படைப்பின் தர நிர்ணயங்கள் தீர்மானிக்கப்பட்டுக்கொண்டிருந்தன. இந்தச் சூழ்நிலையின் எதிர்நிலையான அழுத்தத்தைப் பொறுத்துக் கொள்ள முடியாமல் க.நா.சு. சுதேசமித்திரன் தீபாவளி மலரில் ஒரு கட்டுரை எழுதினார். மணிக்கொடி காலத்திற்குப் பின் இரண்டாவது அலையாகத் தமிழில் எழுந்த இலக்கிய விமர்சனத் திற்கு அடிக்கல் போட்டது இந்தக் கட்டுரைதான். அந்தக் கட்டுரையில், புகழ் வாய்ந்த தொடர்கதை ஆசிரியர்களின் எழுத்துகளை முற்றாக நிராகரித்துவிட்டு, மூன்று முக்கியமான நாவல்களைத் தேர்ந்தெடுக்கிறார் க.நா.சு. ஒன்று: ஆர். ஷண்முக சுந்தரத்தின் 'நாகம்மாள்'. இரண்டு: ந. சிதம்பர சுப்ரமண்யனின் 'இதய நாதம்'. மூன்று: அவர் எழுதியுள்ள 'பொய்த்தேவு'. ஜனரஞ் சக எழுத்தாளர்களின் கனவுகள்மீது ஒரு இடிபோல் விழுந்த கட்டுரை இது. அவர்கள் ஒவ்வொருவராகத் தங்களை நியாயப் படுத்தும் அபத்தக் கூற்றுகளை முன்வைக்கத் தொடங்கினார்கள். இவர்களுக்குப் பதில் சொல்லும் பொறுப்பும் க.நா.சு.வுக்கு வந்தது. விமர்சனத்தில் சற்றும் நம்பிக்கையற்றவன் என்று தன்னை வர்ணித்துக்கொள்ளும் க.நா.சு. உண்மையில் அவர் கூறிக்கொண்ட அளவுக்கு விமர்சனத்தில் விருப்பம் அற்றவர் அல்லர். தொடர்கதை ஆசிரியர்களுக்குப் பதில் சொல்லும் விதமாகத் தொடர்ந்து கட்டுரைகள் எழுதினார். தமிழ்ச் சூழலின் அவலத்தை முற்றாக எதிர்கொள்ளும் வகையில் அவர் அபிப்பிராயங்களைக் கூறிக்கொண்டே வந்தார். ஜனரஞ்

சக இதழ்களின் தரமின்மை, தமிழ்ப் புலவர்களின் பின்தங்கிப் போன பார்வை, தமிழில் நவீனப் படைப்புகளுக்குக் கல்லூரி ஆசிரியர்களின் புறக்கணிப்பு, இலக்கியத் தரமானவை இருக்க இலக்கியத் தரமற்றவை தேர்வுபெறும் அவலங்கள் இவை பற்றியெல்லாம் அவர் தொடர்ந்து கட்டுரைகள் எழுதினார். தமிழ்ச் சூழலின் அவலம் அவர் மூலம்தான் ஒரு பிரச்சினை ஆயிற்று. அந்தப் பிரச்சினை சார்ந்த அபிப்பிராயப் பரிமாற்றங்கள் இன்று வரையிலும் தொடர்ந்துகொண்டிருக்கின்றன.

3

வணிக நோக்கமற்ற எழுத்தாளர்களின் படைப்புகளை மிகுந்த கவனத்துடன் விரிவாக மறுபரிசீலனை செய்வதன் மூலமே காலம் இன்று வற்புறுத்தும் விமர்சனத்தின் தமிழ் அளவுகோல்களை நாம் உருவாக்க முடியும். உலகத் தளத்தையும் இந்தியத் தளத்தையும் சார்ந்த படைப்புகளிலிருந்து நாம் பெறும் அனுபவங்களும் இந்தப் படைப்புகள் சார்ந்து முன்வைக்கப்பட்டுள்ள கருத்துகளிலிருந்து நாம் பெறும் பாதிப்பும் நவீன இலக்கியத்தின் அளவுகோல்களை உருவாக்க நமக்கு உரமாக அமையலாம். ஆனால் தமிழ் விமர்சனத்தின் எதிர்வினை தமிழ்ப் படைப்புகளைச் சார்ந்து அமைய வேண்டும். படைப்புகளை முன் நிறுத்தாமல் விமர்சனக் கருத்துகளை மேற்கத்திய சிந்தனையைச் சார்ந்து அரூபமான தளத்தில் நிகழ்த்திக்கொண்டிருப்பது புலமையின் பிம்பத்தை ஒரு விமர்சகனுக்கு அளிக்கலாம். தமிழ் வாசக உலகம் உணரும் ஜீவனாக விமர்சன எழுச்சியை உருவாக்க முடியாது. படைக்கப்பட்டுள்ளவற்றைப் பற்றிய பரிசீலனைகள் படைக்க இருப்பவற்றிற்கு முன்விதிகளை வற்புறுத்தும் நோக்கம் கொண்டவையாக இருக்கக்கூடாது. மதிப்பீடுகள் சார்ந்த பரிசீலனைகள் முற்றானவையோ முடிவானவையோ அல்ல. நம் கணிப்புகளைத் தாண்டிச் செல்லும் காலம் எப்போதும் நம்மை நோக்கி வருகிறது. இந்தப் புதிய மதிப்பீடுகள் சார்ந்து ஒரு படைப்பாளியை மீண்டும் மறுபரிசீலனை செய்ய வேண்டியிருக்கிறது. இந்தச் செயல்பாட்டினால்தான் படைப்புகளையும் மாற்றம் கொள்ளும் காலத்தையும் புதிய கோலங்களில் மிளிரும் வாழ்க்கையையும் நாம் புரிந்துகொள்ள முடியும். விமர்சன மனநிலை எந்த அளவுக்கு விரிவும் உன்னதமும் ஆழமும் விவேகமும் கொண்டிருக்கிறதோ அந்த அளவுக்கு அது வாழ்க்கையைப் பற்றி ஒரு தெளிவையும் அளிக்கிறது. தாக்குதல், கிழித்து நாட்டுதல், இலக்கியக் கர்த்தாவை நிராகரிப்பதற்காக அவன் படைப்பில் குறைகளைக் கண்டுபிடித்துத் தொகுத்தல் போன்ற சிறுமைகளின் வெளிப்பாடு விமர்சனம் ஆகாது.

விமர்சனம் என்பது காலத்தின் முன் படைப்பாளியை நிறுத்தி அவனைப் பரிசீலனை செய்வதாகும். அவனைத் துல்லியமாகப் புரிந்துகொள்ள மேற்கொள்ளும் முயற்சியாகும். அவனைப் புரிந்துகொள்வதன் மூலம் வாழ்க்கை சார்ந்த தெளிவுக்கு முன்னும் முயற்சியாகும்.

க.நா.சு.வின் சிறுகதைகள் வாழ்நிலை சார்ந்த அனுபவ விவேகம் கொண்டவை. அவற்றில் அசட்டுத்தனம் இல்லை. ஆனால், அவற்றிற்கும் அவை வெளிவந்த காலத்திற்குமான பிணைப்பு மிகவும் பலவீனமானது. மறைந்துபோய்விட்ட காலத்தின் மதிப்பீடுகளை இவை ஏக்கத்துடன் திரும்பிப் பார்க்கின்றன. கனமற்ற இக்கதைகளின் அமைப்பாக்கம், தயாரிப்பின்றியும் மனத்தோய்வின்றியும் எழுதப்பட்ட தன்மையை வெளிப்படுத்திக் கொண்டிருக்கின்றன. இதைப் போன்ற ஒரு மனநிலையில் நின்று புதுமைப்பித்தனும் பல கதைகள் எழுதியிருக்கிறார். ஆனால் அவற்றில் உருவம், மொழி சார்ந்த சோதனை அம்சங்கள் அதிகம். மேலும் அவை வாழ்க்கையின் நெருக்கடிகளுடன் மோதுவதில் ஒரு கலை மனம் கொள்ளும் துன்பங்களை வெளிப்படுத்து கின்றன. அத்துடன் புதுமைப்பித்தனின் கலை உத்வேகம் க.நா.சு.வைவிட அதிகம் என்பதால் மனத்தோய்வின்றி அவர் எழுதியுள்ள கதைகளில் கூட செதுக்கப்பட்ட சதையின் ஜீவத் துடிப்பைப் பார்க்க முடிகிறது. இக்கதைகளின் மூலம் தன் சக்தியை உணரமுடியாமல் போனதாலோ என்னவோ தன் வாழ்வின் பிற்பகுதியில், தன் கலை ஆளுமையை வலுவாக மையப்படுத்தி அற்புதமான பல கதைகளை எழுதியிருக்கிறார் புதுமைப்பித்தன். இக்கதைகள் நிறுவியுள்ள தரம் சார்ந்துதான் காலத்தில் அவர் வாழ்வு இன்று தொடர்ந்துகொண்டிருக்கிறது. இவரது நிறைவான சிறுகதைகளுடன் ஒப்பிடத்தகுந்த ஒன்றைக் கூட க.நா.சு. படைக்கவில்லை. க.நா.சு.வைவிடச் சிறந்த சிறுகதை கள் தந்திருப்பவர்கள் என்று கு.ப.ரா.வையும் மௌனியையும் பிச்சமூர்த்தியையும் ஜானகிராமனையும் அழகிரிசாமியையும் ஜெயகாந்தனையும் சொல்லலாம். இன்னும் பல இளம் எழுத்தாளர்களைக்கூடச் சொல்லலாம். இவர்கள் எல்லோருமே சிறுகதை என்ற தனி உருவத்தின்மீது அதிக அளவு மனப்பிணைப்புக் கொண்டவர்கள். படிப்பும் அனுபவமும் ருசியும் இலக்கிய மனமும் கொண்ட ஆளுமைகூட மேம்போக்கான மனநிலைகளில் ஆழமானவற்றைப் படைக்க முடியாது என்பதற்குக் க.நா.சு.வின் சிறுகதைகள் ஒரு உதாரணம்.

இன்றைய படைப்பாளியின் நிறைகுறைகளை ஒப்பிட்டு ஆராய நம் மொழியின் அதிகபட்ச நவீனச் சாதனையாக நாம் பெற்றிருப்பது பாரதியை. பாரதி செழுமைப்படுத்தியுள்ள

படைப்புலகிற்கு, அவருக்குப் பின் வந்த கலைஞன் சேர்த்துள்ள நன்கொடைகளை ஆராய்ந்தே நாம் அவனை அளவிட வேண்டும். சமூக சாரம் சார்ந்தும் அழகியல் சார்ந்தும் படைப்புத் திறன் சார்ந்தும் காலப் பிரக்ஞை சார்ந்தும் விளையும் சர்ச்சைகளுக்கு இந்த அணுகுமுறை நம்மை அழைத்துச் செல்லும். நம் கனவுகளும் சவால்களும் விரிந்த தளங்களை நோக்கிச் செல்லும். படைப்பை உன்னதப்படுத்தும் திறன்களும் பிரக்ஞைகளும் பாரதியிடம் கூடி முயங்கியிருக்கின்றன. சமூக சாரம், அழகியல் கூறுகள், காலமாற்றங்களை முன்கூட்டியே உணர்ந்துகொள்ளும் கலைஞனுக்கே உரித்தான ஸ்பரிசக் கொம்புகள், விஷயங்கள் சார்ந்தும் துறைகள் சார்ந்தும் மிக விரிந்த அக்கறைகள் இவை மூலம் பின்தங்கிக் கிடந்த தமிழைத் தன் காலத்தோடு பிணைக்கிறான் பாரதி. தேசியம், சுதந்திரம், சமூக அவலங்கள், கலைகள், விடுதலை, கலாச்சாரம், ஜனநாயகம், புரட்சிகள், சமூக ஆளுமைகள், இதழியலின் நவீன முகங்கள், படைப்பின் சகல வகைகள், மொழிபெயர்ப்பு, மொழி, எழுத்துச் சீர்திருத்தம் போன்ற எண்ணற்ற விஷயங்கள் வழியாக இடைவெளியைத் தாண்டி காலப் பிணைப்புக் கொண்டது தமிழ். தன் ஜீவசக்தியை முற்றாக எரித்து இந்தப் பிணைப்பை உருவாக்கியவன் பாரதி. விலைமதிப்பற்ற இந்தப் பிணைப்பில் பாரதிக்குப் பின் வந்த கலைஞன் சேர்த்த கண்ணி என்ன? புதிய பரிமாணம் என்ன? பின் வந்த காலத்தின் இடைவெளியை அவன் எப்படிப் பூர்த்தி செய்தான்? இவை மிக முக்கியமான கேள்விகள்.

துறைகள் சார்ந்த வீச்சும், வாழ்க்கையின் பன்முக அலகுகள்பால் கொண்ட கவனங்களும் புதுமைப்பித்தனிடம் பாரதியைவிடக் குறைவு. ஆனால் அவர் பாரதிக்குத் தந்திருக்கும் எதிர்வினை தீவிரமானது. இந்த எதிர்வினை, தான் வாழ்ந்த காலத்தை எதிர்கொண்ட விதத்தில், புதுமைப்பித்தனிடம் பாரதியை முற்றாக மறுப்பதில் முடிந்திருக்கிறது. தன் கால வாழ்க்கையை, வாழ்க்கையின் தமிழ் முகத்தைத் தன் படைப்பு களோடு பிணைத்துக்காட்டிய விதத்தில் பாரதியை முற்றாக நிராகரிக்கிறார் புதுமைப்பித்தன். இது உணர்வுகளின் தளத்தில் நிகழாமல் பார்வைகளின் அடிப்படையான வேற்றுமை மூலம் நிகழ்கிறது. மனிதனின் ஆன்மீகத்தை அதன்மீது பேதங்களும் சிறுமைகளும் படிய வைத்திருக்கும் சாம்பலை அகற்றி, ஊதி, ஜ்வாலை எழுப்பிப் புதிய மனிதனையும் அவன் மூலம் புதிய வாழ்க்கையையும் உருவாக்கும் ஆவேசத்தில் லயித்திருந்தவன் பாரதி. இந்த லட்சியத்தின் அடிப்படை, மனிதனின் உறங்கிக் கிடக்கும் தேவ குணத்தின்மீதான நம்பிக்கை. மற்றொரு விதத்தில் சொன்னால் பரிணாமத்தின் மூலம் ஒரு மிருகம் தன்னில்

சுந்தர ராமசாமி

மனிதனைக் கண்டெடுத்த யாத்திரையில் கொள்ளும் நம்பிக்கை. அதே யாத்திரையில் மனிதனிடம் எஞ்சியிருக்கும் மிருக இயல்புகளில் புதுமைப்பித்தனின் பார்வை அழுத்தம் கொள்கிறது. லட்சியத்தின் மலை முகட்டில் எரியும் தீக்கொழுந்தாக பாரதியைக் கண்டால், புதுமைப்பித்தனை யதார்த்தத்தின் கத்தி முனையாகக் காண வேண்டும். இப்பார்வைகளில் ஒன்றே உண்மையானது அல்லது உயர்வானது என வற்புறுத்துவது வாழ்க்கையின் முழுமையைக் காண மறுப்பதாகும். படைப்புக்கு ஆதாரமாக மனிதனின் தேவ குணத்தைக் கொள்ளவேண்டுமென்பது ஒரு விதியாக வற்புறுத்தப்படுமென்றால் வாழ்க்கையின் உண்மை சொரூபத்துடன் படைப்புகள் கொள்ளவேண்டிய உறவு அறுந்து போய் கனவுகளில் மயங்கும் மயக்கத்தையே அவை தந்து கொண்டிருக்கும். அரசியல்வாதிகளும் சமூக விஞ்ஞானிகளும் சீர்திருத்தவாதிகளும் அவர்தம் அவசரத் தேவைகளை முன்வைத்து அவற்றைப் பூர்த்தி செய்பவர்களே மேலான கலைஞர்கள் என்ற விதியை உருவாக்க எப்போதும் முயன்று வந்திருக்கிறார்கள். அவர்களுடைய எதிர்பார்ப்புகளை உதாசீனப்படுத்திவிட்டு வாழ்க்கையின் முழுமையைத் தேடிச் செல்கிறார்கள் கலைஞர்கள். இதற்குப் பரிசாக முன் சொன்னவர்களின் எதிர்மறையான விமர்சனத்தையும் தூற்றுதலையும் வாங்கிக் கட்டிக்கொள்கிறார்கள். வாழ்க்கைக்கு இவர்கள் சேர்க்கும் புதிய அலகுகளை இவர்களைத் தூற்றியவர்களின் வாரிசுகள் சேர்த்துக்கொள்கிறார்கள். சமூகச் சிந்தனையின் வரலாற்றையும் இலக்கிய வரலாற்றையும் ஒப்பிட்டுப் பார்ப்பவர்கள் இந்த உண்மையை அறிய முடியும்.

வாழ்க்கையின் விமர்சகராகக் க.நா.சு.வை பாரதியுடனோ புதுமைப்பித்தனுடனோ ஒப்பிட முடியாது. காலத்தின் புதிய கோலங்கள், மனித ஜீவன்களுக்கு அளித்த கொடுமைகள் பற்றியோ ஊனங்கள் பற்றியோ அவர் எழுத்தில் பதிவுகள் அதிகம் இல்லை. அவர் வாழ்ந்திருந்த காலத்திற்கே உரித்தான அடிச்சுவடுகளையும் அவருடைய படைப்பில் பார்க்க முடிவதில்லை. முக்கியமாகப் பாரதியால் அவர் பாதிக்கப்படவே இல்லை. பாரதிக்குப் பின் வந்த, சிந்தனை முகம் கொண்ட படைப்பாளிகளில், பாரதியால் சிறிதும் பாதிக்கப்படாதவர் அவர்தான். அவரது சமகாலத்த வரும் சிந்தனை முகம் கொண்டவருமான கு.ப.ரா.வின் படைப்புகளின் உள்ளடக்கம், அரியாசனத்தில் அமர்ந்திருக்கும் பாரதியின் காலடியில் இவர் அமர்ந்திருப்பது போன்ற சித்திரத்தை நமக்கு அளிக்கிறது. நவீன இலக்கிய ஆளுமைகள் பாரதியுடன் கொண்டிருந்த உறவுகளையும் தம்மிடையே அவர்கள் கொண்டிருந்த இடைவெளிகளையும் உணரும் விதமாக

அச்சித்திரத்தை மேலும் பூர்த்தி செய்ய நாம் விரும்புவோம் என்றால், பாரதியின் காலடியில் அமர்ந்திருக்கும் கு.ப.ராவுக்கு நேர் எதிர்த்திசையில் மற்றொரு ஆசனத்தில் புதுமைப்பித்தன் அமர்ந்திருப்பதைப் பார்க்க முடியும். கு.ப.ரா.வுக்குப் பின்னால் பல கலைஞர்கள் ஏறுக்குமாறாக உட்கார்ந்திருக்கிறார்கள். அங்கு கு.ப.ரா.வின் மனநிலையில் அவர் அருகே அமர்ந்திருக்கும் மற்றொரு நேர்மையான கலைஞராகக் கு. அழகிரிசாமியைப் பார்க்க வேண்டும். இந்தப் பிராந்தியத்திலேயே க.நா.சு.வை நாம் காணமுடியாது. 1950க்குப் பின்னர் தமிழில் தோன்றியுள்ள ஆளுமைகள் அனைத்துமே புதுமைப்பித்தன் பின்னால் அணிவகுத்திருப்பது தமிழில் பாரதியின் லட்சிய வேகம் நாற்பதுகளின் இறுதியோடு சரிந்துவிட்டதையே காட்டுகிறது.

படைப்பில் வெளிப்படும் அழகியல் கூறுகளை எடுத்துக் கொண்டால் புதுமைப்பித்தனைப் பாரதிக்கு இணையான அழகியல்தன்மை கொண்டவர் என்று சொல்லலாம். கு.ப.ரா., மௌனி ஆகியோர் வெளிப்படுத்தியுள்ள அழகியல் கூறுகளும் பாரதியுடன் ஒப்பிடத் தகுந்தவை. ஆனால் க.நா.சு. வின் அழகியல் கூறுகளை பாரதியுடனோ புதுமைப்பித்தனுடனோ கு.ப.ரா.வுடனோ மௌனியுடனோ ஒப்பிட முடியாது. படிப்பின் மூலம் மிகுந்த பக்குவம் பெற்றிருந்த அவருடைய ரசானுபவம் படைப்பில் சறுக்காமல் அவரைக் காப்பாற்றிக்கொண்டு போயிருக்கிறது. ஆனால் தனக்கே உரித்தான அழகியல் கூறுகளை அவர் வெளிப்படுத்தவில்லை. சமூக சாரமும் அழகியல் கூறுகளும் முயங்குவதில் கூடும் மொழியும் இவரிடம் உருவாகவில்லை. பாரதிக்குப் பின் வந்த முக்கியமான கலைஞர்கள் அனைவரிடத்திலும் அவர்களது படைப்பு நோக்கத்தை நிறைவேற்றத் துணைபோகும் தனி மொழி உருவாகி யிருப்பதைக் காண முடியும். ஆனால் க.நா.சு.வின் படைப்பு முகம் பிரதிபலிக்கும் மொழி என்று எதையும் நம்மால் இனங்காண முடிவதில்லை.

தரமற்ற படைப்புகள் பெற்ற அந்தஸ்தும் தரமான படைப்புகள் எதிர்கொண்ட புறக்கணிப்பும் வணிக சஞ் சிகைகளின் வியாபகமும் இலக்கிய வாசகர்கள் சிறுத்துப் போய்விட்டதும் அவரை முதலிலிருந்து கடைசிவரையிலும் வருத்திக்கொண்டிருந்தன. மிகத் தரமான படைப்புகள் தமிழில் தோன்ற வேண்டும். உலகத் தரமான படைப்புகளுடன் ஒப்பிடப் பட்டு இவற்றின் மதிப்பீடுகள் உறுதிப்பட வேண்டும். உன்னதப் படைப்புகளை இனம் கண்டு போற்றும் வாசகர் கூட்டம் தமிழில் உருவாக வேண்டும். எழுத்துப் பணி சமூக மதிப்பைப் பெற வேண்டும். எழுத்தாளனின் வாழ்க்கை, பணி, படைப்பின்

பிரசுரம், வினியோகம் சார்ந்த நிலைகள் செம்மைப்பட வேண்டும். இவைதாம் க.நா.சு.வின் லட்சியங்கள். இந்த லட்சியங்களுக்காகவே அவர் போராடினார்.

இலக்கிய மேன்மை என்பது மனித மேன்மை சார்ந்த ஒரு பிரச்சினை. மனித மேன்மை பற்றி நிறைவாகச் சிந்திக்கும் எவனும் மனிதனுக்கும் சமூகத்துக்கும் உள்ள தொடர்பையும் இந்தச் சமூக வாழ்வு அவனிடம் உருவாக்கியிருக்கும் மனத்தையும் அந்த மனத்துடன் அவன் கொண்டிருக்கும் தொடர்பையும் கணக்கிலெடுத்துக்கொள்வதைத் தவிர்க்க முடியாது. ஆகவே, சமூக ஊனங்கள் எவற்றையுமே சமூகத்தின் மொத்த உடலிலிருந்து தனியாகப் பிரித்து ஆராய முடியாது. அங்கங்கள் காட்டும் புண்களும் உடலின் சீரழிவையே சுட்டுகின்றன. இலக்கிய உலகம் சார்ந்த சீரழிவைப் பற்றிக் க.நா.சு. பேசும்போது தன் விதியைத் தானே தீர்மானித்துக்கொள்ளும் துறையாக இலக்கியத்தைப் பிரித்துவிடுகிறார். சமூக அங்கமாக அவர் அதைப் பார்ப்பதில்லை. அதனால் அங்கத்திற்கும் உடலுக்குமான உறவுகள் பற்றிய சர்ச்சைகளும் அவர் எழுத்தில் இல்லை.

மேலான இலக்கியங்களிலிருந்து பெறும் உன்னத அனுபவங்கள் படைப்பின் விதைகளை உருவாக்குவதில்லை. படைப்பின் விதை கலைஞன் வாழ்க்கையின்மீது கொள்ளும் விமர்சனத்திலிருந்து முளைவிடுகிறது. சமூக அவலங்களும் பொருளாதாரச் சீரழிவுகளும் மிகுந்த சமூகங்களில்கூட உன்னதப் படைப்புகள் தோன்றுகின்றன. ஆனால் வாழ்க்கையைப் பற்றிய பிரக்ஞையோ விமர்சனமோ சர்ச்சைகளோ அற்ற ஒரு சமூகத்தில் மேலான படைப்புகள் தோன்றுவதில்லை. அதனால் தரமான படைப்புகள் தோன்ற வேண்டுமென்றால், முதலில் வாழ்க்கையைப் பற்றித் தீவிரமான விமர்சனம் உருவாக்கப்பட வேண்டும். இந்தியச் சூழலில் 1880இலிருந்து 1940வரையிலும் ஒரு தீவிர சமூக விமர்சனம் எழுந்தது. இக்காலத்துக்குரிய உன்னத ஆளுமைகள் இந்த விமர்சனச் சர்ச்சையில் தீவிரமாகப் பங்கு கொண்டன. சகல பேதங்களுக்கும் அப்பால் மனிதப் பிரச்சினைகள் மேலோங்கி அவற்றிற்கு விடை காணும் முயற்சியில், முழு வாழ்வும் மறுபரிசீலனைக்கு உட்படுத்தப்பட்டது. இந்தச் சர்ச்சையின் விளைவாகத் தோன்றியவையே அக்காலத்துக்குரிய சிறந்த படைப்புகள்.

க.நா.சு.வின் சாதனைகளையும் நாம் தொகுத்துப் பார்க்க வேண்டும். நாவல் எனும் தனி உருவத்தைப் பற்றிய பிரக்ஞை கொண்ட முதல் தமிழ் நாவலாசிரியர் அவர். கதை அல்லாத, சிறுகதையோ கவிதையோ அல்லாத, வாழ்வின் பிரக்ஞையை

வெளிப்படுத்துகிற, அதன் விரிவையும் ஆழத்தையும் சிக்கலையும் சார்ந்த அதிர்வுகளை நம் மனத்தில் எழுப்புகிற, காலத்தின் அகன்ற வீச்சில் சிலிர்ப்பு கொள்ளச் செய்கிற தனிக்கலை இது. இந்தப் பெரிய கலையின் சிறந்த உதாரணமாகத் தமிழில் முன்வைக்க ஒரு படைப்புகூட இல்லை. ஆனால் குறைவாக வேனும் நாவல் சார்ந்த பிரக்ஞையை முதலில் வெளிப்படுத்திய படைப்புகள் க.நா.சு.வுடையவை தாம்.

நவீன விமர்சனத்தை உருவாக்க மணிக்கொடி காலத்திலேயே எளிய முயற்சிகள் நடந்துள்ளன. கு.ப.ரா.வும் புதுமைப்பித்தனும் தம் கட்டுரைகள் மூலம் விமர்சனக் கருத்துகளை உருவாக்க முயன்றனர். அந்த எளிய முயற்சிகளுக்குப் பின் இரண்டாவது அலையாகத் தீவிரமாகவும் விரிந்த தளத்திலும் விமர்சனத்தை உருவாக்கியவர் க.நா.சு. தனது விமர்சனக் கருத்துகளை, வணிக சஞ்சிகைகளைச் சார்ந்த கேளிக்கை எழுத்தாளர்கள், வாசகர்கள், பல்கலைக்கழகங்களைச் சேர்ந்த ஆசிரியர்கள் ஆகியோர் பொருட் படுத்தித்தான் ஆக வேண்டும் என்ற நிர்ப்பந்தத்தை அவர் உருவாக்கினார். இதற்கு மிக மந்தமான சூழ்நிலையில் மிகக் கடுமையாக அவர் உழைக்க வேண்டியிருந்தது. அதேபோல் ந. பிச்சமூர்த்தி, கு.ப. ராஜகோபாலன், வல்லிக்கண்ணன் ஆகியோரின் ஆரம்பகால முயற்சிகளுக்குப்பின் புதுக்கவிதையின் இரண்டாவது அலை தமிழில் உருவாகக் காரணமாக இருந்தவரும் க.நா.சு.தான். நவீன புதுக்கவிதை இயக்கம் தமிழில் தோன்றுவதற்கு முன்னரே அதன் கூறுகள் சார்ந்த பிரக்ஞையை அதிக அளவு அவரே அறிந்திருந்தார் என்பதற்குப் 'புதுக்கவிதை' என்ற தலைப்பில் 'சரஸ்வதி'யில் அவர் எழுதிய கட்டுரை நிரூபணமாக இருக்கிறது.

மொழிபெயர்ப்புகள் சம்பந்தமாகக் க.நா.சு. கொண்டிருந்த பிரக்ஞை மிகவும் அபூர்வமானது. இந்த அம்சத்தில் இவருடன் ஒப்பிடத்தகுந்த வேறு எவரும் தமிழில் இல்லை. அவருடைய தேர்வுகளை ஊன்றிக் கவனித்தால் இவ்வுண்மை துலங்கும். க.நா.சு. ஆங்கிலேய ஆட்சிக் காலத்தில் உயர் கல்வி கற்றவர். அன்று கல்வித் துறைகள் பிரிட்டிஷ் இலக்கியத்தை மட்டுமே கற்பித்துக்கொண்டிருந்தன. ஆங்கிலம் கற்ற உயர் ஜாதியினரிடத்தில் உன்னத இலக்கியத்தின் குறியீடாகத் திகழ்ந்தது பிரிட்டிஷ் இலக்கியம். ஆங்கில மொழியில் இவர்கள் கொண்டிருந்த பரிச்சயம் அமெரிக்க இலக்கியத்தைக்கூட கவனிக்க ஒரு தூண்டுகோலாக அமையவில்லை. அமெரிக்க இலக்கியம் இந்தியக் கல்வித் துறைகளில் 1950க்குப் பின்னரே பரவிற்று. ஆங்கில ஆசிரியர்கள் தங்கள் இலக்கிய அனுபவங்களின் எல்லைகளை விரித்துக்கொண்டதன் விளைவாக இது நிகழவில்லை. அமெரிக்கக்

கலாச்சார நிறுவனங்களின் திட்டமிட்ட செயல்பாடுகளினால் அமெரிக்க இலக்கியம் இந்தியக் கல்வித் துறைகளில் பரவிற்று. இந்தப் பின்னணியில், சூழலின் பாதிப்பை மட்டுமே பெறக்கூடிய வராகக் க.நா.சு. இருந்திருந்தால், அவர் ஆங்கில இலக்கியத்தைச் சார்ந்த படைப்புகளையும் அதிகபட்சம் அமெரிக்க இலக்கியத்தைச் சார்ந்த படைப்புகளையுமே நமக்கு மொழிபெயர்த்துத் தந்திருக்க வேண்டும். ஆனால் நிகழ்ந்தது வேறு. '1984', 'விலங்குப் பண்ணை' (ஜார்ஜ் ஆர்வெல் – இங்கிலாந்து), 'மனுஷ்ய நாடகம்' (வில்லியம் சரோயன் – அமெரிக்கா), 'குருதிப் பூக்கள்' (காதரின் அன் போர்டர் – அமெரிக்கா), 'திறந்த படகு' (ஸ்டீபன் க்ரேன் – அமெரிக்கா) போன்ற நூல்களை அவர் மொழிபெயர்த்திருக்கிறார் என்பது உண்மைதான். தன் மொழிபெயர்ப்புகளுக்கு அவர் எழுதியுள்ள முன்னுரைக் குறிப்புகளையும் உலக இலக்கியங்களைப் பற்றி அவர் கூறியுள்ள கருத்துகளையும் கணக்கில் எடுத்துக்கொண்டு பார்க்கும்போது பிரிட்டிஷ் இலக்கியத்திற்கோ அமெரிக்க இலக்கியத்திற்கோ அல்ல, ஐரோப்பிய இலக்கியத்திற்கே அவர் அதிக அழுத்தம் தந்து மொழிபெயர்த்திருக்கிறார் என்பதைத் திட்டவட்டமாக உணர முடியும். இவர் தேர்வு செய்த ஐரோப்பிய ஆசிரியர்களில் முக்கியமானவர்கள் என்று ஸெல்மா லாகர் லேஃப் (ஸ்வீடன், 'மதகுரு'), பேர் லாகர் க்விஸ்ட் (ஸ்வீடன், 'அன்பு வழி'), மார்டின் து காட் (பிரெஞ்சு, 'தபால்காரன்'), நட் ஹாம்சன் (நார்வே, 'நிலவளம்') ஆகியோரைக் கூறலாம். மிகுந்த பிரக்ஞையுடனேயே இந்நாவல்களைத் தேர்ந்தெடுத்திருக்கிறார் க.நா.சு. இவ்வாசிரியர்கள் உருவாக்கியிருக்கும் உலகம், தமிழ் வாசகன் தன் வாழ்வு சார்ந்தும் தன் மரபுகள் சார்ந்தும் உற்று உணரக்கூடியதாக இருக்கிறது. பிரிட்டிஷ் அல்லது அமெரிக்க நாவல்களில் தமிழ் வாசகன் உணரக்கூடிய 'அந்நியத்தன்மை' இந்நாவல்களுக்கு இல்லை. ஆக, இந்நாவல்கள் தமிழ் இலக்கியப் பிரக்ஞையைத் தீவிரமாகப் பாதிக்கும் என்ற க.நா.சு.வின் கணிப்பு, அவருடைய பார்வையையும் அவர் கொண்டுள்ள அக்கறைகளையும் நமக்கு உணர்த்துகின்றன. துரதிர்ஷ்டவசமாக இம்மொழிபெயர்ப்புகள் சீரான அச்சேற்றத்தையோ விரிந்த வினியோகத்தையோ பெறவில்லை. மிகத் தீவிரமான வாசகர்களின் கவனத்திற்கு மட்டுமே இன்றுவரையிலும் இவை வந்திருக்கின்றன. அந்த அளவில் க.நா.சு.வின் இலட்சியம் நிறைவேறாத ஒன்றாக நிற்கிறது.

காலச்சுவடு, ஜனவரி – மார்ச் 1989

8

தாஸ்தயேவ்ஸ்கி என்ற கலைஞன்

தாஸ்தயேவ்ஸ்கியின் படைப்புலகம் நம் மனத்தில் உருவாக்கும் பிம்பம் என்ன? ஒரு இருட்குகை. முடிவற்றது. கிளைகள் பிரிந்து அக்கிளைகளிலிருந்து மேலும் கிளைகள் பிரிந்து செல்வது. அந்த இருட்குகைக்குள் மலைச் சிகரங்கள். பள்ளத்தாக்குகள். பாலைவனங்கள். வனாந்தரம். அங்கு நறுமணங்கள். துர்நாற்றங்கள். கடுங்குளிர். பொறி பறக்கும் வெப்பம். எண்ணற்ற ரகசிய அறைகள். இந்தப் பாதாள உலகத்தில் கைவிளக்கு ஒன்றை ஏந்தி தாஸ்தயேவ்ஸ்கி முன்செல்ல நாம் பின்தொடர்கிறோம். குகையின் வழிகள், திருப்பங்கள், ரகசியங்கள் அனைத்தும் அவனுக்கு அத்துப்படி. எந்த இருள் திரைபோல் கவிழ்ந்து நம் பார்வையை முடக்குகிறதோ அதே இருள் வாகனமாகி அவனைச் சுமந்து செல்கிறது. ஆழம் இதற்கு மேல் இருக்க முடியாது என்று நாம் முடிவுகொள்ளும் இடத்தில் தொடங்குகிறது ஒரு கிடுகிடு பள்ளம். அந்தகாரம் இதற்குமேல் அடர்த்திகொள்ள இயலாது என்று நாம் உறுதிகொள்ளும் இடத்தில் இருளின் ஆகக் கரிய போர்வை ஒன்று சுருள் விரியத் தொடங்குகிறது. மண்ணின் மேல் ஜாலம் கொள்ளும் வாழ்க்கையைச் சதம் என்று நம்பிக்கொண்டிருக்கும் நம்மைப் பேரதிர்ச்சிகளும் திக்குமுக்காடல்களும் தாக்குகின்றன. அறிஞர்களையோ விமர்சகர்களையோ அல்ல, தன் படைப்புகளில் வெளிப்படும் வாழ்வின் சுருள் அவிழ்ப்புகள் தன் வாசகனுக்கு அளிக்கும்

சுந்தர ராமசாமி

பேரதிர்ச்சிகளையும் பெரு மூச்சுகளையும் நம்பி, காலத்தைத் தாண்டி வந்துகொண்டிருக்கிறான் தாஸ்தயேவ்ஸ்கி என்ற கலைஞன்.

வாசிப்பு என்ற வார்த்தையை தாஸ்தயேவ்ஸ்கியின் படைப்புகள் நிராகரிக்கின்றன என்று சொல்லலாம். நாம் அவனைக் கற்கலாம். கற்று ஏற்கவோ மறுக்கவோ செய்யலாம். நாம் பழக்கத்தில் வைத்துக்கொண்டிருக்கும் வாசிப்பு என்னும் எளிய வித்தை – எடுத்த எடுப்பில் ஒரு சிருஷ்டியை விழுங்கி ஏப்பம் விடுதல் – அவனிடம் செல்லுபடி ஆகக்கூடியதல்ல. சிகை அலங்காரத்திற்கும் சிறிய மலை ஏறவும் பயிற்சி தேவைப்படுகிறது. அப்படியென்றால் பனியில் மூழ்கி வானத்தைக் கோதியபடி பிரம்மாண்டமாக விரிந்து கிடக்கும் மலைச் சிகரங்களில் யாத்திரை செய்ய எவ்வளவு கடுமையான பயிற்சி தேவைப்படும். இதன் பொருள் தாஸ்தயேவ்ஸ்கியைக் கற்றவர்கள் அவனை முழுமையாக ஏற்றுக்கொண்டார்கள் என்பதோ வாசித்தவர்கள் நிராகரித்தார்கள் என்பதோ அல்ல. அவனைக் கற்று நிராகரித்தவர்களும்[1] வாசித்துப் புளகாங்கிதம் கொண்டவர்களும் உண்டு. ஆனால் ஏற்றவர்களும் சரி மறுத்தவர்களும் சரி, அவனுக்கு அளித்த மதிப்பு அலாதியானது. எந்த மாக்சிம் கோர்க்கி இவனைத் 'தீமையின் உருவம்' என்று பழித்தானோ அவனே, 'ஷேக்ஸ்பியருடன் ஒப்பிடத் தகுந்த கலைஞன் இவன்' என்றும் கூறியிருக்கிறான். அவனை ஏற்றுக்கொண்டவர்களும் மேதை என்றார்கள். தூற்றியவர்களும் மேதை என்றார்கள். அரசியல் வாசிப்பு அவனைப் பழித்தது. நீசத்தனமாகப் பழிக்க மட்டுமே செய்தது.

தாஸ்தயேவ்ஸ்கியை ஒருவாறு நாம் புரிந்துகொள்ள அவனுடைய முக்கியமான நான்கு படைப்புகளையேனும் படிக்க வேண்டும். 'கரமசோவ் சகோதரர்கள்', 'குற்றமும் தண்டனையும்', 'மூடன்', 'சைத்தான்கள்'.

தாஸ்தயேவ்ஸ்கியைப் படித்திராத வாசகன் அவனைப் படிக்க முற்படும்போது இதுகாறும் அனுபவித்தறியாத ஒரு விசித்திர ஆயாசம் தன் மனத்தில் படர்வதை உணரலாம். மனித மனங்களின் ஆழங்களை ஊடுருவும் தாஸ்தயேவ்ஸ்கியின் கலைப் பதிவுகள், வாழ்க்கையைப் பற்றிய மாயக் கற்பனைகளை வளர்த்துக்கொண்டிருக்கும் மனங்களைச் சம்மட்டிபோல் தாக்கும். வாழ்க்கை என்றால் என்ன? அதன் குணம் எத்தகையது? மனித இனம் எந்த வகைப்பட்டது? மனித மனத்தின் கொள்ளிடம் எவ்வளவு? அது கடவுளின் அரண்மனையா? சைத்தானின் குடியிருப்பா? வானத்தைத் துழாவுவதில் வெற்றி கண்ட மனிதன்

ஏன் சாக்கடையில் புழுப்போல் நெளிகிறான்? கனவுகளின் ஆடைகளை முற்றாக உரித்து இந்த வாழ்க்கையை நிதர்சனமாக நம்மால் தரிசிக்க இயலுமா? எவற்றின் மீது நம்பிக்கை வைத்து நாம் வாழ்க்கையைக் கொண்டு செலுத்த வேண்டும்? இவைபோன்ற தீர்க்கமான கேள்விகள் முளைக்கின்றன.

நம் அஞ்ஞானத் தூக்கம் கலைக்கப்பட்டு அடிப்படையான கேள்விகளுக்கு விடைகள் தேடிக்கொண்டு போவது சுவாரசியமான காரியம் அல்ல. அதிகாரங்களுக்கும் ஆணவங்களுக்கும் அகங்காரங் களுக்கும் குறைவான அறிவின் அடிப்படையில் நிறைவான வாழ்க்கையைப் பற்றி கற்பனை செய்துகொண்டவர்களுக் கும் வாழ்க்கையின் சகல சிக்கல்களையும் விடுவிக்கும் ஒற்றை மூலிகைத் தத்துவங்களை விற்றுக்கொண்டிருந்தவர்களுக்கும் தாஸ்தயேவ்ஸ்கி மீது கடுங்கோபம் வரக் காரணம் தங்கள் மனங்களின் போதாமைகளை, குறைகளை, வக்கிரங்களை தாஸ்தயேவ்ஸ்கி என்ற கண்ணாடியில் இவர்கள் அம்மணமாகப் பார்த்ததின் விளைவே ஆகும். மனத்தின் திரைகள் ஆக சூட்சும மானவை. அத்திரைகளை தாஸ்தயேவ்ஸ்கியைப்போல் கிழித்த கலைஞன் எவனுமில்லை.

2

பத்தொன்பதாம் நூற்றாண்டின் நடுப்பகுதியில் ஐரோப்பியப் படைப்புலகத்தில் இரண்டு வேறுபட்ட அணுகுமுறைகள் செல்வாக்குச் செலுத்திக்கொண்டிருந்தன. ஒரு போக்கை விக்டர் ஹ்யூகோவுடையது என்றும் மற்றொன்றை பால்சாக்குடையது என்றும் பொதுவாகச் சொல்லலாம். விக்டர் ஹ்யூகோவின் போக்கு லட்சிய வேகமும் மனித குணங்களைக் கறுப்பு அல்லது வெள்ளை எனப் பிரித்து இரு குணங்களுக்கும் அழுத்தம் தந்து பார்ப்பதில் நம்பிக்கையும் உணர்வுகளை மிகைப்படுத்தும் பாங்கும் கொண்டது. நம்பிக்கையின் அடிப்படையில் அது மனித உன்னதங்களை வற்புறுத்துகிறது.

இந்த உன்னதங்கள், உன்னத வாழ்க்கை பரிணமிக்கும் என்று நம்பிக்கை கொள்கின்றன. சமூக மாற்றங்களில் பொக்கான ஆசைகளும் இலக்கியக் கடல்களின் அலைகளில் அவ்வப்போது கால் நனைப்பும் கொண்ட அரசியல் ஜென்மங்களுக்கு இந்த வகையைச் சேர்ந்த படைப்புகள் கனவுகளின் புல்லரிப்பை ஏற்படுத்துகின்றன. எவை சுலபம் அல்லவோ அவை சுலபம் என்று வற்புறுத்தப்பட்டதில் ஏற்பட்ட புல்லரிப்புத் தத்துவங் களைச் சுலோகங்களாக முடக்கி, சுலோகங்களைத் தத்துவங் களாகக் காட்டிக்கொண்டிருக்கும் அரசியல்வாதி, தன்னைக் கலைஞர்களும் ஆமோதித்திருப்பதாக அடிபலம் தேடிக்கொள்ளும்

தந்திரங்கள் இவை. கலை எப்போதும் சிக்கலின் சூட்சுமங்கள் பற்றிய கவலை கொண்டது. சூட்சுமங்களின் சிக்கல்களைப் புரிந்துகொள்ள உதவக்கூடியது. கடினங்களைக் கடினங்களாகக் கண்டு மொழியால் அவற்றைத் தாக்கி வசப்படுத்த முன்னுவது. மனிதனை ஆதாரமாக வைத்தே இந்த வாழ்க்கையை மாற்ற முடியும் என்பதால் மனித மனங்களின் உள்ளறைகளைப் பற்றி ஆழ்ந்த கவலை கொண்டது. மனிதனுக்கும் மிருகத்திற்குமான வேற்றுமைகளை, அதாவது இருப்புக்கும் வாழ்க்கைக்குமான வேற்றுமைகளைப் பதிவு செய்வதில் மிகுந்த கவனம் கொண்டது. கலையின் ஆகப் பெரிய ஆற்றலை உணர்வதும் தாஸ்தயேவ்ஸ்கியை இனம் கண்டு கொள்வதும் இரண்டு வேறுபட்ட காரியங்கள் அல்ல. அதிகாரங்களுக்குத் துதிபாடி, அந்தத் துதிபாடலையே இலக்கியத்தின் எல்லை என்று வரையறுக்க முன்னும் சக்திகளுக்கு தாஸ்தயேவ்ஸ்கி எனும் கலைஞன் அந்நியமாகப் போய்விட்டதில் ஆச்சரியம் ஒன்றுமில்லை.

3

பத்தொன்பதாம் நூற்றாண்டின் நடுப்பகுதியைச் சேர்ந்த ரஷ்யா வுக்கும் இருபதாம் நூற்றாண்டின் இறுதியில் வந்துவிட்ட இந்தியாவுக்கும் பல ஒற்றுமைகள் இருக்கின்றன. இன்றைய இந்தியா மேற்கத்தியக் கலாச்சாரத்தைப் போலி செய்வதுபோல் அன்றைய ரஷ்யா ஐரோப்பியக் கலாச்சாரத்தைப் போலி செய்து கொண்டிருந்தது. ரஷ்யாவில் அன்று சீமான்கள், சீமாட்டிகள், சமூக மின்னா மினுக்கிகள், போலி அறிவுவாதிகள், சாய்வு நாற்காலிப் புரட்சிவாதிகள், அதிகாரத்தின் துதிபாடிகள் எல்லோரும் ரஷ்ய மொழியைத் தாழ்ந்த மொழியாகக் கருதி பிரெஞ்சு மொழியின் மோகத்தில் திளைத்துக்கொண்டிருந்தனர். இந்தியாவில், முக்கியமாகத் தமிழகத்தில், நாம் பார்க்கும் ஆங்கில மோகத்துடன் இதை ஒப்பிட்டுப் பார்க்கலாம். இங்கு ஆங்கிலம் அறிந்தவர்களே அறிவாளிகள் என்று கருதப்படுவது போலவும் ஆங்கிலம் அறிந்தவர்களே படைப்புலகச் சாதனைகள் உள்ளிட்ட வேறு பல சாதனைகளையும் நிகழ்த்த முடியும் என்று கருதப்படுவது போலவும் பத்தொன்பதாம் நூற்றாண்டைச் சேர்ந்த ரஷ்யாவில் பிரெஞ்சு மொழி அறிந்தவர்களே அறிவாளிகளாகவும் உன்னத நாகரிகத்தின் பிரதிநிதிகளாகவும் கருதப்பட்டுவந்தனர்.

தாஸ்தயேவ்ஸ்கியின் குடும்பப் பின்னணி சின்னாபின்னப் பட்டது. சகல சோதனைகளையும் ஒரே குடும்பத்திற்குள் நிகழ்த்திப் பார்க்க வேண்டும் என்று விரும்பிய கடவுளின் வக்கிரத்திற்குப் பலியானது போல் இருக்கிறது அந்தக் குடும்பம். நோய்கள், கொலைகள், அவமானங்கள், துர்மரணங்கள், சிறைத் தண்டனை ஆகிய எண்ணற்ற அவலங்களுக்கு ஆட்பட்ட

குடும்பம். ஆக, போலி நாகரிகத்தின் தளுக்கு பால்கனியில் தாஸ்தயேவ்ஸ்கிக்கு நாற்காலி இல்லை என்பது தெளிவு. இந்த ரஷ்யப் பின்னணி அளித்த தாழ்வு மனப்பான்மையால் கடுமையாகப் பாதிக்கப்பட்டவன் தாஸ்தயேவ்ஸ்கி. தாழ்வு மனப்பான்மை என்ற நோய்க்குப் பலியானவர்கள் சரிந்துபோவது ஒரு வகை. வீறு கொண்டு எழுந்து, தங்களை உக்கிரமாக வெளிப்படுத்திக்கொண்டு, தங்கள் உன்னத ஆளுமைகளை உறுதிப்படுத்தி உறவையும் சுற்றத்தையும் திணறடிப்பது மற்றொரு வகை. இந்த இரண்டாவது வகைக்கு தாஸ்தயேவ்ஸ்கியைப்போல் ஒரு சிறந்த உதாரணம் கிடைப்பது அபூர்வம்.

ரஷ்ய இலக்கிய வானில் இவான் துர்கேனெவ் துருவ நட்சத்திரமாக ஜொலித்துக்கொண்டிருந்த காலம். உயர்குடிப் பிறப்பு. பிரெஞ்சு மொழி லாவகம். நடை உடை பாவனைகளில் கடைந்தெடுத்த சீமான். கலை உலக நுட்பங்களை விவாதிப்பதில் – முக்கியமாக நாவல் கலை பற்றிய விவாதங்களில் – மதிநுட்பம் மிகக் கொண்டவன் என்ற புகழ். உலகக் கலாச்சாரத் தலைநகரமான பாரிஸைத் தன் கருத்துலகத் தலைநகரமாகவும் மாற்றிக் கொண்டிருந்தான். அவன் கலந்துகொள்ளும் விருந்துகளில் உலக எழுத்தாளர்கள் கலந்துகொண்டு அவன் கருத்துகளை ஆழ்ந்து கேட்டிருக்கிறார்கள். துர்கேனெவின் இந்த விசேஷ ஆளுமையைப் பற்றிய எளிய செய்திகள் தாஸ்தயேவ்ஸ்கியை வந்து அடையும்போது அவன் வார்த்தைகளில் திகைப்பும் பதற்றமும் கூடுகின்றன. 'அவர் அதிகம் கற்றறிந்தவர். சீமான்களுக்கே உரித்தான வசதிகளும் சந்தர்ப்பங்களும் அவருக்கு இருக்கின்றன. அவரைப்போல் சாதனைகளை நிகழ்த்த என்னால் முடியாது' என்கிறான். துர்க்கேனெவ்மீது தாஸ்தயேவ்ஸ்கி கொண்டிருந்த ஏக்கத்தைத் தாகூர்மீது பாரதி கொண்டிருந்த ஏக்கத்தோடு ஒப்பிட்டுப் பார்க்கலாம். இன்று துர்கேனெவ் ஒரு குன்று. தாஸ்தயேவ்ஸ்கி ஒரு மலைச் சிகரம். சீமான்களின் ஜிகினா பவிஷுகள் காற்றோடு போக, மேம்பட்ட கலைஞனின் கொடி, கம்பம் இன்றிக் காலத்தின் அந்தரத்தில் பறந்துகொண்டிருக்கிறது.

ஒரு படைப்பாளி தன்னைச் சுற்றிக் கூடும் ஜால்ராக்களின் சத்தங்களுக்குத் தொடர்ந்து செவிமடுப்பதினாலோ நோயுற்ற அகங்காரத்தினாலோ மிதமிஞ்சிய தாழ்வு மனப்பான்மை யினாலோ தன்னைப் பற்றி மிகையாகவோ அல்லது தாழ்வா கவோ கூறிக்கொள்ளும் சொற்களை ஆமோதிக்கும் பொறுப்பை, காலம் ஒருபோதும் ஏற்றுக்கொண்டதில்லை என்பதற்கு எண்ணற்ற உதாரணங்கள் இருக்கின்றன. தாகூரைத் தாண்டிச் சென்றுவிட்ட கலைஞன் பாரதி என்ற மதிப்பீடுகளும் இன்று உண்டு. இக்கூற்றுகளில் மிகை அல்லது சுய அபிமானம்

கலந்திருக்கும் என்று நாம் கருதுவோம் என்றால் இவற்றைவிட்டு, தாகூருடன் சாதகமாக ஒப்பிடத் தகுந்த கலைஞன் பாரதி என்ற முடிவுக்கு வருவதில் தவறில்லை. ஒன்று நிச்சயம்: பாரதி தன்னைத் தாகூருடன் ஒப்பிட்டுக்கொண்டிருந்த காலத்தில் அவன் மனத்தில் இருந்த பெரிய இடைவெளியைக் காலம் ஆமோதிக்கவில்லை.

தாஸ்தயேவ்ஸ்கி எதிர்கொண்ட சமூகப் பின்னணியும் பாதகமானது. அன்று ரஷ்யாவின் கலாச்சாரத் தலைநகரம் பீட்டர் ஸ்பர்க்.[2] வேரற்ற நாகரிகத்தின் துள்ளல்கள் நீக்கமற நிறைந்திருந்த இடம். இந்த வெளிப்பாடுகளுக்கு நேர் எதிர்த் திசையில் பிழைப்பின் கொடிய கரங்களால் குதறப்பட்டுக்கொண்டிருக்கும் கோடிக்கணக்கான மக்கள். கொடிய வறுமை. மிக மோசமான அடக்குமுறை. வேசிகளுக்கு மஞ்சள் அட்டை கொடுத்து வரி வசூலிக்கிறது அரசாங்கம். (மலிவு விலைச் சாராயத்தில் துட்டடிப்பதைவிடக் கேவலமானது அல்ல.) முதலாம் ஜார் நிக்கோலஸ் தன் விசித்திரமான கல்விக் கோட்பாடுகளை வெளிப்படுத்திய காலம். சமூகத்தில் உயர்ந்தவர்களும் தாழ்ந்தவர்களும் ஒன்றாக இணைந்து கல்வி கற்கக் கூடாது என்கிறான் அவன். அரசாங்கத்தை மென்மையாக விமர்சித்தால்கூட அது கொடிய குற்றம். அதற்குத் தண்டனை மரணம். ஜாரின் கொடுங்கோன்மையைத் தகர்க்க 1825இல் ஒரு கலகம் வெடித்தது என்றாலும் அது வெற்றி பெறவில்லை. அன்றைய புரட்சிவாதிகளும் அறிவுவாதிகளும் சைபீரியாவுக்கு நாடுகடத்தப்பட்டனர். எதேச்சாதிகாரம் தலை விரித்து ஆடிற்று. தணிக்கைச் சட்டம் தீவிரமாக அமல்படுத்தப்பட்டது. ரகசியக் காவல் படையினரின் வலைகள் பல இடங்களிலும் வியாபகம் பெற்றன.

தாஸ்தயேவ்ஸ்கியின் மனம் லட்சிய வேகத்தில் துடித்துக் கொண்டிருந்த காலம் அது. என்ன செய்யவேண்டும் என்பதில் அவனுக்குத் தெளிவில்லை. ஆனால் அவனுடைய உணர்வுகள் ஏழ்மையின் கண்ணீரில் கரைந்துகொண்டிருந்தன. ஐரோப்பிய நாகரிகத்துடன் அவனால் இணைந்து செல்ல முடியவில்லை.[3] ரஷ்ய மொழிமீது அவன் மிகுந்த பற்றுக்கொண்டவன். ஐரோப்பாவை நகல் செய்ய வேண்டியதில்லை என்றும் ரஷ்யக் கலாச்சாரத்தைத் தட்டியெழுப்பிப் புனர்வாழ்வுக்கு அதனை இட்டுச் செல்ல வேண்டும் என்றும் ஏங்குகிறான். ரஷ்யா கடந்து வந்திருக்கும் பாதையில், காலத்தின் ஏதோ ஒரு மூலையில், உலகத்தை உய்விக்கும் ஆத்மீக ஞானம் இருக்கக் கூடும் என்றும் அதனைத் தட்டியெழுப்பிப் பேணிக் காத்து, மனித உய்விற்கு வழி காண முடியும் என்றும் அவன் நம்புகிறான்.

4

இங்கு தாஸ்தயேவ்ஸ்கியின் முழு வாழ்க்கையையும் ஆராய்வது நம் நோக்கமல்ல. அவன் வாழ்க்கையின் முக்கியமான பகுதிகளை – சமூகமும் அரசும் குடும்பமும் அவனுக்கு அளித்த வடுக்களை – பார்த்துக்கொண்டு போகிறோம். எந்த அனுபவங்கள் அவன் படைப்பைப் பாதித்திருக்கும் என்று நாம் நம்புகிறோமோ அவற்றைக் கவனிப்பதன் மூலம் அவன் வாழ்க்கைக்கும் படைப்பிற்குமான உறவை அறிய முற்படுகிறோம்.

தாஸ்தயேவ்ஸ்கி 1821இல் மாஸ்கோவில் பிறந்தான். அவனுடைய தந்தை ஒரு டாக்டர். மூர்க்க குணம் கொண்டவர். சற்றே வசதியாக இருந்து சரிந்துபோன குடும்பம் அது. தர்ம ஆஸ்பத்திரியின் வளாகத்திற்குள் வசதிகளற்ற குடியிருப்புகளின் இடுக்குகளில் அவனுடைய இளமை கழிந்தது. நோயைப் பற்றியும் வறுமையைப் பற்றியும் மனித துக்கங்களைப் பற்றியும் அறிந்து கொள்ள மருத்துவச் சூழல் அவனுக்கு ஏற்ற இடமாக அமைந்தது. மத போதனைகளை வலியுறுத்தும் குடும்பம் அவனுடையது.

தாஸ்தயேவ்ஸ்கி பதினான்காவது வயதில் தன் தாயை இழந்தான். இரண்டு வருடங்களுக்குள்ளாகவே அவன் தந்தை கொலை செய்யப்பட்டார். அவருடைய குரூரம் தாங்காமல் பண்ணையாட்கள் அவரைக் கொன்றனர். (குதிரை வண்டியோட்டி அவரைக் கொன்றதாகவும் சொல்லப்படுகிறது.) ஏழு குழந்தைகளில் ஒருவனான தாஸ்தயேவ்ஸ்கி தன் அண்ணன் மிக்கேல்மீது மிகுந்த பாசம் கொண்டிருந்தான். தான் காட்டிய அன்புக்கு இணையான அன்பை அண்ணன் தன்னிடம் காட்டவில்லை என்ற குறையும் அவனுக்குக் கடைசிவரையிலும் இருந்தது. இருவரும் ராணுவப் பொறியியல் கல்லூரியில் ஒன்றாகக் கல்வி கற்றார்கள். தாஸ்தயேவ்ஸ்கி தேர்வுகளில் முதல் மாணவனாக வெற்றி பெற்றுவந்தான் என்றாலும் இறுதித் தேர்வில் ஏதோ ஒரு குளறுபடியால் அவனது பெயர் வெகுவாகப் பின்னால் போய்விட்டது. (விளங்காத குளறுபடியால் பின்தள்ளப்படும் விதி, தாஸ்தயேவ்ஸ்கியின் வாழ்க்கையில் தொடர்ந்து வரும் ஒரு புதிராக இருந்தது.) அண்ணன் வெற்றி பெற்றிருந்தான் என்றாலும் அவனுக்கு உடல்நிலை சீராக இல்லை என்பதால் அவன் பெயர் நீக்கப்பட்டது. இதனால் தாஸ்தயேவ்ஸ்கியின் மனத்தில் மிகுந்த தனிமை சூழ்ந்தது.

ராணுவப் பொறியியல் கல்லூரியில் படித்துக்கொண்டிருந்த போதே தாஸ்தயேவ்ஸ்கி மிகுந்த இலக்கிய வேட்கை கொண்டிருந் தான். அவன் பசி அடங்காத வாசகன். ரஷ்ய மொழிப்

படைப்புகள், ஜெர்மன் படைப்புகள், உலக இலக்கியங்கள், கொலை வழக்குகள் பற்றிய விசாரணைகள், உளவியல், தத்துவம், சமய ஆராய்ச்சிகள், சோசலிசச் சிந்தனை சார்ந்த அலசல்கள் எல்லாவற்றையும் படித்தான். இந்தப் பசி கடைசிவரையிலும் அவனை ஆட்டிப் படைத்துக்கொண்டிருந்தது. பெரிய கலைஞன் பெரும்பாலும் பசி தீராத வாசகனாக இருப்பதைப் பார்க்கிறோம்.

தாஸ்தயேவ்ஸ்கியின் முதல் நாவல் 'ஏழை எளியவர்கள்'. அன்றைய ரஷ்யச் சமூகம் பற்றி அவன் கொண்டிருந்த கவலையை இந்த நாவல் பிரதிபலிக்கிறது. வாழ்வின் பின்பகுதியில் அவன் அடுத்தடுத்து உருவாக்கிய உன்னதப் படைப்புகளின் தரத்துடன் ஒப்பிட முடியாது என்றாலும் லட்சியவாதியான தாஸ்தயேவ்ஸ்கியின் சமூக அக்கறைகளை அதிகம் பிரதிபலித்தது இந்த நாவல்தான் என்று சொல்லவேண்டும். அப்போது அவனுக்கு வயது இருபத்தைந்து. ஒரு படைப்பாளியாக மலர்வதில் மிகுந்த ஆசையும் ஆனால் அதன் நடைமுறைச் சாத்தியத்தில் மிகுந்த அவநம்பிக்கையும் கொண்டிருந்த காலம். படைத்தல் என்ற மாபெரும் கலை தனக்கு வசப்படாத ஒன்றோ என்ற கவலை அவன் மனத்தை அரித்துக்கொண்டிருந்தது.

தாஸ்தயேவ்ஸ்கியின் நண்பன் 'ஏழை எளியவர்'களின் கையெழுத்துப் பிரதியை நிக்கலோ நெக்கரசோவிடம் காட்டலாம் என்று யோசனை கூறினான். அன்று நெக்கரசோவ் 'சமகாலம்' என்ற மதிப்பு வாய்ந்த இலக்கிய இதழின் ஆசிரியர். அவ்விதழில் மதிப்புரை வெளியாவது இலக்கிய அங்கீகாரமாகக் கருதப் பட்டது. நெக்கரசோவிடம் கையெழுத்துப் பிரதியைத் தந்த பின் வெட்கத்துடனும் அவநம்பிக்கையுடனும் படுக்கைக்குச் செல்கிறான்.

தாஸ்தயேவ்ஸ்கி, 'என் கையெழுத்துப் பிரதியைப் படித்து விட்டு அவர்கள் வாய்விட்டுச் சிரிப்பார்கள்' என்று தனக்குத் தானே சொல்லிக்கொள்கிறான். விடியற்காலை நான்கு மணி வாக்கில் தாஸ்தயேவ்ஸ்கியின் அறைக் கதவை அவன் நண்பனும் நெக்கரசோவும் தட்டி நாவல் மிகத் தரமாக வந்திருக்கிறது என்றும் மாலையில் படிக்கத் தொடங்கிய கையெழுத்துப் பிரதியை முடிப்பதுவரையிலும் கீழே வைக்க முடியவில்லை என்றும் சொல்கிறார்கள். தாஸ்தயேவ்ஸ்கி மிகுந்த மனநிறைவு கொள்கிறான். நுட்பமான சிந்தனையாளன் என்றும் ஆழமான விமர்சகன் என்றும் பெயர் பெற்றிருந்த பெலின்ஸ்கி, தாஸ்தயேவ்ஸ்கியின் 'ஏழை எளியவர்'களைப் படித்துவிட்டு 'மற்றொரு கோகோல் நம்மிடையே தோன்றிவிட்டான்' என்கிறார்.[4]

5

இக்காலங்களில் புரட்சிகர இயக்கங்களோடு தாஸ்தயேவ்ஸ்கிக்குச் சாதாரணமான தொடர்புகள் ஏற்பட்டன. திட்டவட்டமான தத்துவங்களில் அவநம்பிக்கையும் மனித துக்கங்களில் உருகும் மனமும் கொண்டவன் அவன். 1849இல் ஷேவ்ஸ்கி[5]யின் குழுவைச் சேர்ந்த அனைத்து உறுப்பினர்களும் கைதுசெய்யப்பட்டபோது தாஸ்தயேவ்ஸ்கியும் கைதுசெய்யப்பட்டான். கைதுசெய்யப்பட்ட அனைவருக்கும் மரண தண்டனை விதிக்கப்பட்டது. ஒரு இடுக்குக் கொட்டடியில் அடைபட்டுக் கிடந்தான் அவன். உடம்பில் உயிர் தரிக்க மட்டுமே போதுமான உணவு. யாரையும் சந்திக்க முடியாது. கடிதங்கள் பெறவும் முடியாது; எழுதவும் கூடாது. விசாரணை ஐந்து மாதங்கள் நடந்தது. அதன்பின் திடீரென்று ஒருநாள் எல்லாக் கைதிகளையும் மூடிய வண்டியில் ஒரு மைதானத்திற்குக் கொண்டு சென்றனர். அங்குப் பெருங்கூட்டம். மைதானத்தின் நடுவில் ஒரு மேடை. சுற்றிலும் கைதிகளைக் கட்டிப்போடத் தூண்கள். சுட்டுக் கொல்லும்படி தீர்ப்பு வாசிக்கப்பட்டது. ஆத்மாக்களின் கடைத்தேறலுக்காக மதகுருக்கள் ஜெபித்துக் கொண்டிருந்தார்கள். கைதிகளுக்கு நீளமான அங்கிகள் அணிவிக்கப்பட்டன. அப்போது தாஸ்தயேவ்ஸ்கிக்கும் மரணத்திற்கும் இடையே ஒரு சில வினாடிகள்தான் இருந்தன. மரண துக்கத்தையும் அவன் முழுமையாக அனுபவித்தாயிற்று. திடீரென்று வெண் கைக்குட்டையை வீசிக்கொண்டு ஒரு சேவகன் வருகிறான். சக்கரவர்த்தி மரண தண்டனையைச் சிறைத் தண்டனையாகத் தளர்த்திவிட்டார் என்கிறான். இந்தச் செய்தி அளித்த அதிர்ச்சியில் ஒரு கைதிக்குப் புத்தி பேதலித்து விட்டது என்றும் மற்றொரு கைதியின் தலை மயிர் பொட்டென நரைத்துவிட்டது என்றும் சொல்லப்படுகிறது.

கொடுஞ்சிறையில் மிகக் கேவலமாக தாஸ்தயேவ்ஸ்கி நடத்தப்பட்டான். கிறிஸ்துமஸ் தினம். அவன் காலில் சங்கிலிகள் பிணைக்கப்பட்டன. சங்கிலியின் இரு நுனிகளும் கணுக்காலில் சுற்றப்பட்டு மையம் இடுப்புப் பட்டையில் கோர்க்கப்பட்டிருந்தது. சங்கிலி மட்டுமே பத்து பவுண்ட் எடை கொண்டது. நான்காண்டுகள் அவன் அதைச் சுமந்து தீர்க்க வேண்டும். சிறையில் தாஸ்தயேவ்ஸ்கியுடன் இருந்த சக கைதிகள் மோசமான குற்றங்களுக்காகத் தண்டனை அனுபவித்து வந்தவர்கள். திருட்டு, கொலை போன்ற சமூகக் குற்றங்கள். அவர்களிடையே இருந்தது தாஸ்தயேவ்ஸ்கிக்கு ஒரு விதத்தில் மன ஆறுதலைத் தந்தது. சிறையில் தாஸ்தயேவ்ஸ்கி தொடர்ந்து படித்து வந்த நூல் பைபிள். துன்பத்தில் உழல்வதன் மூலம் விடுதலை பெற முடியும் என்ற மன உறுதி தாஸ்தயேவ்ஸ்கியிடம் அப்போது

தோன்றியது. தனக்கு முற்றிலும் அருகதையான தண்டனைதான் அளிக்கப்பட்டிருக்கிறது என்றும் நம்புகிறான் அவன். தன்னைப் போன்ற நொந்த இதயங்கள்மீது அவனுக்கு மிகுந்த பரிவும் நெகிழ்ச்சியும் உண்டாயின. கொடிய குற்றங்களுக்கு ஆட்பட்டு, மனம் புழுங்கி விமோசனத்திற்காகவும் புதிய வாழ்க்கைக்காகவும் ஏங்கும் சக கைதிகள்மீது அவன் மிகுந்த தோழமை உணர்வு கொண்டான். வாழ்வுக்கு ஆதாரமான நற்செய்தி ஒன்றை அவர்கள் மூலம் பெறமுடியும் என்று நம்பத் தொடங்கினான். குற்றவுணர்ச்சியும் பாவ எண்ணங்களும் விமோசனத்திற்காக ஏக்கமும் சதா அலையடித்துக்கொண்டிருந்த மனம்தான் தாஸ்தயேவ்ஸ்கியுடையது என்று பல உளவியல் அறிஞர்கள் கூறியிருக்கிறார்கள்.

1854இல் தாஸ்தயேவ்ஸ்கி சிறையிலிருந்து வெளியே வந்தான். அதன் பின் நான்கு ஆண்டுகள் அவன் ராணுவத்தில் கட்டாய ஊழியம் ஆற்ற வேண்டும். ரஷ்யாவுக்குள், சீன எல்லையை ஒட்டிய ஒரு இடத்தில், அவன் பணியாற்றச் சென்றான். இங்கேதான் அவன் மேரியைச் சந்தித்தான். மேரி திருமணம் முடிந்தவள். எட்டு வயதுச் சிறுவனின் தாய். அவள் கணவன் ஒரு பெருங்குடிகாரன். அதனால் அவள் வாழ்க்கை துன்பமயமாக இருந்தது. அவள்மீது தாஸ்தயேவ்ஸ்கி கொண்ட இரக்கம்தான் பின்னர் காதலாகப் பரிணமித்தது. மேரியின் கணவன் மூன்றாண்டுகளுக்குப் பின் இறந்துவிடவே தாஸ்தயேவ்ஸ்கி அவளைத் திருமணம் செய்து கொண்டான். துரதிர்ஷ்டம் என்றுதான் சொல்ல வேண்டும். தாஸ்தயேவ்ஸ்கியின் கொடிய நோய் – அந்த மோசமான காக்காய் வலிப்பு – அவனுடைய தேனிலவு நாட்களில் மிக பயங்கரமாக வெளிப்பட்டு மேரியை நிலை குலையச்செய்தது. ஒரு பெண்ணை ஏமாற்றிவிட்டதான குற்றவுணர்ச்சிக்கு ஆட்படுகிறான் தாஸ்தயேவ்ஸ்கி. நான்கு ஆண்டுகளுக்குப் பின் கொடுங்கோன்மை அரசு தாஸ்தயேவ்ஸ்கியை மன்னித்தது. அவன் பீட்டர்ஸ்பர்க் திரும்பினான்.

6

இப்போது அவனுக்கு வயது முப்பத்தேழு. சொல்லும்படி ஒன்றும் அவன் எழுதியிருக்கவில்லை. 'ஏழை எளியவர்கள்' என்ற நாவலின் திறமையான ஆசிரியரை ரஷ்ய வாசகர்கள் அநேகமாக அப்போது மறந்தாயிற்று. தன் துறையில் வேகமாகச் செயல்பட வேண்டும் என்ற கனவு அவனை அரித்துக்கொண்டிருந்தது. ரஷ்ய எழுத்தாளன் எவனுக்கும் – ஒருக்கால் உலக எழுத்தாளர்களுக்குக்கூட – வாய்த்திராத பேரனுபவங்கள் அவன் மனத்தில் அலைமோதிக்கொண்டிருக்கின்றன. வாழ்க்கையின்

ஆழமும் அகலமும் இப்போது அவனுக்குத் தெரியும். மரணம் பற்றித் தெரியும். மனித மனங்களின் இருட்குகைகள் பற்றித் தெரியும். இப்போது அவன் ஆளுமை விழிப்பான பார்வை கொண்டாயிற்று. விமர்சிக்கவும் ஆராயவும் சிந்தனையைத் தூண்டவும் திக்பிரமை கொள்ளச் செய்யவும் அவனிடம் விஷயங்கள் இருக்கின்றன. காலம் உடனடியாக அவனை ஏற்றுக்கொள்ளும் என்று கற்பனை செய்யக்கூட முகாந்திரம் இல்லை. ஆனால் வாழும் காலத்தில் வீசும் காற்றை அவதானித்து அதற்கேற்ப தன் முகத்தை மாற்றிக்கொள்வது தன்னுடைய வேலை அல்ல என்று அவன் நம்புகிறான். அது அரசியல்வாதியின் அற்பத் தந்திரம். காலத்தின் சாராம்சங்களைப் பற்றிய தன் கணிப்புகளைக் கலைஞன் பதிவுசெய்ய வேண்டும். அவன் பதிவுகளில் ஆழமும் அர்த்தமும் இருந்தால் நிகழ்காலம் அவனை மறுத்தாலும் எதிர்காலம் அவனை அணைத்துக்கொள்ளும்.

தாஸ்தயேவ்ஸ்கியின் படைப்புகளின் தரம் இந்நாட்களில் அவ்வளவு மேலாக இல்லை. அவனுடைய கவனம் இதழியல் பக்கம் திரும்பிற்று. தன் அண்ணன் மிக்கேலுடன் இணைந்து 'காலம்' என்ற இதழைத் தொடங்கினான். இந்தச் சமயத்தில் அவன் மீண்டும் ஒரு காதல் தொடர்பில் சிக்கிக்கொண்டான். அப்போது அவனுக்கு வயது நாற்பது. அவன் காதலி ஹோலினா வுக்கு வயது இருபது. இருவரும் ஐரோப்பியப் பயணம் ஒன்றை மேற்கொண்டனர். அவர்கள் உறவு நீடிக்கவில்லை. மனம் சோர்ந்து தாஸ்தயேவ்ஸ்கி ரஷ்யா திரும்பும்போது மேரி மரணப் படுக்கையில் கிடக்கிறாள். தாஸ்தயேவ்ஸ்கி அவளுக்குப் பணிவிடைகள் செய்கிறான். ஆனால் மேரி இறந்துபோகிறாள். சில நாட்களுக்குள்ளாகவே தாஸ்தயேவ்ஸ்கியின் 'காலம்' அரசாங்கத்தால் தடைசெய்யப்பட்டது. அவன் 'யுகம்' என்ற புதிய இதழைத் தொடங்கினான். 'யுகம்' நொண்டி நடை போட்டுக்கொண்டிருக்கும்போதே தாஸ்தயேவ்ஸ்கியின் அண்ணன் மிக்கேலும் இறந்துபோனான். இதழைத் தொடர்ந்து நடத்துவதில் கடன் ஏறிற்று. குறுக்கு வழியில் பணம் தேட முற்படுகிறான் அவன். சூதாட்ட வெறி அவனைப் பேய்போல் பிடித்தாட்டுகிறது. தன் கையிருப்பையும் கடன் வாங்கிய தொகைகளையும் சூதாடித் தொலைக்கிறான். பல புத்தகங்கள் எழுதித் தருவதாக வாக்களித்து, வெளியீட்டாளர்களிடமிருந்து முன்பணம் பெற்று, ஒப்புக்கொண்ட தேதிகளில் புத்தகங்களை முடித்துத் தர இயலாமல் திணறுகிறான். கடன்காரர்கள் அவன் கழுத்தில் சுருக்கைப் போட்டு இழுக்கிறார்கள். துன்பத்திலும் வறுமையிலும் தனிமையிலும் உழல்கிறான். அப்போது அவன் எழுதத் தொடங்கிய நாவல்தான் *'குற்றமும் தண்டனையும்.'*

ஒரு காரியதரிசியை அமர்த்தி நாவலை எழுதச் செய்தால் விரைவாக எழுதிவிட முடியும் என்று அவனுடைய நண்பர்கள் யோசனை கூறினார்கள். இந்தக் காரியதரிசி வேலைக்கு வந்தவள் அன்னா. தாஸ்தயேவ்ஸ்கியின் வாழ்க்கையில் அவன் எதிர்கொண்ட ஒரே விளக்கு என்று இவளைச் சொல்லிவிடலாம். காரியதரிசியாக வந்தவள் மனைவியான பின் அவன் வாழ்க்கையில் பெரும் மாற்றங்கள் ஏற்படுகின்றன. அப்போது தாஸ்தயேவ்ஸ்கிக்கு வயது நாற்பத்தைந்து. அன்னாவுக்கு வயது இருபது. வயதின் இடைவெளி அதிகம். ஆனால் தாஸ்தயேவ்ஸ்கி என்ற கலைஞனை மனதார நேசித்த அன்னா தன் பொறுமையால் விவேகத்தால் தாஸ்தயேவ்ஸ்கி என்ற பெரும் சிடுக்கை ஒரு கண்டில் சுற்றத் தொடங்குகிறாள். தன் சிக்கல்களை அன்னா ஒழுங்குபடுத்திய வித்தையைப் பார்த்து தாஸ்தயேவ்ஸ்கியே ஆச்சரியப்படுகிறான். அவன் நிம்மதியாகப் படைப்பாக்கங்களில் ஈடுபட்டிருந்த காலம் இது ஒன்றுதான். 'ஒரு பெரும்பாவியின் வாழ்க்கை' என்ற தலைப்பில் ஒரு பெரிய நாவலை – அவன் மனத்தில் ஐந்து பாகங்களாக உருக்கொண்டிருந்தது இது – எழுதத் திட்டமிடுகிறான். இந்தத் தலைப்பில் அப்படைப்பு வெளிவரவில்லை என்றாலும் காலத்தின் போக்கில் மாற்றம் அடைந்து, இத்திட்டம் வெவ்வேறு தலைப்புகளில் வெவ்வேறு நூல்களாக உருவாகியிருக்கின்றன. 'கரமசோவ் சகோதரர்கள்' வெளி வந்ததும் தாஸ்தயேவ்ஸ்கியின் புகழ் உச்சக்கட்டத்தை எட்டுகிறது. ரஷ்யாவின் தேசிய கவியான புஷ்கினின் ஆண்டு விழாவின்போது தாஸ்தயேவ்ஸ்கி ஆற்றிய உரை அற்புதமாக அமைந்தது என்று அவன் படைப்புகளை ஏற்காதவர்கள்கூடப் பாராட்டியிருக்கிறார்கள்.

'கரமசோவ் சகோதரர்க'ளை எழுதி முடித்த மூன்று மாதங் களுக்குப் பின் 1881 ஜனவரி 21ஆம் தேதி இரவு எட்டரை மணிக்கு தாஸ்தயேவ்ஸ்கி இறந்துபோகிறான்.

7

தாஸ்தயேவ்ஸ்கியின் படைப்புலகத்தின் பொதுப் போக்கைப் பற்றியும் நாம் சிறிது தெரிந்துகொள்ள வேண்டும். அவனுடைய சிறந்த நாவலான 'கரமசோவ் சகோதரர்க'ளின் ஊடுபாவுகளைக் கவனிப்பதன் மூலம் அவன் படைப்புக் குணத்தை நாம் அறிய முடியும். இவன் எழுதியுள்ள நாவல்களில் ஆகச் சிறந்தது இதுதான் என்றும் இன்றுவரை உலகத்தில் தோன்றியுள்ள நாவல்களிலேயே இதுவே மேலானது என்றும் கூறும் விமர்சகர்கள் உண்டு. நான்கு பெரிய பகுதிகளும் பன்னிரண்டு உப பகுதிகளும் கொண்ட இந்த நாவலின் கதையைச் சுருங்கக் கூறுவது இமயமலையின்

சிகரத்தைத் தபால்தலையில் பார்ப்பதுபோல இருக்கும். மேலும் நாவல்கள் கதைகள் அல்ல. இந்த விதிகளை மீறி, முரட்டுத் தனமாக இந்த நாவலைச் சுருக்கிப் பார்த்தால், அது ஒரு கொலைக் கதை.

ஃபயோதர் பாவ்லோவிச் என்பவன் கொலை செய்யப்படு கிறான். நீதிமன்ற விசாரணையில் நிரபராதியான அவன் மகன் டிமிட்ரி கொலைக் குற்றத்திற்கான தண்டனையைப் பெறுகிறான். இவ்வளவு தான் விஷயம். வாசகர்களை ஈர்க்கும் ஒரு கொலைக் குற்றக் கதையின் சரடைப் பின்னணியில் வைத்துக்கொண்டு மனக் குகைகளின் வாசல்களைத் திறந்து காட்டும் அற்புத சாதனையை நிகழ்த்திக் காட்டுகிறான் தாஸ்தயேவ்ஸ்கி. மனித மனங்களின் ஆழங்களும் தத்துவப் பிரச்சினைகளும் உணர்ச்சிகளின் மோதல் களும் ஜீவநதி போல் பெருக்கெடுத்து ஓடுகின்றன இந்த நாவலில். ஆக, இங்குக் கொலைக் குற்றக் கதை என்பது தாஸ்தயேவ்ஸ்கி அவனுடைய தனி உலகத்தைப் படைத்துக் காட்டுவதற்கான முகாந்திரமே. மர்ம நாவல்களுக்குரிய சில்லறை உத்திகளில் மட்டுமே தாஸ்தயேவ்ஸ்கியின் மனம் குவிந்திருந்தால் மூன்றாம் தர நாவல்களுக்காகவே காலம் தோண்டி வைத்திருக்கும் பெரும் குழிகளுக்குள் அது பெருக்கித் தள்ளப்பட்டிருக்கும். தாஸ்தயேவ்ஸ்கியின் படைப்புகளோ காலத்தைத் தாண்டி மட்டும் வரவில்லை; அவற்றுக்குப் பாதகமான கால வெள்ளத்தில் எதிர்நீச்சல் போட்டுக்கொண்டு வருகின்றன.

பத்தொன்பதாம் நூற்றாண்டு தாஸ்தயேவ்ஸ்கிக்குச் சாதகமான காலம் அல்ல. அவனுடைய பார்வைக்கும் கருத்துகளுக்கும் நம்பிக்கைகளுக்கும் எதிரானவர்களின் கை ஓங்கியிருந்த நூற்றாண்டு இது. உடல் ஒற்றுமைகளையும் லோகாயதத் தேவைகளையும் தாண்டி மனித மனங்களின் வேற்றுமைகளை நுட்பமாக உணர்ந்தவன் அவன். லோகாயதத் தேவைகளின் பொதுமைகளை முன்வைத்து, பதவி வெறிபிடித்த அரசியல்வாதிகள் மக்களைக் கவர்ந்துகொண்டிருந்த நூற்றாண்டு இது. தர்க்கம், பகுத்தறிவு போன்ற மூளை வலுக்களின் வரையறை களைப் பற்றிச் சிந்தித்தவன் தாஸ்தயேவ்ஸ்கி. ஏனெனில் வாழ்க்கை யின் அடர்த்தி அவனுடைய அனுபவத்தின் ஒரு பகுதி. தன் அனுபவங்களின் அனந்த கோடி முகங்களை அவன் ஒருபோதும் சிதைத்துக்கொள்ள விரும்பவுமில்லை. பிரச்சினைகளுக்கு ஆயத்தத் தீர்வுகள் அளிப்பது அல்ல; பிரச்சினைகளின் முழு ஆழத்தையும் புரிந்துகொள்வதே அவனுடைய முதன்மையான நோக்கமாக இருந்தது. சமூக மாற்றங்களுக்கு முன்வைக்கப்பட்ட ஒற்றை மூலிகைகள் எவற்றையும் அவன் ஏற்கவில்லை. மேலான தத்துவங்கள் எப்போதும் இருந்து வந்திருக்கின்றன. அந்தத்

தத்துவங்களை வாழ்க்கையோடு இணைக்கப் பேரறிவும் பெரும் அனுபவங்களும் செழுமையான கற்பனைகளும் வேண்டும். அதிகாரத்தைப் பிடிக்க முன்னும் தீயசக்திகள் தங்களுடைய கீழான ஆசைகளை மறைக்கவும் மக்கள் கூட்டத்தை வசீகரிக்கவும் மேலான தத்துவங்களை வெற்றிகரமாய்ப் பயன்படுத்திவிட்ட சாகசம் இன்றைய சரித்திரத்தின் ஒரு பகுதி ஆகிவிட்டது. ஆனால் தாஸ்தயேவ்ஸ்கியோ அரசியல்வாதிகளின் இனிப்பு மிட்டாய்களைக் குதப்பப் பிறந்தவன் அல்லன். அவன் மனித விமோசனத்தைப் பற்றிய மெய்யான கவலைகள் கொண்டவன். அந்த மெய்யான கவலைகள் காரணமாகவே அவனிடம் எளிய தீர்வுகள் இல்லாமல் போயிற்று. மனிதன் தன்னை அறிந்துகொள்ள வேண்டும். தன்னை அறியாதவன் தன் சக மனிதனையோ சமூகத்தையோ அறிய முடியாது. தாஸ்தயேவ்ஸ்கி தனி மனிதனின் ஆளுமையிலும் வளர்ச்சியிலும் அந்த ஆளுமை வளர்ச்சிக்கான சுதந்திரத்திலும் மிகுந்த நம்பிக்கை வைத்திருந்தான்.

சர்வாதிகாரங்களுக்கு எதிராக வந்த விமர்சனங்கள் அனைத்தையும் தனிநபர் வாதம் என்றும் பெரும்பான்மையான மக்கள் நலத்திற்கு எதிரானவை என்றும் முதலாளித்துவத்திற்குத் துணை போகக்கூடியவை என்றும் பழித்துரைத்து, முத்திரை குத்தி, அதிகார சக்திகள் வெற்றி பெற்ற இந்த நூற்றாண்டில் தாஸ்தயேவ்ஸ்கி புறக்கணிக்கப்பட்டதில் ஆச்சரியம் ஒன்றும் இல்லை. நிறுவனங்கள் சார்ந்த அழுகிப்போன மத நம்பிக்கைகளுக்கும் சகல ஜீவராசிகளின் பொதுத்தன்மையை உணர்ந்து அவ்வுணர்வை ஆத்மீக சக்தியாகப் போற்றிய கலைஞர்களின் குரல்களுக்குமான வேறுபாட்டைச் சிதைத்து, ஆத்மீக சக்திகளையும் மதவாதிகள் என்று பழித்துரைப்பதில் போலி அறிவுவாதிகள் வெற்றி பெற்ற காலம் இது. தாஸ்தயேவ்ஸ்கியோ அம்மணமானவன். வாழ்க்கை எனும் சகதியில் புரண்ட அம்மணம் அவனுடையது. மனிதனைப் பற்றிய மிக ஆழமான மதிப்பீடு ஒன்றை – படித்துப் புரிந்துகொள்ளும் வகையில் அல்ல – நாம் அனுபவித்து நம் உணர்வுகளின் பகுதியாக்கிக் கொள்ளும்படி கலையாக அவன் தந்துவிட்டுப் போயிருக்கிறான். வேஷங்கள், பொய்ப் பிரச்சாரங்கள், பொய் நீதிமன்றங்கள் போன்றவை எதேச்சதிகாரங்களுக்குத் துணைபோன நூற்றாண்டு இது. அரசியல் அறிஞர்கள் என்று நெளிந்துகொண்டு இருந்தவர்கள் கலைஞர்களின் குரல்வளைகளை ஒடுக்க அதிகார சக்திகளுக்குத் துணைபோய், பொய்யான நூல்களைத் தயாரித்துக் குவித்த நூற்றாண்டும் இதுதான். இன்றுவரையிலும் அம்பலமாகிவிட்ட பொய்களை மட்டுமே அழிக்கும் தெய்வீக ஜ்வாலை ஒன்று தோன்றுமென்றால் உலகத்திலுள்ள சகல நூல்நிலையங்களிலும்

அரைப்பங்குச் சேமிப்பு தீக்கிரையாகிவிடும். தாஸ்தயேவ்ஸ்கியோ உண்மையின் ஜ்வாலை. அந்தச் சுடரின் ஒளி போற்றப்படக்கூடிய காலம் இப்போதுதான் தொடங்குகிறது என்று சொல்ல வேண்டும்.

ரஷ்ய மண்ணில் கடந்த முக்கால் நூற்றாண்டாக தாஸ்தயேவ்ஸ்கி அவனுக்குரிய மதிப்பைப் பெறவில்லை என்பது தெளிவு. பொய்ப் பிரச்சாரங்களுக்குத் துணை நின்றும் சகல இழிவுகளிலும் பங்கு பெற்றும் அரசியல்வாதிகளின் அதிகார உணவுகளின் எச்சங்களைத் தின்றும் பிழைத்துக்கொண்டிருந்த எழுத்தாளர்கள் அவனைப் பலவாறு தூற்றிப் பேசியிருக்கிறார்கள். தாஸ்தயேவ்ஸ்கியை ஒரு பக்கமாகவும் அவனை இகழ்ந்தவர்களை மறு பக்கமாகவும் வைத்து, அவன் அலட்சியப்படுத்தப்பட்ட விதங்களையும் தூற்றல்களின் சாராம்சங்களையும் யோசிக்கும் போது இந்த மண்ணில் எந்தக் கொடுமையும் நிகழும் என்பதற்கு மட்டுமே அவை உதாரணங்களாக இருக்கின்றன.

ஆனால் காலம் அவ்வளவு கொடுமையானது அல்ல. வரலாற்றுக்குள் பொய்மைகளைத் துப்ப முயன்றவர்கள்மீது வரலாறு சரிந்து பொய்மைகள் புதையுறும் காலம் தோன்றிவிட்டது. சூத்திரங்கள் பிரச்சினைகளைத் தீர்க்காது என்ற உண்மை இன்று மனித குலத்தின் மனத்தில் எதிரொலித்துக் கொண்டிருக்கிறது. பசி குடலைப் பிடுங்கும்போது உணவு மட்டுமே போதும் என்று சொல்லாத மனிதனும் இல்லை. பசி ஆறியபோது உணவு மட்டுமே போதுமானது அல்ல என்று சொல்லாத மனிதனும் இல்லை. ஆனால் சூத்திரங்களோ பசியைக்கூடத் தீர்க்க முடியாதவை. இந்தப் பாதகமான நூற்றாண்டைத் தாண்டி வந்திருக்கும் ஒரு கலைஞன் மறுபரிசீலனைகளுக்கும் ஆழமான புரிதல்களுக்கும் இடந்தரப் போகும் எதிர்காலங்களில் எப்படி மதிப்பிடப்படுவான் என்பதைச் சிறிது கற்பனை உணர்வு கொண்டவர்கள் புரிந்துகொள்ள முடியும்.

8

கரமசோவ் சகோதரர்கள் வெளிப்படுத்தும் உலகத்தை இப்போது சிறிது பார்க்கலாம்.

ஃபயோதர் பாவ்லோவிச் கரமசோவ் பார்ப்பதற்கு மனிதன் போலவே இருக்கக்கூடியவன். ஆனால் இவன் சதை, காமம், இழிவு, துன்மார்க்கம், வெட்கங்கெட்டத்தனம் இவற்றின் கூட்டுத்தொகை. பெண் இவனுக்கு ஒரு போகப் பொருள். பெண்மையையும் வாழ்க்கையின் இதர இன்பங்களையும் விலைக்கு வாங்கிவிடலாம் என்று நம்புகிறான். உறவுகள் இவனுக்கு லாபம் தரக்கூடிய

தொடர்புகள். இவனுடைய அசிங்கமான வாழ்க்கை சீழ்போல் அவனைச் சுற்றி ஒழுகிக்கொண்டிருக்கிறது.

ஃபயோதருக்கு இருமுறை திருமணம் முடிந்தது. மனைவியின் முன் வேசிகளை அழைத்துவந்து கூத்தடிப்பான். இவனை மணந்துகொண்ட பெண்கள் இருவரும் இவனால் எந்தச் சுகத்தையும் பெறவில்லை. இவர்கள் வாழ்க்கை நரக வேதனையாயிற்று. இவனுடைய முதல் மனைவி டிமிட்ரி என்ற குழந்தையைப் பெற்றுத் தந்துவிட்டு ஓடிப்போகிறாள். இரண்டாவது மனைவி மூலம் ஐவான், அலெக்சி என்று இரண்டு மகன்கள். இரண்டாவது மனைவியை வீட்டை விட்டுத் துரத்துகிறான் ஃபயோதர். தன் குழந்தைகளை இவன் திரும்பிக்கூடப் பார்க்கவில்லை. வேலைக்காரர்கள், உறவினர்கள் அல்லது தாயாதிகள் இவன் குழந்தைகளை வளர்த்தார்கள். ஃபயோதருக்குத் தன் கிழப்பருவத்தில் க்ருஷங்கா என்ற தாசிமீது காமம் பெருக்கெடுத்து ஓடத் தொடங்கிற்று. அவளுக்குரிய விலையைத் தந்து அவளைச் சொந்தமாக்கிவிடலாம் என்று சப்புக் கொட்டத் தொடங்குகிறான். காமவெறி தலைக்கு ஏற ஏற அவன் ஒரு கோமாளி போலவே நடந்துகொள்கிறான்.

ஃபயோதரின் மூத்த மகன் டிமிட்ரி களங்கமற்றவன். மேலானவை எவை என்பதில் அவனுக்குச் சிறிதும் சந்தேகமில்லை. ஆனால் நியதிகளைச் சார்ந்து ஒட்டி ஒழுக அவனால் முடியவில்லை. அவன் உணர்ச்சியின் வடிவம். ஆசைகளால் அலைக்கழிக்கப்படுகிறான். இழிவுகளில் சரிவதும் சரிந்தமைக்காக வருந்துவதும் மீண்டும் சரிவதுமாக இருக்கிறது அவன் வாழ்க்கை. க்ருஷங்காவை அவனும் திருமணம் செய்துகொள்ள விரும்புகிறான். அவள்மீது தான் கொண்டிருக்கும் மட்டற்ற ஆசையை வெளிப்படுத்தி அவளை வசப்படுத்திவிடலாம் என்று நம்புகிறான். பணத்தின்மீது அவனுக்கு நாட்டமில்லை. ஆனால் க்ருஷங்காவை அடைய அது ஒரு உபயோகமான பொருள் என்பது அவனுக்குத் தெரியும். ஆகவே தன் தகப்பனிடமிருந்து தனக்குரிய சொத்தைப் பெற முயல்கிறான். தகப்பன் அதற்கு இசையவில்லை. சொத்தை முன்னிட்டும் பெண்ணை முன்னிட்டும் தகப்பனுக்கும் மகனுக்குமான மோதல்கள் மிகக் கடுமையாக உருவாகின்றன. கத்தியா என்ற பெண்ணை டிமிட்ரிக்குத் திருமணம் செய்ய பேசி முடித்திருக்கும் தருணம் அது. ஆனால் அவளைப் பற்றிய நினைவே அவனுக்கு இல்லை. நேர்மையும் இங்கிதமும் கொண்ட அவளை, அறிவாளியும் எழுத்தாளனுமான தன் தம்பி ஐவான் தான் மணந்துகொள்ள ஏற்றவன் என்று கருதுகிறான். ஐவான்

கத்தியாவை மணந்து கொண்டுவிட்டால் குறுக்கீடு எதுவும் இல்லாமல் க்ருஷங்காவுடன் உல்லாச வாழ்க்கை நடத்தலாம் என்று கனவு காண்கிறான்.

இரண்டாவது மகனான ஐவான் ஒரு பகுத்தறிவுவாதி. புத்தி, தர்க்கம், யுக்தி ஆகியவற்றைப் பயன்படுத்தி உலகத்தைப் புரிந்து கொண்டு விடலாம் என்று நம்புகிறான். தத்துவச் சிந்தனைகளில் மிகுந்த ஈடுபாடு கொண்டவன். கடவுள் இல்லை என்பது அவனுக்கு உறுதியாக இருந்தது. ஆனால் அவன் மனத்தில் வெறுமையும் தத்தளிப்பும் நிரம்பி இருக்கின்றன. தத்துவப் பிரச்சினைகள் அவனுக்குச் சாய்வு நாற்காலியில் முடங்கிக் கிடக்கும்போது மட்டும் வந்துபோகும் தொந்தரவுகள் அல்ல. வாழ்க்கையை எதன் மீது கட்டுவது என்ற வினா சார்ந்த ஆதாரமான பிரச்சினைகள் அவை. கடவுள் இல்லை என்றால் இந்த வாழ்க்கையின் பொருள் என்ன? அப்படியென்றால் நம் செயல்பாடுகள் நம் விருப்பம் மட்டுமே சார்ந்தவை தானா? வாழ்க்கைக்கும் தன் பிறப்புக்குமான இணைப்பு அவனுக்குத் தெளிவுபடவில்லை. பிறந்துவிட்டதினாலேயே அபோதமாக வாழ்ந்துகொண்டிருக்கும் துர்விதியை அவன் ஏற்றுக்கொள்ளவும் இல்லை. ஒரு சந்தர்ப்பத்தில் அவன் தன் தம்பி அலெக்சியிடம், 'நான் என் இளமை முடிந்ததும் என் கிண்ணத்தைக் காலி செய்து விடுவேன்' என்கிறான். இதன் பொருள் தனக்கு விடைகள் கிடைக்கவில்லை என்றால் தற்கொலை செய்துகொள்வேன் என்பதே. கடவுள் இல்லை என்றால் சகல காரியங்களையும் நியாயப்படுத்திவிடலாம். அப்போது வாழ்வுக்கும் சாவுக்கும் வேற்றுமை இல்லை. உண்மைக்கும் பொய்க்கும் முரண்பாடு இல்லை. ஆனால் அதே சமயம் கடவுளின் இருப்பை ஏற்றுக் கொள்ளவும் முடியவில்லை. இதுதான் ஐவானின் பிரச்சினை.

ஐவானுக்குத் தன் தகப்பன்மீது மதிப்பு இல்லை. அவன் வாழ்ந்துகொண்டிருப்பதற்கு எந்த அர்த்தமும் இல்லை என்று நினைக்கிறான். அதுபோல் டிமிட்ரியின் வாழ்க்கையையும் அவனால் புரிந்துகொள்ள முடியவில்லை. ஏனெனில் அதில் அறிவின் சுவடுகள் ஒன்றுகூட அவனுக்குத் தென்படவில்லை. இரு புழுக்களாகவே இருவரையும் பார்க்கிறான். 'ஒரு புழு மற்றொரு புழுவை விழுங்கிச் சாகும்' என்று அலெக்சியிடம் வெளிப்படையாகவே சொல்கிறான்.

ஐவானின் பாத்திரப் படைப்பு மகத்தானது. உலக இலக்கியங் களின் சிறந்த பாத்திரங்களைக் கணக்கில் எடுத்துக்கொள்ளும் போதுகூட இவனுடைய பாத்திரப் படைப்பு மகோன்னதமானது என்று பல விமர்சகர்களும் கருதுகிறார்கள். மாறிவரும் வாழ்க்கை

உருவாக்கும் புதிய மதிப்பீடுகள் காலத்தின் தொடர்ச்சியாக நிற்கும் மனிதனுக்கு எண்ணற்ற சவால்களை விடுகின்றன. இந்தச் சவால்களின் மனித உருவமாக நிற்கிறான் ஐவான். தாஸ்தயேவ்ஸ்கியின் கைகளில் ஐவான் சதையும் ரத்தமும் கொண்ட பெரும் ஆளுமையாக உருக்கொண்டு ஓங்கும்போது, புறஉலகில் இவன் நிஜ சொரூபமாகவே நிற்பது போலவும் தன் ஆற்றலுக்கே சவால்விட்டு தொடைதட்டி நிற்பது போலவும் தாஸ்தயேவ்ஸ்கிக்குத் தோன்றுகிறது. தன் படைப்புலகங்களில் முற்றாக மூழ்கிவிடும் மேலான கலைஞர்களுக்குத் தோன்றும் பிரமை இது. தன் நாட்குறிப்பில், 'ஐவான்தான் எனக்குப் பெரிய சவால்' என்று எழுதுகிறான் தாஸ்தயேவ்ஸ்கி. 'நான் எழுதியிருக்கும் முழு நாவலும் இவனுக்கான பதில்தான்' என்கிறான். 'நான் நம்பியதைவிடவும் இவன் அதிகத் திறமைசாலி' என்கிறான்.

மூன்றாவது மகன் அலெக்சி ஆத்மீக ஞானத்தில் மிகுந்த தேட்டம் கொண்டவன். கிறிஸ்துவ குருமார்களுடன் மடத்தில் தங்கிவருகிறான். அங்கு ஞானி ஜோஸிமாவைத் தன் குருவாக ஏற்றுக்கொண்டிருக்கிறான். அலெக்சி மென்மையான குணம் கொண்டவன். வாழ்க்கையின்மீது ஆழ்ந்த பற்றும் சகல ஜீவராசிகள் மீது மிகுந்த பரிவும் கொண்டவன். தெய்வ நம்பிக்கை ஒன்றையே தன் பலமாக எண்ணுகிறான். தன் மனத்திற்குப் படும் உண்மையை எப்போதும் முன்வைப்பவன். ஞானி ஜோஸிமாவின் போதனைகள் மூலம் அவன் மனத்திற்கு மிகுந்த செழுமை சேர்ந்து வருகிறது. இயல்புகளிலும் சிந்தனைகளிலும் ஐவானுக்கும் டிமிட்ரிக்கும் முற்றிலும் மாறான போக்குக்கொண்டவன் அலெக்சி. ஆனால் தனக்கு முற்றிலும் வித்தியாசமானவர்களுடன்கூட நல்லுறவு கொண்டிருக்கிறான். முக்கியமாக ஐவான் தன் சிந்தனைகளையும் சங்கடங்களையும் இவனுடனேயே பகிர்ந்துகொள்கிறான்.

ஒருமுறை ஐவான் இவனைச் சந்தித்துப் பேசும்போது, தான் ஆக்கியிருக்கும் வசன கவிதையை – இறை பற்றிய தத்துவ விசாரணைகளை – இவனிடம் தருகிறான். நாவலின் அச்சாணி என்று இந்த வசனக் கவிதையைச் சொல்ல வேண்டும். இந்தப் பகுதியை மட்டுமே ஆராய்ந்து பல்வேறு அறிஞர்கள் கட்டுரைகளும் புத்தகங்களும் எழுதியிருக்கிறார்கள். ஐவானின் வாதங்களை மௌனமாகவும் பொறுமையாகவும் கேட்டுக்கொண்டிருக்கும் அலெக்சி தன் கவித்துவ மனம் உணரும் உண்மைகளைப் பதிலாகக் கூறுகிறான். ஐவான் தன் வாதத்தை முன் வைத்த அன்று தாஸ்தயேவ்ஸ்கி தன் நாட்குறிப்பில் எழுதுகிறான்: 'ஐவான் நான் நினைத்ததைவிடவும் திறமையாகத் தன் வாதங்களை முன்வைத்துவிட்டான். பாவம், அலெக்சி! நாளை

ஐவானை எப்படித்தான் அவன் எதிர்கொள்ளப்போகிறானோ?' படைப்பாளி உருவாக்கிய கற்பனை உலகம் அவனுக்கே நிஜ உலகம்போல் காட்சியளிப்பதை இங்கு மீண்டும் பார்க்கலாம். உண்மையில் கற்பனை உலகம் என்பது கற்பனை உலகமும் அல்ல; நிஜ உலகம் என்பது நிஜ உலகமும் அல்ல. நிஜ உலகத்தை அறிந்துகொள்ள பொறிகளுக்கு வசப்படும் உலகத்தைத் தாண்டி ஊடுருவிச் செல்ல வேண்டியிருக்கிறது. படைப்பில் அனுபவம், கற்பனை, அழகுணர்வு ஆகியவற்றின் துணையால் அந்த ஊடுருவல் நிகழும்போது படைப்புலகம் உண்மையான உலகமாக மாறுகிறது. படைப்பு நிஜ உலகத்திற்கு எதிராக நின்று தன் ஊடுருவல்களை நிஜ உலகத்தின்மீது வீசி அதன் உள்ளர்த்தங் களை உணரத் துணை செய்கிறது. படைப்பாற்றலால் நிஜ உலகம் உள்ளர்த்தம் கொள்ளும்போது அது வாசகன் மனத்தைக் கவ்வுகிறது.

தாஸ்தயேவ்ஸ்கி பரிவுகொள்வதுபோல் அலெக்சி ஒன்றும் அவ்வளவு சாது இல்லை. அவன் சாதுபோல் தோற்றமளிக்கக் கூடியவன். படைப்பே இதை நிரூபிக்கிறது. ஐவானின் வாதங் களின் முன் அவன் ஒன்றும் துவண்டு போய்விடவில்லை. ஐவானிடம் இருக்கும் ஆயுதங்கள் அவனிடம் இல்லாமல் இருக்கலாம். ஆனால் ஐவானிடம் இல்லாத வலுக்கள் அவனிடம் இருக்கின்றன. முக்கியமாக அலெக்சி கவிமனம் கொண்டவன். அன்பு அலையடிக்கும் மனத்தை இயற்கையாகக் கொண்டவன். ஜீவராசிகள்மீதும் காட்சிப் பொருள்கள் மீதும் அவனுடைய அன்பு வழிந்துகொண்டிருக்கிறது. தன் கண்களுக்குப் புலப்படாத ஒரு ஜீவ இயக்கத்தின் பகுதியாகவே அனைத்தையும் அவன் பார்க்கிறான். உயர்வு தாழ்வு என்ற பிளவு அவனிடம் இல்லை. கறுப்பும் வெள்ளையும் அவனிடம் இல்லை. பிளவுபட்டு காட்சி யளிப்பவற்றிற்கு அப்பால் பிளவுபடாத சக்தி ஒன்று இயங்கு வதாகவும் அவன் நம்புகிறான். அறிந்தவற்றைப் பற்றிய அறிவு ஐவானுக்கு இருக்கிறது என்றால் அறியாதவற்றைப் பற்றிய ஞானம் அலெக்சிக்கு இருக்கிறது. கற்றவனின் மனநிலையில் இருந்து ஐவான் பேசும்போது கற்றுக்கொள்பவனின் மனநிலையில் நின்று அலெக்சி பேசுகிறான். இது அவனுக்கு மிகுந்த வலுவைச் சேர்க்கிறது.

ஃபயோதர் பாவ்லோவிச்சின் மூன்று பிள்ளைகளில் மூத்தவன் டிமிட்ரியும் இளையவன் அலெக்சியும் தாஸ்தயேவ்ஸ்கியின் வெவ்வேறு பகுதிகளைப் பிரதிபலிப்பவர்கள். தாஸ்தயேவ்ஸ்கி எப்படி வாழ்ந்தான் என்பதற்கு டிமிட்ரி உதாரணம். தாஸ்தயேவ்ஸ்கி எப்படி வாழ நினைத்தான் என்பதற்கு அலெக்சி உதாரணம். ஒன்று உணர்ச்சி; மற்றொன்று ஆத்மா.

ஆனால் ஐவான் அவன் ஏற்றுக்கொண்ட பகுதி அல்ல. அவன் தன் நம்பிக்கைகளினால் நிராகரித்த அறிவின் பகுதி. ஆனால் நாவலில் தன் ஆளுமையின் பகுதியை தாஸ்தயேவ்ஸ்கி எவ்வளவு அற்புதமாக உருவாக்கியிருக்கிறானோ அந்த அளவுக்கு அவன் நிராகரித்த பகுதியையும் அற்புதமாக உருவாக்கியிருக்கிறான். ஒரு பெரிய கலைஞனின் பேரறிவு இது. இந்தப் பேரறிவு அவனிடம் செய்தி ரூபமாக இல்லாமல் அனுபவத்தின் ஒரு பெரும்பகுதியாக இருக்கிறது. கலைஞனும் பிரச்சாரகனும் விடை பெற்றுக்கொள்ளும் இடம் இதுதான்.

தாஸ்தயேவ்ஸ்கி உருவாக்கியிருக்கும் உலகத்தில் டிமிட்ரியும் அலெக்சியும் எவ்வளவு சுதந்திரமாக உருவாகிறார்களோ அந்த அளவுக்கு ஐவானும் சுதந்திரமாக உருவாகிறான். அவனைப் படைத்த ஆசிரியனுக்கே அறைகூவல் விடும் அளவுக்கு அவனுடைய ஆளுமை ஓங்குகிறது. அலெக்சி மீது ஆசிரியன் கொண்டிருக்கும் பரிவு ஐவானின் விகாசத்திற்குத் தடையாக நிற்கவில்லை. ஐவான் அவனுடைய ஆளுமையின் எல்லைக்குச் சென்றாலும் அந்த ஆளுமையையும் தாண்டிச் செல்ல முடியும் என்ற கலைஞனின் எல்லையற்ற நம்பிக்கையிலிருந்து தான் அவன் இந்த அளவிற்குச் சுதந்திரம் பெறுகிறான். தாழ்வு மனப்பான்மை என்ற நோயினால் வாழ்வின் தளத்தில் நிரந்தரமாகப் பீடிக்கப் பட்டிருந்த கலைஞன், படைப்பின் தளத்தில் சிகரங்களைத் தாண்டிக் கொண்டு போகிறான். படைப்பின் உத்வேகம் அவனாலேயே இனம் கண்டுகொள்ள முடியாத ஒரு ஜீவசக்தியை அவனுக்கு அளிக்கிறது.

பரிபூரணமான மனிதனை உருவாக்க வேண்டும் என்பது தாஸ்தயேவ்ஸ்கியின் பெரிய கனவாக இருந்தது. பல்வேறு நாவல்களில் பல்வேறு கதாபாத்திரங்களைப் பரிபூரணத்தை நோக்கி நகர்த்த அவன் முயல்கிறான். ஆனால் தாஸ்தயேவ்ஸ்கி ஆசைகளால் ஆட்டுவிக்கப்படும் பக்தியுகக் காவிய கர்த்தா அல்லன். அவன் ஒரு நாவலாசிரியன்; மற்றொரு விதத்தில் சொன்னால் யதார்த்த வாழ்க்கையைக் கண்டு சொல்ல வந்தவன். அதன் ஆழத்தையும் ஒளியையும் இருளையும் மனிதனின் பார்வை இன்றுவரையிலும் படாத மூலைகளையும் பதிவு செய்ய வந்தவன். கரமசோவ் சகோதரர்களில் அலெக்சியையோ அல்லது ‘மூடன்’ என்ற நாவலின் இளவரசன் மிஸ்கின் என்ற கதாபாத்திரத்தையோ பரிபூரணத்தின் ஜீவ இயக்கமாக உருவாக்குவதில் அவன் வெற்றி பெறவில்லை. இந்தத் தோல்வி யதார்த்தத்தைப் பற்றிய அவனுடைய அறிவின் வெற்றியாகும். யதார்த்தத்தில் பரிபூரணம் என்பது இல்லாதவரையிலும் படைப்பிலும் பரிபூரணம் என்பது சாத்தியமில்லை. உண்மையின் பாரத்தை சுமந்து செல்லும்

கலைஞன் வாழ்வின் இயற்கை விதிகளுக்கு உட்பட்டே தொழில் புரிகிறான்.

நாவலில் டிமிட்ரியின் பலவீனங்களைப் பற்றி நாம் சொல்ல வேண்டியதில்லை. அவை அப்பட்டமானவை. அவனுடைய தாழ்வுகள் அனைத்தையும் அறிந்த பின்னும் நாம் அவன்மீது மிகுந்த பரிவு கொள்கிறோம். ஏனெனில் அவன் தாழ்வுகளில் சரிகிறானே தவிர தாழ்வுகளை ஏற்றுக்கொள்ளவில்லை. மாறாக அவனுடைய செயல்பாடுகளிலிருந்து அவனுடைய எண்ணங்களைப் பிரித்துப் பார்ப்போம் என்றால் அவன் அலெக்சியைவிடவும் மேலானவன். எந்த உணர்ச்சி அவனை ஆகக் கீழ் நிலைக்குத் தள்ளுகிறதோ அந்த உணர்ச்சியே அவனை உன்னத நிலைக்கும் எடுத்துச் செல்கிறது. இதற்கு மாறாக உன்னத பாத்திரமான அலெக்சியிடம் கரமசோவ் குடும்பத்தினருக்கே உரிய தீய குணங்கள் அவ்வப்போது வெளிப்படுவதை நாம் பார்க்க முடிகிறது. நாவலில் ஒரு இடத்தில் ரெத்தீன் என்ற கதாபாத்திரம் அலெக்சியைப் பார்த்துக் கூறுகிறான். 'நீயும் ஒரு கரமசோவ்தான். உன் தகப்பன் வழியில் நீ ஒரு சிற்றின்பப் பிரியன். உன் தாயின் வழியில் நீ ஒரு அசட்டுக் குழந்தை' என்கிறான். எப்படி நீர்க்குமிழிகளைக் கோத்து ஒரு மாலையைத் தொடுக்க முடியாதோ அதுபோல் யதார்த்தத்தில் தன்னைப் பிணைத்துக் கொண்டிருக்கும் ஒரு படைப்பு மனத்தால் பரிபூரணத்தையும் சிருஷ்டி செய்து தர இயலாது.

சந்நியாசிகளின் மடத்தில் அலெக்சி தன் குருவாக ஏற்றுக் கொண்டிருப்பவர் ஞானி ஜோஸிமா. ஞானி ஜோஸிமாவுக்கும் அலெக்சிக்கும் நடக்கும் உரையாடல்கள் மிக முக்கியமானவை. ஒருமுறை ஞானி ஜோஸிமா அலெக்சியிடம் கூறுகிறார்: 'நீ இங்கிருந்து வெளியேற வேண்டிய காலம் வரும். அன்று நீ தெருக்களில் அலைந்து மக்கள் கூட்டத்தைச் சந்தித்து அதிக ஞானம் பெறுவாய்.' இதேபோல் மற்றொரு சந்தர்ப்பத்தில், 'உலகத்தில், எல்லா மனிதர்களும், சந்தேகத்திற்கு இடமின்றி ஒவ்வொரு வருக்குமே பொறுப்பாளிகள்தாம். ஒவ்வொருவரும் தனிமனிதன் ஒவ்வொருவனுக்கும், மனித குலத்திற்கும் பொறுப்பாளி' என்கிறார். ஏசு முதுமையை எட்டியிருந்தால் எவ்வாறு மலர்ந்திருப்பார் என்று தாஸ்தயேவ்ஸ்கி கற்பனை செய்ததுபோல் இருக்கிறது ஞானி ஜோஸிமாவின் பாத்திரம். பக்தர்களின் மனங்களில் அவர் அவதார புருஷராக இருக்கிறார். இவரை ஒத்த அவதார புருஷர்கள் இயற்கை எய்தினால் அவர்கள் உடலிலிருந்து நறுமணம் கமழும் என்பது ஒரு நம்பிக்கை. ஆனால் ஞானி ஜோஸிமா இறந்தபின் அவரது உடல் அழுகத்

தொடங்குகிறது. துர்நாற்றம் வீசுகிறது. பக்தர்கள் மிகுந்த ஏமாற்றம் அடைகிறார்கள். முழுப் பிரக்ஞையுடன் மட்டுமே ஒரு கலைஞன் இப்பகுதிகளைத் தன் நாவலில் உருவாக்கியிருக்க முடியும். லோகாயத உலகம் சார்ந்த உண்மைகள் தன் நம்பிக்கைகளின் கண்களைக் கட்ட தாஸ்தயேவ்ஸ்கி மறுப்பதை இப்பக்கங்கள் மீண்டும் உறுதிப்படுத்துகின்றன.

மற்றொரு முக்கியமான கதாபாத்திரம் ஸ்மர்டிக்கோ. லிசவேதா, தெருவில் அலையும் அநாதை. குள்ளமானவள். அருவருப்பானவள். அவளுக்குப் பேச்சு வராது. ஃபயோதர் ஒருநாள் தெரு வழியாக வந்துகொண்டிருந்தான். அவனுடைய முதல் மனைவி காலமான செய்தி அப்போதுதான் அவனை வந்து எட்டியிருந்தது. திடீரென்று ஃபயோதர் தன் நண்பர்களைப் பார்த்துத் தெருவில் தூங்கிக்கொண்டிருக்கும் லிசவேதாவுடன் தான் உடலுறவு கொள்ளப்போவதாகச் சொல்கிறான். நண்பர்கள் ஊக்குவிக்கிறார்கள். லிசவேதா கர்ப்பமாகிறாள். அவள் பெற்றெடுக்கும் குழந்தைதான் ஸ்மர்டிக்கோ.

ஸ்மர்டிக்கோ மிக பயங்கரமான தோற்றம் கொண்டவன். சோனியான உடலமைப்பு. காக்காய் வலிப்பு நோய் கொண்டவன். அகங்காரத்தின் உருவமாகவும் அன்பற்ற மனம் கொண்டவனாகவும் இருக்கிறான். நன்றி உணர்வு என்பது அவனிடம் அறவே கிடையாது. நன்மை செய்தவர்கள் மீது மிகுந்த துவேஷம் கொண்டு அவர்களின் அழிவுக்கு மனத்தால் ஏங்கும் தீயகுணம் கொண்டவன். ஃபயோதரின் மகனான இவன் ஃபயோதரின் வீட்டிலேயே ஊழியம் செய்து வயிற்றைக் கழுவிக்கொண்டிருக்கிறான்.

ஐவானுக்கும் ஸ்மர்டிக்கோவுக்குமான உறவு நாவலின் ஒரு சூட்சும அம்சம். ஐவான் தனது சிந்தனைகளால் மறைமுகமாக ஸ்மர்டிக்கோவை பாதித்தான் என்பதற்கான சமிக்ஞைகள் நாவலில் தரப்பட்டிருக்கின்றன. 'கடவுள் இல்லை; எனவே எவ்விதச் செயல்பாடுகளையும் தேர்ந்தெடுக்கலாம்' என்ற ஐவானின் முடிவு ஸ்மர்டிக்கோவின் மனத்தில் ஊடுருவுகிறது. ஸ்மர்டிக்கோ சிந்திக்க முடியாதவன். தகப்பனான ஃபயோதர் மூலம் மிகுந்த அவமானத்திற்குத் தான் ஆட்பட்டுவிட்டதாகக் கருதுகிறான். அவன் பிறப்பும் பிழைப்பும் அவனிடம் மிகுந்த கசப்பை ஏற்படுத்தியிருக்கின்றன. தன் தகப்பனை அவன் கொலை செய்கிறான். தவறு, சரி என்ற தளங்கள் அவன் மனத்தில் இல்லை.

லட்சியவாதியும் பகுத்தறிவுவாதியுமான ஐவான் ஏன் தகப்பன் வீட்டில் குடிபுகுந்தான் என்பதே ஒரு கேள்விக்குறி.

அவன் ஒப்பும் மதிப்பீடுகள் ஒன்றுகூட அங்கு இல்லை. தன் தகப்பனை அவன் முற்றாக வெறுக்கவும் செய்கிறான். அத்துடன் தன் அறிவுத் தளத்திற்கு முற்றிலும் மாறுபட்ட ஸ்மர்டிக்கோவுடன் ஒரு உறவை வைத்துக்கொண்டும் இருக்கிறான். பண்பிலும் படிப்பிலும் முற்றாக அவர்கள் வெவ்வேறு அலைவரிசைகளைச் சேர்ந்தவர்கள். ஆனால் இருவருக்கும் பொதுவான ரகசிய ஆசை ஒரு மெல்லிய கோடுபோல் அவர்களை இணைத்திருக்கிறது. டிமிட்ரிக்கோ அலெக்சிக்கோ ஸ்மர்டிக்கோவுடன் எந்த உறவும் இல்லை.

அலெக்சிக்குத் தன் தகப்பன்மீது எவ்வித வெறுப்பும் இல்லை. இதனால் தன் தகப்பனைப் பற்றிய ஒரு மதிப்பீடு அவனுக்கு இல்லை என்பதல்ல. தகப்பனின் வழிமுறைகளை அவன் ஏற்கக் கூடியவனும் அல்லன். ஆனால் தன் நம்பிக்கைகளுக்கு அப்பாற்பட்ட ஒரு உலகத்தை இழிவு என முத்திரை குத்தி ஒதுக்குவது தன் வேலை அல்ல என்பது அவனுக்குத் தெரியும். அலெக்சிக்கு டிமிட்ரிமீதும் கோபம் இல்லை. நேர்மாறாக டிமிட்ரியின் உன்னத குணம் அவனுக்கு நன்றாகத் தெரிகிறது. அவனுடைய எண்ணங்களுக்கும் செயல்பாடுகளுக்குமான முரண்பாட்டை அலெக்சி வெகு நேர்த்தியாகப் புரிந்துகொண்டிருக்கிறான்.

நாவலில் ஐவான் மறைமுகமான குற்றவாளி. ஒரு கருவி யாக அவன் செயல்படுகிறான். ஸ்மர்டிக்கோ தற்கொலை புரிந்து கொண்டுவிடுகிறான். ஸ்மர்டிக்கோ தனக்குரிய தண்டனையைத் தானே தேடிக் கொண்டு விட்டான் என்றால் குற்றம் புரிந்தும் தப்பித்துக்கொண்டிருப்பவன் ஐவான்தான். டிமிட்ரியோ நிரபராதி. 'தகப்பனைக் கொல்வேன்' என்று சவடால்தனமாகச் சொல்லிக்கொண்டு திரிந்தவன். ஆனால் உண்மையில் அவன் தந்தையைக் கொல்லவில்லை. பழி அவன்மீது விழுந்து அவன் தண்டனை பெறுகிறான். ஐவான், ஸ்மர்டிக்கோ, அலெக்சி, டிமிட்ரி ஆகியோரின் மனநிலைகளும் ஒரு பெரிய குற்றத்தின் நிறைவேற்றமும் இருபதாம் நூற்றாண்டுச் சரித்திரத்தின் சில சாராம்சங்களை தாஸ்தயேவ்ஸ்கி கரமசோவ் சகோதரர்கள் மூலம் பதிவு செய்துவிட்டது போன்ற வியப்பு நமக்கு ஏற்படுகிறது.

ஆக, கரமசோவ் சகோதரர்களின் கதையைச் சுருக்கமாகப் பார்த்தால் ஃபயோதர், அவனுடைய நான்கு குழந்தைகள் – டிமிட்ரி, ஐவான், அலெக்சி, ஸ்மர்டிக்கோ – ஜோஸிமா என்ற ஞானி, க்ருஷங்கா என்ற வேசி ஆகியோரின் கதைதான். துணைக் கதாபாத்திரங்களும் துணைச் சம்பவங்களும் மிக அதிக அளவில் இருக்கின்றன. இருப்பினும் நாவலின் ஆதார சுருதி நான் மேலே குறிப்பிட்டிருக்கும் கதாபாத்திரங்களைச் சுற்றியே ஒலித்துக்கொண்டிருக்கிறது.

9

தாஸ்தயேவ்ஸ்கியின் வாழ்க்கைக் கண்ணோட்டத்தை ஒரு சில வார்த்தைகளில் சுருக்கிச் சொல்ல முடியாது. சுருக்கியும் சூத்திரங்களில் ஒதுக்கியும் கூறப்படும் வார்த்தைகள் தாஸ்தயேவ்ஸ்கியின் படைப்புலகத்தின் பன்முகத் தன்மையைச் சிதைப்பவையாகவே இருக்கும். தாஸ்தயேவ்ஸ்கியின் முக்கியமான நாவல்களைச் சிரத்தையுடன் படிக்கும் ஒரு வாசகன் சாகித்தியத்தில் பல்லவி போல் அவனுடைய மொத்தப் படைப்புகளிலிருந்தும் சில ஸ்வரங்கள் அழுத்தம் பெறுவதை உணர முடியும். ஒன்று தெளிவானது. வாழ்க்கையைப் பற்றிய மேலோட்டமான புரிதல்களிலிருந்து உருவாகும் அஞ்ஞானத் திருப்திக்கு அவன் முதல் எதிரி. எப்போது மனிதன் எளிமையானவன் அல்லன் என்ற முடிவுக்கு வந்துவிட்டோமோ அப்போது வாழ்க்கையைச் செழுமைப்படுத்தும் காரியமும் எளிமையானது அல்ல. மனிதனின் பலங்களையும் பலவீனங்களையும் மனித மனத்தின் ஆழங்கள் சார்ந்து புரிந்துகொள்ளும்போதுதான் ஓரளவேனும் மனிதன் தன்னிறைவுடன் வாழும் சமூகத்தை உருவாக்க முடியும். தத்துவங்களுக்கும் மனிதனின் வேட்கைகளுக்கும் ஆன இடைவெளி விரிவு பெற்று வருகிறது. மையத்தில் வைக்க வேண்டிய மனிதனை மறந்து, தான் தழுவி நிற்கும் தத்துவத்தின் வெற்றியை அரசியல்வாதி புலம்பிக்கொண்டிருந்தபோது துன்பத்திலும் துயரத்திலும் அல்லாடிய மனிதனின் கதையை வரலாறு பதிவு செய்துவிட்டது. இந்தப் பின்னணியில் முன்கூட்டிய தீர்மானங்களுக்கோ தத்துவ இறுக்கங்களுக்கோ ஆளாகாமல் மனிதனை, சமூகத் திரையின் பின்னின்று இயங்கும் அவன் மனத்தின் உள்ளறைகளைப் பதிவு செய்த தாஸ்தயேவ்ஸ்கியை, வரலாற்றின் போக்கை முன்கூட்டி உணர்ந்த தீர்க்கதரிசி என்று சொல்ல வேண்டும்.

தாஸ்தயேவ்ஸ்கியின் வாழ்க்கை வரலாற்றைப் படிப்பவர்களுக்கு ஒன்று தெரியும். அவனுடைய வாழ்க்கையும் அவன் எழுதிய நாவல் போலவே இருக்கிறது. இதை மற்றொரு விதத்தில் சொன்னால் அவன் தன் வாழ்க்கை அனுபவங்களை ஆதாரமாக வைத்தே தன் முழுப் படைப்பையும் உருவாக்கி இருக்கிறான். அவன் வாழ்க்கையோ ஒரு நிரந்தர சோதனை. அவனைக் குதறிய கொடுமைகள் அவன் படைப்பிலும் பிரதிபலித்துள்ளன. தீமையின் அடர்த்தியான நிழலுருவங்களை அவன் உருவாக்கியதில் வியப்பில்லை.

ஆனால் அந்தக் கரிய உருவங்களை உருவாக்கிய தாஸ்தயேவ்ஸ்கியே மனிதத்துவத்தின் உன்னத உதாரணங்களையும்

படைத்திருக்கிறான். இதற்கான ஆற்றலை அவன் எவ்வாறு பெற்றான்? தன்னுடைய வாழ்க்கை அனுபவங்களைத் தாண்டி வாழ்க்கையின் முழுமையை எவ்வாறு அவனால் தரிசிக்க முடிந்தது? அன்பும் குரூரமும் சுதந்திரமும் அடக்கு முறையும் நம்பிக்கைகளும் அவநம்பிக்கைகளும் ஒளியும் இருளும் நன்மையும் தீமையும் புனிதமும் மாசும் எவ்வாறு தன் படைப்பில் இடம்பெறச் செய்ய அவனால் முடிந்தது?

தாஸ்தயேவ்ஸ்கியின் படைப்புலகத்தை இலக்கியவாதிகள் கவனித்த அளவுக்கு – ஒருக்கால் அதைவிட அதிகமாகக்கூட – பிற துறைகளைச் சார்ந்த அறிஞர்கள் கவனித்திருக்கிறார்கள். உளவியல், இறையியல், சமூக விஞ்ஞானங்கள், தத்துவம், குற்ற ஆராய்ச்சி போன்ற துறைகளில் பெரும் சாதனைகள் நிகழ்த்தியவர்கள் தாஸ்தயேவ்ஸ்கியின் படைப்புலகத்தை ஆழமாக ஆராய்ந்து, தங்கள் துறைகளுக்குக் கொடைகள் சேர்க்கும் எண்ணற்ற அவதானிப்புகள் அவனிடம் இருப்பதைப் பதிவு செய்திருக்கிறார்கள். தங்கள் ஆராய்ச்சிகளைத் தூண்டிய பீஜங்களை அவனிடமிருந்து கற்றுக்கொண்டிருப்பதைப் பெருமிதத்துடன் ஏற்றுக்கொண்டிருக்கிறார்கள். அவனிடம் இருந்து கற்றுக் கொள்ளாத எந்த உளவியல் அறிஞனும் அவனுக்குப் பின் உலகத்தில் தோன்றவே இல்லை. காலத்தின் நீட்சியில் வெளிப்படும் புதிய உண்மைகளின் முதல் கிரணங்களைத் தத்துவவாதிக்கும் விஞ்ஞானிக்கும் முன்னால் கலைஞனின் உணர்வுக் கொம்புகள் பதிவு செய்துவிடுகின்றன என்பதற்குத் தலைசிறந்த உதாரணமாகத் தாஸ்தயேவ்ஸ்கி நின்றுகொண்டிருக்கிறான். ஆனால் இந்தப் புதிய உண்மைகள் மீது சாய்ந்து நிற்பவை அல்ல தாஸ்தயேவ்ஸ்கியின் படைப்புகள். அவை மனிதன்மீது சாய்ந்து நிற்கின்றன. தன்னை அறிந்துகொள்ள விழையும் மனிதன், தன் காலத்தை அறிந்து கொள்ள விழையும் மனிதன், வாழ்க்கையின் எண்ணற்ற முகங் களைப் புரிந்துகொள்ள விழையும் மனிதன் இருக்கும் காலம் வரையிலும் அவனுக்கு தாஸ்தயேவ்ஸ்கியைத் தேடிச் செல்ல வேண்டிய அவசியம் இருந்துகொண்டுதானிருக்கும்.

குறிப்புகள்

1. மிகுந்த ஆவேசத்துடன் இந்த மதிப்பீட்டை முன்வைப்பவர் களாக இருவரைக் கூறலாம். ஒருவர் கு. அழகிரிசாமி. மற்றொருவர் பி. கோவிந்தப் பிள்ளை. மலையாள விமர்சகர். மார்க்சீயவாதி. இடதுசாரி இலக்கியங்களைத் தன் சிந்தனைகளால் பாதித்துக்கொண்டிருப்பவர்.

2. பீட்டர்ஸ்பர்க் : பின்னாட்களில் பெட்ரோகிராடு என்றும் லெனின் மறைவுக்குப் பின் லெனின்கிராடு என்றும் பெயர் பெற்றது.

3. தாஸ்தயேவ்ஸ்கிக்கு பிரெஞ்சு மொழி தெரியும். அவன் பால்சாக்கை ரஷ்ய மொழியில் மொழிபெயர்த்திருக்கிறான்.

4. தாஸ்தயேவ்ஸ்கியின் பின்வந்த நாவல்களை பெலின்ஸ்கி கடுமையாக விமர்சித்தார். 'ஏழை எளியவர்'களில் வெளிப்பட்ட சமூகத்தளம் பின் வந்த நாவல்களில் இல்லை என்பது காரணமாக இருந்திருக்கக் கூடும்.

5. மிக்கேல் பெத்ரஷேவ்ஸ்கி என்பவன் ஒரு அரசு ஊழியன். இவன் இல்லத்தில் இளைஞர்கள் கூடி சோஷலிசச் சிந்தனைகளைப் பகிர்ந்து வந்தனர். அரசாங்கத்தைக் கடுமையாக விமர்சித்தனர்.

கல்குதிரை, தாஸ்தயேவ்ஸ்கி சிறப்பிதழ், 1991

9

ந. பிச்சமூர்த்தியின் கலை:
மரபும் மனித நேயமும்

கவிஞன் அல்லாத, கவிதை வாசகன் ஒருவனை வெகு காலமாகத் தேடிக்கொண்டிருக்கிறேன். கடைசியில் கிடைத்துவிட்டான் என்று என் மனம் துள்ளிய நேரங்களிலெல்லாம் 'நானும் கவிதை எழுதியிருக்கிறேன்' என்று அவன் தன் ஜேபிக்குள் ளிருந்து காகிதங்களை வெளியே இழுப்பான். மீண்டும் ஒரு கவிஞன்! எனக்குப் பார்க்கக் கிடைக்காத, கவிஞன் அல்லாத ஒரு கவிதை வாசகன், இந்த அகண்ட தமிழ் மண்ணில் எங்கேனும் ஒரு மூலையில் இருக்கக்கூடும். இன்று இல்லையென்றாலும்கூட நாளையே அவன் முளைவிடக்கூடாது என்பதும் இல்லை. முக்கியமாகக் காணக் கிடைக்காத அவனை நினைத்துத்தான் இந்தக் கட்டுரைகளை எழுதியிருக்கிறேன்.

நேற்றைய கவிதையின் இன்றைய பாதிப்புப் பற்றியும் மரபு பற்றியும் மரபுக்கும் இன்றைய வாழ்க்கைக்குமான முரண்கள் பற்றியும் யாப்பின் சுமை பற்றியும் யாப்பை உதைத்த கவிதைகளின் சிறகுகள் பற்றியும் தெரிந்துகொள்ள பிச்சமூர்த்தி யுடையதுபோல் வாய்ப்பான ஒரு படைப்புலகம் அவனுக்குக் கிடைக்காது. பழைய கவிதையிலிருந்து பிரியா விடைபெற்று, இந்தப் படைப்புலகம் வழியாக, அவருக்கு முன்னால் நிற்கும் நவீனக் கவிதைக்கு அவன் வரலாம். பழைமைக்கும் நவீனத்துவத்துக்கு மான ஒரு இணைப்புப் பாலம் பிச்சமூர்த்தி. நல்ல திடமான, சுத்தமான பாலம்.

கவிதைக்குப் புதிதாக வருபவனைக் குழப்ப நாங்கள் நூறு கவிஞர்கள் காத்துக்கொண்டிருக்கிறோம். பிச்சமூர்த்தி அவனை இடுப்பில் தூக்கி வைத்துக்கொள்ளக்கூடியவர். அவனுக்கு நிம்மதியையும், மன ஆரோக்கியத்தையும் தரக்கூடியவர். படுத்தாமல் அவனிடம் சொல்ல வேண்டியதைச் சொன்னவர். மேலும் அவர் காலத்தில் அவர் நம்பியவற்றை மட்டுமே அவர் எழுதினார்.

பிச்சமூர்த்தி ஒரு சஞ்சாரி என்பதால் அவருடைய படைப்புலகத்தில் ஒரு வாசகனுக்கும் சிறிது சஞ்சார சுகம் உண்டு. சதா தன்னைச் சோதித்துக் கொண்டிருந்தவர் அவர். தன்னம்பிக்கைகள், கருத்துகள், பிரச்சினைகள், ஈடுபாடுகள், மயக்கங்கள் எல்லாவற்றையும் படைப்பு என்ற உரைகல்லில் உரைத்துப் பார்த்துக்கொண்டே இருந்தவர். சஞ்சாரம் இருந்ததால் அவருக்கு வளர்ச்சியும் இருந்தது. சில தடுமாற்றங்களும் ஏற்றத்தாழ்வுகளும் இருந்தன. நல்ல படைப்பாளிகளுக்குரிய நிம்மதியின்மை என்ற ஆசீர்வாதமும் அவருக்கு இருந்தது.

முதுமையில் அவருடைய படைப்புகளில் இளமை கூடிவந்தது. உருவம் சார்ந்தும் உள்ளடக்கம் சார்ந்தும் அவர் சுமந்து வந்து கொண்டிருந்த சுமைகளைச் சிறுகச் சிறுக வழி நெடுக உதறிக் கொண்டே வந்தவர் அவர். கடைசியில் மேல்சட்டையைக்கூட அவர் கழற்றி எறிந்தாயிற்று. அப்போது மரணம் குறுக்கிட்டது.

பிச்சமூர்த்தியின் தனிக் குணங்கள் துலங்க நம்முடைய பெரிய படைப்பாளிகளின் பொதுக் குணங்களை நாம் நினைத்துப் பார்க்க வேண்டும். இளமையில் சில சத்தான படைப்புகளைத் தந்து வயது ஏற ஏற படைப்பாக்கங்கள் மெலிய, முதுமையில் தங்கள்மீது அபரிமிதமான பக்திகொண்ட வாசகர்கள்கூட மென்று விழுங்க முடியாத நோஞ்சான்களைத் தரத் தொடங்குவார்கள் அவர்கள். இவர்களுடைய படைப்புகள் வெளி வந்த ஆண்டுகளை மறைத்துவிட்டு, துறைக்குப் புதிதாக வந்து சேர்ந்திருக்கும் ஒரு இலக்கிய ரசிகனிடம், தரம் சார்ந்து இவர்களுடைய நூல்களை வரிசைப்படுத்தச் சொன்னால், இவர்கள் முதுமையில் எழுதிய நூல்களை முதலில் எழுதியதாகவும் முதலில் எழுதியவற்றை முதுமையில் எழுதியதாகவும் அவன் வரிசைப்படுத்துவான். ஆனால் அந்த ரசிகன் வரிசைப்படுத்தும் பிச்சமூர்த்தியின் நூல்கள் அவை வெளிவந்த காலத்தை ஏறத்தாழ அனுசரித்திருக்கும்.

கலையிலும் அறிவிலும் முதுமையில் முதிர்ச்சி கூடுவதும் ஒரு விந்தையா என்று கேட்கலாம். விந்தையான தமிழ்ச் சூழலில் எண்ணற்ற விந்தைகள் இருக்கின்றன. அதில் பிச்சமூர்த்தியும் ஒரு விந்தை. அவருக்கு வயது ஏற ஏற

ஞானம் கூடிற்று. கலையார்வம் மிகுந்தது. மரபு சார்ந்த மயக்கங்கள் தெறித்தன. லட்சிய வானிலிருந்து அவர் நிதர்சனப் புழுதிக்கு வந்துசேர்ந்தார். அவருக்குத் தார்மீகக் கோபம் சுர்ரென்று ஏறிற்று. கடைசியாக எழுதியிருக்கும் கவிதையில், 'பொறுமைக்கும் ஒரு எல்லை உண்டு' என்று எழுதினார். 'மயில் இறகு போடாது / நவபாரதம் பிறக்க / தூக்கு மரம் தேவை' என்று எழுதினார். போகிற போக்கைப் பார்த்தால் நக்சலைட்டுகளுக்கும் அவருக்குமான இடைவெளி மிகக் குறைந்துவிடும் என்றுகூடத் தோன்றிற்று.

ஐம்பத்தொன்பதாவது வயதில் – தமிழ்ப் படைப்பாளிகள் குருவி முட்டைகளை வெளியே தள்ளும் வயதில் – அவர் இரண்டாவதாகப் பிறந்தார். யாப்புக்கும் அவருக்குமான இழுபறி அதுவரையிலும் நீடித்திருந்தது. யாப்பை முற்றாகத் தளர்த்திக்கொண்டு கவிதை எழுத ஆரம்பித்து, சில நல்ல கவிதைகளை எழுதியபின், யாப்புக்குள் மீண்டும் விழுந்து பொருட்படுத்த அவசியமில்லாத ஜோடனைகளை உருவாக்கி, தனது ஐம்பத்தொன்பதாவது வயதில் முற்றாக யாப்பு என்ற தளையிலிருந்து தன்னை விடுவித்துக்கொண்டார். தன் ஆத்மாவை சந்தேகத்திற்கு இடமின்றி கண்டுகொண்ட சந்தோஷம் அப்போது அவருக்கு ஏற்பட்டது. அவருடைய கவிதைகளைக் கால வரிசைப்பட படித்துக்கொண்டுவரும் வாசகன், அவருடைய 'விஞ்ஞானி' என்ற கவிதையை – ஐம்பத்தொன்பதாவது வயதில் எழுதியது – படிக்கும்போது அந்தக் கவிதையில் படைப்பாளியிடம் வெளிப்படும் சுதந்திர ஓட்டம் மிகுந்த மனநிறைவை அளிக்கக்கூடும். இந்தச் சுதந்திரத்தை அனுபவிக்கத் தொடங்கியதும் அவருக்கு வலுக்கூடிற்று. அதன்பின் அவர் வெகுதூரம் போனார். நின்று நின்று, தோன்றியும் மறைந்தும் வந்துகொண்டிருந்தவர், ஓடத் தொடங்கிவிட்டார். இந்தக் காலகட்டம் படைப்பாளியாக அவருடைய வாழ்க்கையில் மிக முக்கியமானது ஆகும்.

பிச்சமூர்த்திக்குப் பார்வை சம்பந்தப்பட்ட குழப்பம் எதுவும் இல்லை. தன்னைச் சோதித்துக்கொள்ளும் தர்மத்தைப் படைப்பின் நியதியாக ஏற்றுக்கொண்டவர் அவர். அக விமர்சனம் ஓங்கி ஒலித்துக்கொண்டிருந்ததால் வெளி விமர்சனங்கள் சார்ந்த தடுமாற்றங்களும் இல்லை. ஆனால் உருவங்களில் அவருக்குத் தடுமாற்றங்கள் அதிகம். இதற்கு நாம் அவரைக் குறை காண்பதற்கில்லை. அவர் கவிதை எழுத முற்பட்ட காலத்தையும் நாம் நினைத்துப் பார்க்க வேண்டும். இன்று சகஜமாகக்கொள்ளும் பல நிலைப்பாடுகள் அன்று உறுதி கொள்ள முடியாதவையாக இருந்திருக்கின்றன. யாப்புக்கும்

கவிதைக்குமான உறவு, தமிழ்ப் புலமை மனதின் முழு ஆட்சிக்கு உட்பட்டிருந்த காலத்தில் ஒரு புதிய கவிஞனின் தடுமாற்றங்களாக அவை இருந்திருக்கலாம். தமிழ்ப் புலமை மனம், கவிதையின் நுட்பங்களைப் புரிந்துகொண்டுவிட்டதற்கான தடயங்களை இன்றுவரையிலும் வெளிப்படுத்தாத அந்தப் புலமை மனம் ஒற்றைக் கேள்வியின் பலத்தில் நின்று சகல புதிய கவிஞர்களையும் பிடுங்கிக்கொண்டிருந்தது. 'யாப்புத் தெரியுமா உனக்கு?' என்று கேட்டு நச்சரித்தது அது. இந்தக் கேள்வி மிகக் கொடுமையானது. யாப்பைக் கற்பது ஒரு பெரிய வித்தை என்ற அகங்காரத்திலிருந்து பிறந்த கேள்வி இது. உலக இலக்கியத்தை, தரம் சார்ந்து பிரித்துப் போடவும் தமிழ் இலக்கியத்தின் தரத்தை உலகத் தரம் சார்ந்து நிர்ணயிக்கவும் வலுக்கொண்ட ஒரு படைப்பாளியின் ஆகிருதியைப் பற்றிச் சிறிதும் கவலைப்படாமல் அவரிடம் கல்வித் துறைச் சுண்டெலிகள் எண்ணற்ற தடவைகள் இந்தக் கேள்வியைக் கேட்டபோது நானும் பல சந்தர்ப்பங்களில் உடன் இருந்திருக்கிறேன். பதிமூன்றாம் வாய்ப்பாடு வரையிலும் கற்கத் திறன் கொண்ட எந்தக் குருவி மூளையாலும் கற்கக்கூடியது யாப்பு. நச்சுப் பிடித்த இந்தக் கேள்விகளுக்குப் புதிய கவிஞர்கள் – பிச்சமூர்த்தி உட்பட – சொன்ன பதில் கேள்வியைவிடக் கொடுமையானது. அவர்கள் 'தெரியும்' என்று சொன்னதோடு யாப்பில் சில்லறை வித்தைகளும் செய்துகாட்டினார்கள். இது முடிவுகளில் அவர்களுக்கு உறுதி இல்லை என்பதையே காட்டுகிறது. யாப்பு விலங்கு என்ற முடிவுக்கு வந்தபின், விலங்கை யும் மாட்டிக்கொண்டு நடக்க முடியும் என்பதில் என்ன பெருமை? பிச்சமூர்த்தியும் விலங்கைப் போட்டுக்கொண்டு சிறிது தூரம் நடந்தார். அவருடைய முயற்சிகள் வீணாயின. அந்த வீண் இன்றும் அவர் கவிதைத் தொகுதியில் கணிசமான இடத்தைப் பிடித்துக்கொண்டிருக்கிறது. அந்த விலங்கை சஞ்சலமின்றி அறுத்துக்கொண்டபோதுதான் அவருக்கு இரண்டாவது பிறப்பு சித்தியாயிற்று.

மணிக்கொடிக்காரர்களின் சாதனைகள் வேகமாகப் பழசாகிக்கொண்டிருக்கும் காலம் இது. வ.ரா.வின் பிரச்சார ஜோடனைகள் – அவர் தழுவி நின்ற கருத்துக்கள் எவ்வளவு மேலானவையாக இருப்பினும் சரி – படைப்புகள் அல்ல என்பதைக் காலம் இப்போது நமக்குச் சங்கடம் இன்றிக் காட்டிக்கொண்டிருக்கிறது. வ.ரா.வைப் போல் இன்றைய வாழ்க்கையைக் கடுமையாக விமர்சிக்கும் நூல்கள் நமக்குத் தேவைதான். ஆனால் இந்தக் கருத்துகள் புனைகதைகளின் ஜோடனைக்குள் திணிக்கப்படும்போது, இந்தக் கருத்துகளை வரவேற்கும் கலை மனங்களும் இந்த ஜோடனைகளை

நிராகரிக்க நேருகிறது. கருத்துகள் மீது அலுப்புக்கொள்ள நேருகிறது. கருத்துகள் மீது கொள்ள வேண்டிய புத்துணர்வும் மழுங்கிவிடுகிறது. பிரச்சாரவாதி கருத்துகளைச் சாகடிக்கிறான். கலைவாதி கருத்துகளைக் கூர்மைப்படுத்துகிறான்.

பிற மணிக்கொடிக்காரர்களான கு.ப. ராஜகோபாலன், ந. சிதம்பர சுப்ரமணியன், சி.சு. செல்லப்பா, க.நா. சுப்ரமண்யம் (மணிக்கொடிக்காரர் என்ற கைவைத்த நாற்காலியை மணிக்கொடிக்காரர்களின் சம்மதமின்றியே நான் அவருக்குப் போட்டிருக்கிறேன்!) பி.எஸ். ராமையா, சிட்டி எல்லோரும் வேகமாகப் பழசாகிக்கொண்டிருக்கிறார்கள். மணிக்கொடியைச் சார்ந்து எழுப்பப்படும் ஒளிவட்டங்கள், காலத்தின் முன் மங்கும் இவர்களுடைய படைப்புகளுக்கு முட்டுத்தராது.

மணிக்கொடிக் காலத்தின் மூன்று முக்கியக் கலைஞர்கள் என்று புதுமைப்பித்தன், மௌனி, பிச்சமூர்த்தி ஆகியோரைச் சொல்லலாம்.

இன்றும் புதுமைப்பித்தனை முழுமையாகவும் புத்துணர்ச்சியுடனும் படிக்க முடிகிறது. காலத்தை அவர் சுலபமாக வென்று கொண்டிருக்கிறார் என்பதற்கு இதைவிடப் பெரிய தடயம் ஒன்றும் தேவையில்லை. பல ஆக்கங்களில் அவருடைய சரிவுகள் வெளிப்படையானவை. ஆனால் பழமையைக் கண்மூடித்தனமாக அணைத்துக் கொண்டதன் விளைவுகள் அல்ல இந்தச் சரிவுகள். அதிகமும் அனாயாசத்தில் இருந்து பிறந்த சரிவுகள். தான் தட்டும் விதத்தில் சகல உலோகங்களிலிருந்தும் நாதம் எழும் என்ற அதீத நம்பிக்கையிலிருந்து பிறந்த சரிவுகள். ஆனால் அவர் தோல்வி அடைந்த படைப்புகளிலும் புதிய சிந்தனையின் தெறிப்பு வெளிப்படுகிறது. அவர் கண்டுபிடித்த மொழியின் ஆற்றல் நின்றுகொண்டிருக்கிறது. அவருக்கு முற்பட்ட காலத்தின் களிம்பு அவருடைய படைப்பில் எங்கும் இல்லை. மரபின் அழுத்தமற்ற சுதந்திரம் அந்த அளவுக்கு அவருக்குக் கூடியிருக்கிறது. சுதந்திரமும் சுமையற்ற பாங்கும் மரபின் வாரிசாகச் சிபாரிசு செய்ய அவருக்கு எதுவும் இல்லாமல் ஆக்கிவிட்டது. எதையும் காப்பாற்றும் பொறுப்பும் அவருக்கு இருக்கவில்லை. சுற்றிவரக் காணக்கிடைத்த சகல கோலங்களிலும் ஒளிந்துகொண்டிருக்கும் ஊனங்களை அவர் அம்பலப்படுத்திக்கொண்டே வந்திருக்கிறார். லௌகீகத்தின் தளத்தில் இதுதான் கடைந்தெடுத்த தறுதலைப் புத்தி. இலக்கியத் தளத்தில் இதுதான் ஆகப்பெரிய பண்பாடு. உண்மையை அறிந்த நிமிஷத்தில் போட்டு உடைப்பது. அக்கம்பக்கம் பார்க்காமலும் அனுசரணையான காலத்திற்காகக் காத்துக்கொண்டிருக்காமலும் உடைப்பது. அழுகிச் சொட்டிக்

கொண்டிருக்கும் அரசியல்வாதியின் அரைவேக்காடு உண்மை
களை வெட்கங்கெட்டுப் பிரதிபலிக்காமலும் அவர்கள் தரும்
அங்கவஸ்திரங்களால் தங்கள் அவமானங்களைப் போர்த்திக்
கொள்ளாமலும் இருப்பது.

பிச்சமூர்த்தியின் வெற்றிகள் புதுமைப்பித்தன் அளவுக்கு
நேர்மையானவைதான். ஆனால் அவருடைய சரிவுகள் புதுமைப்
பித்தனைவிடச் சங்கடமானவை. ஏனெனில் அவருடைய
கற்பனை மனோபாவங்கள், லட்சிய வாழ்க்கைக்கான ஏக்கம்
ஆகியவை காலாவதியாகிவிட்டவற்றை நிலைநிறுத்த முயலு
கின்றன. காலத்தின் வேகமான சுழற்சியில் அவற்றை நிலைநிறுத்த
முடியாமல் சரிகின்றன.

மௌனியிடம் மரபு சார்ந்த ஓட்டைகள் பிச்சமூர்த்தியைவிட
அதிகம். ஆனால் படைப்பின் தளத்தில் தன் ஆளுமையை அவர்
முற்றாகக் காப்பாற்றிக் கொண்டுவிட்டார். மீண்டும் மீண்டும்
கருத்துகளின் தளங்களில் பிச்சமூர்த்தி வந்து நிற்கும்போது,
மொழியின் சுருதியைத் தளமாகக் கொண்டிருக்கும் மௌனி,
அர்த்தங்களிலிருந்து முற்றாக நகர்ந்து உணர்வுகளின் உலகத்திற்குப்
போய்விடுகிறார். காதல், நிராசை என்ற இரண்டு நிரந்தர
உணர்வுகளை மாறிமாறிப் பிசைந்து மொழி நுட்பத்தையும்
அழகுணர்ச்சியையும் பயன்படுத்தி மனச்சுருதிகளை எழுப்பி
இசை மூட்டங்களை உருவாக்குகிறார். அதிலும் அவருடையது
வாத்திய இசை. சாகித்யத்தின் சொற்ப அர்த்தம்கூட இல்லாத
வாத்திய இசை.

பிச்சமூர்த்தியின் இரண்டாவது பிறப்புதான் அவருடைய
முக்கியமான பிறப்பு என்று நாம் கொள்வோம் என்றால், சி.சு.
செல்லப்பாவைப் போற்றாமல் இருக்கமுடியாது. ஏனெனில்
இந்தப் பிறப்புக்கு இங்கித அனுசரணைகளைக் கூட்டியவர்
அவர். 'எழுத்து' மூலமும் பிச்சமூர்த்தியிடம் கொண்டிருந்த
மதிப்பு மூலமும் சகல சுதந்திரங்களையும் அனுபவிக்கும்
தளத்தை அவருக்குத் திறந்து தந்தார். இதனால் பிச்சமூர்த்தியின்
படைப்பில் பல அனுகூலங்கள் கூடின.

பிச்சமூர்த்தியை ஒரு மகாகவி என்று அழைக்க விரும்புகிறார்
செல்லப்பா. ஆனால் ஆசைகள் ஒருபோதும் இலக்கிய விமர்சனத்
தின் அடிப்படைகளை உருவாக்கிவிடுவதில்லை. மகாகவி என்பது
மிகப் பெரிய சொல். அந்தச் சொல்லை மழுங்கடிக்காமல்
வைத்துக்கொண்டிருந்தால் கவிதையின் ஆகப்பெரிய சிகரங்
களைத் தொட்டிருக்கும் மகானுபாவர்களைச் சுட்ட அதை
உபயோகப்படுத்த முடியும். இரண்டாயிரம் வருடங்களை
அடக்கிக்கொண்டிருக்கும் உலக இலக்கியச் செல்வத்தின்

அடர்த்தியான வனாந்தரத்தில், ஐந்தாறு கலைஞர்களைத்தான் கவிதையின் நுட்பத்தில் தேர்ந்த விமர்சகர்கள், மகாகவிகள் என்று இனம் காட்டுகிறார்கள். கம்பனை மகாகவி என்று வ.வே.சு. அய்யர் சொல்லும்போதுகூட பிறர் ஏற்றுக்கொள்ளத் தயங்கும் ஒரு ஆச்சர்யமான கண்டுபிடிப்பாகவே அன்று அதைச் சொன்னார். பிச்சமூர்த்தி வெற்றி அடைந்திருக்கும் கவிதைகளின் எண்ணிக்கைக்கூட அவர் ஒரு மகாகவிதானா என்பதைப் பரிசீலிக்கப் போதுமானவையாக இல்லை. ஒரு நல்ல கவிக்கு எதிராக, எதிர்மறை விமர்சனங்களை கட்டாயப்படுத்தாமல் இருப்பதும் நாம் அவருக்குச் செய்யும் உதவியாகும்.

ந. பிச்சமூர்த்தியின் 'கலை: மரபும் மனித நேயமும்'
முன்னுரை, 1991

10

ஆத்மாநாம் கவிதைகள்

ஆத்மாநாமின் மறைவும் அவர் மறைந்த விதமும் அவரது கவிதைகளைப் பற்றிச் சற்றுத் தூக்கலாகப் பேச நம்மைத் தூண்டிற்று என்று நினைக்கிறேன். பிரிவின் கொடுமையை எதிர் கொள்ளும் தருணங்களில் மிகை எப்போதும் தவிர்க்க முடியாததாகவே இருந்திருக்கிறது. அவர் நம்மைவிட்டுப் பிரிந்து இப்போது ஒன்பது ஆண்டுகள் ஆகப்போகின்றன. அவர் கவிதைகளும் நம் இலக்கியத்தின் ஒரு பகுதியாகிவிட்டது. இன்று அவரைப் பரிசீலனை செய்ய இந்த இடைவெளி நமக்கு உதவக்கூடும்.

ஒவ்வொரு கவிஞனும் தான் அழிந்த பின்னும் தன் கவிதைகள் வாழ்ந்துகொண்டிருக்க வேண்டும் என்று விரும்புகிறான். 'என்னை அழித்தாலும் என் எழுத்தை அழிக்க இயலாது' என்றார் ஆத்மாநாம். 'என்னை அழித்தும் என்னை அழிக்க இயலாது' என்றும் சொல்லியிருக்கிறார். அது சரிதான். அவருடைய சாரம் இன்றும் நம்மிடம் இருக்கிறது. அவருடன் உறவாட முடிகிறது. இந்த நேரத்தில் ஆத்மாநாமின் கவிதைகளை முழுமையாகவும் சிறப்பாகவும் பதிப்பித்துத் தந்திருக்கும் பிரம்மராஜ னின் பணியை நாம் நன்றியுடன் நினைவுகூர வேண்டும்.

புதுக்கவிஞர்களில் பிரக்ஞைபூர்வமான கவிஞர்கள் மிகக்குறைவு. ஆத்மாநாம் பிரக்ஞைபூர்வ மானவர். தன் செயல்பாடுகள் குறித்தும் தான் ஆற்ற வேண்டிய பங்கு குறித்தும் அவருக்கு யோசனைகள்

இருந்திருக்கின்றன. காலத்தின் வரிசையில் கடைசியாகத் தன்னிடம் வந்து சேர்ந்திருக்கும் தமிழ்க் கவிதையின் பொதுக் குணத்தைப் பிரதிபலிக்கும் இயற்கை இவருக்கு இல்லை. தன்னுடைய கவிதைகளைக் கண்டுபிடிக்கும் முயற்சியாகவே இவர் கவிதைகள் இருக்கின்றன. ஞானக்கூத்தனின் ஆரம்பகாலக் கவிதைப் போக்கைப் பிரதிபலித்து இவர் எழுதியுள்ள 'இன்னும்' என்ற கவிதையில்தான் இவர் சுத்தமாக இல்லாமல் இருக்கிறார். மற்ற கவிதைகளில் – மொத்தம் 143 கவிதைகள் – இவரது ஆளுமை, பலவற்றில் மங்கலாகவும் ஒரு சிலவற்றில் மிகச் சிறப்பாகவும் வெளிப்பட்டிருக்கிறது. பிரதிபலிப்பு படைப்பாகாது என்ற விழிப்பு இவரிடம் கூர்மையாகச் செயல்பட்டிருக்கிறது. வாழ்நிலையில், தான் பெற்ற அனுபவங்களைக் கவிதை மூலம் இவர் ஆராய்ந்துகொண்டு போகிறார். தன்னை அறிந்து தன் பார்வையைத் தெளிவுபடுத்திக்கொள்ளும் முனைப்பு இது. இந்தத் தெளிவு கூடிவரும் விதத்தை உணர்வது இன்று சிரமமாக இருக்கிறது. இவரது கவிதைகளைக் காலவரிசைப்படுத்தித் தர பிரம்மராஜனுக்குச் சாத்தியப்பட்டிருக்கும் என்றால் இவர் பெற்றுள்ள வளர்ச்சியை இன்னும் துல்லியமாக நாம் மதிப்பிட்டிருக்க முடியும்.

சுதந்திரம் மனித ஆளுமைக்குத் தரும் விகாசம், வாழ்நிலை சார்ந்த அபத்தங்களும் கேவலங்களும் தரும் வருத்தம், மனிதனை ஆசுவாசப்படுத்தக் காத்துக்கொண்டிருக்கும் இயற்கை, நம்பிக்கையைத் தக்கவைத்துக்கொள்ள வேண்டியதன் அவசியம், இவை சார்ந்த உணர்வுகள் இவர் கவிதைகளில் அழுத்தம் பெறுகின்றன. தன் கவிதைகள் மூலம் ஒரு உயர்நிலைப் பாதிப்பை நிகழ்த்த வேண்டும் என்பதில் விருப்பம் கொண்டிருந்தார் இவர். இதனால் தன் கவிதை மொழி தன் சக மனிதனுக்குப் புரிய வேண்டும் என்பதில் அவருக்குக் கவனம் இருந்தது. ஏற்கும் புதுமையின் பொருள் என்ன என்பதிலும் இந்த மண் சார்ந்து அதன் பொருத்தம் என்ன என்பதிலும் அவர் கவனம் கொண்டிருந்தார்.

மேற்கத்திய சோதனைகளின் பிரமிப்புகள் மீது அல்ல; உலக இலக்கியத்தின் தரம் மீதே இவர் பற்றுக்கொண்டிருக்கிறார். பழைய கவிதைகளின் அலங்காரங்களைப் புறக்கணித்த புதுக் கவிதைகள் மூலம் உறுதிப்பட்டு வந்துகொண்டிருந்த புதிய அலங்காரங்களையும் இவர் புறக்கணித்திருக்கிறார். பேச்சு அல்லது கடிதங்களில் நாம் பயன்படுத்தும் சொற்களுக்கு மேற்பட்ட 'கவிச் சொற்கள்' அவர் கவிதையில் இல்லை. கவிதைக்குரிய வலுக்களாகக் கருதப்படும் உவமை, உருவகம், படிமங்கள் இவற்றின்மீது சார்ந்து நிற்காமல் – இயற்கையாகக் கூடிவருவது

வேறு – அர்த்தங்கள் தரும் அனுபவ அலைகளை நம்பிக் கவிதைகளை எழுதியிருக்கிறார். அநேக கவிதைகளில் குழாயின் ஒரு நுனியிலிருந்து மறு நுனிக்குத் தண்ணீர் ஓடி இறங்குவது போல் முதல் வரியிலிருந்து கடைசி வரிக்கு அர்த்தம் விரைந்து ஓடுகிறது. ஒரு சில கவிதைகளில் முன்பகுதியும் பின்பகுதியும் தொடர்பின்றிப் பிளந்து கிடக்கின்றன. இது வாசிப்பு சார்ந்த நம் குறையாகவோ அல்லது நோயுற்ற காலங்களில் கவிஞருக்கு ஏற்பட்ட தடையாகவோ இருக்கலாம்.

ஆத்மாநாமின் அநேக கவிதைகள் குறிக்கோளைச் சென்றடைய வில்லைதான். நிறைவான கவிதையை அடைய முன்னுவதும் குறையாக அவை முடிந்துபோவதும் கவிதைத் தொழிலின் விதி என்று கூறும் அளவுக்கு மிகச் சிறந்த கவிஞர்கள் கூட கூடிவராமலேயே கவிதையை முடித்துக்கொண்டு போயிருக்கிறார்கள். ஆனால் ஆத்மாநாம் கவிதைகளில் அலங்காரத்தினால் தடைபட்டவை என்றோ பிரமிப்பினாலோ மயக்கத்தினாலோ செயற்கையினாலோ இருப்பை மிகைப்படுத்திக் காட்ட விரும்பியதால் தடைபட்டவை என்றோ அதிகம் இல்லை. அனுபவத்தில் மனம் இழையும் பயணம் எந்தப் புள்ளியில் கவிதையின் உடலாக மாறுகிறது என்ற கேள்விக்குத் திட்ட வட்டமான பதில் இல்லை. அநேக கவிதைகளில் இந்த உடல் கூடி உயிராக மாறும் காரியம் அவருக்கு நடக்கவில்லை.

கவிஞரான ஆத்மாநாமை அவர் வாழ்ந்த காலத்தின் நேர்மை யான மனிதன் என்றும் சொல்லலாம். இது அபூர்வமான தகுதி. அவருடைய தொடர்புகள் சிறு வட்டத்திற்குள் இருந்திருக்கலாம். உடல், காலம் இடம் சார்ந்த வரையறை கொண்டது. ஆனால் அவருடைய கனவுகளின் எல்லை மேலான கவிதையின் விரிந்த தளத்தில் இருந்தது. மேலான கவிதையை மேலான வாழ்விலிருந்து பிரிக்க இயலாத லட்சியவாதியாகவும் அவர் இருந்தார்.

அவரது கவிதைகள் அவரது அனுபவ சாரங்களின் நாட்குறிப்புப் போல் இருக்கின்றன. தன் அனுபவங்களைத் தான் விளங்கிக்கொண்ட விதத்தை சக மனிதனிடம் – மக்களிடம் அல்ல – அநேக சமயங்களில் ஒரு நண்பனுக்குச் சொல்லும் விதமாக – இவர் பகிர்ந்துகொள்ள விரும்புகிறார். ஒலிபெருக்கியால் எழுதாமல் தன் மனத்தால் இவர் எழுதிய கவிதைகள் சக மனிதனின் கரங்களைப் பற்றிக்கொண்டு அவன் காதோடு சொல்லும் வரிகளுக்குரிய அந்தரங்கத்தோடு இருக்கின்றன. அந்த வரிகள் பொருட்படுத்தத் தகுந்தவை என்றால் தன்னுடைய நண்பனிடம் அவன் அந்த வரிகளைச் சொல்வான். ஒரு மனத்தி லிருந்து மற்றொரு மனத்திற்கு கவிதை இப்படித்தான் தவழ்ந்து செல்கிறது.

ஒரு கலை நோக்கு

மென்மையான கவிஞர் என்று இவரைச் சொல்லலாம். இவருடைய ரீங்காரம்தான் மென்மையானதே தவிர ரீங்காரத்திற்கு ஆதாரமான கம்பி – இவரது சாரம் – வலிமையானது. சுயத்தின் மீது நம்பிக்கை கொண்ட உள்பலம் இது. தன் அனுபவங்களைச் சதா அசைபோடுவதில் கூடிவரும் உள்பலம். அனுபவங்களின் சாரங்களை அறிய தனக்கு உகந்த தயாரிப்புகளிலும் இவர் கவனம் கொண்டிருந்தார். படிப்பும் தொடர்புகளும் விவாதங்களும். இதனால் காலத்தைப் பற்றிய உணர்வு இவருக்குச் சாத்தியமாயிற்று. கூடிவராத கவிதைகளில்கூட காலத்திற்கும் கவிதைக்கும் இடையே பழமையின் களிம்பு இல்லை.

பிறப்பு, வளர்ப்பு, தேசம், மொழி, ஜாதி, மதம் இவற்றின் குறுகல்கள் தாண்டிய முகம் இவருடையது. இதனால் அடையாளங்கள் அற்று வெற்று அம்பலத்தில் வெளிறிப்போன கவிதைகளாக இவருடையவை இல்லை. நகரத்தில் வாழ்ந்த தமிழனின் நவீனக் கவிதைகளாக இவை இருக்கின்றன. இந்தக் கவிதைகளின் வேர் இந்த மண்ணில் இருக்கிறது. இந்த மண்ணின் வேதனை இந்தக் கவிதைகளிலும் இருக்கிறது.

சிலேட், 1993

சுந்தர ராமசாமி

11

பஷீர்:
முற்போக்கு இலக்கியத்தின் அசல்

வைக்கம் முகம்மது பஷீர் என்ற மலையாள எழுத்தாளர் சமீபத்தில் தனது 84ஆம் வயதில் – பிறந்த வருடத்தைப் பற்றிக் கருத்து வேற்றுமை இருக்கிறது – மறைந்தபோது கேரள மக்கள் அவருக்கு அஞ்சலி செலுத்திய விதம் ஆச்சரியத்தை ஏற்படுத்திற்று. அது ஒரு எழுத்தாளனுக்கு அளிக்கப்படும் அஞ்சலியை வெகுவாகத் தாண்டி ஒரு தேசியத் தலைவருக்கு வழங்கப்படும் கௌரவத்தைப் போலவே இருந்தது. அவருடைய இழப்பை ஒரு கலாச்சாரத் திருவிழாவாக மாற்றிக்கொள்ள மக்கள் விரும்பியது போலவும் பட்டது. முதுமை கூடி புகழின் உச்சியில் நிகழ்ந்த மறைவு என்பதால் அது விகற்பமாகவும் இருக்கவில்லை. ஆனால் கொண்டாட்டத்தின் அளவு அதிகமோ என சந்தேகம் கொள்ளும் எல்லைக்குப் போயிருந்தது. பஷீரைப் பற்றிச் சொல்ல நாளிதழ்களும் சஞ்சிகைகளும் போட்ட போட்டியில் இனிச் சொல்ல செய்திகளோ வெளியிடப் புகைப்படங்களோ மிச்சம் இராது என்று தோன்றிற்று. நாளிதழ்களும் சஞ்சிகைகளும் தம் அலுவலகங்களுக்கு விடுமுறை தந்தன.

இந்தப் பின்னணியில் நம் மொழி எழுத்தாளர்களின் மறைவு பற்றி நினைவு வந்தது. பஷீருக்கு இணையாகவோ அதிகமாகவோ சாதனைகள் செய்துவிட்டு அவர் மறைந்த வயதிற்குப் பாதிக்கும்

குறைவான வயதுகளில் விடைபெற்றுக் கொண்டவர்கள் அவர் களில் சிலர். அந்த இழப்புகளை நாம் எப்படி எதிர்கொண்டோம் – தமிழ் எங்கள் மொழி அல்ல, உயிர் என்று முழங்கும் நாம்?

பஷீர் மலையாளக் கலாச்சாரத்தில் வெகு ஆழமாக இறங்கியிருக்கிறார். அவருடைய மறைவு உருவாக்கிய அலைகள் இந்த உண்மையை நிரூபிக்கின்றன. பஷீர் மூலம் மலையாள வாசகர்கள் பெற்றுக்கொண்ட அனுபவச் செழுமை போற்றத்தக்கதாக, கொண்டாடத்தக்கதாக இருந்திருக்கிறது. வாசகர்கள் பெற்ற அனுபவம் அதன் எல்லையைத் தாண்டி, செய்திகளும் சமிக்ஞைகளுமாக விரிந்து முழுச் சமூகத்தையும் தழுவிக்கொண்டிருக்கிறது. ஒரு இனம் பஷீர் மூலம், புதையுண்டு கிடந்த தன் மன முகங்களை வெளிப்படுத்திக்கொண்டுவிட்டது. அந்தப் புதிய முகங்கள் அவர்களுக்குப் பெருமிதத்தைத் தருகின்றன. தங்களைக் கண்டுகொள்ள உதவிய படைப்பாளியை ஒரு கலாச்சாரம் போற்றுவது அதன் ஆரோக்கியத்தைக் காட்டு கிறது. தமிழிலும் இதுபோன்ற காரியங்கள் நிகழலாம் – ஒரு சில நூற்றாண்டுகளுக்குப் பின்னரேனும்.

2

பஷீர் ஒன்பதாம் வகுப்பு படிக்கும்போது சொல்லிக்கொள்ளாமல் வீட்டை விட்டு ஓடினார். தன் சொந்த ஊரான வைக்கத்திலிருந்து எர்ணாகுளத்திற்கு நடந்து சென்று பயணச்சீட்டின்றி ரயிலேறி கள்ளிக்கோட்டை போனார். அங்கு இந்திய தேசிய காங்கிரசில் சேர்ந்து உப்புச் சத்தியாக்கிரகத்தில் பங்குபெற்று அடக்குமுறைக்கும் தண்டனைக்கும் ஆளானார். தென்னிந்தியாவின் பல்வேறு இடங்களில் அவர் சிறை வாழ்க்கையை அனுபவித்தார். பகத்சிங், ராஜகுரு, சுகதேவ் ஆகியோரின் தீவிரவாதத்தில் நம்பிக்கை வைத்துச் சிறிது காலம் செயல்பட்டார். வட இந்தியாவிலும் ஆப்பிரிக்க அரேபிய நாடுகளிலும் ஏகமாகச் சுற்றி அலைந்தார். இக்காலங்களில், நம் சமூகம் தாழ்வாகக் கருதும் வேலைகளில் அவர் பார்க்காததை அதிகம் இல்லை. இமயமலைச் சாரல்களிலும் கங்கைக் கரைகளிலும் இந்து சன்னியாசியாகவும் சூஃபியாகவும் சில காலம் வாழ்ந்தார்.

நாவல்கள் எனப் பொதுவாக மதிப்பிடப்படும் – உண்மையில் நாவல்களுக்கு உரித்தான தளத்தில் அவை இயங்கவில்லை என்று சொல்ல வேண்டும் – ‘இளம் பருவத்துத் தோழி’, ‘பாத்துமாவின் ஆடு’, ‘எங்கள் தாத்தாவுக்கு ஒரு யானை இருந்தது’ ஆகிய படைப்புகள் முக்கிய இந்திய மொழிகளில் வெளிவந்திருக்கின்றன. இவற்றை ஆர். ஈ. ஆஷர் ஆங்கிலத்தில் மொழிபெயர்த்து எடின்பரோ பல்கலைக்கழக வெளியீடாகக் கொண்டுவந்திருக்கிறார். பிரெஞ்சு,

மலாய், சீனம், ஜப்பான் ஆகிய மொழிகளில் ஒரு சில படைப்புகள் மொழிபெயர்க்கப்பட்டிருக்கின்றன. ‘மதில்கள்’, ‘சப்தங்கள்’, ‘காதல் கடிதம்’ ஆகியவற்றின் ஆங்கில மொழிபெயர்ப்புகள் வெளிவந்திருக்கின்றன. ஞானபீடம் ஒன்றைத் தவிர தேசிய, மாநிலப் பரிசுகளில் இவர் பெறாதவை எதுவும் இல்லையென்றே சொல்லலாம். பத்மஸ்ரீ பட்டமும் கள்ளிக்கோட்டைப் பல்கலைக் கழகம் வழங்கிய டாக்டர் பட்டமும் பெற்றவர்.

3

பஷீரின் எழுத்துகளில் அவருடைய அனுபவ ஆழத்தின் முத்திரை இல்லாதவை என்று எதுவும் இல்லை. சுய வாழ்க்கை அவருடைய சுரங்கம். அவருடைய படைப்புகளில் கற்பனை சார்ந்த நிஜத்திற்கும் சுய வாழ்க்கை சார்ந்த நிஜத்திற்குமான இடைவெளி அவரால் அழிக்கப்பட்டுவிடுகிறது. இதில் அவருக்கு உற்சாகம். அத்துடன் தன் படைப்புக்குள் பாத்திரமாக வர விரும்புகிறவரும்கூட – தன் பெயரிலோ அல்லது தான் என்பதை வெளிப்படையாகக் காட்டும் மற்றொரு பெயரிலோ. மலையாள வாசகர்களுக்கு அவருடைய படைப்புகள்மீது எவ்வளவு மோகமோ அவ்வளவு மோகம் அவருடைய வாழ்க்கையின் மீதும். அவருடைய வாழ்க்கையும் அவர்களுக்கு ஆர்வத்தைத் தூண்டும் மற்றொரு படைப்பு. இந்த இரண்டு படைப்புகளில் எதை வாசித்தாலும் அதில் மற்றொன்றையும் இணைத்து வாசிப்பது அவர்களுக்குக் காலத்தால் கூடி வந்திருக்கும் வினோதம். ஒரு படைப்பை வாசிக்கும்போது இரு அடுக்குகள் கூடி வந்திருப்பது பஷீருக்கு மட்டுமே கிடைத்திருக்கும் சாதகம் என்று சொல்லலாம்.

பஷீரின் படைப்புகள் எந்த அளவுக்கு வெளிப்படை யானவையோ அந்த அளவுக்கு அவருடைய வாழ்க்கையும் பகிரங்கமானது. தாழ்வுகள் என்று பொதுவாகக் கருதப்படுப வற்றையும் அவர் உற்சாகமாக வெளிப் படுத்திக்கொண்டவர். தான் பார்த்த ‘இழிவான’ பணிகள், தன்னைப் பிடுங்கிய வறுமை, குடிப்பழக்கம், மனநோய், ஐம்பது வயதில் திருமணம் போன்ற சகல விஷயங்களையும் நகைச்சுவையுடன் ஆனால் தீவிரத்தின் கூர் மழுங்காமல், கீழ்த்தட்டு மக்களின் மனமொழியோடு இணையும் கொச்சையில் தன் படைப்பிலும் தன்னைப் பற்றிய எழுத்திலும் முன் வைத்திருக்கிறார். முதலில் அதிர்ச்சி பெற்று, பின் சகஜமாகி, அவர்மீது அந்தரங்கம் கொள்ள வாசகர்களுக்குக் காரணமாக அமைந்த அவருடைய வெளிப்பாடுகள் இவை.

வாழ்க்கை தனக்குத் தந்த துக்கங்களின் சுமையை மலையாள சமூகத்துடன் படைப்பாகவும் சுய வரலாறாகவும் பஷீர் பகிர்ந்துகொண்டபோது மன இறுக்கம் அவருக்குத்

தளர்ந்த அளவுக்கு சூழலின் இறுக்கமும் தளர்ந்தது. வாழ்க்கை பஷீருக்குத் தந்திருந்த துக்கங்களின் சுமைகள் கீழ் மத்தியதர வர்க்க மலையாளிகளுக்கு வாழ்க்கை எப்போதும் தந்துகொண்டிருக்கும் சுமைகள்தானே? சொந்த மண்ணைத் துறந்து அலைதல், சுற்றத்தார் பார்க்க விரும்பாத பணிகளை ஆற்ற வேண்டிய நிர்ப்பந்தம், இல்லாமையின் பிடுங்கல்கள் ஆகியவற்றில் கசங்கி மனஞ்சுருங்கி நிற்கும் ஒரு சமூகத்திற்கு பஷீரின் வாழ்க்கை ஒரு குறியீடு. அவர் தன் வாழ்க்கையை நகைச்சுவையினூடே பேச்சு மொழியில் பகிரங்கப்படுத்திய முறை அவர்கள் பெற்ற ஆசுவாசம். கூர் மழுங்காத விழிப்புணர்வில் நின்று, நகைச்சுவை மூலம் இடைவெளி பெற்று தன் உள் கசங்கல்களிலிருந்து எப்படி அவர் விடுதலை பெற்றாரோ அந்த விடுதலையை ஒரு சமூகமும் அவர் மூலம் பெற்றது என்று சொல்லலாம். கூசவோ குறுகவோ அவமானப்படவோ எதுவும் இல்லையென்பதையும் யதார்த்தத்தை ஏற்றுக்கொள்வதே இயற்கை என்பதையும் அவ்வாறு ஏற்றுக்கொள்வதிலிருந்து பிரச்சினைக்கான விடைகள் வெளிப்படுகின்றன என்பதையும் ஒரு இனம் உணர அவர் ஆற்றியுள்ள பங்கு முக்கியமானது.

பிரச்சினைகளை எதிர்கொண்டு விடை காணும் சமூகச் செயல்பாடுகள் மற்ற இடங்களைப் போலவே மலையாள மண்ணிலும் இருவகைத் தளங்களில் நிகழ்ந்திருக்கின்றன – தத்துவம் சார்ந்த இயக்கங்கள்; தனிநபர் சார்ந்த தொண்டுகள். இவற்றில் இரண்டாவது வகையினரின் மரபில் வருகிறவர் பஷீர். தத்துவத்தைச் சார்ந்த செயல்பாடுகள் நிரந்தர விடைகளுக்கு இட்டுச் செல்லும் என்பதும் தனிநபர் முயற்சிகள் தற்காலிக மானவை என்பதும் ஒரு நவீனச் சிந்தனை. தர்க்கத்தின் தளத்தில் அது உண்மையாகவே இருக்கலாம். ஆனால் இறுக்கமான தத்துவம் சார்ந்த இயக்கங்கள் யந்திர ரீதியில் செயல்பட்டு முனை மழுங்கிச் சரியும்போது கூர்மையான தனிநபர் செயல்பாடுகள்மீது சமூகம் தன் நம்பிக்கையை புதுப்பித்துக்கொள்ளும் சூழல் உருவாகிவிடுகிறது. இந்தச் சூழலில் பஷீர் அதிக ஆறுதலைத் தரும் ஆளுமையாகிக் கூடுதல் முக்கியத்துவம் பெற்றுவிடுகிறார். இந்த ஆறுதலைத் தந்த பஷீரை நாராயண குருவின் மரபில் வந்த சூஃபி என்று சொல்ல வேண்டும்.

தமிழ் வாசகர்கள் வகைப்படுத்திக்கொள்ள வசதியாக அவருடைய எழுத்தின் குணங்களை மூன்று பகுதிகளாகப் பிரிக்கலாம்.

ஒன்று: காதல் (தமிழில் தவறான அர்த்தம் தரும் சீரழிக்கப் பட்ட சொல்). பஷீரின் படைப்பில் இது ஆணும் பெண்ணும் கொள்ளும் இயற்கையின் உயிர்ப்பில் மண்ணின்மீதே உக்கிரமாக

எழுப்பப்பட்டு நிற்கிறது. ஒரு புறம் காதல், மறுபுறம் வறுமை. காதலில் இருவர் இணைவது இயற்கையின் பேரமைதிக்கு இட்டுச் செல்லும் காரியமாகவும் வாழ்க்கையின் புதிர்களை எதிர்கொள்ள இருவர் கைகோர்த்துக்கொள்ளும் கூட்டுச் சக்தியாகவும் மலர்கிறது.

இரண்டு: வாழ்க்கையின் கொடுமை சார்ந்த முகங்களும் அந்தக் கொடுமையிலும் ஊடாடி நிற்கும் அன்பின் ஊற்றும். சேற்றில் முளைக்கும் மூலிகைச் செடியின் மணமும் அதன் எளிய பூக்களும் என்று படிமமாகச் சொல்லலாம்.

மூன்று: வாழ்க்கையை மாற்ற முன்வரும் தத்துவம் சார்ந்த இயக்கமே பலரின் பிழைப்பாகி மக்களை ஏமாற்றுவது பற்றிய பரிகாசம். ஜேப்படித் திருடர்கள், போக்கிரிகள், வஸ்தாதுகள், ஏமாற்றுக்காரர்கள், சவடால்கள் போன்றவர்கள் கதாபாத்திரங் களாக வரும் படைப்புகளில் பின்னிற்கும் கிண்டல் அரசியல் தளத்தையும் இவர்களின் செயல்பாடுகளுடன் இணைத்துக் கொண்டுவிடுகிறது.

இந்த மூன்று வகைகளும் அவருடைய எழுத்துகளில் மலையாள மண்ணுக்கே உரித்தான வாழ்க்கைமீது ஜீவகளையுடன் உருவாகி வந்திருக்கின்றன.

பஷீருக்கு வாழ்க்கையின் மென்மையும் கடுமையும் ஆழமாகத் தெரியும். மென்மையை உறுதிப்படுத்த கடுமையை ஒருபோதும் மறைக்காதவர் அவர். அவருடைய எழுத்தில் மிகக் கீழானவற்றிற்கு வெகு சமீபத்தில் இருக்கின்றன மிக மேலானவை யும். அவருடைய மொத்தப் படைப்பையும் தாண்டி வரும்போது வாழ்க்கை பற்றிய நம்பிக்கை, மூலிகையின் நறுமணம்போல் தன் இருப்பை ஸ்தாபித்துக்கொண்டுவிடுகிறது. முன் தீர்மானங் களின் அடிப்படையில் கோட்பாடுகள் சார்ந்து, யந்திர ரீதியாக வாழ்க்கையை அணுகி நம்பிக்கையைப் பறித்தெடுக்க முயன்ற எழுத்தாளர்கள் காலத்தின் முன் பின்னகர்ந்து போய்க்கொண் டிருக்கும்போது (கேரள மண்ணில் இவர்களின் எண்ணிக்கை மிக அதிகம்) வாழ்க்கையின் சகல குணங்களையும் மனந்திறந்து பார்த்த பஷீர் வாழ்க்கையின் தளத்திலேயே நாம் உறுதியாக ஏற்கும் விதத்தில் நம்பிக்கையின் நறுமணங்களை வெளிப்படச் செய்து இன்றும் நிலைகொண்டிருப்பது அவருடைய படைப்பின் சாதனை என்று சொல்ல வேண்டும்.

4

பஷீரின் படைப்புகளின் தேர்வு ஒன்று தமிழில் வெளிவர வேண்டும். 'தாத்தாவின் யானை'யும் 'பாத்துமாவின் ஆடு'ம் சில

கதைகளும். மிகுந்த சர்ச்சைக்குள்ளான 'சப்தங்கள்' கதையையும் சேர்த்துக்கொள்ளலாம். மொழிபெயர்க்க மிகக் கடினமானது அவருடைய எழுத்து. தான் பேசிய கொச்சையையே தன் மொழியாக எழுத்தில் அனுசரித்தவர் அவர். முஸ்லீம் குடும்பங்களுக்குள் புழங்கும் கொச்சைச் சொற்கள். அந்தரங்கமான குறியீடுகள். பொருளற்ற ஓசைகளின் பதிவுகள். இவற்றின் ரசவாதக் கலவை. சில படைப்புகள் தமிழில் வந்திருக்கின்றன. அவற்றையே மீண்டும் தமிழின் புதிய தலைமுறை வாசகர்களுக்காகக் கவனமாக நுட்பத்துடன் மொழிபெயர்ப்பது பயனுள்ள காரியமாக இருக்கும். புதுமைப்பித்தனும் ஜெயகாந்தனும் எழுதியிருக்கும் மொழியில் இறக்குமதி செய்ய அவசியமில்லாதவைதான் மலையாளப் படைப்புகளில் அதிகமும். பஷீர் நேரெதிர். அவருடன் ஒப்பிட்டுப் பேச நம் மொழியில் எவரும் இல்லை. மேலும் அவருடைய எழுத்து முற்போக்கு இலக்கியத்தின் அசலுக்கு மிகச் சிறந்த எடுத்துக்காட்டு. புதிய தலைமுறை அதைப் படிக்க வேண்டும். தமிழின் இன்றையத் தேவை அது.

***சுபமங்களா*, 1994**

12

திருவள்ளுவர் என்னும் நண்பர்

திருக்குறளுடன் நாம் எந்தவிதமான உறவு வைத்துக்கொள்ள வேண்டும்? நாம் விரும்பும் வகையில் உறவு வைத்துக்கொள்ள நமக்கு முழுச் சுதந்திரம் இருக்கிறது. இந்த உறவின் தன்மையை வகுத்துக்கொள்ள வேண்டியது நாம்தான்.

திருவள்ளுவரை மேடைப்பேச்சில் வியந்து பாராட்டலாம். அவருடைய பேரறிவைக் குறட்பாக்களை அள்ளிவீசி நிரூபிக்கலாம். ஒரு குறளுக்கு ஒன்பது விளக்கங்களைச் சொல்லிச் சபையோரை வியப்பில் ஆழ்த்தலாம். குறளின் ஆங்கில மொழி பெயர்ப்பை 'எடுத்துவிட்டுப்' பேச்சாளர் தன் ஆங்கில ஞானத்தையும் வெளிச்சம் போட்டுக் காட்டலாம். வள்ளுவருக்கு இணையான மேதை இன்று இல்லை என்றும் முன்னர் இருந்ததில்லை என்றும் நாளை தோன்றப் போவதில்லை என்றும் சூளுரைக்கலாம். திருவள்ளுவருக்குப் பெருமை சேர்கிறதோ இல்லையோ பேச்சாளரின் வாய்வீச்சு தொடரும்போது அவர் மெத்தப் படித்த மேதாவி என்பதைச் சபை ஏற்றுக்கொள்ளும்படி ஆகிவிடும்.

மேடைப்பேச்சாளர் தன் புலமைக் கொடியை நிலைநாட்டத் திருக்குறளைச் சற்று விரிவாகக் கற்றிருக்க வேண்டும் என்ற அவசியம்கூட இல்லை. ஆங்காங்கேவாகாகச் சில குறள்களைப் பொறுக்கி நெட்டுரு செய்திருந்தாலே போதுமானது. பல்வேறு சந்தர்ப்பங்களுக்கும் பொருந்திவருவதுபோல்

அக்குறள்களின் தேர்வு அமைந்திருந்தால் சொற்பொழிவாளர் கெட்டிக்காரர்தான். அரசியல் மேடைகளில் எந்தெந்தக் குறள்கள் ஜொலிக்கும் என்பது அவருக்குத் தெரியாமலா இருக்கும். கைவசம் இருக்கும் குறளுக்குத் தோதாகப் பேச்சின் தலைப்பு அமையவில்லை என்றால் அதை இழுத்து மடக்கிக் கைவசப்படுத்திக்கொள்வதும் மேடைப்பேச்சுக்குரிய சாமர்த்தியங் களில் ஒன்றுதான். சொல்வதையே திரும்பத் திரும்பச் சொல்ல முதலில் சிறிது கூச்சமாகவே இருக்கும். கூச்சம் மனித ஜன்மங் களுடன் இணைந்து வந்து கொண்டிருக்கும் ஒரு பழைய வியாதி. ஆனால் கைத்தட்டல் தரும் பரவசம் அவ்வியாதியை இருந்த இடம் தெரியாமல் அடித்துவிடும்.

திருக்குறள் சார்ந்த புலமையை மெய்யாகவே தேடிச் செல்வது மற்றொரு வகையினரின் இயல்பு. இவர்களின் நோக்கம் சமுதாய நலன் சார்ந்தது. வள்ளுவரின் கருத்துக்களைச் சமுதாயத்தில் பரப்பினால் மக்கள் மேல்நிலையை அடைந்துவிடுவார்கள் என்பது இவர்கள் நம்பிக்கை. தமிழ் வாசகர்கள் படைப்பாளிகள், படிப்பாளிகள் ஆகியோரின் ஏகோபித்த பாராட்டைப் பெற்று வருகிறவர்கள் இவர்கள். திருக்குறளைத் தமிழ்ச் சமூகத்தில் பரப்பும் தொண்டைத் தலைப் பொறுப்பாக வைத்துக்கொண்டிருக்கும் இவர்களுடைய செயல்பாடுகள் பொதுவாக இரண்டு தளங்களில் நிகழ்கின்றன. எழுத்து வடிவத்திலும் பேச்சு வடிவத்திலும். மேடைப் பேச்சாளர்கள் நூலாசிரியராகவும் நூலாசிரியர்கள் மேடைப் பேச்சாளர் களாகவும் இயங்குவது இயற்கை. இரண்டு ஆற்றல்களையும் சரிசமமாகக் கொண்ட இரட்டைத் துப்பாக்கி களும் நம்மிடையே உண்டு.

திருக்குறளைச் சமுதாயத்தில் பரப்ப விரும்புகிறவர்களின் ஆவேசங்கள் கட்டுக்கடங்காதவை. இவர்களை நான் அவ்வப்போது சந்திக்கிறேன். தமிழ்ச் சமுதாயத்தில் ஒவ்வொருவரும் – ஆண்கள், பெண்கள், குழந்தைகள் என்று வேறுபாடு இன்றி – குறளை முழுமையாக மனப்பாடம் செய்ய வேண்டும்; திருக்குறளைக் கட்டாயப் பாடமாக்கினால்கூடத் தவறில்லை என்றார் ஒரு நண்பர். திருக்குறளை முழுமையாகக் கற்றவர்களையே தமிழ் அறிஞர்கள் என ஒப்புக்கொள்வேன் என்றார் மற்றொருவர். திருக்குறளை முழுமையாகக் கற்றறியாதவர்களின் டாக்டர் பட்டங்களைத் தான் மதிப்பதில்லை என்றும் சேர்த்துக்கொண்டார். தமிழர்களுக்கு வேதம், குரான், பகவத் கீதை, பைபிள், தம்மபதம் எல்லாம் குறள்தான் என்றார். இவர்களுடைய ஆவேசங்கள் மீது எனக்கு மதிப்பு உண்டு.

1330 குறள்களையும் ஒவ்வொரு தமிழனுக்கும் ஒப்பிக்கத் தெரிந்துவிட்டால் தமிழ்ச் சமூகம் மேல்நிலையை அடைந்துவிடுமா

என்று நான் என் ஆவேச நண்பரிடம் கேட்டேன். உறுதி, உறுதி, உறுதி என்று மூன்று முறை சொன்னார். நமக்குத் தேவை மனப்பாடத் தகுதியா அல்லது முற்றாக நம்பி ஏற்கும் குறள்களின் கருத்துக்களையேனும் வாழ்வில் புகுத்தி அவற்றின் வலிமையை நடைமுறையில் உணர்ந்து கொள்வதா என்று கேட்டேன். இந்த உணர்வு வலுவடையும்போது தானே திருவள்ளுவர் மீது அதிக நம்பிக்கை கொள்வோம் என்றும் சொன்னேன்.

குறள் வாழ்வுக்கு வழிகாட்டும் ஒரு நூல். இன்றும் நம்மைச் செம்மைப்படுத்திக்கொள்ளவும் செழுமைப்படுத்திக்கொள்ளவும் அந்நூல் உதவும் என்று நம்பத் தொடங்கும்போதுதான் குறளுக்கும் நமக்குமான உறவு துளிர்க்கத் தொடங்குகிறது. வாழ்வுக்கு வழிகாட்டும் நூலை நாம் எப்படிப் பயன்படுத்த வேண்டும்? மேடைப் பேச்சுக்கு உபயோகப்படும் கருவியாகவா? நினைவாற்றலை வளர்க்க ஒரு பயிற்சியாகவா? புலமைப் பிரகடனத்திற்கான முகாந்திரமாகவா?

நாம் வாழ்வின் தளத்தில் ஏழ்மைப்பட்டு நிற்கிறோம். பொருள் சார்ந்த ஏழ்மையும் கலாச்சாரம் சார்ந்த ஏழ்மையும் இக்காலத்தில் நம்மை வாட்டுகின்றன. பொது வாழ்க்கையில் ஒழுக்கம் என்பது காலாவதியாகிவிட்டது. பண உறவுகள் வாழ்க்கைக்கு அடிப்படையான சகல உறவுகளையும் கபளீகரம் செய்துகொண்டிருக்கின்றன. மனித நேயம் என்ற சொல்தான் எழுத்திலும் பேச்சிலும் அதிகம் அடிபடும் சொல். வாழ்க்கையில் அருகிப்போயிருப்பதும் இந்த மனித நேயம்தான். உலகியல் சார்ந்த கால்களை மண்ணில் ஊன்றி நிற்க வேண்டும் என்று ஆசைப்படுகிறோம். இந்த உலகத்திற்குரிய இன்பங்களைத் துறக்காமல், பொறிகளை ஒடுக்காமல் மற்றொரு உலகத்தை எண்ணி ஏங்காமல், மனைவி, குழந்தைகளுடன் வாழ விரும்புகிறோம். இந்த நோக்கத்தை நிறைவேற்றிக்கொள்ள சில அடிப்படை நியதிகளை இளமையிலேயே நாம் தெரிந்து கொண்டு விட்டால் எவ்வளவு நன்றாக இருக்கும். ஒரு சந்தர்ப்பத்தில் ஒரு செயலுக்குத் துணையாக நிற்பது மற்றொரு சந்தர்ப்பத்தில் பொய்த்துப்போய்விடுகிறது. நிரந்தரமான நியதிகள் என்று எதுவுமே கிடையாதா? இருந்தால் அவற்றைத் தொகுத்துக் கொள்வது வாழ்க்கைக்கே ஒரு ஊன்றுகோல் போல அமையுமே. இவ்வாறான தேடல் உருவாகும் மனங்களுக்குத் தான் பொது நெறிகளை வற்புறுத்தும் பேரிலக்கியம் தேவையாக இருக்கிறது.

நாம் உலகியலில் பற்றுக் கொண்டிருப்பதால் திருவள்ளுவரின் உறவு மிக இணக்கமாக அமைந்துவிடுகிறது. ஒரு ஊரின் வரைபடம் ஒன்று நம் கைவசம் இருக்கிறது என்று வைத்துக்கொள்வோம். அது

ஒரு கலை நோக்கு ❈ 139 ❈

சரியான வரைபடம்தானா? அந்த வரைபடம் சார்ந்து பயணத்தை மேற்கொள்ளும்போது அது சுட்டும் இடங்களுக்கு நாம் சரிவரப் போய்ச் சேர்ந்தால் அந்த வரைபடம் சரியானதுதான். சில நோய்களுக்குச் சுயமாகச் சிகிச்சை செய்துகொள்ள வழிவகைகள் கூறும் நூல்கள் இருக்கின்றன. அவற்றின் உதவியால் நோய்களைக் குணப்படுத்திக்கொள்ளும்போது அந்த நூல்களின்மீது நம்பிக்கைக் கொள்கிறோம். வாழ்க்கையின் அடிப்படையையே கற்றுத்தர முற்பட்ட நூல் வள்ளுவம். அது தமிழ் வாழ்விற்குரிய நெறியை வகுத்திருக்கிறது. மதிப்பீடுகளை மொழிக்குள் துல்லியப்படுத்தித் தருகிறது. திருவள்ளுவர் 2000 வயதான இளைஞர். இன்றும் அவர் உயிர்ப்புடனேயே இருக்கிறார். அந்த உயிர்ப்பை நமக்கு உணர வைப்பது அவருடைய மொழி ஆற்றலும் சிந்தனையின் கூர்மையும். அதில் பழமையின் பாசி இன்னும் படியவில்லை.

வாழ்க்கையைச் செம்மைப்படுத்திக்கொள்ளத் திருக்குறளைப் பயன்படுத்தும்போதுதான் அந்தப் பெரு நூலுக்குரிய மதிப்பை உண்மையாகவே அதற்கு அளிக்கிறோம். 1330 குறள்களையும் நாம் மனப்பாடமாகக் கற்றுவிடலாம். குறுகிய நேரத்தை ஒதுக்கி ஓராண்டில் முடித்துவிடலாம். ஆனால் அந்த மனப்பாடத் தகுதி நம் வாழ்க்கையில் கடுகளவு மாற்றத்தைக்கூட உருவாக்காது. குறளைக் கற்று அதன் பொருளை நாம் நுட்பமாகப் புரிந்துகொள்ள வேண்டும். புரிந்துகொள்ளப் பல உரைகள் இருக்கின்றன. அந்த உரைகள் நமக்கு உபயோகமானவைதான். ஆனால் குறளுக்கு நாம் அளிக்கும் பொருள் உரைகள் சார்ந்து நிற்க வேண்டும் என்ற கட்டாயம் இல்லை. உரையாசிரியர்களுக்குள் கருத்து வேற்றுமைகள் இருக்கின்றன. உரைகளை ஏற்க வேண்டும் என்ற நிலை இருந்தாலும்கூட எந்த உரையைத் தேர்ந்தெடுப்பது என்ற முடிவை நாம்தான் எடுக்க வேண்டியிருக்கிறது. நாம் நமக்குச் சொந்தமான உரைகளை விவேகத்துடன் உருவாக்கிக் கொள்ள முடியும். உரைகளின் உதவியுடன் நாம் உருவாக்கும் அர்த்தங்கள் மூலபாடத்துக்கு முரண்பட்டு நிற்கக் கூடாது. இதன் பொருள் திருவள்ளுவர் ஒன்று சொல்ல நாம் அதை மற்றொன்றாகப் புரிந்துகொள்ளக் கூடாது என்பதுதான்.

திருவள்ளுவரை நாம் நண்பராகத்தான் பாவிக்க வேண்டும். இதற்கு முன் எந்த நூற்றாண்டிலும் இல்லாத இளமையை அவர் சென்ற நூற்றாண்டில் – இப்போது நாம் தாண்டி வந்திருக்கும் நூற்றாண்டில் பெற்றிருக்கிறார். அவர் மிகப்பெரிய பெருமையை அடைந்ததும் சென்ற நூற்றாண்டில்தான். எந்த அறிவையும் புனிதப்படுத்தினால் அது அந்நியப்பட்டுப்போய்விடும். நடைமுறையிலிருந்து பின்னகர்ந்து சடங்குக்குள் சென்று விழும்.

சடங்கும் சம்பிரதாயமும் தோன்றிவிட்டால் பூசாரிகள் தோன்றி விடுவார்கள்.

திருக்குறள் மக்களுக்கான நூல். அது நிரந்தரமான உண்மை களைக் கூறுகிறது என்றாலுங்கூட காலத்துக்குக் காலம் அவற்றில் சில குறள்கள் அழுத்தம் கொள்கின்றன. கால மாற்றத்தில் முன்னகர்ந்திருப்பவை பின்னகர்ந்தும் பின்னகர்ந்திருப்பவை முன்னகர்ந்தும் வரக்கூடும். காலத்தைவென்று நிற்கும் செவ்விலக்கியங்களின் குணம் இது. இன்றைய காலத்துக்கு ஏற்ப பகுத்தறிவுப் பார்வையும் சமத்துவம், சமநீதி சார்ந்த பார்வையும் திருக்குறள் மீது ஏறுகின்றன. அந்நிலை இயற்கையானதுதான். பொது ஒழுக்கம் சீரழிந்து இவ்வொழுக்கத்தை மீண்டும் வென்றெடுக்க வேண்டும் என்ற உணர்வு தலைதூக்குகிறபோது திருவள்ளுவரின் ஒழுக்கம் சார்ந்த கருத்துகள் மேலோங்கும்.

சுதந்திரப் போராட்ட காலத்தில் அரசியல்வாதிகள் 'கள்ளுண்ணாமை' என்ற அதிகாரத்தில் பல குறள்களை மேடையில் சுய நம்பிக்கையுடன் சொல்லியிருக்கிறார்கள். இன்றைய அரசியல் வாதிகளால் அப்படிக் கூற முடியும் என்று தோன்றவில்லை. தமிழகமே ஒரு பெரிய கள்ளுக்கடையாக மாறுகிறபோது – அந்த நாட்கள் வெகு தொலைவில் இல்லை – 'கள்ளுண்ணாமை' மீண்டும் ஓங்கி ஒலிக்கத் தொடங்கலாம். இப்படித்தான் பேரிலக்கியங்கள் தங்கள் முகங்களை மாறி மாறி ஒளிரச் செய்து காலத்தைத் தாண்டி வருகின்றன. திருக்குறளைப் பின்பற்றித் தம் வாழ்க்கையைச் செம்மைப்படுத்திக்கொண்டவர்கள் அது பற்றிப் பேசலாம். திரு.வி.கவும் மு.வவும் அவர்களைப் போல் எண்ணற்ற தமிழர்களும் திருக்குறள் நெறிகளைக் கடைப்பிடித்துத் தம் வாழ்வைச் செம்மைப்படுத்திக்கொண்டவர்கள். அவர்களைப் போன்றவர்கள்தான் அறிவார்கள் திருக்குறளின் வலிமையை. அவர்களைப் போன்றவர்களால்தான் திருக்குறள்மீது ஆழ்ந்த நம்பிக்கையை மக்களிடையே உருவாக்கவும் முடியும். திருக்குறளை முழங்கும் பிரச்சாரப் பீரங்கிகளிடம் 'நீங்கள் குறள் நெறிக்கு ஏற்ப வாழ்ந்து வருகிறீர்களா அல்லது அவ்வாறு வாழவேனும் முயற்சிக்கிறீர்களா' என்று கேட்க மக்களுக்கு உரிமை உண்டு.

அவ்வாறு கேட்பவர்கள்தான் திருவள்ளுவரின் நண்பர்கள்.

***விண்நாயகன்*, 1–15, பெப்ரவரி 2000**

நினைவுகள்

1

கவிமணி தந்த கருத்துகள்

சுமார் ஐந்து மாதங்களுக்கு முன்னால்...

ஒருநாள் நானும் கவிஞரான என் நண்பருமாக, கவிமணி தேசிக விநாயகம் பிள்ளையவர்களைக் கண்டுவருவதற்காகப் புத்தேரி சென்றோம். நாகர்கோவில் நகரத்துச் சந்தடியிலிருந்து விலகி, நாங்கள் சென்ற பஸ் புத்தேரிக் கிராமத்தை அடைந்தது. பஸ்ஸிலிருந்து இறங்கினோம். அப்போது கடுமையாக வெயில் காய்ந்தது. எனினும் நாஞ்சில் வளநாட்டின் சூழ்நிலை வெயிலின் வெம்மையைச் சமனப்படுத்தியது. தூரத்தே அரண் வகுத்து நிற்கும் நீலமலைச் சிகரங்கள், சிகர வடிவங்களைப் பிரதிபலித்து அசையும் பரந்த ஏரி நீரின் குளுமை, வயல் வெளியிலிருந்தும் தென்னஞ் சோலைகளி லிருந்தும் சிலுசிலுத்து வீசிய காற்று – எங்களுக்கு வெயிலின் உக்கிரமே தோன்றவில்லை.

'கவிமணிப் பாட்டா'வின் வீடு உள்ள திசையில் திரும்பியதும் பக்கத்திலுள்ள கோயிலில் மணி அடித்தது.

"சுப சூசகம்தான்!" என்றார் நண்பர்.

"சுப சூசகமோ இல்லையோ? தேவி விழித்துக் கொண்டிருந்தால் சரி" என்றேன் நான்.

கவிமணியின் வீடுள்ள சிறிய சந்தினுள் நுழைந்து, கவிமணி அவர்கள் தங்கும் அந்தச் சிறிய, சுத்தமான அறைக்குள் பிரவேசித்தோம்.

"யாரது?" – மெல்லிய குரல் கேட்டது. ஆம். தமிழன் குரல்! கவிமணி விழித்துக்கொண்டுதான் இருந்தார்.

ஒரு கலை நோக்கு

ஜன்னலோரத்தில் நார்க்கட்டில். அந்தக் கட்டிலில்தான் முக்கால் நூற்றாண்டுக் காலமாகத் தமிழுக்கு உணர்வு ஊட்டி வந்த கவிமணி, பார்த்தவர்கள் கண் கலங்கும் நிலையில் படுத்துக் கிடந்தார். சதையெல்லாம் வடிந்து வற்றி எலும்பெடுத்து விகாரமாகிவிட்ட உடம்பு; அந்த உடம்பிலே வியாதியின் உபாதை; வேதனை. அசையக் கொள்ள முடியாதவாறு 'கிடை'யிலே வைத்துவிட்ட நோய்க் கொடுமை. இத்தனையையும் தாங்கிக் கொண்டு அந்த மெலிந்த உருவம் படுத்திருந்தது. எனினும் அந்த வற்றிய உடம்பிலிருந்து அந்தச் சமயத்திலும் முற்றிக் கனிந்த தமிழ் கணீரென்று ஒலி செய்தது; தடுமாற்றமில்லாத சிந்தனை; குழப்பமில்லாத கருத்து.

இம்முறை நான் கவிமணியைக் கண்டுவரச் செல்லும்போது, அவரது உடல்நிலையைக் கண்டுவர மட்டும் செல்லவில்லை. தமிழ் இலக்கியம் பற்றியும் தமிழர் வாழ்வையும் தமிழ் நாட்டையும் பற்றியும் கவிமணியின் கருத்துகள் பலவற்றையும் தெரிந்துகொள்ளும் நோக்கத்துடனும் சென்றேன். எனவே சிறிது நேரம் வேறு விஷயங்களைப் பற்றிப் பேசிவிட்டு நான் அவரிடம் கேட்டுத் தெரிந்துகொள்ள விரும்பிய சில வினாக்களைக் கேட்கத் தொடங்கினேன். எனது கேள்விகளுக்கெல்லாம் கவிமணி உற்சாகத்தோடும் மகிழ்ச்சியோடும் தமது அருமையான பதில்களைக் கூறிவந்தார்.

"தங்கள் வாழ்நாளில் தமிழ் இலக்கியம் எந்த முறையில் வளர்ந்திருக்கிறது? எந்த முறையில் வளர வேண்டும் என்று தாங்கள் விரும்புகிறீர்கள்?" என்று கேட்டேன் நான்.

கவிமணி உற்சாகத்தோடு கூறினார்: "தமிழுக்கு என்ன குறைவு? அது வளர்ந்துகொண்டுதான் வருகிறது. பழைய நூல்களெல்லாம் தமிழ் மக்களிடம் நன்கு பரவிவருகிறது. ஏன்? இன்று அதற்கெல்லாம் எளிமையான உரைகளும் வந்து கொண்டிருக்கின்றன. தமிழ் மக்களும் அவற்றை ஆவலோடு படித்துவருகிறார்கள். பத்துப் பதினைந்து வருஷங்களுக்கு முன்னால்கூட இந்த உணர்ச்சி இல்லை. தமிழ்ப் பண்டிதர்களின் கைக்குள் (கவிமணி இரு கைகளையும் பிணைத்து அபிநயித்துக் காட்டி) தமிழ் சிக்கித் தவித்துக்கொண்டிருந்தது. அன்று அவர்கள் வைத்தது சட்டம். இன்று அப்படியா? சாதாரணக் குதிரை வண்டிக்காரனும் பத்திரிகை படிக்கிறான். அவனும் இலக்கியம் பேசுகிறான். ஆனால் இது மட்டும் போதுமா? போதாது. தமிழில் இன்னும் விஞ்ஞானம் போதிய முறையில் வளர வில்லை. வந்த நூற்களிலும் தெளிவு காணாது. ஒன்றிரண்டு பார்த்தேன். மேல்நாட்டு விஞ்ஞான வார்த்தைகளுக்கெல்லாம்

தமிழ் வார்த்தைகள் கண்டுபிடிப்பதிலேயே மூளை பூராவும் காலியாய்விடுகிறது போலிருக்கிறது. (இதைக் கூறியவாறே கவிமணி சிரித்துக்கொண்டார்.) ஆனால் போகப்போக நல்ல நூல்கள் வெளிவரும். இன்று தமிழுக்கு ஏற்பட்டிருக்கும் மறுமலர்ச்சிக் கெல்லாம் பாரதிதான் காரணம். மறுக்க முடியுமா, இதை? பாரதி கவிராஜன் ..."

கவிமணியின் பேச்சு திடீரென்று தடைப்பட்டது. உபாதையினால் "அம்மாடி!" என்று முனகினார்; தாங்க முடியாதவாறு இருமினார். எனவே அவர் பாரதியைப் பற்றிச் சொல்லவந்த விஷயம் அறுபட்டுப் போயிற்று. சிறிது நேர அவகாசத்துக்குப் பின்னர் நான் இன்னொரு கேள்வியைக் கேட்டேன்.

"தேசிய இயக்கத்தால் தமிழ்மொழி சகலருக்கும் புரியக் கூடியதாகவும் புதிய விஷயங்களைத் தருவதாகவும் வளர்ந்து வந்திருக்கிறது. எனவே மக்களின் இயக்கத்தோடு ஒட்டியிருந்தால் தான் இலக்கியமும் மொழியும் வளர்ச்சி பெறுகிறது. கடந்த இருபதாண்டு இலக்கிய வளர்ச்சி இந்த உண்மையைத்தானே பிரதிபலிக்கிறது?"

கவிமணி பதில் தந்தார்: "தேசிய இயக்கம் தமிழை ஓரளவு மக்கள் மத்தியில் பரவச் செய்தது. எவ்வளவு பேச்சு, பாட்டு, கட்டுரைகள் எல்லாம்! தமிழ் என்பது ஏட்டிலே மட்டுமில்லை. பேச்சிலும் நுழைந்துவிட்டது. விரும்பினாலும் விரும்பாவிட்டாலும் எல்லார் காதிலும் மேடைப் பேச்சு விழத் தொடங்கிவிட்டது. தமிழின் கடினம் குறைந்து, அனாவசியமான அலங்காரங்கள், சோடனைகள் குறைந்து, பாமரனுக்குப் புரிந்துகொள்ளும் படியாகிவிட்டது. மக்கள் இயக்கத்தோடு ஒட்டியிருந்தால் மொழியும் இலக்கியமும் வளரும் என்பதில் சந்தேகமில்லை. இலக்கியம் மட்டும் என்ன? எல்லாமே அப்படித்தான். விஞ்ஞானம், சங்கீதம் எல்லாம் மக்களுடன் நெருங்கிப் பழகும் வரையிலும்தான் அதன் சக்தி ஓங்கி நிற்கும், எத்தனை மொழிகள் மக்களுடன் தொடர்பில்லாமல் மறைந்துபோய்விட்டன, பாருங்கள். மக்களோடு தொடர்பு இருந்தால்தான் மொழி காலத்துக்கேற்றபடி வளரும். பலதரப்பட்ட அறிஞர்களும் மொழியைக் கையாள முடியும்."

நான் மூன்றாவது கேள்வியைத் தொடங்கினேன்: "சரி. இலக்கியத்தின் கடமை என்ன? மக்களின் பண்பையே மழுங்கடிக்கும் பல இலக்கியங்கள் வெளிவருகின்றனவே. அவற்றைத் தடுக்க இலக்கிய கர்த்தாக்கள் என்ன செய்ய வேண்டும்?"

கவிமணி பதிலளித்தார்: "மோசமான புத்தகங்கள் பல வந்து கொண்டிருக்கின்றன என்று சொல்லுகிறார்கள். நல்லவேளை!

ஒரு கலை நோக்கு

இந்தத் திருக்கூத்தை எல்லாம் நான் பார்க்கவில்லை. ஆனால் அதற்கு நாம் என்ன செய்யமுடியும்? நாம் கண்டிக்கலாம்; விமர்சிக்கலாம். எழுதுகிறவன் கேட்கவேண்டாமா? அவன் அதற்காகவே கச்சை கட்டிப் புறப்பட்டிருக்கிறவன். நாம் என்ன சொல்லக்கிடக்கிறது? காலம்தான் அதற்கெல்லாம் பதில் சொல்லும். அவையெல்லாம் காலத்தோடு அடிபட்டுப்போகும். நதியில் புது வெள்ளம் வருகிறது. எதிர் நீச்சல் போடுவதென்றால் லேசான விஷயமா? பலசாலி கரைக்கு ஏறி வருவான். சோனி வெள்ளத்தோடு போய்விடுவான். 'குதிக்காதே. ஆற்றோடு போய்விடுவாய்' என்று நாம் சொன்னால், 'நீ யாருடா சொல்ல, நான் சோனியென்று?' என்பான் ஹூம். இருக்கத்தான் செய்யும் இதெல்லாம். தினசரி வீட்டைப் பெருக்குகிறோம். சுரணையுள்ள குப்பையென்றால் மறுநாள் வருமா? திரும்பத் திரும்பப் பெருக்கித் தள்ள வேண்டியதுதான்!"

நான் குறுக்கிட்டேன். "பெருக்கித் தள்ள வேண்டாமா என்றுதானே நாங்களும் கேட்கிறோம்!"

கவிமணி சிரித்தார்; வாய்விட்டுச் சிரித்தார். "பெருக்கத்தான் வேண்டும். அதற்கு நம் கையில் வாரியல் (விளக்குமாறு) இல்லை யென்றுதானே சொல்லுகிறேன்" என்று கூறிவிட்டு, பின்னர் அழுத்தம் தொனிக்கக் கூறினார்: "கவலைப்படாதீர்கள். அதை யெல்லாம் காலம் கொண்டு போய்விடும்!"

நான் மறு கேள்வியை எழுப்பினேன்: "மனிதத் தன்மையையும் மனித வாழ்வையும் வளப்படுத்துவதற்குத்தானே இலக்கியம் பயன்பட வேண்டும். இல்லையா?"

"இலக்கியத்தின் நோக்கமே அதுதான். மக்களை வளப்படுத்தி அவர்களுக்கு வலுவூட்டி அவர்களை வாழ்க்கைக்குத் தகுதி யாக்குவதே இலக்கியத்தின் நோக்கம். வாழ்வுக்குத்தான் இலக்கியம் பயன்பட வேண்டும். இதை நான் பிரசங்கங்களில் சொல்லியிருக்கிறேனே!" என்றார் கவிமணி.

அடுத்தாற்போல் நான் கவிமணியிடம் பாரதியைப் பற்றி நீண்டதொரு கேள்வியைக் கேட்டேன்: "பாரதியைப் பற்றி இரண்டு கருத்துகள் தமிழ்நாட்டில் நிலவுகின்றன. சிலர் பாரதியை வேதாந்தி என்கிறார்கள். சிலர் பாரதியை மக்கள்கவி என்கிறார்கள். இது பற்றித் தங்கள் அபிப்பிராயம் என்ன? பாரதியை வேதாந்தியாகச் சித்திரிக்கும் விமர்சகர்கள் பாரதி மக்களின் துன்ப துயரங்களைப் பற்றிப் பாடியுள்ள பாடல்களை அற்பாயுள் பாடல்கள் என்றும் துன்ப துயரங்கள் தீர்ந்துவிட்டால் அந்தப் பாடல்களும் தீர்ந்துவிடும் என்றும்

கூறுகிறார்களே. அது பற்றித் தங்கள் கருத்தென்ன? ஏனைய தமிழ்ப் புலவர்களைவிட, பாரதி அதிகமான செல்வாக்குப் பெற்றிருப்பதற்கு முக்கியக் காரணம் என்ன? பாரதியைப் பின்பற்ற வேண்டிய எழுத்தாளர்கள் எந்த அம்சத்தைக் கருத்தில் கொள்ள வேண்டும்?"

கவிமணி கூறியதாவது:

"பாரதி: அவன் மகான். தமிழை அற்புதமான முறையில் கையாண்டிருக்கிறான். அந்த எளிமையின் காரணமாக அவனுக்கு எல்லோர் நெஞ்சிலும் இடம் கிடைத்தது. மக்கள் அவனைப் புரிந்துகொண்டாடினார்கள். பாராட்டினார்கள். ஆனால், ஒவ்வொரு கொள்கை உடையவனும் கவிஞனைத் தனக்கு வக்கீல் ஆக்கப் பார்க்கிறான். உதாரணமாக... எதற்கு அதெல்லாம்? நான் பேர் சொல்லவில்லை... சுருக்கமாக, அதுதான் காரணம். பாரதி இதைப் பற்றித்தான் எழுதியிருக்கிறான் என்று சொல்ல முடியுமா? அவன் சீர்திருத்தப் பாடலும் பாடியிருக்கிறான். சமூகப் பாடல்களும் பாடியிருக்கிறான், தேசியப் பாடல்களும் பாடியிருக்கிறான். கடவுள் தோத்திரங்களும் பாடியிருக்கிறான். அதனால் பாரதி 'இப்படிப் பட்டவன்' என்று சொல்ல முடியாது. சந்தையில் காய்கறி வைக்கிற மாதிரி கவிஞனைக் கூறுபோட முடியுமா? கேட்பவன் சிரிப்பானே...

"சாதாரண விஷயங்களைப் பற்றிப் பாடினால், விஷயம் முடிந்ததும் கவிதை மறந்துதான் போகும். இதை யாரிடம் கேட்க வேண்டும்? நாலு நாளைக்கு முன் ஒரு பையன் வந்தான். அவர்கள் ஊரில் கிணறு இல்லையாம். அதைக் கவிதையாக எழுதி இருக்கிறான். கிணறு தோண்டுவதுவரை அதற்கு ஆயுசு உண்டு. 'என்று தணியுமிந்த சுதந்திர தாகம்' என்ற பாரதி பாடலை இன்று எந்த மேடையிலாவது கேட்க முடிகிறதா? காரணம் என்ன? அந்தக் கவிதைக்கு இன்று விடை கிடைத்துவிட்டது. நாம் சுதந்திரம் பெற்றுவிட்டோம். எல்லாப் பாட்டுகளும் இப்படி மறைந்துபோகுமா? போகாது. பாரதி இன்னும் எவ்வளவோ விஷயங்களைப் பற்றியும் பாடியிருக்கிறானே!"

கவிமணியின் இந்தப் பதிலைக் கேட்டதும், எனக்கு வேறொரு கேள்வியையும் கேட்கவேண்டும் என்று தோன்றியது; கேட்டேன்:

"சரி. கவிஞன் என்பவன் காலத்துக்கு எப்படிக் கட்டுப் பட்டவன்? எப்படிக் கட்டுப்படாதவன்?"

"கேள்வி புரியவில்லையே!" என்றார் கவிமணி.

ஒரு கலை நோக்கு

"கவிஞன் தான் வாழும் காலத்தையும் அந்தக் காலத்தில் நிலவும் கருத்தோட்டங்களையும்தானே தனது கவிதையில் பிரதிபலிக்க முடியும்! அவற்றை மீறி அவனால் ஒன்றும் செய்ய முடியாதல்லவா?" என்று விளக்கிக் கேட்டேன் நான்.

"கவிஞனும் மனிதன்தானே. அவனுக்கு மட்டும் என்ன, தலையில் கொம்பா? காலம் சாதாரண மனிதனிடம் உண்டு பண்ணும் கருத்து வேற்றுமைகளுக்கும் இதர அனுபவங்களுக்கும் கவிஞனும்தான் ஆளாகிறான். கவிஞன் காலத்துக்குக் கட்டுப் பட்டவன்தான். காலத்துக்கு மீறினவன் அல்ல. பாரதி பதினேழாம் நூற்றாண்டில் பிறந்திருந்தால் சுதந்திரப் பாடல்கள் பாடியிருப் பானா..?"

கவிமணியின் பேச்சு தடைப்பட்டது. அவர் பேச்சை நிறுத்தி விட்டு, குடிக்கத் தண்ணீர் கேட்டார். எனது நண்பர் கவிமணியின் வாயில் மெதுவாகத் தண்ணீரை ஊற்றினார். தண்ணீரைப் பருகிவிட்டு, அயர்ந்து கண்களை மூடினார் கவிமணி.

"தங்களுக்கு ஆயாசமாயிருந்தால் இன்னொருமுறை பேசிக் கொள்ளலாமே" என்றேன்.

உடனே கவிமணி கண்களைத் திறந்துவிட்டார்; திடீரென்று அவருக்கு உற்சாகமும் தெம்பும் பிறந்துவிட்டன. "ஆயாசமா? அது ஒன்றுமில்லை. நானே பேச்சுத் துணைக்கு ஆளில்லாமல் இந்தத் தனிமையான இடத்தில் கிடந்து தவிக்கிறேன் ... இன்னும் எத்தனை நாளுக்கு இந்தக் கஷ்டமோ?... சரி நீங்கள் என்ன கேட்டீர்கள்?" என்று மீண்டும் பேசத் தொடங்கிவிட்டார்.

நான் அடுத்த கேள்வியைக் கேட்டேன்: "அதிகப்படியான மக்கள் படிக்கிறார்கள் என்பதால் ஒரு புத்தகமோ பத்திரிகையோ இலக்கியம் ஆகிவிட முடியுமா?"

"அதெப்படி ஆக முடியும்? அதிகப்படியான மக்கள் படிப்ப தால் மட்டும் ஒரு புத்தகம் சிறந்ததாகிவிடாது. புத்தகத்தின் தரத்தில்தான், சாராம்சத்தில்தான் அதற்கு மதிப்பு ஏற்படுகிறது; அது இலக்கியமாகிறது" என்றார் கவிமணி.

"எழுத்தாளருக்கு நிதி திரட்டிக் கொடுப்பது, போட்டிப் பரிசுகள் கொடுப்பது பற்றித் தங்கள் கருத்து என்ன? எழுத்தாளருக்கு வாசகர்கள் செய்யக்கூடிய பிரதிபலன் என்ன?" – இது எனது அடுத்த கேள்வி.

கவிமணி இந்தக் கேள்விக்கு மிகவும் வருத்தத்தோடும் உணர்ச்சியோடும் பதிலளித்தார்: "எழுத்தாளருக்கு நிதி திரட்டிக் கொடுப்பது நல்லதுதான். ஆனால் எழுத்தாளனை

அந்த மாதிரி நிலையில் வைத்திருப்பது மகா கேவலம். என்ன செய்வது? இப்போதெல்லாம் எழுத்தாளனுக்கு ஏது மதிப்பு. ரொம்பப் பேர் எழுத்துத் தொழிலை மேற்கொண்டு கஷ்டப் படத்தான் செய்கிறார்கள். உங்கள் புதுமைப்பித்தன் கதையும் அப்படித்தானேய்யா!"

அடுத்தாற்போல் என் மனத்திலிருந்து இன்னொரு கேள்விக்குக் கவிமணியின் விடையைத் தெரிந்துகொள்ள விரும்பினேன். எனவே பின்வருமாறு கேட்டேன்: "எழுத்தாளன் ஆஸ்திகனாகவோ நாஸ்திகனாகவோ இருப்பதைக் கொண்டு, அவனது இலக்கியத்துக்கு மதிப்புக் கொடுக்கலாமா? அல்லது அவன் மக்களுக்குப் பயன்படும் கருத்துகளைத் தருகிறானா, இல்லையா என்பதைக் கொண்டு அவனை மதிப்பிடுவதா?"

"ஒரு எழுத்தாளன் நாஸ்திகனாக இருந்தால், அவன் அதைத் தான் பரப்புவான். அதை ஆஸ்திகனால் ஒப்புக்கொள்ள முடியாது. ஆஸ்திகன் நாஸ்திகனை வெறுக்கத்தான் செய்வான். 'இவன் நாஸ்திகனானாலும் இவன் புத்தகத்தை நான் விரும்புகிறேன்' என்று எந்த ஆஸ்திகனும் சொல்ல மாட்டான். அப்புறம் அவன் கருத்துகளைப் பற்றி என்ன சொல்ல இருக்கிறது? அவனுடைய சிஷ்யர்கள்தான் அவனைப் பாராட்ட வேண்டும்" என்று பதிலளித்தார் கவிமணி.

இலக்கியச் சம்பந்தமான இந்தக் கேள்விகளுக்குப் பின்னர், நான் கவிமணியிடம் தமிழ்மொழியையும் தமிழ்நாட்டையும் பற்றிச் சில கேள்விகளைக் கேட்டேன். அவற்றுக்கும் கவிமணியவர்கள் தெளிவோடும் தீர்க்கபுத்தியோடும் பதிலளித்தார்.

"பிறமொழிக் கலப்பினால் ஒரு மொழி எவ்வாறு வளர்ச்சி யடைய முடியும்? அன்னிய மொழி ஆதிக்க மொழியாயிருந்தால் தேசிய மொழி வளர்ச்சியடைய முடியுமா? அன்னிய மொழிக்கு ஒரு நாட்டில் கொடுக்க வேண்டிய ஸ்தானம் என்ன? ஒரு நாட்டில் தாய்மொழி தானே ஆட்சி மொழியாயிருக்க வேண்டும்?" என்று கேட்டேன் நான்.

"தன் மொழியில் இயல்பாய் இல்லாத புதிய வார்த்தைகளைப் பிற மொழியிலிருந்து எடுத்துக்கொள்ளலாம். சுத்தத் தமிழ்தான் வேண்டுமென்று சொல்வது சரியல்ல. அப்படி ஒரு மொழியும் கிடையாது. ஆங்கிலத்தை எடுத்துக்கொள்ளுங்கள். அது எப்படி வளமுள்ள மொழியாயிற்று? கதவைத் திறந்துகொடுத்துத்தான். அவர்கள் தாராளமாகப் பிறமொழிச் சொற்களை எடுத்துக் கொள்கிறார்கள். ஆனால் பிறமொழியை நாம் நம் மொழிமேல் குதிரை ஏறமட்டும் விட்டுவிடக் கூடாது. அன்னிய மொழி கல்வித்

துறையைப் பொறுத்தவரையில் இஷ்ட பாடமாகவே இருக்க வேண்டும். பிரியமுள்ளவன் படித்துக்கொள்கிறான். அன்னிய மொழியைக் கண்டிப்பாய்ப் படிக்க வேண்டும் என்ற நிர்ப்பந்தம் கூடாது. அறிஞர்கள் பல மொழிகள் கற்க ஆசைப்படுவார்கள். அவர்கள் படித்துக் கொள்ளட்டும். எழுத்தாளர்களுக்கும் பல மொழிகள் தெரிவது நல்லதுதான். முக்கியமாக ஆங்கிலம் தெரிந்திருப்பது நல்லது. தாய்நாட்டில் தாய் மொழிதான் ஆட்சி மொழியாக இருக்க வேண்டும். அப்போதுதான் சாதாரண மக்கள் யதார்த்தமான பிரஜைகள் ஆவார்கள். அப்போதுதான் அவர்களும் நாட்டு நிர்வாகத்தில் பங்குகொள்ள முடியும்" என்று விளக்கமாகப் பதில் தந்தார் கவிமணி.

அடுத்து நான் பின்வரும் கேள்வியைக் கேட்டேன் : "ஒரு மொழி பேசுகின்ற மக்கள் சேர்ந்துதானே வாழ வேண்டும்? நாஞ்சில் நாடு, பிரஞ்சிந்தியா முதலியவற்றிலுள்ள தமிழர் தமிழ் நாட்டுடன் சேர்வதால் எவ்வாறு மேம்பட முடியும்?"

"மொழி வழி மாகாணம் ஏற்படத்தான் வேண்டும். அதை எப்போது செய்து முடித்தாலும் துன்பம் அனுபவிக்கும் ஜனங்களுக்கு அதன் மூலம் பரிகாரம் கொடுக்க வேண்டும். நாஞ்சில் நாட்டையும் தமிழ் நாட்டோடு சேர்க்க வேண்டியது மிக அவசியம். தமிழ் மக்கள் எத்தனை நாட்கள்தான் தாங்கிக்கொண்டிருக்க முடியும்? விரைவில் அவர்கள் கிளர்ச்சியில் இறங்கினால்கூட ஆச்சரியப்படுவதற்கில்லை..! அதே மாதிரி பிரஞ்சிந்தியா போன்ற பகுதிகளும் இந்தியாவோடு சேர வேண்டியதுதான். இந்தப் பகுதிகள் இன்னும் ஆபத்தானவை. அவற்றை உடனே சேர்க்க வேண்டும். தமிழ் மக்கள் தாயகத்தோடு சேர்ந்தால்தான் தன்மானத்தோடு வாழ முடியும். நமது கலையும் கலாச்சாரமும் இலக்கியமும் தழைக்கும்" என்றார் கவிமணி.

ஆம். கவிமணி அவர்கள் கூறியது போலவே இன்று பிரஞ் சிந்தியா தாயகத்துடன் சேர்ந்துவிட்டது. நாஞ்சில் நாட்டிலும் தாயக இணைப்புக் கிளர்ச்சி வெடித்துவிட்டது! ஆனால் கவிமணியவர்களுக்குத்தான் இவற்றைக் காணும் வாய்ப்பில்லாது போய்விட்டது...

"இந்தியா பூராவும் மொழி வழி மாகாணங்களாகப் பிரிந்து தானே ஒன்றுபட்டு வாழ வேண்டும்? பல மொழி பேசும் மக்கள் ஒரு தேசத்தில் எப்படி இணைந்து வாழ முடியும்?" என்று அடுத்துக் கேட்டேன் நான்.

"அதைத்தான் சொல்லிவிட்டேனே, மொழி வழி மாகாணம் ஏற்படுவதால் நாட்டின் ஐக்கியம் ஒன்றும் குலையாது. நிம்மதியாக

வாழ முடியும். இந்தியா என்ற பொதுப் பரப்பின் கீழ் நாம் ஒன்றுபட்டு வாழ முடியும்" என்றார் கவிமணி.

"ஆந்திர ராஜ்யம் ஏற்பட்டதற்கு ஆந்திர மக்களின் பெரும் போராட்டம் தானே காரணம்! இல்லையா?"

"அவர்கள் எத்தனை நாட்களுக்குத்தான் பொறுத்துக் கொண்டிருக்க முடியும்? அணை உடைந்துவிட்டது!"

"சரி. தமிழ் ராஜ்யம் ஏற்பட நாம் என்ன செய்ய வேண்டும்?"

இந்தக் கேள்விக்குக் கவிமணியிடமிருந்து உடனே பதில் கிடைக்கவில்லை; சற்றுப் பொறுத்தும் பதில் கிடைக்கவில்லை. எனவே சிறிது கழித்து நான் மீண்டும் அந்தக் கேள்வியை எழுப்பினேன்.

அதன் பின்னர் கவிமணி தணிந்த குரலில் பதில் கூறினார்: "என்ன செய்ய வேண்டும்? ஆந்திரர்களைப் பின்பற்ற வேண்டும். மயிலே மயிலே இறகு போடு என்றால் போடுமா?... மெள்ள இழுத்து எடுக்க வேண்டியதுதான்!" இதைக் கூறும்போது கவிமணியின் முகத்திலே சிறு குழந்தையின் கள்ளமும் குறும்பும் நிறைந்த மெல்லிய சிரிப்பு ரேகை காட்டி மறைந்தது...

பின்னர் நாங்கள் கவிமணியிடம் வேறு பல விஷயங்கள் குறித்து அளவளாவிக்கொண்டிருந்தோம். நாங்கள் புத்தேரியில் இறங்கும்போது மணி மூன்று. சுமார் இரண்டரை மணி நேரம் கவிமணியவர்களிடம் பல கேள்விகளுக்கு விடை கேட்டுத் தெரிந்துகொண்டோம். கவிமணியின் வீட்டிலுள்ள சுவர்க் கடிகாரம் ஆறுமணி அடித்தது. அதற்கு மேலும் அவருக்குத் தொந்தரவு கொடுக்க விரும்பவில்லை. எனவே நாங்கள் புறப்படத் தயாரானோம்.

"சரி, நாங்கள் வரட்டுமா?" இருவரும் கவிமணியைக் கை கூப்பி வணங்கியவாறே எழுந்தோம்.

"சரி. போய் வாருங்கள். நல்லா இருக்கணும்!... எத்தனை நாட்களுக்குத் தான் நான் இப்படிக் கிடந்து கஷ்டப்படப் போகிறேனோ?... இன்னும் அழைப்பு வரவில்லை... போய் வாருங்கள்" என்று எங்களை வழியனுப்பி வைத்தார் கவிமணி.

சாந்தி, ஜனவரி 1955

ஒரு கலை நோக்கு

2

ரகுநாதன்: ஒரு சந்திப்பு

நேற்று (19.07.95) காலை ரகுநாதனைச் சந்திக்க நெல்லை போனேன். முன்தினம் தொலைபேசியில் தொடர்புகொண்டு மறுநாள் காலை நான் வர இருப்பதைத் தெரிவித்திருந்தேன். சிறு வயதிலிருந்தே பாளையங்கோட்டை வெயில் எனக்குச் சிம்ம சொப்பனம். நேற்று மப்பும் மந்தாரமுமாக இருந்தது. ரகுநாதன் என்னை எதிர்பார்த்துக்கொண்டிருந்தார். அவருக்கு இப்போது 73 வயது. சட்டை அணியாமல் வெற்றுடம்புடன் இருந்தார். சிறிய உடல்வாகு என்பதால் தளர்ச்சியும் தொய்வும் தூக்கலாகத் தெரியாமல் இருந்தன. சென்ற வருடம் அவருக்கு மாரடைப்பு நோய் கண்டிருக்கிறது. நல்லவேளை கடுமையான தாக்குதலாக இருக்கவில்லை. வலது கையில் முட்டுக்குக் கீழ் விரல்கள் வரையிலும் வலி இருப்பதால் எழுத சிரமம் என்றார். சொல்லி எழுதச் செய்யும் பழக்கம் அவரிடம் இல்லை.

புதுமைப்பித்தனின் கையெழுத்துப் பிரதிகளையும் அச்சேறியும் தொகுக்கப்படாத எழுத்துகளையும் திரட்டுவதற்கு ரகுநாதனின் ஒத்துழைப்பைப் பெறவே நான் அவரைச் சந்திக்கச் சென்றேன்.

ரகுநாதன் தன் கைவசம் புதுமைப்பித்தன் தனக்கு எழுதிய கடிதங்கள் ஒரு சிலதான் இருக்கின்றன என்றார். புதுமைப்பித்தனிடம் தொடர்பு ஏற்பட்ட பின்பு ரகுநாதன் சென்னையிலேயே அதிகம் இருந்திருக்கிறார். அதனால் புதுமைப்பித்தன் ரகுநாதனுக்கு எழுத சந்தர்ப்பம் அதிகம் இருக்கவில்லை. அவர் எழுதியுள்ள கடிதங்களில் சர்ச்சைக்

குரிய விஷயங்களும் இருக்கின்றன என்றார். உதாரணமாக பி. ஸ்ரீயைப் பற்றிப் புதுமைப்பித்தன் விமர்சித்து எழுதியிருப்பது. காலம் மாறியதில் சூழலும் மாறிவிட்டது என்றும் இக்கடிதங்களை அச்சேற்றினால் பி. ஸ்ரீயைப் பற்றி அடிக்குறிப்பு போடும் அளவுக்குப் புதிய தலைமுறையினருக்கு அவர் பெயர் தெரியாமல் போய்விட்டது என்றும் நான் சொன்னேன்.

சமீபத்தில் ரகுநாதன் புதிய வீட்டிற்குக் குடிவந்திருக்கிறார். இடம் மாற்றம் செய்யப்படுவதற்காகப் புத்தகங்களும் கையெழுத்துப் பிரதிகளும் கோப்புகளும் மூட்டைகளாகக் கட்டிப் புதிய வீட்டிற்குக் கொண்டுவரப்பட்டிருக்கின்றன. அவற்றிலிருந்து புதுமைப்பித்தனின் கையெழுத்துப் பிரதிகளையும் கடிதங்களையும் தேடி எடுக்க அவகாசம் வேண்டும் என்றார். கடிதங்கள் தவிர ஆரம்பப் பக்கங்கள் மட்டும் எழுதப்பட்டுள்ள புதுமைப்பித்தனின் 'அன்னையிட்ட தீ' என்ற நாவலின் கையெழுத்துப் பிரதியும் தன் கைவசம் இருக்கிறது என்றார். இவற்றிலிருந்து ஒரு பகுதி ரகுநாதன் நடத்திய 'சாந்தி' இதழில் வெளியிட்டிருப்பது என் நினைவுக்கு வந்தது.

ரகுநாதனுக்குக் கிடைத்துள்ள பு. பியின் அச்சேற்றப்பட்ட ஆனால் தொகுக்கப்படாத எழுத்துகள் அனைத்தையும் தான் ஸ்டார் பிரசுரம் நிர்வாகி திரு. கண. ராமநாதனிடம் கொடுத்திருப்ப தாகச் சொன்னார். இவை சுமார் நாற்பது ஆண்டுகளுக்கு முன்னர் கொடுக்கப்பட்டவை. புதுமைப்பித்தன் 'ரசமட்டம்' என்ற தலைப்பில் எழுதியுள்ள காரசாரமான விமர்சனம் கண. ராமநாதனிடம் இருக்கக்கூடும் என்றார். ரகுநாதன் முயற்சி எடுத்துக்கொண்டால் கண. ராமநாதனிடமிருந்து அவற்றைப் பெற்று மறு அச்சாக்கம் செய்ய முடியும் என்றும், புதுமைப்பித்தன் எழுத்துகளைத் திரட்டுவதற்கு இப்போது தீவிரமான முயற்சி மேற்கொள்ளவில்லையென்றால் அவற்றில் பலவும் காலத்தால் அழிந்து போகும் வாய்ப்பு உள்ளது என்றும் நான் சொன்னதும் ரகுநாதனும் அதை ஆமோதித்தார். கண. ராமநாதனுக்குப் புதுமைப்பித்தனின் எழுத்துகளைத் தன் முகவரிக்கு அனுப்பிவைக்கும்படி கேட்டுக் கொண்டு கடிதம் எழுத வேண்டும் என்று நான் சொன்னதற்கு அவர் இசைவு தெரிவித்தார். ரகுநாதன் தொலைபேசியிலும் கண. ராமநாதனைத் தொடர்புகொண்டு பேச வேண்டும் என்று நான் வற்புறுத்திச் சொன்னேன். இதற்குச் சம்மதம் தெரிவிக்காமல் மௌனமாக இருந்தார்.

புதுமைப்பித்தனின் மனைவி கமலாம்பாளுடன் தனக்கு இப்போது நல்லுறவு இல்லை என்று ரகுநாதன் சொன்னார். ரகுநாதன் கமலாம்பாள் பற்றிப் பேசிக்கொண்டிருந்தபோது

அவர் 17.07.95 இரவு 11.15 மணிக்கு இயற்கை எய்திவிட்டிருந்த செய்தி எங்கள் இருவருக்குமே தெரியாது.) 1950களில் ரகுநாதனும் ப. கோதண்டராமனும் தமிழ் எழுத்தாளர் சங்கத்தில் காரியதரிசிகளாக இருந்திருக்கிறார்கள். அப்போது ரகுநாதனுக்கு 30 வயதுக்குள் இருக்கும். தலைவராக இருந்தவர் கல்கி ரா. கிருஷ்ணமூர்த்தி. எழுத்தாளர் சங்கம் முன் முயற்சி எடுத்து புதுமைப்பித்தனுக்கு நிதி திரட்ட வேண்டிய அவசியம் பற்றி ரகுநாதன் சங்கக் கூட்டத்தில் சொல்லியிருக்கிறார். தலைவர் கல்கி இந்த யோசனையை முதலில் தட்டிக் கழிக்கப் பார்த்தாராம். ஆனால் செயற்குழுவில் சி.சு. செல்லப்பா, க.நா.சு. போன்ற எழுத்தாளர்கள் இருந்ததால் அவர்களும் சேர்ந்து வற்புறுத்த, அடுத்த கூட்டத்தில் யோசிக்கலாம் என்று முதலில் சொன்ன கல்கி தன் எண்ணத்தை மாற்றிக்கொண்டு நிதிதிரட்ட வேண்டிய அவசியத்தை அப்போதே ஏற்றுக்கொண்டாராம். இந்தப் பொறுப்பை ஏற்றுக்கொண்ட பின்பு கல்கி நன்றாகவே செயல்பட்டார் என்றார் ரகுநாதன். சுமார் 17,000 ரூபாய் வரையிலும் வசூலாயிற்று என்றும் இது அந்தக் காலத்தில் பெரிய தொகை என்றும் இப்போதைய இரண்டு லட்சம் ரூபாய்க்கு நிகரானது என்றும் சொன்னார். டி.கே. சண்முகம் ஒரு நாடகம் நடத்தி வசூலைப் புதுமைப்பித்தன் நிதிக்குத் தந்ததையும் குறிப்பிட்டார். மலேசியாவிலிருந்தும் இலங்கையிலிருந்தும் கணிசமான பணம் வந்து சேர்ந்திருக்கிறது. இந்தப் பணத்தை வைத்து சிறு வீடு ஒன்றைக் கல்கி வாங்க, முதன்முதலாகக் கமலாம்பாள் சென்னையில் தன் சொந்த வீட்டிற்குக் குடிபோயிருக்கிறார். அதற்கு முன்னால் புதுமைப்பித்தனின் நண்பரான கி.ரா., பி.எஸ். ராமையா ஆகியோரின் குடும்பத்தினருடன் அவ்வப்போது தங்க வேண்டிய நிர்ப்பந்தம் அவருக்கு ஏற்பட்டிருந்தது.

நிதி திரட்டும் காலத்தில்தான் புதுமைப்பித்தனின் வாழ்க்கையைப் பற்றியும் வாசகர் தெரிந்துகொள்ள வேண்டும் என்ற எண்ணத்தில் ரகுநாதன் பு. பி.யின் வாழ்க்கை வரலாற்றை எழுத முற்பட்டிருக்கிறார். அதற்கு அவருக்கு மணிக்கொடி தொகுப்புகள் தேவைப்பட்டிருக்கின்றன. அத்தொகுப்புகளை மணிக்கொடி எழுத்தாளர்களான வ.ரா., பி.எஸ். ராமையா, செல்லப்பா போன்ற பலரிடம் கேட்டபோதும் அந்தத் தொகுப்பு களை அவர்கள் தந்து உதவவில்லை என்பது ரகுநாதனுக்கு ஏமாற்றத்தை அளித்திருக்கிறது. புதுமைப்பித்தனின் வாழ்க்கை வரலாற்றை ரகுநாதன் எழுதுவதில் மணிக்கொடி எழுத்தாளர்கள் பலருக்கும் மனத்தடை இருந்திருக்கிறது. முடிவில் மணிக்கொடி தொகுப்பைப் புதுமைப்பித்தனின் இளமைக்கால நண்பரான நெல்லை பேராசிரியர் சோணாசலம் தந்திருக்கிறார். இவர் ரகுநாதனின் ஆசிரியருங்கூட.

அந்தக் காலத்தில் புதுமைப்பித்தன் மட்டுமல்ல, வேறு பல எழுத்தாளர்களும் மோசமான பணமுடை ஏற்படுகிறபோது தங்கள் கையெழுத்துப் பிரதிகளை சொற்ப விலைக்கு வெளியீட்டாளர்களுக்கு விற்றிருக்கிறார்கள். புதுமைப்பித்தனும் தனக்குப் பொருளாதார நெருக்கடி இருந்த நேரத்தில் தன்னிட மிருந்த பல கையெழுத்துப் பிரதிகளையும் தமிழ்ச் சுடர் நிலையம் அ.கி. கோபாலனிடம் தந்து அதற்குப் பணம் பெற்றுக்கொண் டிருக்கிறார். ஆனால் அ.கி. கோபாலனுக்குப் புதுமைப்பித்தன் தன் எழுத்துகளுக்கான பதிப்புரிமையை விற்கவில்லை. அ.கி. கோபாலனோ அவரிடம் புதுமைப்பித்தன் தந்த எழுத்துப் பிரதிகளுக்குத் தன்னிடமே பதிப்புரிமை இருப்பது போன்ற பாவனையில் அவற்றை வெளியிட்டுப் புத்தகங்களுக்குரிய ராயல்டி தொகையைத் திருமதி கமலாம்பாளுக்குத் தராமலும் இருந்ததினால் அவர்மீது நீதிமன்றத்தில் வழக்குத் தொடர வேண்டிய கட்டாயம் ஏற்பட்டது. இதையும் முன்கை எடுத்துச் செய்தவர் ரகுநாதன் தான். இந்த வழக்கு கீழ்க் கோர்ட்டில் தோற்று உயர்நீதிமன்றத்தில் வெற்றி பெற்றது. இந்த வழக்கில் தான் சாட்சி சொல்லவும் நேர்ந்தது என்றார் ரகுநாதன். இதுபோல் பல உதவிகளைத் தான் செய்திருந்தும்கூட மனஸ்தாபம் கொள்ளும்படி கமலாம்பாள் தன்னிடம் நடந்து கொண்டார் என்பதற்கு ஒரு நிகழ்ச்சியை நினைவுகூர்ந்தார் அவர்.

ஒருமுறை கமலாம்பாள் குடியிருந்த பகுதிக்கு வேறு வேலை யாகச் சென்ற ரகுநாதன் அவரைச் சந்திக்கும் பொருட்டு அவர் வீட்டிற்கும் சென்றிருக்கிறார். கமலாம்பாள் வேறு விஷயங்களைப் பேசிக்கொண்டிருந்ததற்கு நடுவில் ரஷ்ய மொழியில் மொழி பெயர்க்கப்பட்டுள்ள புதுமைப்பித்தனின் சிறுகதைகளுக்கு ஏதும் ராயல்டி பணம் கிடைக்குமா என்று விசாரித்திருக்கிறார். சோவியத் யூனியன் உலக காப்பிரைட் சட்டத்திற்குக் கட்டுப்பட்டுக் கையெழுத்துப் போடவில்லையென்றும் ரஷ்ய இலக்கியத்தை எவர் வேண்டுமென்றாலும் அனுமதியின்றி மொழிபெயர்க்கலாம் என்றும் அதேபோல் பிற மொழி உலக இலக்கியங்களை அனுமதி யின்றி மொழிபெயர்க்கத் தங்களுக்கு உரிமை இருக்கிறது என்ற நிலைபாட்டை சோவியத் அரசு எடுத்திருப்பதாக ரகுநாதன் கமலாம்பாளிடம் சொல்லியிருக்கிறார். இந்தப் பேச்சு அவர்களுக்குள் நிகழ்வதற்கு இரண்டொரு நாட்களுக்கு முன்னால் கமலாம்பாளுக்குத் தமிழ்நாட்டு லாட்டரிச் சீட்டில் இரண்டு லட்ச ரூபாய் பரிசு விழுந்திருக்கிறது. பரிசுக்குரிய தொகையை அவர் மீ.ப. சோமு மூலம் பெறுவதற்கு முயற்சி எடுத்துக்கொண்டும் இருந்திருக்கிறார். ஆனால் தான் பரிசுபெற்ற செய்தியை அவர் ரகுநாதனிடம் சொல்லவில்லை என்றார்

ரகுநாதன். புதுமைப்பித்தன் குடும்பத்திற்கு நெருக்கமாக நின்று பல்வேறுபட்ட காரியங்களையும் செய்வதில் முன் நின்ற தன்னிடம் கமலாம்பாள் திட்டமிட்டு இச்செய்தியை மறைத்தது ரகுநாதனுக்கு மிகுந்த வருத்தத்தை அளித்திருக்கிறது. 'அதன்பின் நான் அவரிடம் தொடர்புகொள்ளவில்லை' என்றார் ரகுநாதன்.

புதுமைப்பித்தனுடைய எழுத்துகள் மணிக்கொடியில் வெளிவந்துகொண்டிருந்த காலத்திலிருந்தே அவருக்கு எதிரான ஒரு மனோபாவம் மணிக்கொடி எழுத்தாளர் பலரிடத்திலும் செயல்பட்டிருக்கிறது என்று ரகுநாதன் கூறினார். ஜாதிப் புத்தியும் புதுமைப்பித்தன் எழுத்தில் வெளிப்பட்ட திறனில் பொறாமையும் இதற்குக் காரணமாக இருந்திருக்க லாம் என்று நான் சொன்னேன். ரகுநாதனுக்கும் அதே அபிப்ராயம் தான், அவர் வெளிப்படையாகச் சொல்லவில்லை என்றாலும். புதுமைப் பித்தனுடைய சிறுகதைகளுக்கு ரா.ஸ்ரீ. தேசிகன் எழுதியுள்ள முன்னுரையில் புதுமைப்பித்தன் சிறுகதைகளை மேற்கத்திய ஆசிரியர்கள் பலருடனும் ஒப்பிட்டுப் பேசியிருப்பது அப்போதே இருந்த நோயின் வெளிப்பாடு என்று ரகுநாதன் சொன்னார். மேற்கத்திய எழுத்திலிருந்து தழுவியும் திருடியும் புதுமைப்பித்தன் எழுதிவருவதற்கான ருசுவை உருவாக்கும் ஆரம்ப முயற்சியாக ரகுநாதன் அதைப் பார்க்கிறார். என் சிறுவயதில் நான் மிகவும் விரும்பிப் பலமுறை படித்திருக்கும் முன்னுரை இது. மேல்நாட்டு எழுத்தாளர்களுக்கு இணையாகப் புதுமைப்பித்தன் எழுதுகிறார் என்பதைக் காட்டவே ரா.ஸ்ரீ. தேசிகன் மேற்கத்திய எழுத்தாளர்களுடைய பெயர்களைக் குறிப்பிடுகிறார் என்றே நான் கருதிவருகிறேன். புதுமைப்பித்தனின் படைப்பு ஆளுமையின் அடிப்படையான குணத்தை முதலில் வரையறுப்பதில் ரா.ஸ்ரீ. தேசிகன் சிறப்பாக வெற்றி பெற்றிருக்கிறார் என்று நான் கருதுவதாகச் சொன்னேன். இப்போது ஐந்திணைப் பதிப்பகம் வெளியிட்டுள்ள புதுமைப்பித்தனின் முழுமையான சிறுகதைத் தொகுப்புக்கு ஜெயகாந்தன் எழுதியுள்ள முன்னுரையில் ரா.ஸ்ரீ. தேசிகனின் மதிப்பீட்டை அவருடைய வார்த்தைகளிலேயே மேற்கோளாகப் படித்தபோது இன்று வரையிலும் செல்லுபடியாகிக் கொண்டிருக்கும் ஒரு மதிப்பீடாகவே எனக்கு அது பட்டது என்றும் சொன்னேன். இதே எண்ணம்தான் ஜெயகாந்தனுக்கும் இருப்பதாக எனக்குப்படுகிறது என்றேன். மணிக்கொடியில் எழுத்தாளர்களிடையே இருந்த ஜாதிப் புத்தியைப்பற்றி எதுவும் தெரியாத நிலையிலும் புதுமைப்பித்தன் தன் படைப்புகளுக்கு எழுதியுள்ள முன்னுரையில் தனக்கு எதிராகச் சூழ்ந்து நிற்கும் ஒரு குறுகிய மனோபாவத்திற்குப் பதில் சொல்லும் தோரணை இருப்பதை முன்பே நான் உணர்ந்திருக்கிறேன் என்றும் இதைப் புதுமைப்பித்தனைப்பற்றி நான் எழுதியுள்ள ஒரு கட்டுரையில்

குறிப்பிட்டிருக்கிறேன் என்றும் சொன்னேன். இதை ரகுநாதன் சரிவரக் காதில் வாங்கிக்கொண்டாரா என்பது எனக்குச் சந்தேகமாக இருந்தது.

ஜாதிப்புத்தி காரணமாகத் தொடர்ந்து புதுமைப்பித்தனுக்கு எதிராக இருந்த ஒரு மனோபாவத்தைக் கோடிகாட்டிப் பேசிக் கொண்டே போனார் ரகுநாதன். க.நா.சு.வின் மதிப்பீடுகளையும் அவர் நினைவுப்படுத்தினார். அவருடைய கட்டுரைகளில் கு.ப.ரா.வையும் புதுமைப்பித்தனையும் ஒப்பிட்டுப் பேசும்போது புதுமைப்பித்தனைவிட கு.ப.ரா.வுக்கு அதிக முக்கியத்துவம் தந்து பேசியிருக்கிறார் என்றார். 'மூன்று பார்வைகள்' என்ற தலைப்புக் கொண்ட புத்தகத்தில் அசோகமித்திரனின் பு.பி. பற்றிய கட்டுரையும் புதுமைப்பித்தனின் தகுதியைத் தாழ்த்தும் நோக்கம் கொண்டது என்றார். பு. பி. பற்றிய விமர்சனங்களை ரகுநாதன் முழுமையாக எழுத்தில் பதிவு செய்ய வேண்டும் என்றும் அவற்றை அவர் பதிவு செய்தால் அச்சேற்றும் பொறுப்பை நானும் என் நண்பர்களும் ஏற்றுக்கொள்ள முடியும் என்றும் நான் அவரிடம் சொன்னேன். அத்துடன் தன் வாழ்க்கைப் பின்னணியில் நடந்துள்ள இலக்கியச் சந்திப்புகள், பிற எழுத்தாளர்களுடனான தொடர்புகள், புத்தகங்கள், எழுத்தாளர்கள் பற்றிய மதிப்புரைகள் எல்லாவற்றையும் அவர் விரிவாக எழுதிப் பதிவு செய்ய வேண்டும் என்ற என் ஆசையை அவரிடம் தெரிவித்தேன். இப் பொறுப்பை ஏற்றுக்கொண்டிருப்பதற்கான அறிகுறிகள் ஒன்றும் அவரிடம் வெளிப்படவில்லை. உடல்நிலை பெரிய தடை என்றாலும்கூட அதுவே முழுமையான தடை அல்ல என்றும் எனக்குத் தோன்றிற்று.

ரகுநாதன் தன் பேச்சில் சில நிகழ்வுகளை நினைவுகூர்ந்தார். கோவையில் நடந்த எழுத்தாளர் மாநாட்டில் ரகுநாதனும் கு. அழகிரிசாமியும் கலந்துகொண்டிருக்கிறார்கள். கூட்டத்தில் ரகுநாதன் பேசும்போது பாரதியிடம் பெரும் மதிப்புக்கொண்ட அவர் இயற்கையாகவே பாரதியைப் பற்றி மிக உயர்வாக மதிப்பிட்டுப் பேசினார் என்றாலும்கூட, பாரதியை ஒருமையி லேயே குறிப்பிட்டிருக்கிறார். பேசி முடிந்ததும் பாரதிதாசன் அவரை அழைத்து 'என்ன நீங்க, அய்யரை ஏகவசனத்திலே கூப்பிட்டுப் பேசினீங்க? நல்லாயில்லையே' என்றாராம். ரகுநாதன் அதற்கு 'யார் யார்கிட்ட எனக்கு நெருக்கமான உறவு இருக்கோ அவங்களையெல்லாம் நான் ஏகவசனத்திலேதான் பேசுவேன். எங்க அம்மாவை நான் ஏகவசனத்திலேதான் கூப்பிடுகிறேன். எங்க அப்பாவைக்கூட அப்படி கூப்பிடவில்லையே' என்றாராம்.

ரகுநாதன் மணிக்கொடியைப் பற்றி ஒரு கட்டுரையில் எழுத நேர்ந்தபோது பி.எஸ். ராமையாவும் புதுமைப்பித்தனும் தாயும்

தந்தையுமாக இருந்து பேணி வளர்த்ததுபோல் இதழ் இருக்கிறது என்று குறிப்பிட்டிருக்கிறார். மறுமுறை வ.ராவை ரகுநாதன் சந்திக்க நேர்ந்தபோது அவர் ரகுநாதனிடம் வருத்தப்பட்டுப் பேசினாராம். 'என்ன நீ, மணிக்கொடிக்குப் புதுமைப்பித்தனும் ராமையாவும் தாயும் தந்தையும் அப்டீன்னு எழுதியிருக்கே. நானும் மணிக்கொடி ஸ்ரீநிவாசனும் அல்லவா தாயும் தந்தையுமா இருந்து அதை வளர்த்தோம்' என்று கேட்டாராம். அதற்கு ரகுநாதன் 'மணிக்கொடிக்கு யார் தாயும் தந்தையும்னு எனக்குத் தெரியாது. ஆனால் குழந்தையைப் பார்த்தா அவுங்க ஜாடைதான் தெரியுது. அதனாலேதான் அப்படி எழுதினேன்' என்றாராம்.

நாகர்கோவில் பக்கம் பாம்பன்விளையில் நடக்கும் எழுத்தாளர் கூட்டத்தில் கலந்துகொண்டு புதுமைப்பித்தனைப் பற்றிப் பேச வேண்டும் என்று நான் ரகுநாதனை அழைத்தேன். உடல்சோர்வு அதிகமாக இருக்கிறதென்றும் பயணத்தை மேற்கொள்வது சிரமமானது என்றும் ரகுநாதன் சொன்னார். இப்போது தான் எங்குமே போவதில்லை என்றும் நேர்த்திக் கடன்போல் வருடத்திற்கு ஒருமுறை எட்டயபுரம் பாரதி விழாவிற்கு மட்டுமே போய்வருவதாகவும் சொன்னார். எட்டயபுரத்தில் ஒரு பாரதி ஆராய்ச்சி மையம் நிறுவ வேண்டும் என்பதில் அவர் மிகுந்த அவாவுடன் இருக்கிறார்.

புதுமைப்பித்தனின் எதிர்மறையான விஷயங்களும் ரகுநாதனுக்குத் தெரியும். இந்த எதிர்மறையான விஷயங்களைப் பற்றி எனக்குச் சந்தேகங்கள் இருந்தன என்றாலும் ஆதாரங்கள் எதுவும் இல்லாததால் அவற்றைப் பற்றி நான் ஒன்றும் சொல்ல விரும்பவில்லை. பல வருடங்களுக்கு முன்னால் திருச்சி ரேடியோ நிலையத்தில் ரகுநாதனிடம், 'புதுமைப்பித்தன் கொஞ்சம் துடுக்காகப் பேசுவாரோ?' என்று பொருள்பட நான் கேட்டதற்கு ரகுநாதன் பூசி மெழுகிப் பதில் சொன்னது எனக்கு நினைவுக்கு வந்தது. உண்மையை மறைக்க வேண்டும் என்பதல்ல ரகுநாதன் நோக்கம். புதுமைப்பித்தனிடம் அவர் ஆழ்ந்த பிரியம் கொண்டவர். நவீனத் தமிழ் இலக்கியத்தில் அவரை வெகுவாகக் கவர்ந்து இருப்பவர் இருவர்தான். பாரதியும் புதுமைப்பித்தனும். பாரதியைப் பற்றிய அவருடைய மதிப்பீட்டிற்கும் புதுமைப்பித்தனைப் பற்றிய அவருடைய மதிப்பீட்டிற்கும் நெருக்கமான உறவு இல்லை. அவை வேறுபட்ட பார்வைகள் அவரிடம் இருப்பதையே காட்டுகின்றன.

புதுமைப்பித்தன் ரொம்பவும் குத்திப் பேசுவார் என்றார் ரகுநாதன். மனம் புண்படும்படியும் அவர் பேசுவாராம். மணிக்கொடி கோஷ்டியைச் சேர்ந்த பலரையும் – முக்கியமாகச்

செல்லப்பாவை – அவர் மனம் புண்படும்படி பேசியிருக்கிறார் என்றார். அவரிடம் சில்லறை விஷமங்களும் இருந்தன. அத்துடன் பாலுணர்வு சார்ந்த விரசமான புத்தகங்களையும் அவர் படித்து வந்திருக்கிறார். மூர்மார்க்கெட்டில் அந்தக் காலத்தில் தாஸன் என்ற பெயரில் ஒரு புத்தகக் கடைக்காரர் இருந்திருக்கிறார். இவர் புத்தகங்களின் தரங்கள் பற்றியும் அவற்றிற்குரிய சந்தை விலையைப் பற்றியும் நுட்பமாக அறிந்தவர். மணிக்கொடி கோஷ்டியைச் சேர்ந்த பி.எஸ். ராமையா, கி.ரா., க.நா.சு. எல்லோருக்கும் இவருடன் தொடர்பு இருந்திருக்கிறது. இவரிடம் பாலியல் ஆபாசப் புத்தகங்களும் இருந்திருக்கின்றன. இவற்றை அவர் அதிகப் பணத்திற்கு இரவல் தருவாராம். இவரிடமிருந்த ஆபாசப் புத்தகங்களில் பல கையெழுத்துப் பிரதிகளாகவே இருந்திருக்கின்றன. 'ஒரு ரஷ்ய இளவரசியின் அந்தரங்க டயரி' என்பது அந்தக் காலத்தில் ஒரு உச்சகோடி ஆபாச நாவலாகக் கருதப்பட்டது என்றார் ரகுநாதன். அதைப் புதுமைப்பித்தன் உள்பட மணிக்கொடி எழுத்தாளர்கள் பலரும் படித்தார்கள் என்று அவர் சொன்னார். இந்த புத்தகத்தைப் படித்த பின்பு பாலுணர்வு ஆபாசம் சொட்டும் ஒரு நாவலை புதுமைப்பித்தன் எழுதினார் என்றும் அது கமலாம்பாளிடம் இருக்கிறது என்றும் அவர் தெரிவித்தார். 'எதற்காக இந்த மாதிரி ஒரு புத்தகத்தை எழுதினீங்க?' என்று புதுமைப்பித்தனிடம் ரகுநாதன் கேட்டாராம். 'தமிழ் மட்டும் தெரிஞ்சவனுக்கு ஆபாசப் புத்தகம் படிக்க வேண்டாமா?' என்று திருப்பிக் கேட்டாராம் புதுமைப்பித்தன்.

சமீபத்தில் வெளிவந்துள்ள 'கண்மணி கமலாவுக்கு' என்ற புத்தகத்தைப் பார்த்தீர்களா என்று நான் ரகுநாதனிடம் கேட்டேன். தான் அந்தப் புத்தகத்தை இன்னும் பார்க்கவில்லை என்றும் ஆனால் அதில் சேர்க்கப்பட்டுள்ள ஒரு சில கடிதங்கள் பற்றி தனக்குத் தெரியும் என்றும் சொன்னார். அந்தக் கடிதங்களில் புதுமைப்பித்தன் கமலாம்பாளுக்குத் தரும் வாக்குறுதிகள் அவ்வளவும் பொய் என்றார். பொய் என்ற சொல்லை இரண்டு மூன்று முறை அவர் பயன்படுத்தினார். அந்தச் சொல்லைக் கேட்க எனக்குச் சங்கடமாக இருந்தது. கற்பனை என்ற சொல்லை அவர் பயன்படுத்த வேண்டும் என்றும் எனக்குத் தோன்றிற்று. என்மீது அவர் வைத்திருக்கும் நம்பிக்கையினால்தான் அந்தச் சொல்லை அவர் பயன்படுத்தினார் என்றும் நினைத்தேன். எந்த வாழ்க்கையிலும் மேடும் பள்ளமும் இருக்கின்றன. ஆனால் புதுமைப்பித்தன் வாழ்க்கையில் பள்ளம் மட்டும்தான் இருந்திருக்கிறது என்று நான் சொன்னேன். எதுவும் அவருக்குக் கூடிவருவதில்லை. கூடிவருவதைப்பற்றிய கற்பனைகள்தான் அவருக்குச் சாத்தியமாக இருந்திருக்கின்றன. அவருடைய

கடிதங்களும் ஒரு வகையில் கற்பனைகளே. அந்தக் கற்பனைக்குப் பின்னால் மிகப்பெரிய துக்கம் இருக்கிறது. அந்த துக்கமும் கற்பனையும் இணைந்து, 'பொய்' என்று சொல்லி நாம் உதற வேண்டியவற்றை இலக்கியமாக மாற்றி உறவுகொள்ள வைத்திருக்கிறது. எதுவும் கூடாதவர்கள் காலம் காலமாகப் புனைந்து வந்திருக்கும் கற்பனையின் மற்றொரு உருவம்தான் அவருடைய கடிதங்கள். அந்தக் கற்பனை சார்ந்த துக்கத்தைத்தான் நாம் புதுமைப்பித்தன் கடிதங்களிலும் பார்க்க வேண்டும் என்று எனக்குப் படுகிறது என்றேன்.

எல்லா எழுத்தாளர்களைப் போலவும் ரகுநாதனும் நிறைகளும் குறைகளும் கொண்டவர்தான். ஆனால் அவருடைய நிறையான குணமாக எனக்குப் படுவது கடந்த காலம் பற்றியும் நிகழ்காலம் பற்றியும் அவர் எப்போதும் பொய் சொல்ல மறுத்து வருவதுதான். மிகைப்படுத்திச் சொல்லக்கூட விரும்பாதவர் அவர். அவர் தரும் பதிவுகளை நம்பும்படி அவர் தன்னை வைத்துக்கொண்டிருக்கிறார். தமிழ் எழுத்தாளர்களைப் பற்றி அறிந்தவர்கள் ரகுநாதனின் இந்த குணம் எவ்வளவு அபூவர்மானது என்பதையும் அறிவார்கள்.

நான் ரகுநாதனை எனது இருபத்திரண்டாவது வயது வாக்கில் – என் திருமணத்துக்கு முன்னால் – சந்தித்தேன். இப்போது எனக்கு வயது அறுபத்திநாலு. ரகுநாதனைச் சந்தித்த போது அவருடைய பார்வை முழுவதையும் விமர்சனம் இல்லாமல் ஏற்றுக்கொள்ளும் மனநிலையில்தான் நான் இருந்தேன். இன்று அவருடைய பாதையையும் என்னுடைய பாதையையும் இணைக்கும் குறுக்கு சந்துகள் இருந்தாலும் கூட அவை வெவ்வேறு திசைகளில் போய்க்கொண்டிருக்கும் பாதைகள்தான். கருத்து வேற்றுமைக்கும் நட்புக்கும் சம்பந்தம் இல்லை என்று சொல்வது ஒரு பொதுவான வழக்கம். ஆனால் நடைமுறையில் கருத்து வேற்றுமை ஏற்படுகிறபோதெல்லாம் நட்பும் முறிந்துபோய்விடுகிறது. இந்த நியதிக்கு ஒரு விதிவிலக்கு எனக்கும் ரகுநாதனுக்குமான உறவு. அபூர்வமான விதிவிலக்கு. இந்த விதிவிலக்கு தமிழ்ச் சூழலின் விதியாக மாறினால் தமிழ் சிந்தனையையும் தமிழ் வாழ்வையும் சிறிது மேலெடுத்துச் செல்ல முடியும். கதவை திறந்து வைத்துக்கொண்டிருந்தால் காற்று இல்லாதபோதுகூட புழுக்கம் குறையும்.

ரகுநாதனுடனான சந்திப்புப் பற்றி
20.07.95இல் எழுதிய குறிப்பு

3

'தோட்டியின் மகன்' தமிழுக்கு வந்த கதை

தகழி சிவசங்கரப் பிள்ளையின் 'தோட்டியின் மக'னை நான் மொழிபெயர்த்தபோது நிலவிய சூழலும் மனநிலையும் இளமைக்கால நினைவுகளும் இன்றும் என் மனதில் பசுமையாக அப்படியே இருக்கின்றன. அன்றைய அனுபவங்களை வாசகர்களுடன் சிறிய அளவிலேனும் பகிர்ந்துகொள்ள வேண்டும் என்ற ஆவல் ஓர் இழை போல் இந்த நீண்ட காலப் பகுதியில் தொடர்ந்து வந்திருக்கிறது.

1946இல் எழுதப்பட்ட 'தோட்டியின் மக'னை 1951, 52ஆம் வருடங்களில்தான் மொழிபெயர்த் தேன். அப்போது எனக்கு வயது இருபது, இருபத்தி யொன்று. அதற்குமுன் தமிழில் சொல்லும்படி நான் எதுவும் எழுதியிருக்கவில்லை. நிச்சயமாக என்னுடைய படைப்பென்று எதுவும் அச்சேறியிருக்க வில்லை. என் உடல், மனம் சார்ந்த அன்றைய வேதனைகளைக் கோபத்துடனும் வருத்தத்துடனும் புலம்பல் கடிதங்களாகக் கடவுளுக்கு எழுதிக் கொண்டிருந்தேன். அவை கிறுக்கல்களாகக் கைவசம் இருந்தன. வெளியே காட்ட யோக்கியதை அற்றவை அவை. தமிழில் என்னை வெளிப்படுத்திக்கொள்வது பெரும் திணறலாக இருந்த காலம் அது. அப்போது நான் தமிழை எழுதவும் படிக்கவும் கற்றுக்கொண்டு இரண்டு மூன்று வருடங்களுக்கு மேல் ஆகியிருக்க வில்லை.

'தோட்டியின் மக'னை மொழிபெயர்க்கும் நேரத்தில் என்னை ஒரு கலாச்சார ஏழை என்றுதான் சொல்ல வேண்டும். 'கலை உலகின் கடைசி ஏழை' என்ற விவரிப்பும் அப்போது மனதில் இருந்தது. தகழியை மொழிபெயர்க்க வேண்டும் என்ற ஆசை மூண்டபோது மொழிபெயர்க்கத் தகுதியிருக்கிறதா என்று யோசிக்கக்கூடத் தெரியாமல் இருந்தேன். அந்த மொழிபெயர்ப்பு நடந்து முடியவும் அந்த யோசனையற்ற நிலைதான் காரணம். யோசித்திருந்தால் அன்றே புகழ்பெற்றிருந்த தகழியின் படைப்புலகில் குறுக்கிடாமல் விலகிப்போயிருப்பேன்.

அப்போது நான் பெற்றிருந்த 'ஞானங்களை' இப்போது நினைத்துப் பார்க்க முயல்கிறேன். படித்திருந்தவை அதிகமும் அரசியல், சமூகச் சீர்திருத்தம், கலாச்சார விமர்சனம் சார்ந்த துண்டுப் பிரசுரங்கள்தான். ஆர்வத்துடன் படித்த படைப்புகளில் இன்றும் நினைவில் இருப்பவை க.நா.சு.வின் 'ஒருநாள்', தொ.மு.சி. ரகுநாதனின் 'புயல்', 'முதலிரவு', 'கன்னிகா', 'இலக்கிய விமர்சனம்' முதலியவை. கவிமணியின் கவிதைகளும் முக்கியமாக 'மருமக்கள்வழி மான்மிய'மும். (பிராமணர் அல்லாதாரின் கொச்சையில் அன்று மிகுந்த ஈர்ப்பு இருந்தது.) இவை எல்லா வற்றையும்விட முக்கியமாகப் பெற்றிருந்த 'ஞானம்' புதுமைப் பித்தன் சிறுகதைகள். 'புதுமைப்பித்தன் கதைகளும் காஞ்சனை தொகுப்பும்'. (அவரது 'ஆறு கதைகள்' என்ற தொகுப்பைக்கூடப் பின்னால்தான் படித்தேன் என்று நினைவு.) மனதை ஈர்த்த கதைகளை மீண்டும் மீண்டும் படித்ததில் பல பகுதிகள் மனப்பாடமாகியிருந்தன. 'காஞ்சனை' தொகுதியின் முன்னுரை முழுமையாகவே மனப்பாடமாகியிருந்தது. மனப்பாடப் பகுதிகளை வீட்டில் பிறர் முன் சந்தர்ப்பம் சார்ந்தும் சாராமலும் அரற்றுவது அப்போது பழக்கத்திலிருந்தது. அந்த அரற்றல், தொய்யும் மனதுக்கு நாணேற்ற நான் கண்டுபிடித்திருந்த வழி. அதற்குப் பலன் இருந்தது.

அரற்றுவதற்குப் புதுமைப்பித்தனைவிடவும் அதிக ஆவேச மளித்த இரண்டு படைப்புகளும் அதே காலத்தில் கிடைத்தன. ஒன்று இயேசுவின் மலைப் பிரசங்கம். மற்றொன்று வ.வே.சு. ஐயர் மொழிபெயர்த்த எமர்சனின் 'தன்னம்பிக்கை' என்ற நீண்ட கட்டுரை. இவற்றைத்தான் அன்றைய ஞானத்தின் ஆத்மீகத் தேட்டங்கள் என்று சொல்ல வேண்டும். கவிதை மீதான ஆசையை இந்த அரற்றல் வளர்த்ததோடு மொழியின் காந்த சக்திக்கு ஆட்படும் உணர்வுகளையும் கூர்மைப்படுத்தியது.

அந்தக் காலத்தில் சஞ்சிகை என்று நான் படித்தவை. கோவிந்தனின் சக்தி மட்டும்தான். அதிலும் சக்தியின் கடைசிக்

காலத்தில் தொ.மு.சி. ரகுநாதனும் கு. அழகிரிசாமியும் இணைந்து பதிப்பித்த தொகுப்புகள் அவை. சக்தி இதழ் ஒன்றில் வெளிவந்த மாப்பசானின் நாவல் பற்றிய ஒரு நீண்ட கட்டுரையின் மொழிபெயர்ப்பை (ரகுநாதன் செய்தது) பத்துப் பதினைந்து முறையாவது படித்திருப்பேன். யாருக்கும் தெரியாத படைப்பின் ரகசியங்களை என்னிடம் மட்டும் மாப்பசான் ரகசியமாகக் கூறுவதாகக் கற்பனை செய்துகொண்டு அந்தக் கட்டுரையைப் படித்தேன். சக்தி இதழ் ஒவ்வொன்றையும் மாற்றிமாற்றிப் பலமுறை படிப்பது அப்போது வழக்கத்திலிருந்தது. சிற்றிதழ்களின் முக்கியமான பகுதிகளை – பல சமயங்களில் முக்கியமற்ற பகுதிகளைக்கூட – தர்க்கத்துக்கு அப்பாற்பட்ட ஒரு காரணத்தால் பலமுறை படிக்கும் பழக்கம் இன்றளவும் இருப்பது அன்றைய மனநிலையின் தொடர்ச்சி என்றுதான் நினைக்கிறேன்.

மலையாளத்தில் முக்கியமாக அப்போது நான்கு ஆசிரியர்களுடன் வாசக உறவு ஏற்பட்டிருந்தது. தகழி சிவசங்கரப் பிள்ளை, கேசவ தேவ், பொன்குன்னம் வர்க்கி, வைக்கம் முகம்மது பஷீர். பின்னால் இவர்களுடைய வரிசை என் மதிப்பீட்டில் மாறி விட்டது என்றாலும் அப்போது எனக்குத் தகழி மீதுதான் மிகுந்த ஈர்ப்பு இருந்தது. தகழியிடம் இருந்தது ஈர்ப்பு என்றால் சி.ஜே. தாமஸிடமும் எம். கோவிந்தனிடமும் உருவானது ஆழ்ந்த ஈடுபாடு. வாழ்க்கையின் போதாமைகளை எண்ணி ரத்தத்தைக் கொதிக்க வைத்துக்கொள்ள ஒரு முகாந்தரம் தேடிக்கொண்டிருந்த எனக்கு அந்தக் காலத்தில் தகழியைப்போல் கொதிப்பின் சுகத்தை வேறு எவருமே அளிக்கவில்லை. 'கௌமுதி' என்ற மலையாள வார இதழையும் அப்போது ஆவேசத்துடன் படித்துவந்தேன். அதன் ஆசிரியர் கே. பாலகிருஷ்ணனின் கையில் அப்போது மிக நீளமான சவுக்கு இருந்தது. அவருடைய மொழி அவருடைய விளாசல்களைச் சொடுக்கிய விதம் பிரமிப்பைத் தந்தது. அவர் தீவிர இடதுசாரிச் சிந்தனையாளர். புரட்சி என்ற சொல்லில் உண்மையாகவே புரட்சி கசிந்துகொண்டிருந்த பொற்காலம்.

அன்றைய நாட்களில் என்னைப் பற்றி எனக்கு இருந்த ஒரு சித்திரம் இப்போதும் நினைவில் இருக்கிறது. மாலையில், இருள் கவியும் நேரத்தில், மலையடிவாரத்தில், காய்ந்து வெடித்துக் கிடக்கும் வயல் வெளிகளின் ஓரத்தில், ஓர் ஒற்றையடிப் பாதை வழியாக நான் தன்னந்தனியாக நடந்து போய்க்கொண்டிருப்பேன். வளைந்த முதுகுடனும் குனிந்த தலையுடனும். அந்தச் சித்திரத்தில் வேட்டியின் விளிம்பு பறக்க நான் விடாமல் நடந்துகொண்டிருந்தாலும் என் பக்கத்தில் நின்ற தென்னை மரம் அதே இடத்தில் இருந்துகொண்டிருந்தது ஒரு முரண்பாடாகவே

இருந்ததில்லை. துக்கத்தைச் சுமந்துகொண்டு நடப்பது அன்றைய நாட்களுக்குரிய சுயபரிசோதனைக்கு இசைவாகவே இருந்தது. அதை ஒரு கற்பனைச் சித்திரம் என்று சொல்ல முடியாது. அது ஒரு குறியீடு.

நோயினால் உடல் சார்ந்த கஷ்டங்கள். எதையெதையோ சாதிக்க வேண்டும் என்று ஏங்கும் மனம். எதைச் சாதிப்பது என்பது பற்றியோ எவ்வாறு சாதிப்பது என்பது பற்றியோ எந்தத் தெளிவும் இல்லாத மனநிலை. எழுத ஜீவசக்தி கொண்ட மொழி இல்லை. இல்லாத ஒரு மொழியை வைத்து எதையும் ஆக்கவோ அழிக்கவோ முடியாது என்ற யதார்த்தத்தை உணரும்போது மனதில் பொங்கும் விசனம். வாசிக்கப் புத்தகங்கள் இல்லை. இலக்கியம் பேச நண்பர்களும் இல்லை. வாழ்க்கையின் போதாமைகளோ மனதில் கீறல்களை ஏற்படுத்திக்கொண்டிருந்தன. ஆனால் அந்தக் கீறல்களை மொழிக்குள் வைக்கத் தெரியவில்லை. நிறையக் கேள்விகள் முளைத்தவாறு இருந்தன. எல்லா விடைகளும் அறிந்திருந்த ஒருவரை அன்று சந்தித்திருந்தாலும்கூடக் கேள்விகளை என்னால் உருவாக்க முடிந்திருக்குமா என்பது சந்தேகம்தான். என் கேள்விகளையும் நீங்களே உருவாக்கிப் பதில்களையும் நீங்களே சொல்லி விடுங்கள் என்றுதான் சொல்ல நேர்ந்திருக்கும். வாழ்க்கையில் உணர்ந்திருந்த குறைகளை அனுபவ வடிவங்களாகச் சிறுகதைகளிலும் கவிதைகளிலும் நாவல்களிலும் படிக்கும்போது ரத்தம் கொதிப்பது போலிருக்கும். எதிரே நிற்கும் சுவரையும் காலால் உதைத்துத் தூளாக்கிவிடலாம் என்று தோன்றும். ஒரு அகராதியைத் தூக்குவதற்கான பலம்கூட என்னுடைய உடலுக்கு இல்லாதிருந்ததைக் கோபப்படும் என் மனம் ஒரு சமயம்கூடக் கணக்கில் எடுத்துக் கொண்டதில்லை.

இந்தப் பின்னணியில்தான் ‘தோட்டியின் மக’னைப் படித்தேன். விருப்பமும் வியப்பும் மனதில் அலைமோதின. கொடுமையான ஒரு வாழ்க்கையை எவ்வளவு நேர்த்தியாக மனதில் பதியும்படி சொல்லிவிட்டார் இந்த ஆசிரியர்! வெளியுலகத்துக்கே தெரியாத ஒரு இருண்ட வாழ்க்கையினூடே எப்படி இவரால் இவ்வளவு சகஜமாகப் புகுந்து மன உணர்ச்சிகளை அள்ளிக் கொண்டுவர முடிகிறது? தகழி வெளிப்படுத்தியிருப்பது தோட்டிகளின் வாழ்க்கை சார்ந்த தகவல்களை அல்ல என்பதையும் காலம் அவர்களது அடிமனங்களில் மூட்டும் நெருப்பு என்பதையும் உணர்ந்தபோது மிகுந்த வியப்பு ஏற்பட்டது. இந்த நெருப்பை எப்படி அவரால் மொழியில் மறுஉருவாக்கம் செய்ய முடிந்தது? கொடுமையில் மனம் கொள்ளும் கோபத்தில், ரத்தத்தில் உஷ்ணம் ஏறாமல் என்னால் அப்போதெல்லாம் ‘தோட்டியின் மக’னின் எந்தப் பக்கத்தையும் படிக்க முடிந்ததில்லை. எனக்குத் தெரியாத

ஒரு உலகத்திற்குள் என்னாலும் இவரைப்போல் புகுந்து புறப்பட முடியுமா என்ற கேள்வியின் முன் மனம் மிகவும் சோர்ந்து போயிற்று.

'தோட்டியின் மக'னை மொழிபெயர்த்த பின்புகூட அந்தக் காரியம் நடந்து முடிந்திருப்பதை என்னால் நம்பமுடியவில்லை. எப்படி இதைச் செய்து முடித்தேன் என்று எனக்கு நானே கேட்டுக்கொண்டே இருந்தேன். இந்தப் பூரிப்பைப் பகிர்ந்துகொள்ள இசைவான எவரும் அப்போது எனக்கு இருக்கவில்லை. என் அம்மாவைத் தவிர. இருந்த ஒன்றிரண்டு நண்பர்களிடம் நான் செய்திருந்த 'விஷமத்தை'ச் சொல்லக் கூச்சமாகவும் இருந்தது. சொன்னாலும் புதிராகவோ புரிந்து கொள்ள முடியாமலோதான் இருக்கும் என்று தோன்றிற்று. அவர்களை நான் கை விட்டுவிட்டதாகக்கூட நினைக்கலாம் என்றும் நினைத்தேன். இடதுசாரிச் சிந்தனைகளில் ஆழ்ந்த அக்கறைகொண்ட தோழர்கள் உருவானபோது நான் செய்திருந்த பணியின் மதிப்பு என் மனதில் திடீரென்று உயர்ந்தது.

தோழர்களுக்குக்கூடத் 'தோட்டியின் மகன்' என்ற நாவலின் தலைப்பு வெளிப்படையாகச் சொல்ல இயலாத அந்நிய உணர்வைத்தான் முதலில் தந்தது. அவர்களுடைய இலக்கிய நம்பிக்கைகள் அவர்களுடைய உணர்வுகளை வெளியே காட்டிக் கொள்ள இடம் தருவதாகவும் இருக்கவில்லை. அன்று ஒரு முதிய தோழருக்கும் எனக்கும் நடந்த சம்பாஷணையின் சாராம்சம் பல தோழர்களுடைய அன்றைய மனநிலையைக் காட்டக்கூடியது.

'மலையாளத்திலும் 'தோட்டியின் மகன்' என்றே தலைப்பா?' என்று கேட்டார் அந்த முதிய தோழர்.

'ஆமாம்' என்றேன்.

சில கணங்கள் மௌனம்.

'வாங்கிப் படிக்கிறாங்களா?'

'நிறைய.'

'முழுக்கவும் தோட்டிகள்தான் வாராங்களா?'

'அநேகமாக அவங்கதான்.'

'காதல் உண்டா?'

'உண்டு.'

'காதலிப்பவளும் தோட்டிச்சியா?'

'ஆமாம்.'

'அவங்க பாக்கற வேலைவெட்டி பத்தியெல்லாம் சொல்றாரா?'

'சொல்றார்.'

'ஒண்ணுவிடாம?'

'ஒண்ணுவிடாம.'

'குடும்பத்தைப் பத்தி?'

'சொல்றார்.'

'தமிழ்ல தலைப்பை மாத்திப்புட்டா என்ன, தோழர்?'

தோழர் கேட்ட கடைசிக் கேள்வி கவலையைத் தந்தது. புத்தகத்தை அச்சேற்றவே முடியாதோ என்ற எண்ணம் ஏற்பட்டது. தோட்டி என்ற சொல்லைத் தமிழில் எங்கேயாவது அச்சில் படித்திருக்கிறேனா என்று நினைவுபடுத்திப் பார்த்தேன். சட்டென்று எதுவும் நினைவுக்கு வரவில்லை. புத்தகம் வெளி வந்தால் தோழர்கள் துணிந்து படிப்பார்கள் என்று தோன்றிற்று. 'தோட்டிகளும் தொழிலாளி வர்க்கம்தானே, தோழர்' என்று ஜி. நாகராஜன் சொன்ன வாக்கியம் மிகுந்த ஆறுதலைத் தந்தது.

தொ.மு.சி. ரகுநாதனுடன் என் நட்பு நெருங்கியபோது 'தோட்டியின் மகன்' நாவலின் கையெழுத்துப் பிரதியை அவருக்குப் படிக்கத் தந்தேன். மொழிபெயர்த்து அப்போது இரண்டு மூன்று வருடங்களேனும் ஆகியிருந்தன. ஆனால் அது ஒரு சுமையாக என் மனதில் இருக்கவில்லை. தோட்டியைத் தமிழ் ஏற்றுக்கொள்ளச் சிலகாலம் காத்திருக்க நேர்வது இயற்கையாகவே தோன்றிற்று. 'மொழிபெயர்ப்பு நன்றாக வந்திருப்பதாகவும் மேலும் திருத்தங்கள் செய்து முழுமைப்படுத்தலாம்' என்றும் ரகுநாதன் கடிதம் எழுதிய தாக நினைவு. அதற்கு சில வருடங்களுக்குப் பிறகு அவரிடமிருந்து சரஸ்வதி ஆசிரியர் நண்பர் வ. விஜயபாஸ்கரனின் கைக்கு என் கையெழுத்துப் பிரதி போயிற்று. அவர் கொடுத்தாரா, நான் வாங்கித் தந்தேனா என்பது நினைவில்லை. சரஸ்வதி இதழில் என் பெயரில் சிறுகதைகள் வந்துகொண்டிருந்ததால் என்.எஸ்.ஆர். என்ற பெயரில் 'தோட்டியின் மகன்' தொடர்கதையாக வெளியாயிற்று. மார்ச் 57இலிருந்து ஜூன் 58 வரையிலும்.

'தோட்டியின் மக'னை மொழிபெயர்த்த பின்பும் நான் காய்ந்த வயலோரம் ஒற்றையடிப் பாதையில் நடந்து போகும் சித்திரம் மனதில் வந்துகொண்டுதான் இருந்தது. புறக்காட்சிகளில் – தென்னைமரம் உட்பட – எந்த மாற்றமும் ஏற்பட்டிருக்கவில்லை என்றாலும் நடந்து போகும் என் கையில் அப்போது ஒரு புத்தகம்

முளைத்திருந்தது. அந்தப் புத்தகத்தின் தலைப்பை நான் சொல்ல வேண்டியதில்லை.

'தோட்டியின் மக'னை நான் மொழிபெயர்த்து ஐம்பது வருடங்கள் ஆகிவிட்டன. தமிழில் வெளியிடத் தகழி ஐம்பதுகளி லேயே உரிமையும் தந்திருந்தார். வெளியிடாமல் அசிரத்தையாக இருந்துவிட்டேன் என்று சொல்லலாம். அசிரத்தைக்கும் நாம் உணராத காரணங்கள் இருக்கக் கூடும்.

மலையாளத்தில் 'தோட்டியின் மகன்' வெளிவந்த காலத்திலிருந்து தொடர்ந்து பேசப்பட்டுவரும் நாவல். மேடையிலும் எழுத்திலும். அங்கு நடந்த விவாதங்கள் என் நினைவில் இருக்கின்றன. ஆனால் சரஸ்வதியில் இந்நாவல் தொடர்கதையாக வந்தபோது வாசகக் கவனத்தை இந்தத் தொடர் பெற்றதற்கான எந்த அடையாளமும் என்னிடம் வந்து சேரவில்லை. யாரும் இந்த நாவலைப் பற்றி இன்றுவரையிலும் எழுத்திலோ பேச்சிலோ குறிப்பிட்ட நினைவும் இல்லை. இருந்தாலும் காலம் மாறிக்கொண்டிருக்கிறது. தலித் இலக்கியம் தமிழில் உருவாகிக்கொண்டிருக்கிறது. தலித் இலக்கியத்தைப் படிக்கும் வாசகர்களும் தோன்றியிருக்கிறார்கள். திருநெல்வேலிச் சீமையிலிருந்து மாடுகள்போல் பிடித்துக் கொண்டு போகப்பட்ட இந்தத் தோட்டிகள் தலித் வாழ்க்கையின் அவலத்தை நம் மனதில் ஆழமாகப் பதியவைக்கின்றனர்.

'தோட்டியின் மகன்' நூலின் முன்னுரை, 2000

4

முத்துலிங்கத்துடன் சந்திப்பு

சென்ற மார்ச் மாதம் ஒரு நாள் திரு அ. முத்துலிங்கம் அவர்களைச் சந்தித்தேன். நான் கலிஃபோர்னியாவில் சாந்தாக் குரூசில் *(Santa Cruz)* இருந்தேன். அவர் ஹாஃப் மூன் பே *(Half Moon Bay)*யில் இருந்தார். அங்கிருந்து சாந்தாக் குரூசிற்கு அமெரிக்க பாஷையில் சொன்னால் ஒரு மணி நேரம் தூரம். ஐந்தாறு மணி நேரம் நாங்கள் ஒன்றாக இருந்தோம். தமிழ் வாசகர்கள் அவசியம் அறிந்திருக்க வேண்டிய ருசிகரமான பல விஷயங்களைச் சொன்னார். அவற்றில் ஒரு சிலவேனும் அவசியம் எழுதப்பட வேண்டியவை. எழுதும்படி முத்துலிங்கத்தை இரண்டு மூன்று சந்தர்ப்பங்களில் தூண்டினேன். மறைமுகமாகவும் அதன்பின் நேராகவும். எழுத்துக்கு ஒதுக்க தன் கைவசமிருக்கும் நேரம் குறைவு என்றும் அந்த நேரத்தை தன் படைப்பிற்கு முன்னுரிமை தந்து ஒதுக்கவே விரும்புவதாகவும் சொன்னார். இந்த மனோபாவம் எனக்கு ஏமாற்றத்தை அளித்தது. என் இளமையில் இதே மனோபாவம்தான் எனக்கும் இருந்தது. இன்று அந்த எண்ணம் இல்லை. எவற்றை முக்கியம் என்று ஒரு எழுத்தாளன் கருதுகிறானோ அவற்றையெல்லாம் அவன் எழுத முயல வேண்டும். வாசகர்களுடன் எழுத்தாளன் பகிர்ந்துகொள்ள வேண்டியவற்றை அவன் வாழும் சூழலில் நிகழ்த்த வேண்டிய மாற்றத்தை வைத்தே தீர்மானிக்க முடியும். அப்போது அவனுடைய எழுத்து படைப்பாகவோ படைப்புக்கு வெளியே ஏதேனும் ஒரு துறை சார்ந்தோ இருக்கலாம். முத்துலிங்கம் என்னுடன்

பகிர்ந்துகொண்ட ஒரு விஷயத்தை அவருடைய விருப்பத்திற்கு விடாமல் நானே எழுத வேண்டும் என்று எனக்குத் தோன்றிற்று.

சாந்தாக் குரூசில் என்னைச் சந்திப்பதற்குச் சில வாரங்களுக்கு முன் பாஸ்டனிலிருந்து அவர் என்னுடன் பேசியபோது, அந்த நேரத்தில் நான் சற்றும் எதிர்பார்த்திருக்க முடியாத கேள்வியாக அவர், 'அமரந்தாவை உங்களுக்குத் தெரியுமா?' என்று கேட்டார். அமரந்தாவைப் பற்றிய விபரங்களை அவசர மாகத் தெரிந்துகொள்ள வேண்டுமென்ற ஆர்வம் அவர் குரலில் தெறித்தது. ஒரு மொழிபெயர்ப்பாளராக அமரந்தாவைப் பற்றி நான் அறிந்திருந்த விஷயங்களைச் சொன்னேன். அமரந்தா தமிழில் மொழிபெயர்த்துள்ள மார்தாத்ராபாவின் நிழல்களின் உரையாடலைத் தான் படித்ததாகவும் அவரது மொழிபெயர்ப் பாற்றல் வியக்கத்தக்கதாக இருப்பதாகவும் சொன்னார். மிகுந்த பாராட்டுணர்வுடன் அவர் இருப்பதை என்னால் உணர முடிந்தது.

முத்துலிங்கம் சாந்தா குரூசு வந்தபோது முதல் வேலையாக *நிழல்களின் உரையாடல்* தமிழ் மொழிபெயர்ப்பையும் அந் நாவலின் ஆங்கில மூலத்தையும் என்னிடம் காட்டினார். அந் நாவலை தமிழ் மொழிபெயர்ப்பில் நான் படித்திருப்பதாகவும் நுட்பமான படைப்பாற்றலை அந்நாவல் வெளிப்படுத்துவதாகவும் அதன் ஆங்கில மூலத்தை *(Mothers and Shadows - Martha Traba)* இப்போதுதான் பார்ப்பதாகவும் நான் கூறினேன். ஆங்கில மூலத்தையும் தமிழ் மொழிபெயர்ப்பையும் கையில் வாங்கிப் புரட்டிப் பார்த்தேன்.

இரண்டு நூல்களிலும் முதலிலிருந்து கடைசிப் பக்கம் வரை பத்திகளுக்கு எண்கள் போடப்பட்டிருந்தன. பத்திகளின் எண்ணிக்கை இரண்டு நாவல்களிலும் முன்னூறைத் தாண்டிச் சென்றுகொண்டிருந்ததாக ஞாபகம். தமிழ் மொழிபெயர்ப்பிலும் மூல நாவலிலும் பல பக்கங்களில் பல வரிகளில் அடிவரைகள் போடப்பட்டிருந்தன. 'என்ன விஷயம்?' என்று நான் கேட்டேன். தமிழ் மொழிபெயர்ப்பை ஆங்கில மூலத்துடன் பாரா பாராவாகவும் வரி வரியாகவும் ஒப்பிட்டுப் பார்த்ததாகவும் அந்தப் பணியை முன்னிட்டு எண்களும் அடிவரைகளும் போட்ட தாகவும் கூறினார். அடிவரைகள் ஆங்கில மூலத்திலிருந்து மிகச் சிக்கலான இடங்களைக்கூட மிக நேர்த்தியாக அமரந்தா மொழிபெயர்த்திருக்கும் இடங்களைச் சுட்டுவதாகவும் கூறி ஒன்றிரண்டு உதாரணங்களையும் எனக்குக் காட்டினார். அவை சிறப்பாக மொழியாக்கம் செய்யப்பட்டிருப்பவையாக எனக்குப் பட்டன. மொழிபெயர்ப்பில் அமரந்தா எடுத்துக்

கொண்டிருக்கும் கடுமையான முயற்சியை ஊக்கப்படுத்தியும், அம்முயற்சியில் அடைந்திருக்கும் வெற்றியைப் பாராட்டியும் அவருக்குக் கடிதம் எழுதப்போவதாகவும் முத்துலிங்கம் கூறினார். அமரந்தாவுக்கு கடிதம் எழுதுவது நல்ல காரியம்தான் என்றும், ஆனால் அமரந்தாவின் ஆற்றலின்மீது முத்துலிங்கம் கொண்டிருக்கும் மதிப்பைத் தமிழ் வாசகர்களுடன் பகிர்ந்து கொள்வதுதான் அதைவிடவும் முக்கியமான காரியமென்றும் நான் சொன்னேன். இரண்டாவதாக நான் கூறிய விஷயத்தை முத்துலிங்கம் நிறைவேற்றுவார் என்ற நம்பிக்கை எனக்கு ஏற்படாததால் இந்தக் குறிப்பை எழுதுகிறேன்.

ஒரு வாசகனாகத் தமிழ் மொழிபெயர்ப்பாளர்கள்மீது மிகுந்த விமர்சனத்துடன் வளர்ந்து வந்தவன் நான். ஒரு தமிழ் மொழிபெயர்ப்பு நூலைப் படிக்கும்போது உள்ளூர அவநம்பிக்கை யுடனேயே நான் இன்றும் அதைப் படித்துக்கொண்டிருக்கிறேன். மூலமொழியில் போதிய பிடிப்பில்லாதவர்களும், மொழி பெயர்ப்பை அசிரத்தையாகச் செய்பவர்களும், பிரதியைச் செப்பனிட்டுச் செம்மை செய்வதில் நம்பிக்கையில்லாதவர்களும், மூலப்பொருளை அதற்குரிய நுட்பங்களைச் சிரைத்து விட்டு சாராம்சப்படுத்திக் கூறுகிறவர்களும் தமிழ் மொழிபெயர்ப்புத் துறையில் பெரும் கூத்தடிப்புகளை நிகழ்த்தியிருக்கிறார்கள். ‘தமிழில் எழுதியதுபோல் சரளமாகப் படிக்க முடிகிறது’ என்று தொடர்ந்து எவ்வித மதிப்பீடுமின்றி கூறி வந்திருப்பது தான் ஒரு மொழிபெயர்ப்பைப் பற்றி மதிப்புரையாளனின் அதிகபட்சப் பாராட்டின் இலக்கணமாக இன்றளவும் தமிழில் இருந்துவருகிறது. க.நா.சு. போன்ற அறிவாளிகள்கூட எவ்வளவு அசிரத்தையாக மொழிபெயர்த்திருக்கிறார்கள் என்பதை நான் நன்கு அறிவேன். விதிவிலக்காக கு. அழகிரிசாமி (முக்கியமாக மாக்சிம் கார்க்கியின் அமெரிக்காவிலே) தொ.மு.சி. ரகுநாதன் (மாக்சிம் கார்க்கியின் தாய்) போன்றவர்கள் மிகுந்த சிரத்தையுடனும் ஆற்றலுடனும் மொழிபெயர்த்திருக்கிறார்கள். இன்று எஸ்.வி.ஆர், வ. கீதா, ஸ்ரீராம் போன்றவர்களின் மொழிபெயர்ப்புப் பணியில் நான் மிகுந்த நம்பிக்கை வைத்திருக்கிறேன்.

நூற்றுக்கு நூறு சரியாக, தவறேதும் இல்லாமல் ஒரு மொழி பெயர்ப்பைச் செய்வது சாத்தியமில்லை என்பதே என் எண்ணம். இருப்பினும் இயன்றளவு சிரத்தையுடன் ஒரு மொழிபெயர்ப்பை உருவாக்குவது சாத்தியம்தான். மொழிபெயர்ப்பு என்பது மிகப் பெரிய படைப்புக் கலை. வாசகர்கள் தன் மொழிபெயர்ப்பை ஒரு நாளும் மூல பாடத்துடன் ஒப்பிட்டுப் பார்க்கப் போவதில்லை என்ற தைரியத்தில் செய்யப்படும் பொறுப்பற்ற அற்ப காரியமாக

மொழியாக்கம் தாழ்ந்து போகவிடுவது நம் கலாச்சாரத்திற்கே பெரிய இழப்பாகும்.

அமரந்தாவின் மொழிபெயர்ப்பாற்றலை மூலப்படைப்புடன் திட்டவட்டமாக ஒப்பிட்டுப் பார்த்து அவரது மொழிபெயர்ப்பை பற்றி மிக உயர்வான எண்ணத்திற்கு முத்துலிங்கம் வந்து சேர்ந்திருக்கிறார். ஒரு தீவிர மன நிலையில் இந்தப் பணியைச் செய்திருப்பது தமிழில் அபூர்வமாக நடந்திருக்கும் காரியம். முதன் முறையாக இந்தச் சோதனை நடந்திருக்கிறது என்றுகூட நான் சொல்வேன்.

காலச்சுவடு 35, மே – ஜூன் 2001

5

மௌனி: சில நினைவுகள்

1957ஆம் வருடம் திருவனந்தபுரத்திலிருந்த க.நா.சு. நாகர்கோவிலுக்குப் பலமுறை வந்தார். நானும் கிருஷ்ணன் நம்பியும் உயிர் நண்பர்களாக இருந்த காலம். ஒருமுறை மூன்று நாட்கள் தங்கி விட்டுப்போக வந்த க.நா.சு. சுமார் மூன்று மாதங்கள் நாகர்கோவிலிலேயே அறை அமர்த்தி உட்கார்ந்து விட்டார். சிறிய அறை. ஒருநாள் வாடகை ரூபாய் நாலணா. அறைக்குள் ஒரு பெஞ்சு மட்டும். ஓட்டல் முதலாளி அதைக் கட்டில் என்பார். ஒரு பக்கச் சுவரோடு இணைந்து கிடந்தது அது. பெஞ்சுக்கும் மறுபக்கச் சுவருக்குமான இடைவெளி ஒரு சாண் ஒரு விரற்கடை இருக்கும். வராண்டாவிலிருந்து அந்தரத்தில் ஒரே குதியாகக் குதித்து பெஞ்சில் படுப்பது சிரமம் என்பதால் முதலாளி முன் யோசனையாக விட்டிருந்த இடைவெளி அது. பிருஷ்டபாகம் கட்டிலில் உரசும்படி ஒருக்களித்து நின்று பாதங்களை அகட்டி வைத்துப்போனால் சௌகரியமாக பெஞ்சின் மீது அமர்ந்துவிடலாம். பிருஷ்டபாகம் சுவரில் உரசும்படி உள்ளே நுழைந்து விட்டோமென்றால் அதன்பின் பெஞ்சில் உட்கார உடம்பைத் திருப்ப முடியாமல் ஆகிவிடும். க.நா.சுவும் நாங்களும் ஒவ்வொரு முறையும் தவறாகத்தான் நுழைவோம். ஒரு தடவை நாங்கள் மூவரும் தெருவில் நடந்துபோய்க்கொண்டிருக்கும்போது, க.நா.சுவிடம், 'எப்பிடி சார் இருக்கு அறை?' என்று நம்பி கேட்டான். 'ரொம்ப சௌரியம். மூன்று மாடிகள் எறங்கி பத்து நிமிஷம் நடந்தா ஹோட்டல் கக்கூஸுக்குப் போயுடலாம்' என்றார் க.நா.சு.

க.நா.சு. அறையைவிட்டு வீதிக்கு வந்தால் அவர் உடம்பு முதலில் எந்தப் பக்கம் திரும்புகிறதோ அந்தப் பக்கம் பார்க்க நடக்கத் தொடங்கிவிடுவார். அது எந்தத் திசை என்பதுகூட அவருக்குத் தெரியாது. ஒரு தடவை நடந்து போகும்போது 'சார், இதுதான் சுசீந்தரம்' என்றான் நம்பி. "இவ்வளவு பக்கமா?" என்று கேட்டார் க.நா.சு. நான்கு மைல்கள் நடந்துவிட்டிருந்தோம். 'ஊருக்குள் போவோமே' என்றார் அவர். கிராமத்துப் புராதன ஓடு வேய்ந்த வீடுகளைப் பார்ப்பதில் அவருக்கு ஒரு லயிப்பு உண்டு என்பதை கண்டுபிடித்து வைத்திருந்தோம். வழியில் தெப்பக்குளம் வந்தது. சில எட்டுக்கள் வைத்ததிலேயே ஒரு புராதன காலத்திற்குள் நுழைந்துவிட்டதுபோல் பிரமை தட்டிற்று. குளத்தின் சுற்றுக்கட்டு நேர்த்தியாக இருந்தது. குளத்தைச் சுற்றிவர இரண்டு பக்கங்களிலும் தாழ்ந்த ஓட்டுக்கூரை கொண்ட வீடுகள். ஒருபக்கம் அகலமாகக் காவியடித்த கோவில் சுவர். குளத்தின் சுத்தமான, சொரசொரப்பான படிக்கட்டுகள் ஆசையைத் தூண்டவே அதில் உட்கார்ந்துகொண்டோம்.

க.நா.சு. சிற்றலைகளைப் பார்த்துக்கொண்டேயிருந்தார். குளத்தின் பல்வேறு இடங்களில் மயிர்கூச்செறிவதுபோல் இருந்தது. அவர் மீது மௌனம் கவிழ்கிறபோது இடதுகைக் கட்டை விரல் நகத்தை வலது கை நகத்தால் சுரண்டத் தொடங்கிவிடுவார். திடீரென்று அவர், 'மௌனியை படிச்சிருக்கேளா?' என்று கேட்டார். 'காதில் விழுந்திருக்கு' என்றான் நம்பி. என் முகத்தைப் பார்த்தார். 'ஒரே ஒரு கதை படிச்சிருக்கேன். ஒண்ணும் புரியலே' என்றேன். 'தலைப்பு?' 'மாறாட்டம் என்று ஞாபகம்.' 'இருக்கிறதிலேயே அதுதானே லேசு' என்றார். ஒரு நிமிட இடைவெளிக்குப் பின், 'தேடிப் படிக்கணும். ஹி எஸ் எ கிரேட் ஆதர்' என்றார். அவர் பேசிய இடம், மௌனி என்ற பெயரை அவர் உச்சரித்த விதம், அவருடைய பாராட்டு மூன்றும் எங்களுக்கு மனச்சிலிர்ப்பைத் தந்தன. க.நா.சு. சென்ற பின் நானும் நம்பியும் மௌனி வேட்டை ஆடத் தொடங்கினோம்.

கிராமங்களில்கூட அருமையான நூலகங்கள் இருந்த பொற்காலம். ஒன்றுவிடாமல் அலசிப் பார்த்தோம். நாஞ்சில் நாட்டைப் பற்றி எங்களுக்கு இருந்த அறிவு நல்ல விருத்தி கண்டது என்றாலும் மௌனி அகப்படவில்லை. தேரூர் நூல் நிலையத்தின் நூலகர், 'மௌனி இல்லை. புதுமைப்பித்தன் இருக்கு' என்றார். ஆச்சரியமாக இருந்தது. புத்தகப் பட்டியலை அவர் திருப்பிப் பார்க்கவேயில்லை. முகத்தைப் பார்த்தபோது, மூளையிலிருப்பதை, புத்தகத்தில் என்ன மண்ணாங்கட்டிக்குத் தேடணும் என்ற பாவம் தெரிந்தது. 'புதுமைப்பித்தனைச் சொல்லக் காரணம்?' என்று கேட்டான் நம்பி. 'மௌனி கிறுக்கு இருந்தா புதுமைப்பித்தன்

ஒரு கலை நோக்கு

கிறுக்கும் இருக்கும்' என்றார் நூலகர். இலக்கிய விமர்சகராக இருப்பாரோ என்ற சந்தேகத்துடன், 'மௌனியை படிச்சிருகேளா?' என்று நான் கேட்டேன். 'மணிக்கொடியில் வந்தது முச்சூடும் படிச்சிருக்கேன்' என்றார். 'ஒரு இதழை கண்ணால் பார்க்க முடியுமா?' என்று கேட்டான் நம்பி. 'ஒண்ணுகூட இல்லையே' என்று கையை விரித்தார். 'ஐயையோ பெரிய பொக்கிஷம் இல்லையா?' என்றான் நம்பி. 'இப்பமில்லா பொக்கிஷம்ன்னு தெரியுது. அண்ணைக்கு மௌனியைப் படிக்கிற நேரத்திலே கிறுக்கு மனுஷன் பொலம்பிக்கிட்டு கிடக்காருன்னுதானே நெனச்சேன்' என்றார்.

ஒருமுறை கொச்சிக்குப் போன நம்பி, திரும்பி வந்ததும் 'கொச்சியிலேகூட மௌனி கிடைக்கலே' என்றான். கொடு மலையாளத்தில் யாராவது மௌனியைத் தேடுவார்களா என்று கேட்டேன். நம்பி ஒரு தினுசாக என்னை முறைத்தான். 'உ.வே.சா. என்ன சொல்லியிருக்கார்? ஒரு புஸ்தகமோ ஏடோ தேவைன்னா பார்க்கறவா எல்லாரிட்டையும் அதப் பத்திக் கேளு. கூச்சப்படாதே. ஒரு அரிசிமணி கிடைக்கணும்னா அரைப்படி உமியைத் கிளறித்தான் ஆகணும் அப்டீனு சொல்லி யிருக்கார்' என்றான். நாங்களும் உ.வே.சா. வழியைப் பின்பற்றத் தொடங்கினோம்.

எனக்கு உடல்நிலை மிகவும் மோசமாக இருந்த காலம். குதிரை வண்டி ஒன்றை அமர்த்தி நானும் நம்பியும் சுசீந்திரம் போனோம். வீடு வீடாகக் கேட்டுவிடலாம் என்று அங்கிருந்த எங்கள் நண்பர்கள் சொல்லியிருந்தார்கள். குதிரை வண்டி கொஞ்ச தூரம் போனதும் வண்டிக்காரரிடம் நான், 'மௌனியைப் பத்தித் தெரியுமா?' என்று கேட்டேன். நம்பியை முந்திக்கொண்டுவிட வேண்டும். 'நல்லாத் தெரியுமே' என்றார் வண்டிக்காரர். 'நேர்ப்பழக்கம் உண்டா?' என்று கேட்டோம். 'கோட்டார்லே சுத்திக்கிட்டிருந்தவருதானே' என்றார். மேலும் விசாரித்தபோது மனம் பிசகிய நிலையில் மௌனச் சாமியார் என்றொருவர், கோட்டாரில் நிர்வாணமாக அலைந்துகொண்டிருந்தார் என்பது தெரிந்தது. 'சாமி உத்தேசமா எத்தனை வருஷம் நிர்வாணமாக இருந்திருப்பார்?' என்று கேட்டான் நம்பி. 'கருப்பையிலேருந்து கட்டையில போறவரைக்கும் நிர்வாணம்தான்' என்றார் வண்டிக் காரர். அதோடு நிறுத்திக்கொள்ளாமல், 'நமக்குப் பைத்தியம், வேட்டியைக் கட்டிக்கிட்டு ஆத்தமாட்டாம அலைய றோம்' என்றார்.

1959இல் சென்னையில் அகில இந்திய எழுத்தாளர் மாநாடு நடந்தபோது எனக்கும் நம்பிக்கும் அழைப்பும், க.நா.சு.

விடமிருந்து தனிக்கடிதமும் வந்தன. அந்த நிமிஷமே நாங்கள் பரஸ்பரம் பேசிக்கொள்ளாமலே சென்னைக்குப் போவது என்று தீர்மானித்துவிட்டோம். க.நா.சு.வை திருவல்லிக்கேணி ஸ்டார் பிரசுரத்தில் சந்தித்தபோது அவர் மாநாட்டைப் பற்றிப் பேசுவதற்கு முன், 'மௌனி கதைகள் புஸ்தகமாவரது' என்றார். புத்தகத்தைத் தபாலில் அனுப்பிவைக்கச் சொல்ல வேண்டும் என்ற நினைப்பில் விலையை முன்பணமாகக் கொடுக்க முயன்ற போது, 'இப்போ பணமெல்லாம் வேண்டாமய்யா. செட்டியார் வெகுமதிக்கெல்லாம் பயப்படற ஆள் கிடையாது' என்றார் க.நா.சு.

புத்தகங்கள் நாகர்கோவிலுக்கு வந்து சேர்ந்தன. மனதைக் குவித்துக்கொண்டு படித்தால்தான் சுமாராகவாவது மண்டையில் ஏறும் என்ற பயத்தோடு புத்தகத்துடன் மொட்டை மாடிக்குப் போனேன். படிக்கப் படிக்க மௌனி என் கன்னங்களை கிள்ளி, தலையை உசுப்பி, பின் பக்கம் தள்ளிவிடுவதுபோல் தோன்றிற்று. நம்பி வந்ததும் 'எப்படி?' என்று கேட்டேன். 'இன்னும் ஒரு மாசம் நீங்க எதுவுமே எங்கிட்டக் கேக்கக் கூடாது என்றான். சில வாரங்களுக்குப் பின்' மௌனியிடம் பல மர்மங்கள் இருக்கு. அவர் என்னை ஆட்டிப் படைக்கிறார்' என்றான்.

பின் வந்த ஐந்நூறு மாதங்களில் மேலும் இரண்டு மூன்று முறை நான் மௌனியைப் படித்தேன். வரிகளுக்குப் பின்னா லிருந்து சிறிது வெளிச்சம் வருவதுபோல் இருந்தது. 'என் குகைக்குள் தைரியமாக வா' என்று என்னை அழைக்கிறார் மௌனி. மேலும் சில தடவை படித்தபோது மௌனி தன் மார்போடு என்னை அணைத்துக்கொள்வதை உணர்ந்தேன். அதன்பின் பல மாதங்கள் அடிக்கடி நானும் நம்பியும் மௌனி கதைகளில் கண்டுபிடித்த ரகசியங்களை மட்டுமே பரிமாறிக்கொண்டோம். கதைகளைப் பற்றிப் பேசிக் கொள்வது சாதாரணமாகத் தோன்றிற்று. அப்போது நம்பி ஐந்து முறை மௌனியைப் படித்திருந்தான். சந்தர்ப்பங்கள் பொருந்தி வரும்போது அவருடைய வாக்கியங்களைத் தட்டிவிடத் தொடங்கியிருந்தான்.

நம்பியின் தம்பி வெங்கடாஜலம், சிதம்பரத்துக்கு ஒரு பரீட்சை எழுதப் போனவன், ஹால் டிக்கட்டை விட்டுவிட்டு போய்விட்டான். நம்பி கிளம்பினான் ஹால் டிக்கட்டோடு. அவனுக்கு ஒரு சந்தர்ப்பம் வாய்த்துவிட்டது! நானும் நம்பியும் சேர்ந்து போய் மௌனியைப் பார்க்க வேண்டும் என்று, குறைந்தது ஐம்பது தடவையாவது பேசிக் கொண்டிருந்திருக்கிறோம். எனக்கு ஏமாற்றமாகப் போய்விட்டது. 'இப்போதே சேர்ந்து போவோம். கைக்கொழந்தையா உங்களை கவனிச்சிப்பேன்' என்றான் நம்பி.

தனியாக மௌனியைச் சந்திக்க அவனுக்கு உள்ளூர ஒரு பயமும் இருந்தது. 'அவர் கதை மாதிரி பேசத் தொடங்கிட்டா எக்கச் சக்கமாக உளறிடுவேன்' என்றான். எனக்கு உடல்நிலை மிக மோசமாக இருந்தது. அந்த நிலையில் மௌனியைப் பார்க்க வெட்கப்பட்டேன்.

சிதம்பரத்திலிருந்து திரும்பியதும் நேராகக் கைப்பையுடன் எங்கள் வீட்டுக்கு வந்தான் நம்பி. என் மனசு படபடத்தது. 'அவர் பேசினதெல்லாம் சாவகாசமாச் சொல்றேன். வாக்கியத்துக்கு வாக்கியம் போடற கெட்ட வார்த்தை இருக்கே, ஒவ்வொண்ணும் லட்டு லட்டுவா இருக்கு' என்றான் நம்பி. அதன்பின் நினைவு வரும்போதெல்லாம் நம்பி மௌனியைப் பற்றி செல்லக் கோபத்துடன் எவ்வளவோ என்னிடம் சொன்னான். 'பெரிய சிங்கம்னு நினைப்பு; வெறும் ஆட்டுக்குட்டி. கையிலே ரெண்டு புல்லை வச்சுண்டிருந்தா என் பின்னால இங்கேயே வந்துடும். ஆனா அவர் பேச்சுக்கு நீங்கள் ஈடு கொடுக்கத் தொடங்கினா நெஞ்சுவலி வந்து ஆஸ்பத்திரில அட்மிட் பண்ணும்படி ஆயிடும்' என்றான்.

சில வாரங்களுக்குப் பின் மௌனியிடமிருந்து நம்பிக்கு ஒரு கிறுக்கல் கார்டு வந்தது. அதில் அவர் எழுதியிருந்ததைக் கண்டுபிடிக்க நம்பிக்கு மூன்று மாதங்கள் வரையிலும் ஆயிற்று. அக்ரஹாரத்தில் ஒருவர் பாக்கியில்லாமல் அந்தக் கார்டைக் காட்டி நச்சுப் பண்ணத் தொடங்கிவிட்டான். தில்லியில் அண்டர் செக்ரெட்ரியாக பணியாற்றிவிட்டு ஓய்வுபெற்று வந்திருந்த ஒரு மாமா, 'படிச்சுச் சொல்றது அப்பறம் இருக்கட்டும். என்ன பாஷைனு முதல்ல கண்டுபிடிச்சுடறேன்' என்றார். மற்றொரு மாமா, 'அசடு, சுருக்கெழுத்துடா. அத தெரிஞ்சவாகிட்டக் கேளு' என்றார். 'சமஸ்கிருதமாக இருக்குமோ?' என்று என்னிடம் கேட்டான் நம்பி. அதன்பின் அவன் தன் ஜேபியில் கார்டை வைத்துக்கொண்டு தெருவில், பஸ்ஸில், பூங்காவில், கிடைத்த நேரத்திலெல்லாம் ஆராய்ச்சி செய்துகொண்டே இருந்தான். திடீரென்று ஒருநாள் அவன் வந்ததும் எண்ணைப் பிசுபிசுப்பில் தோய்ந்து போயிருந்த கார்டை எடுத்து படித்துக் காட்டத் தொடங்கிவிட்டான். 'ஏழு எழுத்துக்களைத் தவிர மீதி சகலதும் கண்டுபிடிச்சாச்சு' என்றான். படித்து முடித்ததும்,' எதுக்கு இப்படிச் சுத்தி வளைக்கணும்' என்று நான் கேட்டேன். 'கடிதாசில இருக்கிற ஜெபர்தஸ்தை எல்லாம் கழத்தி வச்சுட்டுப் பாத்தா விஷயம் சுருக்கமா நம்ம ரெண்டு பேரும் ஒண்ணா அவரப் பாக்கப் போணும் என்பதுதான்' என்றான்.

இரண்டு மூன்று மாதங்களுக்குப் பின் நானும் நம்பியும் சிதம்பரம் போனோம். நாங்கள் பஸ் ஸ்டாண்டில் இறங்கி ஒரு

அறையெடுத்து குளித்துவிட்டு டிபனையும் முடித்துக்கொண்டு போகலாம் என்று தீர்மானித்தோம். நாலு எட்டுக்கூட வைத்திருக்க மாட்டோம். பின்னாலிருந்து அதிகார மிடுக்குடன் ஒரு குரல், 'நம்பீ' என்று கத்துவது கேட்டது. திரும்பிப் பார்த்த நம்பி, 'ஐயையோ, இவர் இங்கேயே வந்து நிக்கறாரே' என்று கத்தினான். வெள்ளை மயிர் கொத்துக் கொத்தாக முன் நகர்ந்து விழ லாவகத்துடன் விறுவிறுவென்று நடந்து எங்கள் பக்கம் வந்துவிட்டார் மௌனி. இடுப்பொடுங்கி தசை இறுகிய உடற்கட்டும், நடையின் வாலிப மிடுக்கும் என்னைக் கவர்ந்தன. நம்பி என்னை அறிமுகப்படுத்த வலது கையைத் தூக்கத் தொடங்கியதும் அவர் குறுக்கிட்டு 'அறிமுக மயிரொண்ணும் வேண்டாம். நீ நம்பி, அது ராமசாமி' என்றார். 'நீங்க கோவிச்சுக்கக் கூடாது ஸார். ஒரு சின்ன விஷயம்' என்றான் நம்பி. 'என்னது?' என்று குரலில் ஒரு கோணலோடு கேட்டார் அவர். நம்பியின் சுருதி இறங்கிவிட்டது. 'ஸார், ஹோட்டல்லே ஒரு ரூம் எடுத்து குளிச்சுட்டு வந்துடலாம்னு பாக்கறோம்' என்றான். 'இந்த லோகத்துல நீ ஒருத்தன்தான் குளிச்சு சுத்தமா இருக்கறவனோ?' என்று கேட்டார் மௌனி. அதன்பின் ஒரு இளக்காரத்துடன், 'எந்த ஹோட்டல்னு தீர்மானம்?' என்றார். நம்பி பரக்கப் பரக்க விழித்துவிட்டு கண்ணுக்குத் தெரிந்த ஒரு ஹோட்டல் போர்டைக் காட்டினான். மௌனி, லேசான வலிப்புடன், 'சீச்சீ, இது வேண்டாம். போற வழியிலே ஒசத்தியா ஒண்ணிருக்கு. ஆனந்தமா இருக்கும். இங்க மூணோ நாலோ குட்டிகளை வச்சுண்டு ஒப்பேத்திண்டிருக்கான் தரித்திரம். அங்கன்ன ஒரு டஜனுக்கு மேலே இருக்கு' என்றார். நான் நம்பியின் பின்னங்கையை லேசாகக் கிள்ளினேன். உடனே நம்பி, 'சரி ஸார் போவோம், தப்பா நெனச்சுக்காதேங்கோ' என்றான்.

மௌனி அவர் வீடு நெருங்கியதும் 'மாடியில உனக்கும் அவனுக்குமா தனி ரூம்; ரெண்டு படுக்கை; படுக்கைன்னா பாய் இல்லை; மெத்தை – ஆளுக்கொரு பாக்கெட் சிகரெட்; ப்ளேயர்ஸ்' என்றார். சிரித்தபடி, என் கையைப் பற்றி, 'ஊதற பழக்கம் உண்டோ இல்லையோ?' என்றார். எனக்குத் தர்ம சங்கடமாக இருந்தது, 'சில சமயம்' என்றேன். 'ரெண்டு ரெண்டா ஊதுவாய்ன்னு கேள்வி' என்றார். குளித்து டிபன் முடித்ததும் 'மாடிக்குப் போறது' என்றார் மௌனி. நாங்கள் மாடிக்குப் போய் உடம்பைச் சாய்த்தோம். என் காதோரம் நம்பி, 'இன்னும் பத்து நிமிஷத்திலே இங்கே வந்திடுவார்' என்றான். அவன் சொன்னபடியே நடந்தது. தூக்கம் கண்ணைச் சுழற்றிக் கொண்டு வந்தபோது காலடி ஓசை கேட்டது. மௌனிதான். அறைக்கு வெளியே இரு கைகளையும் நிலைப்படியின் மேலே தூக்கி

ஒரு கலை நோக்கு

வைத்தவாறு முகத்தை மட்டும் உள்ளே விட்டுக்கொண்டார். லேசாகக் கனைத்தார். நாங்கள் எழுந்து உட்கார்ந்துகொண்டோம், 'நீங்க பாட்டுக்குத் தூங்குங்கோ, சௌகரியம் எப்பிடீனு பாக்க வந்தேன்' என்றார். அதன்பின் 'ஒரே ஒரு சந்தேகம். போனதவா வந்திருக்கச்சே 'அழியாச்சுடர்' கதையில அந்தப் பொண் அவனைக் கல்யாணம் பண்ணிண்டாளானு கேட்டியே. அப்பப்பொ ஞாபகம் வந்து தனியே சிரிச்சிப்பேன்' என்றார். நம்பி என் மனதில் ஏற்றியிருந்த மௌனியின் படிமத்தை வைத்து, இது ஒரு தூண்டில் என்று நினைத்துக்கொண்டேன். 'ஏன் ஸார், உளறல் கேள்வியா?' என்று கேட்டான் நம்பி. 'நோ நோ, இட் ஈஸ் எ ப்ரில்லியன்ட் கொஸ்டின்' என்று சொல்லிக்கொண்டே வலது காலை அறைக்குள் வைத்தார். ஸார் உக்காருங்கோ' என்றான் நம்பி. நாங்கள் இருவரும் சுவரைப் பார்க்க நகர்ந்து கொண்டோம். நின்றுகொண்டிருந்த ஒரு கற்சிலை வாகாக அமர்ந்துகொண்டது போல் மௌனி உட்கார்ந்தார். புகை உடம்பு தன்னை மாற்றிக்கொள்வது போல் இருந்தது. 'அந்தப் பெண் என்னை பைத்தியமா அடிச்சுட்டா ஸார். இத்தனைக்கும் நீங்க அவளைப் பத்திப் பெரிசா ஒண்ணும் சொல்லிடலை. மாஜிக் மாதிரின்னா இருக்கு ஸார்' என்றான் நம்பி. நம்பியின் பாராட்டில் சிறிதும் சந்தோஷம் அடையாத மாதிரி முகத்தை இறுக்கமாக வைத்துக் கொண்டார் மௌனி. 'உனக்கு அவளப் பத்தி ஏக்கம் இருக்கு; அவளுக்கு உன்னைப் பத்தி இல்லியே' என்றார். தொடர்ந்து, 'அவ யாரை வேணா கட்டிண்டு போறா, உனக்கென்ன மயிரு?' என்று கேட்டார். நம்பி பெரிதாகச் சிரித்தான். ஒவ்வொரு தடவை மௌனி கேலி செய்யும்போதும் அவனுக்குத் தாங்க முடியாத சந்தோஷம் ஏற்படும்.

'உனக்கு ரொம்ப பிடிச்ச கதை எது?' என்னைப் பார்த்துப் கேட்டார் மௌனி. 'பிரபஞ்ச கானம்' என்றேன். நம்பியைப் பார்த்து, 'அதைப் படி' என்றார். அப்போதுதான் அவர் கையில் 'அழியாச்சுடர்' தொகுதி இருப்பதை நாங்கள் கவனித்தோம். பிரபஞ்சகானத்தை நம்பி படிக்கத் தொடங்கினான்:

'அவன் அவ்வூர் வந்து, மூன்று வருஷம் ஆகிறது. வந்த சமயம், மேல் காற்று நாளே ஆயினும், அன்றைய தினம் உலகத்தின் வேண்டா விருந்தினன் போன்று காற்று, அலுப்புற்றுச் சலித்து, ரகசிய புக்கிடமாக, மரக்கிளைகளில் போய் ஒடுங்கியது போன்று அமர்ந்திருந்தது. என்று படித்து முடித்ததும். நம்பி, 'ரொம்ப அற்புதமான ஆரம்பம் ஸார்' என்று உணர்ச்சிவசப்படச் சொன்னான். 'சுருதி சேர்த்தபின் வீணையை மீட்டுவது போல் இருக்கிறது' என்றான். அவன் கூறிய சங்கீத உவமானம் மௌனிக்கு ரொம்பப் பிடித்துவிட்டது. புன்னகை மாதிரி உதடு

நெளிந்தது. மௌனி என்னைப் பார்த்து, 'ஒனக்கு என்னென்ன சந்தேகம் உண்டோ, அவ்வளவை யும் கேளு. தப்பா நெனச்சுக்க மாட்டேன்' என்றார்.

நம்பி கதையைத் தொடர்ந்து வாசித்தான். நடுவில் குறுக்கிட்டு நான் ஒரு கேள்வி கேட்டேன். 'ஸார், ஒரு சம்பாஷணை முடிந்ததும், கூறினான் என்று வருகிறது. மற்றோரிடத்தில் சொன்னான் என்று வருகிறது. மனசுக்குள் வித்தியாசம் இருக்கா?' என்று கேட்டேன். அந்தக் கேள்வி மௌனிக்கு ரொம்பவும் பிடித்துவிட்டது. முதல் தடவையாக அவர் சிரிப்பதையும் பார்த்தேன். கொஞ்சம் புகையிலையைச் சுருட்டி இடது வாயோரம் திணித்தபடி 'நீ கொஞ்சம் இடக்குப் பேர் வழின்னாலும் பெரிய மண்டை என்று நம்பி சொன்னது சரிதான்' என்றார். மௌனி புகழ்வதை அப்படியே எடுத்துக்கொண்டால் நாம் நாள்பட ஒண்ணாம் நம்பர் அசடாகிவிடுவோம் என்று நம்பி சொல்லியிருந்தது நினைவுக்கு வந்தது. அவர் என்னைப் பார்த்து, 'எனக்குக் கூறினான்னா ஒண்ணு, சொன்னான்னு சொன்னா இன்னொண்ணு' என்றார். தொடர்ந்து 'மலர்ன்னா ஒண்ணு. பூன்னா இன்னொண்ணு என்று நூற்றுக்கணக்கான வார்த்தைகளை இப்படி மனசில பிரிச்சுப் போட்டுண்டு இருக்கேன்' என்றார். 'ஒண்ணு ரெண்டு உதாரணங்களைச் சொல்லுங்களேன், ஸார்' என்றேன். சம்பாஷணை சரியான தடத்துக்குள் நுழைந்துவிட்டது (நுழைய வைத்துவிட்டார் என்றும் சொல்லலாம்) மௌனியின் முகத்திற்கு ஒரு குளுமையைத் தந்திருந்தது. 'சொன்னான் அப்டீன்னு சொன்னா மேலோட்டம். அதோட லௌகீக தளம். ஆழமோ கனமோ ஒரு எழவும் கிடையாது. கூறினான் அப்டீன்னு சொன்னா, அதில தீர்மானம், உறுதி இப்டீன்னு எவ்வளவோ இருக்கு. மௌனி ஒரு அடாவடிக்காரன் என்று அவர் நண்பர் சொன்னார். அப்டீன்னு சொல்றது. 'மௌனி ஒரு எழுத்தாளனே இல்லை' என்றால் அவன் கூறினான் என்று வரும். அர்த்த மாறதா? என்றார் 'பூ அப்டீன்னு சொன்னா எனக்கு அது சின்னது. பிச்சிப்பூ, முல்லைப்பூ மாதிரி. மலர்ன்னா தாமரை, சூரியகாந்தி மாதிரி' என்றார். 'அதோட நீங்க ஒண்ணு தெரிஞ்சுக்கணும். அகராதி ஒரு விவஸ்தைகெட்ட மொண்ணை வஸ்து. ஒவ்வொரு வார்த்தைக்கும் ஏகதேசமா இதுதான் அர்த்தம் அப்டீனுதான் அதால சொல்ல முடியும். ஒரே அர்த்தம் தர ரெண்டு சொல்லுக்குள்ளே மயிரெழை வித்தியாசம் இருக்கு. அதுக்கு பாஷை கிடையாது. மனசால உணர்ந்தா உண்டு. இல்லைன்னா இல்லை. ரெட்டக் குழந்தைகளுக்கு இருக்கிற வித்தியாசத்தத் தெரிஞ்சுக்கற மாதிரி இது. இல்லைன்னா ராமென லட்சுமன்னும் லட்சுமணனெ ராமன்னும் தப்பு தப்பா கூப்பிட்டிண்டே இருப்போம். அவன்ட்ட சொல்லவேண்டியதெல்லாம் இவன்ட்ட

சொல்வே. உளறல்தானே அது. இப்ப நாம எழுதற தமிழெல்லாம் தப்புத் தமிழ். அதில யோசிக்காத பழக்கம் இருக்கே தவிர யோசிச்சு கண்டுபிடிப்பு ஒரு மயிரும் கிடையாது. இப்படி எழுதறதெவிட நாக்கப் பிடுங்கிட்டு சாகலாம்' என்றார்.

'நீங்க சொல்றது புத்தம் புதுசா இருக்கே ஸார் என்றான் நம்பி.

'புத்தகம் புதுசுதான். நாள்பட யோசிச்ச புதுசு. உங்க ரெண்டு பேருக்கும் வள்ளிசா இது தெரியாது' என்றார் மௌனி. எங்களுக்குக் கேட்கக் கஷ்டமாக இருந்தது. யோசிக்க வேண்டும் என்று தோன்றிற்று.

'எப்படி ஸார், நான் சுமாரா எழுதறேனா?' என்று கேட்டான் நம்பி.

'சுமாராகவா? ரொம்ப நன்னா எழுதறே' என்றார். ஏதோ மேற்கொண்டு சொல்லவரும் மௌனியின் முகத்தையே நம்பி பார்த்துக்கொண்டிருந்தான். அவன் முகம் முழுக்கச் சந்தேகமாக இருந்தது.

'எனக்கு ஒரு வயசான சித்தப்பா இருந்தார். ஒண்ணுக்குப் போகத் தொடங்கினா அவர் பாட்டுக்கு ஒண்ணுக்குப் போயிண்டே இருப்பார். என்னடா இது, மூணு நாலு கொடம் பிளாடர்லேயிருந்து வரமுடியுமா அப்டீனு தோணும். எல்லாரும் ஒண்ணுக்குப் போக வேண்டியதுதான். அதுல சந்தேகமே கிடையாது. ஆனா ஒண்ணுக்குப் போகத் தொடங்கினா முன்னப்பின்ன முடிச்சுக்கணும்னு கிடையாதா? நீ பாட்டுக்கு நீலக் கடல் கதையிலே போயிண்டே இருக்கியே. என் சித்தப்பாவயே தோக்கடிச்சிடுவாய் போலிருக்கே' என்றார்.

தனக்கு நோபல் பரிசு கிடைத்ததுபோல் நம்பி சந்தோஷப் பட்டுக் கொண்டான்.

'மண்டையாலதான் எழுத முடியும். அதுலயும் மனுச மண்டையாலே. அதனாலதான் உராங்குட்டான், சிம்பன்சி எல்லாம் கவிதை எழுதாம இருக்கு. பிரக்ஞை சுடர் மாதிரி எரிஞ்சிண்டே இருக்கணும் உள்மனசிலே' என்றார்.

நம்பி தயக்கத்துடன், 'ராமசாமி கதைகளைப் படிச்சிருக்கேளா ஸார்?' என்று கேட்டான்.

'அவன் கதைகளை படிக்காம இருக்க முடியுமா? ஜானகி ராமன் பெரிய டிஸ்கவரீனு சொல்லியிருக்கானே. தன்னைவிட நன்னா எழுதறதாகச் சொல்றான் அவன். அது மட்டுமா தூங்கச்சயும் க.நா.சு. இவன் பெயரேப் புலம்பின வண்ணமா இருக்கே. லேசான ஆளா? படிச்சிருக்கேன்' என்றார்.

‘புரியற மாதிரி சொல்லுங்களேன் ஸார்’ என்றான் நம்பி. குரலில் கெஞ்சல் இருந்தது.

மௌனி என் கையைப் பிடித்துக்கொண்டார். ‘இவன் மூளை கலையைப் படைக்கவிடாதே. அதுக்கு நான் என்ன செய்ய முடியும்? கலையைவிட தான்தான் உயரம் அப்டீன்னு ஒரு முக்காலிலே ஏறி நின்னுப்பன். கலை பெரிசுடா, சித்தக் கீழ எறங்குடா, புண்ணியமாப் போகும் அப்டீன்னு சொன்னா கேக்க மாட்டேங்றானே’ என்றார்.

நம்பி நமுட்டுச் சிரிப்புச் சிரித்தான். எனக்கு உலக்கையடி கிடைத்தது அவனுக்குச் சிறிது சந்தோஷத்தையும் தந்ததோ என்னவோ.

‘எனக்கும் ஊர்ல நண்பர்களுக்கும் அவர் எழுத்தைப் பத்தி ஒசத்தியான அபிப்பிராயம் ஸார்’ என்றான் நம்பி.

மௌனி, நம்பியின் முகத்தைக் கூர்ந்துப் பார்த்தார். ‘ஒண்ணு கேக்கறேன். பதில் சொல்லு. நீ ரம்பை, திலோத்தமை, ஊர்வசி இவாளையெல்லாம் பாத்திருக்கியா?’

‘எனக்கு அந்தப் பாக்கியம் கிடைக்கலையே ஸார்’ என்றான் நம்பி.

‘அதுதான் ரோட்ல போற குட்டிகளெல்லாம் பார்த்து பல்லக் காட்டிண்டு இருக்கே. ஒரு பாவாடை நுனி தெரிஞ்சாப் போரும், பின்னாலெ போயிண்டேயிருப்பே. முன்னாலே போயிண்டிருக்கிறவளெ பொண்ணுன்னு சொல்லலாம். என்ன மயிருக்கு பேரழகின்னு சொல்லணும்?’ என்றார்.

‘நீங்கள் இன்னும் தெளிவாகச் சொன்னாத்தான் எனக்குப் புரியும்’ என்றேன்.

‘விவரமாச் சொன்னா உன் மூளையால என்னைச் சகதியில தள்ளிடலாம்னு பாக்கறியா?’ என்றார்.

‘சரி, எங்க ரெண்டு பேரையும் விட்டுட்டு மத்தவங்களப் பத்தி சொல்லுங்களேன்’ என்று கேட்டேன்.

‘நீ ஒவ்வொண்ணா கேளு. நான் சொல்றேன். எனக்கென்னடா பயம்? என் நாக்கை அறுத்தாலும் காட்டெருமையை மான் குட்டின்னு சொல்லமாட்டேன்’ என்றார்.

‘முதல்ல பாரதி’ என்றான் நம்பி.

‘அவன் அப்புராணி. சங்கடப்பட்டுச் செத்துப் போனவன். அவனை வதச்சது காணாதா?’ என்று கேட்டார் மௌனி. முகத்தைப் பரிதாபமாக வைத்துக்கொண்டார்.

‘நாங்கள் தெரிஞ்சுக்கறதுக்குத்தானே. பேப்பரிலேயா போடப் போறோம்’ என்றான் நம்பி.

‘அவனுக்கு நல்ல படிப்பு. பொய் சூதுவாது கிடையாது. ஆனா அவனுக்குக் கவிதை எழுதவராது அதுக்கு நானென்ன செய்ய முடியும்?’ என்றார்.

எங்களுக்கு மிகுந்த அதிர்ச்சியாக இருந்தது.

‘இன்பத்தேன் வந்து பாயுது காதினிலே அப்டீனு சொல்றானே’ அந்த அனுபவத்தை நெனச்சுப் பாத்திருக்கேளா? அருவருப்பு, தாங்க முடியாத அருவருப்பு. என்ன இது? ஒரு கவிஞன் இப்படியா சொல்லுவான்?’

‘கவிதையை இப்படிப் பார்க்க முடியுமா ஸார்? கவித்துவ உலக ஒப்பீடுகளையோ, வர்ணனைகளையோ யதார்த்தம் சார்ந்து மதிக்க முடியுமா ஸார்?’ என்று நான் கேட்டேன்

‘அப்படியா? எனக்குத் தெரியலே. ஒரு உதாரணம் சொல்லேன்’ என்றார் மௌனி.

நான் வாய்ப்பான வரிகளைச் சொல்ல முயன்றுகொண்டிருந்தேன். உடனடியாக எனக்கு எதுவும் ஞாபகத்துக்கு வரவில்லை.

‘அவசரமில்லை. ஒரு வருஷம் டைம் தரேன். பின்னால எழுது’ என்றார்.

‘பிச்சமூர்த்தி?’ என்றான் நம்பி.

‘நான் அவரைப் பத்தி ஒண்ணும் சொல்ல விரும்பலை’ என்றார் மௌனி.

‘ஏன் ஸார்?’ என்று கேட்டான் நம்பி.

‘அவர் மஹான். கும்பகோணம் தாகூர். பிரம்மரிஷி. கோச்சுண்டு சபிச்சா ஆமையாப் போயிடுவேன்’ என்றார்.

‘அவர் எழுத்தை மதிக்கிறவன் ஸார் நான். நீங்கள் கிண்டல் செய்வதைவிட விமர்சனமாக எதாவது சொல்லலாமே’ என்றேன்.

‘சமீபத்திலே ஒரு கட்டுரை படிச்சேன். நான் தாடி வளர்ப்பது ஏன்? என்ற தலைப்பில் எழுதியிருக்கிறான். கொஞ்சமாவது சொரணை இருக்கா? நீ எதுக்குத் தாடி வளத்தா எனக்கென்னடா? தாடி வளர்வது ஏன் என்று எழுது. நாலு பேர் தெரிஞ்சுக்க வேண்டிய விஷயம் அது’ என்றார்.

நம்பி பொய்ச் சிரிப்புச் சிரித்தான். அவனிடம் இந்த விஷயத்தை ஏற்கனவே சொல்லியிருக்கலாம் என்று தோன்றிற்று. அத்துடன் அவர் சொல்லுகிற விஷயங்கள் எல்லாமே சொல்லிச்

சொல்லித் தடம் விழுந்து மாஜிக் காட்டுகிறவன் பேச்சுப் போல் இருந்தது.

எங்கள் மனம் சோர்வடைந்தது ஒரு நொடியில் அவருக்குத் தெரிந்து விட்டது.

'அப்பறம் பேசலாம். இருக்கப் போறேளே ரெண்டு நாள்' என்றார். எழுந்து நின்று துண்டை உதறினார்.

நாங்கள் படுத்துக்கொண்டதும் தூக்கம் எங்களை ஆட்கொண்டது.

2

மறுநாள் புதுமைப்பித்தன், க.நா.சு. லாச.ரா. மூவரைப் பற்றியும் கேட்போம் என்று எனக்குத் தோன்றிற்று. நம்பியும் சரி என்றான். 'அதோடு மானமா நிறுத்திப்போம். கம்பன், வால்மீகி எல்லோரையும் பொட்டுக்கடலை ஆக்கிடுவாரோனு பயமா இருக்கு' என்றான்.

புதுமைப்பித்தனைப் பற்றி மௌனிக்கு நல்ல அபிப்பிராயம் இருந்தது. 'சோ.வி. கெட்டிக்காரன். ஹி இஸ் எ பாண் பொயட். ஹிஸ் கமாண்ட் ஓவர் த லாங்குவேஜ் ஈஸ் வொண்டர்ஃபுல்' என்றார். பு. பி.யைக் கேலி செய்யும் நோக்கம் அவருக்கு இல்லை என்பது தெரிந்தது.

க.நா.சுவைப் பற்றியும் அவருடைய அபிப்பிராயம் கொஞ்சம் உயர்வானதுதான். 'அவருடைய நாவல்கள், சிறுகதைகள் எல்லாம் எப்படி ஸார்?' என்று நான் கேட்டேன். அந்தக் கேள்விக்கு அவர் பதில் சொல்லவில்லை. 'எழுத்துலே கரித்துண்டுக்கும் வைரத்துக்குமான வித்தியாசம் அவனுக்குத் தெரியும். அந்த ஒண்ணே போருமே' என்றார். புதுமைப்பித்தன், க.நா.சு. ஆகியோரின் படைப்புகள் பற்றி அவர் எதுவும் கமிட் செய்து கொள்ளாதது என் மனதை உறுத்திற்று. லா.ச.ரா.வைப் பற்றிக் கேட்டபோது, 'என் வாயைப் பிடுங்கப்படாது. அவன் காதிலே விழுந்தா ஜென்மத்துக்குத் துடிச்சுண்டிருப்பான். வெண்ணெய் தடவி எனக்குச் சொல்லவும் தெரியாது' என்றார்.

'லா.ச.ராவைப் பத்திமட்டும் சொல்லுங்கோ. அதோட நிறுத்திக்கலாம்' என்றான் நம்பி.

'ஒரு வார்த்தை சொல்லுவேன். அதுக்கு மேலே கேக்கக் கூடாது' என்று நிபந்தனை போட்டார் மௌனி. 'அவனுக்குப் பறந்து சந்திர மண்டலத்துக்குப் போணம்னு ஆசை. ஆனா சொட்டச் சொட்ட எண்ணெயெத் தேச்சுண்டு மெத்தையில நம்மகிட்ட வந்து படுத்துண்டுருவன்' என்றார்.

அவர் என்ன சொல்கிறார் என்றே எங்களுக்குப் புரிய வில்லை. இடக்கு, கேட்கக் கேட்க உச்சிக்குப் போய்விடும் என்று தோன்றிற்று.

3

அதன்பின் நானும் நம்பியும், நான் மட்டும், நம்பி மட்டும் என்று பல தடவை மௌனியைப் பார்க்கப் போயிருக்கிறோம். இவை தவிர 1959இல் சென்னையில் நடந்த அனைத்திந்திய எழுத்தாளர்கள் மாநாட்டிலும், 1966இல் ஆலுவாயில் நடந்த அதே எழுத்தாளர் மாநாட்டிலும் அவரைச் சந்தித்து நிறையவே பழக எனக்கும் நம்பிக்கும் சந்தர்ப்பம் கிடைத்தது. ஒருமுறை நானும் வெங்கடசாமிநாதனும் அவரைப் பார்க்கப் போனோம். அதன் பின் நான் மட்டும் ஒரு தடவை பார்க்கப் போனேன் என்பதுதான் என் நினைவு. அதுதான் கடைசி முறை.

தொடர்ந்து நிகழ்ந்த சந்திப்புகளில் அவரிடம் பேசுவதில் எனக்கு ஆர்வம் குறைந்துகொண்டேதான் வந்தது. வேறுபல விமர்சனங்களுடன், பலமுறை பலரிடமும் சொல்லிவிட்ட விஷயங்கள் அவரிடம் அளவுக்கதிகமாக மீண்டும் வந்தன. ஒவ்வொரு தடவையும் புதிதாகக் கேட்பதுபோல் முகத்தை வைத்துக்கொள்வது எனக்கும் நம்பிக்கும் பெரிய தண்டனையாக இருந்தது.

அவருடைய இலக்கிய அபிப்பிராயங்களைத் தொடர்ந்து கேட்டுக்கொண்டிருந்தபோது அதன் சாராம்சம் தன் சமகாலத் தவர்கள் எல்லோரையும் வெங்காயம்போல் கொஞ்சம் கொஞ்ச மாகவும் தளுக்காகவும் உரித்துக்கொண்டே வந்து தன்னை மட்டும் தனியாக நிறுத்திக்கொள்ளும் முயற்சியாகத்தான்பட்டது. எழுத்தாளர்களுக்கு இல்லாத ஒரு புதிய நோய் என்று இதைச் சொல்ல முடியாவிட்டாலும்கூட, மௌனியிடம் அது கடுமை யாகவே இருந்தது. அத்துடன் மௌனியிடம் அவரையும் அவருடைய எழுத்துகளையும் தவிர வேறு எந்த விஷயத்தைப் பற்றியும் பேசுவது சாத்தியமில்லை. வேறு விஷயங்களுக்குள் நாம் நுழைந்தாலும் அங்கு நம்முடன் உறவாடுவதுபோல் ஜாலம் காட்டி விட்டு மீண்டும் நம்மை அவருடைய உலகத்திற்குள், நமக்குத் தெரியாமலேயே, இழுத்துக்கொண்டு வந்துவிடுவார். 1958க்கு முந்திய மௌனியை எனக்குத் தெரியாது. அதற்குப் பின்னால் எனக்குத் தெரியவந்த மௌனி சிந்திப்பதையும் வாசிப்பதையும் எழுதுவதையும்கூட நிறுத்திப் பல வருடங்கள் ஆகிவிட்டன என்று தான் பட்டது. உலகத்தைப் பார்க்காமல், வாழ்க்கையி லிருந்து எந்த எதிர்வினையும் பெறாமல், தன்னைக்கூடப் பார்த்துக் கொள்ளாமல், தன் பிரதாபத்தின் போதையில் கரைந்து நிற்க

விரும்பியவராகவே அவர் எனக்குத் தென்பட்டார். வாழ்க்கை மிகக் கடுமையாக அவரைச் சோதித்திருந்தது. இவை சார்ந்த துயரங்கள் வடிந்த பின்புகூட இச்சோதனைகளை இயற்கையின் விதிவிலக்கற்ற விளைவாகப் பார்க்காமல் தன் வாழ்க்கையில் ஏற்பட்ட வீழ்ச்சியாகவே அவர் நினைப்பதுபோல் தோன்றிற்று. ஓரளவு நெருக்கமான நண்பர்களிடம்கூடத் தனது துக்கங் களைப் பகிர்ந்துகொள்ள அவருக்கு உள்ளூர கூச்சம் இருந்தது. என்னை விடவும் பலமடங்கு அதிகமாக நம்பியை அவர் நேசித்தார். தன்னைப் பகிர்ந்துகொள்ள ஏதோ ஒரு தடுப்பு அவரிடம் இருப்பதை உணர்வதாக அவன் சொல்லியிருக்கிறான்.

எழுத்துப் பிரதியாக, பல இலக்கிய உருவங்களில், தன்னிடம் நிறையப் படைப்புகள் இருப்பதாக மௌனி பலமுறை எங்களிடம் சொல்லியிருக்கிறார். என் மனம் இதை ஒப்பவில்லை. ஏதேனும் ஒரு பகுதியைப் படித்துக்காட்ட பலமுறை கேட்டுக் கொண்டிருக்கிறோம். படித்துக் காட்டியதே இல்லை. தனக்கு மேல்நிலை கணிதத்திலிருந்த ஈடுபாடு பற்றிப் பிரஸ்தாபித்த மௌனி, கணிதம் முதுகலை படித்துக்கொண்டிருந்த ஒரு மாணவனிடமிருந்து பாட புத்தகத்தைப் பெற்று, விடிய விடிய உட்கார்ந்து அத்தனை கணக்குகளையும் ஒரு நோட் புத்தகத்தில் போட்டிருப்பதை எங்களிடம் காட்டினார்.

மௌனியிடம் பழகும்போது ஈரமோ நெகிழ்ச்சியோ இல்லாத மனித ஜென்மம் என்று பிறர் தன்னைச் சொல்லும்படி நடந்துகொள்வார். ஆனால் அவரிடம் நெருங்கிப் பழகப்பழக ஒட்டிக்கொள்ளும் குணம் அவரிடம் இருப்பது நெகிழ்ச்சியுடன் வெளிப்படும். அதிலும் நம்பியின் பிரிவு அவரை மிகவும் சங்கடப்படுத்தியிருக்கிறது. எவ்வளவு சொன்னாலும் கேட்காமல் எங்களை வழியனுப்ப அவர் பஸ் ஸ்டாண்டுக்கு வருவார். ஒரு தடவை பஸ் புறப்பட முடுக்கப்பட்ட பின் வெளியில் நின்று கொண்டிருந்த மௌனி நம்பியைப் பார்த்து ‘எறங்கிடுங்கோ. மதுரைப் பக்கம் கனமழை கொட்டறதாம்’ என்றார். நம்பிக்கு அழுகையே வந்துவிட்டது. நாங்கள் ஊர் வருவது வரையிலும் மௌனியின் தழுதழுத்த குரல் காற்றோடு வந்து காதிற்குள் கேட்டுக்கொண்டே இருந்தது.

பாண்டிச்சேரியில் மௌனி கருத்தரங்கில் பேசியது —
செப்டம்பர் 2001, *கணையாழி*,
மௌனி சிறப்பிதழ், பிப்ரவரி 2002

6

யதார்த்தவாதியான ஒரு கர்ம வீரர்

இந்தியா விடுதலை பெறுவதற்கு முன்னால் என் இளம் பருவத்தில் மற்ற பள்ளித்தோழர்களுடன் சேர்ந்து, 'காமராஜ நாடாருக்கு ஜே!' என்று நானும் கத்தியது நன்றாக நினைவிருக்கிறது. அந்தக் காலத்தில் அவர் அப்படித்தான் அழைக்கப்பட்டு வந்தார். அப்போது அவருடைய பெயரில் எந்த மாற்றமும் செய்ய வேண்டுமென்ற எண்ணம் எவருக்கும் இருக்கவில்லை. அவருடைய ஜாதி வால் அவரது ஜாதி புத்தியைக் காட்டுவதாக எவருமே எடுத்துக்கொண்டது இல்லை. அவரது புகழ் தன்னிறைவு பெற ஒரு பட்டத்தை அவருக்கு அளிக்க வேண்டுமென்ற எண்ணமும் எவர் மனத்திலும் தோன்றியது இல்லை. தமிழ்ச் சமூகத்தில் அன்று அவர் பெற்றிருந்த கௌரவமும் எல்லோருக்கும் நிறைவாகவே இருந்தது. இவற்றின் பொருள் சமூகச் சேவை புரிகிறவனின் நம்பிக்கையும், அந்த நம்பிக்கை சார்ந்த செயல்பாடும் தான் முக்கியம் என்று அன்றைய மக்கள் நம்பினார்கள் என்பதுதான். மெய்யான நம்பிக்கைகள் அல்ல, போட விரும்பும் வேஷங்கள் சார்ந்த அடையாளங்கள்தான் முக்கியம் என்று மக்களை நம்பவைக்கும் கீழ்நிலைப் பிரசாரம் அப்போது அரசியல் நாகரிகமாக பொதுவாக ஏற்றுக்கொள்ளப்பட்டிருக்கவில்லை. காமராஜரைப் போன்ற லட்சியவாதிகளும் கர்மவீரர்களும் அரசியல் களத்தின் சூழலைத் தீர்மானித்து வந்த காலம் அது. சொல்லுக்கும் செயலுக்குமான உறவின் ஜீவப் பிணைப்பு முற்றாக உலர்ந்துபோயிராத காலம்.

தேர்தல் களத்தில் மிதமிஞ்சிய வாக்களிப்புகள், உண்மையை விட அலங்காரப் பேச்சுக்கு அரசியல் களத்தில் முக்கியத்துவம், பண்டைத் தமிழ் வாழ்க்கையின் பெருமைகளை எவ்வித சரித்திர ஆதாரமும் இல்லாமல் மிகைப்படுத்தி மக்களின் உணர்ச்சியைக் கிளறிவிடுதல் போன்ற தந்திரங்கள்தாம் தேர்தல் வெற்றியைத் தீர்மானிப்பவை என்ற சூத்திரம் பெரியாரைவிட்டுப் பிரிந்து வந்த திராவிட அரசியல்வாதிகளால் திட்டமிட்டு உருவாக்கப்பட்டது. இந்தத் தந்திரங்களினால் பெற்ற பதவிகள், அதிகாரங்கள், ஊழல்கள் ஆகியவற்றின் பெரும் அறுவடைகள் காலப்போக்கில் தமிழ்ச் சமூகத்தில் எண்ணற்ற விஷவேர்களைப் பரப்பி வருகிறது.

காமராஜரின் வீழ்ச்சி நவீனத் தமிழ் அரசியலில் நிகழ்ந்த மிகக் கொடுமையான சம்பவம் ஆகும். லட்சியவாதத்தை நடைமுறைத் தந்திரம் முறியடித்த துன்பியல் நாடகம் அது. அரசியலில் காமராஜர் ஒரு புனிதர் அல்லர். அரசியல் களத்தில் புனிதர்கள் எவருமே நிலைக்கவும் முடியாது. ஒரு வெகுளியாக அவர் இருந்திருந்தால் இந்திய அரசியலில் அவரால் தலைமைப் பதவிக்கு ஒரு நாளும் வந்திருக்க முடியாது. உயர்குடிப் பெருமை கொண்டவர்கள், உயர் ஜாதியினர், மெத்தப் படித்தவர்கள், ஆங்கில விற்பன்னர்கள் போன்றவர்களே அரசியல் தலைமைக்கு வரச் சாத்தியமாக இருந்த காலம் அது. காமராஜர் ஒரு கீழ்நிலைத் தொண்டனாக அரசியலில் புகுந்த காலத்தில் கடைசி வரையிலும் ஒரு தொண்டனாக இருந்து கழிவதே தன் விதி என எண்ணி யிருந்தால் அதைச் சரியான யதார்த்தப் பார்வை என்றுதான் எவரும் எடைபோட்டிருக்க முடியும்.

காமராஜருக்கு முறையான கல்வி இல்லை. சென்னைக் காமராஜர் மன்றத்தில் கையெழுத்து மாதிரிக்காக வைத்திருக்கும் அவரது தமிழ்க் கடிதத்தில் மோசமான எழுத்துப் பிழைகள் உள்ளன. அவர், தாழ்ந்த ஜாதியாகக் கருதப்பட்ட மிகக் கேவலமாக ஒடுக்கப்பட்ட சமூகத்தில் பிறந்தவர். இளமையில் குறைந்த வருமானத்திற்குக் கடுமையான உடலுழைப்பில் ஈடுபடவேண்டிய கட்டாயத்திற்கு உட்பட்டவர். அவரது தோற்றம் காரணமாகவே பெரிதும் உயர்ஜாதியினரின் தலைமைகொண்ட ஒரு கட்சியில் மிகுந்த புறக்கணிப்புக்கும் அவமானத்திற்கும் அவர் ஆட்பட் டிருக்கக்கூடும். இந்திய விடுதலை எனும் சுடர் தளர்ச்சியின்றி எரிந்த இதயத்தால் மட்டுமே தாங்கிக்கொள்ளக்கூடிய புறக்கணிப்பை அவர் தொடர்ந்து எதிர்கொண்டிருக்கக்கூடும் என்பதில் சந்தேகத்திற்கு இடமில்லை.

மக்கள் மீது அளவிற்கு அதிகமான நம்பிக்கைகொண்டிருந்தவர் அவர். யதார்த்தவாதியான அவருடைய இந்த நம்பிக்கை, அவரது

பார்வையில் இருந்த ஒரு முரண்பாடு என்றுகூடச் சொல்லலாம். மக்களுக்கு நல்லது செய்தால் அவர்கள் அதைச் சரிவரப் புரிந்து கொள்வார்கள் என்றும் அதை நினைவில்கொண்டு அக்கட்சியை ஆதரிப்பார்கள் என்றும், செய்த நல்ல காரியங்களை வெளிச்சம் போட்டு விளம்பரப்படுத்த வேண்டியதில்லை என்றும் அவர் நம்பினார். மக்களின் பிரித்தறியும் திறனிலும் உள்வாங்கிக் கொள்ளும் சக்தியிலும் இன்றைய அரசியல்வாதியிடம் காணக் கிடைக்காத நம்பிக்கை அவரிடம் இருந்தது.

சகல கட்சிகளும் மக்களைப் பொது மேடைகளில் பொய்யாகத் தூக்கிப் பேசுவதை நீண்ட காலமாகவே கேட்டு வருகிறோம். மக்கள் மீது கொண்ட உள்ளார்ந்த நம்பிக்கையைத்தான் அவர்கள் வெளிப்படுத்துகிறார்கள் என்று இன்றைய அரசியலின் அரிச் சுவடியை அறிந்தவர்கள் கூட நம்பமாட்டார்கள். காமராஜர் உண்மையாகவே மக்கள் மீது நம்பிக்கை வைத்திருந்ததால் அவர்களைத் தூக்கிப் பேச வேண்டிய அவசியம் அவருக்கு இல்லாமல் போயிற்று. திராவிட முன்னேற்றக் கழகத்தினரின் அரசியல் சாமர்த்தியங்களோடு காமராஜரின் அரசியல் அணுகுமுறையில் இருந்த நேர்மையை இந்தச் சந்தர்ப்பத்தில் நாம் ஒப்பிட்டுப் பார்க்கலாம்.

காமராஜரை ஒரு காங்கிரஸ்காரர் என்று மட்டும் சொல்லி முடித்துவிட முடியாது. காங்கிரஸ்காரர்களின் பொதுக் குணம் என்பது அவரது ஆதார சுருதி என்றாலும் அந்தப் பொதுக் குணத்தில் அழுத்தம் பெறாத பல கூறுகளும் அவரிடம் வலிமை யாக இருந்தன. அந்தக் கூறுகளை ஓரளவு காந்தீய ஆளுமையுடன் இணைத்துப் பார்க்க முடியும். ஆனால் காந்தீயத் தத்துவங்களில் அழுந்தும் தன்மையில்லாத குணமொன்றும் அவரிடம் இருந்தது. உதாரணமாக மதச்சிந்தனைகளில் கவனம் கொள்ளாத, கடவுள் வழிபாட்டில் அக்கறை காட்டாத வேற்றுமை முக்கியமானது. சோஷலிசச் சிந்தனைதான் அவருடைய அடிப்படைப் பார்வை யாக இருந்தது என்றும் கூறலாம். பிறப்பு வளர்ப்பில் பெற்ற, இயற்கை அறிவு வழியாகக் கற்றுக்கொண்ட அனுபவச் சாரத்தி னால், பிரச்சனைகளின் ஜீவத்துடிப்பைத் தத்துவத் தளத்திற்கு ஏற்றிச் சிக்கல்படுத்தாமல், 'ஊனக் கண்' கொண்டு பார்த்தே புரிந்துகொள்ளவும் தீர்வு காணவும் அவரால் முடிந்திருந்தது.

அவர் ஆட்சியில் அமர நேர்ந்தபோது ஒரு சில பிரச்சினை களில் அவரது கவனம் தொய்வு காட்டாமல் வலுவாக இருந்தது. மின்சாரத்தின் பயன்களைக் குக்கிராமங்களிலுள்ள மக்கள்வரைப் பெற வழிவகை செய்தல், கல்வியைச் சகல கிராம மக்களுக்கும் ஊட்டுதல், வயிற்றுக்கு உணவில்லை என்ற காரணத்தால் ஏழைக்

குழந்தைகளின் கல்வி தடைபடும் அவலத்தை அவர்களுக்கு இலவச உணவளித்துத் தடுத்தல், பயிர்கள் செழுமைப்பட்டு விளைச்சல் அதிகரிக்க வழிவகை செய்தல் போன்றவையாகும் அவை. இந்த அடிப்படைப் பிரச்சனைகளுக்கு ஓரளவு தீர்வு கண்டிருந்தாலே கலாச்சாரப் பிரச்சனைகள் உள்ளிட்ட பல பொருளாதாரத் தாழ்வுகளுக்கு விடை காண மக்களின் வலுவான ஆதரவைப் பெற்றிருக்க முடியும். அவர்கள் ஆதரவுடன் பல நல்ல காரியங்களை நிறைவேற்றியிருக்கவும் முடியும்.

ராஜாஜி கோஷ்டியினரின் குறுக்கீட்டினால் பதவியில் அமரவே காமராஜருக்கு வெகுகாலம் பிந்திவிட்டது. பெரியார் அவரது அரசியல் பார்வைக்கேற்பக் காமராஜரை ஆதரித்தது புரிந்துகொள்ளக்கூடியது. அதே நேரத்தில் ராஜாஜியின் ஆதரவைப் பெறுவதற்காகத் தி.மு. கழகம் அவருக்கு உயிரூட்டிக் காமராஜரின் கைகளைப் பலவீனப்படுத்திற்று. அரசியல் களத்தில் எந்தக் கட்சியினர் ராஜாஜியை மிகக் கடுமையாக விமர்சித்தனரோ அவர்களே பிற்போக்குவாதியான அவரைத் தேர்தலில் பிராமணர்களின் வாக்கைப் பெறுவதற்காக ஆதரித்தனர். தன்னலமற்ற ஒரு சோஷலிஸச் சிந்தனையாளரான காமராஜை அரசியலில் இருந்தே ஒழித்துக்கட்ட திட்டங்கள் தீட்டினார்கள். ஒரு ஜாதித் தலைவராகத் தேய்ந்துபோயிருந்த ராஜாஜியை எந்த நேரத்தில் வேண்டுமென்றாலும் தூக்கிப் போட்டுக்கொள்ளலாம் என்பதையும், காமராஜரின் தோல்வியை நிகழ்த்தாத வரையிலும் தம் கட்சியின் ஆட்சியை உறுதிப்படுத்த முடியாது என்பதையும் தி.மு. கழகத்தினர் அறிந்திருந்தார்கள்.

தேர்தலில் காமராஜரை விழத்தட்டுவது அவ்வளவு சுலபமாக இருக்கவில்லை. அன்று தி. மு. கழகத்தினர் காமராஜருக்கு எதிராகத் தேர்தல் மேடைகளில் செய்த பொய்ப் பிரச்சாரங்கள் தமிழக அரசியலில் கேவலமான தந்திரங்களை வெற்றிக்கான வழிமுறை ஆக்கிற்று. காமராஜரின் தோல்வி தமிழ்ப் பண்பாட்டைத் தூக்கிப் பிடித்துக்கொண்டிருந்த திமுக வினருக்கு அவர்களை அம்பலப்படுத்திய பெரும் தோல்வியாகும்.

தேர்தல் என்பது ஜாதிக் கணக்குகளை அடிப்படையாகக் கொள்ள வேண்டிய ஒரு சூதாட்டமாக இந்தியா சுதந்திரம் பெற்ற நாட்களிலிருந்து உருவாகி வருகிறது. இந்தியாவின் முன்னேற்றத்திற்கு மிகப் பெரிய தடையாக அமைந்தது தங்கள் வெற்றியை மட்டுமே முன்னிறுத்தி அரசியல் கட்சியினர் ஜாதி வேறுபாட்டைச் சாதகமாகப் பயன்படுத்திக்கொண்டதன் மூலம் அதன் இருப்பை உறுதிப்படுத்தியதாகும். இந்த இழிவான சூத்திரத்தைக் காமராஜரும் ஏற்றுக்கொள்ளும் நிர்ப்பந்தம் நேர்ந்தது மிகப் பெரிய கொடுமையாகும்.

காமராஜரைப் போன்ற தலைவரொருவர் தேர்தல் களத்தில் தோல்வி கண்டால் மக்களை அணுகி மீண்டும் தன் கட்சியின் இடத்தை உறுதிப்படுத்திக்கொள்ளும் காரியத்தையே செய்திருக்க வேண்டும். அதற்கு மாறாகத் தன் ஜாதியினரின் வாக்கை நம்பி அவர் கன்னியாகுமரி மாவட்டத்தில் நின்று தேர்தலில் வெற்றி பெற்றதே உண்மையில் அவர் தன் அரசியல் தோல்வியை ஒப்புக்கொண்டதாகும்.

பட்டம் பெறாதவர்களும் ஆங்கிலம் அறியாதவர்களும் உயர் ஜாதியில் பிறக்காதவர்களும் ஆட்சிக்கு வந்தால் அரசு நிலை குலைந்துபோய்விடும் எனப் பழமைவாதிகள் வெளிப்படுத்தி வந்த அச்சத்தை இந்திய அளவிலும், குறிப்பாகத் தமிழகத்திலும் உடைத்தெறிந்தவர் காமராஜர். தங்கள் சாதாரணப் பின்னணியை எண்ணி, வெட்கி, கூசிக் குறுகி, தாழ்வு மனப்பான்மையால் பதவியில் ஏறத் தைரியம் இன்றித் தவித்துக்கொண்டிருந்த பலருக்கும் நம்பிக்கை அளித்தவர் அவர். இந்திய ஜனநாயகத்தில் சாதாரண மனிதனுக்குரிய பங்கை உறுதிப்படுத்தியவர் அவர்.

காலச்சுவடு 42, ஜூலை — ஆகஸ்ட் 2002

7

விளக்கு பரிசுபெற்ற ஹெப்சிபாவுக்குப் பாராட்டு

'விளக்கு' என்ற பெயரில் இயங்கிவரும் இலக்கிய அமைப்பு, ஆண்டுதோறும் அளித்துவரும் பரிசை இந்த ஆண்டு திருமதி ஹெப்சிபா ஜேசுதாசன் அவர்களுக்கு அளிக்க முன் வந்திருக்கிறது.

ஹெப்சிபா அவர்கள் இப்பரிசைப் பெற முற்றிலும் தகுதியானவர். அவரும் மறைந்த என் அருமை நண்பருமான பேராசிரியர் ஜேசுதாசன் அவர்களும் இணைந்து தமிழ் வளர்ச்சியை முன்னிட்டு, பாராட்டத் தகுந்த பல காரியங்களைச் செய்துள்ளார்கள். ஹெப்சிபாவின் செயல்பாடுகள் எவற்றிலிருந்தும் ஜேசுதாசன் அவர்களை நாம் பிரித்துப் பார்க்க முடியாது. அவருடைய முதன்மையான ஆசை தன் மனைவியின் படைப்பாற்றலை வெளியே கொண்டுவர வேண்டும் என்பதாகவே இருந்தது. அவர்கள் இணைந்து செய்த எல்லாக் காரியங் களிலும் தன்னை முன்னிறுத்திக்கொள்ளாமல் ஹெப்சிபா அவர்களை முன்னிறுத்தியே அவர் செய்திருக்கிறார். வாழ்க்கையில் பெண்களுக்குரிய பங்கை முற்றாக மறந்தும் மறைத்தும் அவர்களது ஆற்றல் தலையெடுக்கவிடாமல் ஒடுக்கியும் வாழும் ஆண்களைக் கொண்ட நம் சமூகத்தில் பேராசிரிய ருடைய ஆர்வமும் சிந்தனையும் செயல்பாடும் மிகவும் அபூர்வமானது. தன்னைப் பற்றித் தன் கணவருக்கு இருந்த கனவுகளைப் பூர்த்தி செய்வதில் ஹெப்சிபா கொண்டிருந்த ஆர்வமும் மிக முக்கிய மானது.

ஹெப்சிபா அவர்கள் 'புத்தம் வீடு' என்ற நாவலை உருவாக்கித் தமிழ் வாசகர்களிடம் மிகுந்த கவனம் பெற்றவர். அந்த நாவலின் வெளியீடு சென்ற தலைமுறையைச் சேர்ந்த எழுத்தாளர்களுக்கும் இலக்கிய நண்பர்களுக்கும் மனதில் ஆழமாகப் பதிந்த ஒன்றாகவே இருக்கிறது. இத்தனைக்கும் அந்த நாவலை முன்னிறுத்தவோ முக்கியப்படுத்தவோ பெரிதுபடுத்தவோ அதைப் பற்றிச் சாதகமான விமர்சனங்களை உருவாக்கி அதைத் தூக்கி நிறுத்தவோ துணை நிற்கும் குழுவின் சாகசங்கள் எதுவும் அவர்களது பின்னணியில் எப்போதும் இருந்ததில்லை. அந்நாவல் உள்ளார்ந்து கொண்டிருந்த அதன் படைப்பாற்றல் வழியாகவே சிறுகச் சிறுகக் கவனம் பெற்றுக் காலப்போக்கில் தமிழில் எழுதப்பட்ட முக்கியமான நாவல்களில் ஒன்று என்ற தகுதியைப் பெற்றது. அவர் நாவல் வெளிவந்த பின் மரபு சார்ந்தும் மரபு சாராமலும் புதிய முயற்சிகளாகவும் எவ்வளவோ நாவல்கள் இன்று வரையும் தமிழில் வெளிவந்துவிட்டன. இவையெல்லாம் வெளிவந்த பின்பும் 'புத்தம் வீடு' வெளிவந்து சுமார் நாற்பது வருடங்கள் ஆன பின்பும் அந்நாவல் தமிழ் இலக்கியத்தில் பிடித்துக்கொண்டிருக்கும் இடம் எவ்வித மாற்றமும் இல்லாமல் இன்று வரையிலும் அப்படியே இருந்துகொண்டிருக்கிறது. ஒரு எளிமையான ஆரவாரமற்ற படைப்பு, ஒரு மொழியில் அது தன்னகத்தே கொண்டிருக்கும் உயிர்ப்புக் காரணமாகக் காலத்தையும் மாறிவரும் வாசகர்களின் வாசிப்பையும் தாண்டி வந்துகொண்டிருப்பதற்கு 'புத்தம் வீடு' ஒரு சிறந்த உதாரணம்.

'புத்தம் வீடு' எழுதுவதற்கு முன்னும் பின்னும் முக்கியமான பல பணிகளை ஹெப்சிபா அவர்கள் செய்திருக்கிறார். தமிழ் நாவல்கள் தவிர ஆங்கிலத்திலும் பல புத்தகங்கள் எழுதியிருக்கிறார். அவற்றில் பாரதியின் குயில் பாட்டை அவர் மொழி பெயர்த்திருப்பது முக்கியமானது. அவருக்கும் பேராசிரியர் ஜேசுதாசன் அவர்களுக்கும் முதுமை கூடியபின் மிகமிகக் கடுமையாக உழைத்துத் தமிழ் இலக்கியத்தின் மரபு சார்ந்த படைப்புக்களின் சாரங்களை விரிவாகவும் தெளிவாகவும் ஆங்கில வாசகர்களுக்கு அறிமுகப்படுத்தி எழுதியிருக்கிறார். வெறும் அறிமுகம் போன்ற தோற்றத்தை இந்த நூல்கள் தருகின்றன என்றாலும் ஆழ்ந்து படிக்கிறவர்களுக்கு ஒரு மென்மையான மதிப்பீடும் அந்த அறிமுகங்களில் தொடர்ந்து வெளிப்படுவதை உணர முடியும்.

பேராசிரியர் ஜேசுதாசன் கம்பன் மீது கொண்டிருந்த காதல், சொற்களில் விவரிக்கக் கூடியது அல்ல. அவருடைய பார்வையை அடிப்படையாகக் கொண்டு ஹெப்சிபா அவர்கள் கம்பனைப் பற்றி ஒரு சிறந்த மதிப்புரையை உருவாக்கித்

தந்திருக்கிறார். தமிழ்ப் பின்னணி சார்ந்து சொல்வதென்றால் இவர்கள் மேற்கொண்ட உழைப்பைத் தனது வயோதிகத்தில் சி.சு. செல்லப்பா மேற்கொண்ட உழைப்புடன் மட்டுமே நாம் ஒப்பிட்டுப் பேச முடியும். தமிழில் இது போன்ற கடுமையான உழைப்புக்கு இவர்கள் மூவரையும் நீங்கலாக வேறு உதாரணங்கள் எதுவும் எனக்குத் தெரியவில்லை.

இப்போது 'விளக்கு' இந்த ஆண்டுப் பரிசை ஹெப்சிபா அவர்களுக்கு வழங்கியிருப்பதன் மூலம் இவரது படைப்பாற்றலை இளைய தலைமுறையினரின் கவனத்திற்குக் கொண்டுவரும் பணி நடந்திருக்கிறது. அவ்வப்போது வளர்ந்துவரும் புதிய தலைமுறை வாசகர்களுக்கு நம் மொழியில் பணிபுரிந்திருக்கும் பெரிய ஆளுமை களை நாம் அறிமுகப்படுத்தத் தவறினால் அவர்களுடைய வாசிப்பு, ஆரவாரத்தை உருவாக்கும் படைப்புக்கள் சார்ந்து முடிந்துபோய்விடும். அவ்வாறு முடிந்துபோவது வாசகர்களுக்கும் நஷ்டம், தமிழுக்கும் நஷ்டம்.

இந்த ஆண்டு மட்டுமல்ல, இதற்கு முன்வந்த ஆண்டுகளிலும் 'விளக்'கின் பரிசு தகுதியானவர்களுக்கும் ஆரவாரமற்று ஒதுங்கி இருப்பவர்களுக்கும்தான் போயிருக்கிறது. இது வரையிலும் அவர்களுடைய தேர்வுகளில் ஒன்றுகூட சோடை போகவில்லை. குறுக்கு வழிகளிலோ சிபாரிசு மூலமோ எவரும் பரிசு பெற்றதான புகார் இன்று வரையிலும் இல்லை. புகார் இல்லை என்பது மட்டுமல்ல, இந்த அமைப்புச் சார்ந்து எவருக்கும் சந்தேகங்கள்கூட இல்லை. பரிசு பெற்ற படைப்பாளிகளுக்கு விளக்கு வழியாக அந்தச் செய்தி வந்துசேருகிறபோதுதான் அவர்களுக்கே நாம் தேர்வு செய்யப்பட்டிருக்கிறோம் என்பது தெரியவருகிறது.

இவ்வாறு ஒரு குழு சிறப்பாகச் செயல்படும்போது அதன் மதிப்பீடுகளைச் சீரழித்து, சுயலாபங்களைப் பெற விரும்பி, குறுக்கு வழி சாகசங்களில் மிகுந்த தேர்ச்சி பெற்ற நம் படைப்பாளி களின் வலைகளில் விழாமல் ஒரு பரிசைச் சுத்தமாக வைத்துக் கொண்டிருப்பதற்கு நாம் விளக்கை மனமாரப் பாராட்ட வேண்டும். அவர்களுடைய தேர்வு இதே தரத்தில் தொடர வேண்டும் என்று விரும்புகிறேன்.

இப்போது விளக்கு அமைப்போடு சீரழிந்துபோன, முற்றிலும் அழுகிப்போன, மதிப்பீடுகள் எவற்றிலுமே நம்பிக்கையற்ற, படைப்பாற்றலைப் புறக்கணிப்பதில் மிகுந்த தேர்ச்சி கொண்ட தமிழ் சாகித்திய அகாதெமி குழுவினர் பற்றி நாம் ஒப்பீட்டளவில் யோசித்துப் பார்க்கலாம்.

தமிழ் சாகித்திய அகாதெமி உருவாக்கப்பட்ட பின் அதன் ஆரம்ப வருடங்களில் படைப்பாளிகளை விட்டுவிட்டுப் புகழ்

பெற்ற சமூகப் பிரபலங்களான ரா.பி. சேதுப்பிள்ளை, ராஜாஜி, ம.பொ. சிவ ஞானம், பி.ஸ்ரீ. ஆச்சாரியா, கி.வா. ஜகந்நாதன், ஆ. ஸ்ரீனிவாச ராகவன் போன்றவர்களுக்குப் பரிசுகள் போய்ச் சேர்ந்தன. ராஜாஜியின் 'வியாசர் விருந்'திற்குப் பரிசு கொடுத்த போது மிகப் பெரிய சர்ச்சை தமிழில் உருவாயிற்று. அந்தக் காலத்தில் வெளிவந்து கொண்டிருந்த 'சரஸ்வதி' சிற்றிதழ் இந்தச் சர்ச்சையில் பங்கெடுத்தவர்களின் வாதங்கள் அனைத்தையுமே வெளியிட்டிருக்கிறது.

முதல் வருஷம் பரிசு பெற்ற ரா.பி. சேதுப்பிள்ளையை விட்டுவிட்டால் இரண்டாவது வருஷம் பரிசுபெற்ற கல்கிதான் சாகித்திய அகாதெமியால் தேர்வு செய்யப்பட்ட முதல் படைப்பாளி. அந்தப் பரிசைத் தேர்வு செய்யும்போது கல்கி காலமாகிவிட்டிருந்தார். அதற்குப் பின்னால் பாரதிதாசன், கு. அழகிரிசாமி, ஆதவன், செல்லப்பா போன்றவர்களும் இறந்த பின்புதான் பரிசுகளை வென்றெடுக்கும் பாக்கியம் பெற்றார்கள். இவ்வாறு இறந்துபோனவர்களுக்குப் பரிசு அளிப்பதன் மூலம் புதுதில்லி வாசகர்களுக்குத் தமிழ் எழுத்தாளர்களின் மனைவியரை விதவைக் கோலத்தில் பார்க்க ஒரு சந்தர்ப்பம் கிடைக்கிறது. பரிசுகளைப் பெறும்போது அவர்கள் கண்கள் கலங்குவதால் அவர்களது கண்ணீரைப் பார்க்கவும் சபையினருக்கு ஒரு சந்தர்ப்பம் கிடைக்கிறது. இது போன்ற அரிய சந்தர்ப்பங்கள் எந்த அளவுக்குத் தமிழ்ப் பெண்கள் சார்ந்து கிடைக்கின்றனவோ அந்த அளவுக்கு பிற மொழியினர் சார்ந்து கிடைப்பதில்லை. இந்த வாய்ப்பை அளிக்கிறார்கள் என்பதற்காகவாவது சாகித்திய அகாதெமியை நாம் பாராட்டலாம்! தமிழில் கோவி. மணிசேகரன் அவர்களுக்கு, சி.சு. செல்லப்பா, அசோக மித்திரன், பிரபஞ்சன், எம்.வி. வெங்கட்ராம் ஆகியோர் பரிசு பெறுவதற்கு முன்னாலேயே பரிசைப் பெறுவதற்கான பாக்கியம் கிடைத்தது. செல்லப்பாவுக்குப் பரிசு அளிப்பதற்கு முன்னாலேயே விமர்சனத் தென்றல் தி. க. சிவசங்கரன் அவர்கள் பரிசு பெற்றார். விமர்சனத் தென்றல் பரிசு பெறும் காலத்திற்கு முன்னதாகவே தமிழில் ஜெயமோகனின் 'விஷ்ணுபுரம்' வெளிவந்திருந்தது. இமையத்தின் 'கோவேறு கழுதைகள்' வெளிவந்திருந்தது. பாமாவின் நாவல்கள், சிவகாமியின் நாவல்கள் வெளிவந்திருந்தன.

இளமைக் காலத்தில் தமிழ்க் கலாச்சாரத்தில் தன்னை ஊன்றிக்கொள்வது தீவிர எழுத்தாளனுக்கு ஒரு தத்தளிப்பாகவே இருக்கிறது. இந்தக் காலத்தில் அவன் பரிசு பெற்றால் அவன் படைப்பூக்கம் வளர்ச்சியடையும். படைப்பூக்கம் வளர்ச்சி பெற்றால் மேலும் நம்பிக்கையுடனும் மனநிறைவுடனும் அவன் எழுத முடியும். ஆனால் அது போன்ற ஊக்கத்தை இளம்

எழுத்தாளர்களுக்குத் தருவதில் சாகித்திய அக்காதெமியின் தமிழ்க் குழுவினர் நம்பிக்கை கொண்டவர்கள் அல்ல. அவர்கள் பரிசுக்குத் தேர்வு செய்யும் எழுத்தாளர்களுக்குக் கண்பார்வை மங்கியிருந்தால் நல்லது. ஒன்றோ இரண்டோ முறை மாரடைப்பு ஏற்பட்டிருந்தால் மேலும் நல்லது. பல்செட் வைத்துக்கொண் டிருப்பது, புருவங்கள் நரைத்திருப்பது மேலும் சிறப்பான தகுதிகள். தமிழில் படைப்பாற்றல் மிகுந்த இளைஞர்கள் பலர் பரிசுகளைப் பெறக் கியூவில் நின்றுகொண்டிருக்கிறார்கள். நாற்பது ஐம்பது வருடங்கள் நின்றால் அவர்களுக்கும் நிச்சயமாகப் பரிசுகள் கிடைக்கும் என்பதற்கு நானே உத்தரவாதம் அளிக்க முடியும்.

இது போன்ற காரியங்களைச் சமீப காலத்திய அலங்கோலங்கள் என்று நாம் சொல்ல முடியாது. அழகிரிசாமி வாழ்ந்த காலத்தி லேயே அவருடைய ‘அன்பளிப்பு’ என்ற தொகுப்புக்குப் பரிசு அளித்திருக்கலாம். ஏனோ சாகித்திய அக்காதெமி அவருடைய மறைவிற்காகக் காத்துக்கொண்டிருந்திருக்கிறது. தி. ஜானகிராமனின் ‘மோகமுள்’ளுக்கும் தொ.மு.சி. ரகுநாதனின் ‘புதுமைப்பித்தன் வாழ்க்கை வரலாறு’க்கும் லா.ச. ராமாமிர்தத்தின் ‘ஜனனி’ சிறுகதைத் தொகுப்பிற்கும் அசோகமித்திரனின் ‘தண்ணீர்’ குறுநாவலுக்கும் அந்நூல்கள் வெளிவந்த காலத்திலேயே பரிசுகள் அளித்திருக்கலாம். அவ்வாறு அவர்கள் பரிசு பெற்றிருந்தால் தமிழில் அவர்களுடைய ஸ்தானம் அப்போதே உறுதிப்பட்டிருக் கும். ஆனால் அவர்கள் தாங்களாகவே முயன்று தங்கள் ஸ்தானத்தை உறுதிப்படுத்திக்கொண்ட பின்பு தான் சாகித்திய அக்காதெமி அவர்களுக்குப் பரிசளிக்க முன்வந்தது.

இளமையில் படைப்பூக்கத்தின் காரணமாகச் சிறந்த புத்தகங் களை ஒரு படைப்பாளி வெளியிட்டிருந்தாலும் அவனை இயன்ற வரையிலும் புறக்கணித்து அவனது படைப்பூக்கம் தேய்ந்துபோகும் காலம் வரையிலும் காத்திருந்து அவனுடைய படைப்புக்களிலேயே ஆக சோனியான ஒன்றிற்குப் பரிசளிப்பது சாகித்திய அக்காதெமியின் பண்பாடு. நீல. பத்மநாபனின் ‘தலைமுறை’ நாவல் வெளிவந்த காலத்திலேயே அவர் பரிசு பெற்றிருக்க வேண்டியவர்தான். ஏதோ ஒரு காரணத்தினால் அப்போது பெறவில்லை என்றாலும்கூட அவரது அடுத்த நாவலான ‘பள்ளிகொண்ட புர’த்திற்குப் பரிசு கிடைத்திருக்கலாம். அது போல் நகுலனின் ‘நினைவுப் பாதை’, ஆ. மாதவனின் ‘கடைத்தெரு கதைகள்’ அல்லது ‘கிருஷ்ணப்பருந்து’ என்ற நாவலுக்கு அவர் பரிசு பெற்றிருக்கலாம். ஜெயமோகனின் ‘விஷ்ணு புரம்’ அல்லது ‘பின் தொடரும் நிழல்கள்’, இமையத்தின் ‘கோவேறு கழுதைகள்’, யூமா. வாசுகியின் ‘ரத்த உறவு’, எம்.ஜி. சுரேஷின் பல நாவல்களில் ஏதேனும் ஒன்றுக்குப் பரிசு அளித்திருக்கலாம்.

ஆனால் அது போன்ற தவறுகளை இழைக்காதவர்கள் சாகித்திய அகாதெமியின் தமிழ்க் குழுவினர்.

இந்நிலையைப் பற்றியெல்லாம் பொதுவாகத் தமிழ் எழுத்தாளர்கள் வாயைத் திறப்பதில்லை. ஏதும் விமர்சனம் செய்தால் அந்தக் காரணத்தை முன்னிட்டுத் தங்களுக்குப் பரிசு கிடைக்காமல் போய்விடுமோ என்று உயிர் பிரிவது வரையிலும் காத்துக்கொண்டிருக்கலாம் என்று பலரும் நினைக்கிறார்கள். உயிர் பிரிந்த பின்பும் அவர்களுக்குப் பரிசு கிடைப்பதற்கான வாய்ப்பை ஏன் முன்கூட்டிக் கெடுத்து வைத்துக்கொள்ள வேண்டும் என்று நினைப்பதில் நியாயம் இல்லை என்று சொல்ல முடியாது. படைப்பாற்றல் இல்லாத எழுத்தாளர்கள் கூடத் தமிழில் புத்திசாலிகளாகவே இருக்கிறார்கள். பிழைக்கத் தெரிந்தவர்களாக இருக்கிறார்கள்.

பரிசு என்பது சமூக அங்கீகாரத்தின் குறியீடு என்று நம்பி, சாகித்திய அக்காதெமியின் போக்கை நான் பல வருடங்களாகக் கடுமையாக விமர்சித்து எழுதிவருகிறேன். சாகித்திய அக்காதெமியின் சீரழிந்த நிலையை சகித்துக்கொண்டு மௌனம் சாதிப்பவர்களைப் பற்றியோ குறுக்கு வழிகளில் பரிசுகளை வென்றெடுப்பவர்கள் பற்றியோ நானறியத் தமிழ்ச் சூழலில் விமர்சனம் எதுவுமில்லை. ஆனால் இன்னும் பரிசு பெறாத காரணத்தினால்தான் நான் சாகித்திய அகாதெமியை விமர்சிக்கிறேன் என்று குற்றம் சாட்டும் நண்பர்களை நான் பெற்றிருக்கிறேன். இந்தப் பின்னணியை எல்லாம் யோசித்துப் பார்க்கும்போதுதான் விளக்கின் தேர்வுகளைப் மனமாரப் பாராட்டத் தோன்றுகிறது.

ஹெப்சிபா அவர்கள் பரிசுபெற்றதில் நான் பெற்ற மனநிறைவை அவர்களுடனும் இங்கு கூடியிருக்கும் சபையினருடனும் பகிர்ந்துகொள்கிறேன்.

தமிழ்ச் சங்கம், திருவனந்தபுரம் – 29.12.2002

8

பத்மநாப ஐயர்

இலங்கையில் நெருக்கடி மூண்ட பின் ஈழத்தைவிட்டு லண்டனுக்குக் குடிபெயர்ந்துள்ள பத்மநாப ஐயரை 1981 அல்லது 82இல் நான் முதன்முதலாகச் சந்தித்தேன். என் நாவலான ஜே.ஜே : சில குறிப்புகள் வெளிவந்திருந்த நேரம் அது. பத்மநாபனும் அவருடைய நண்பர்களான யேசுராசாவும் குலசிங்கமும் கொழும்பிலிருந்து திருவனந்தபுரத்திற்கு வந்தார்கள். நானும் என் நண்பர்களில் ஒரு சிலரும் திருவனந்தபுரம் விமான நிலையத்திற்குச் சென்று அவர்களை நாகர்கோவிலுக்கு அழைத்துக்கொண்டு வந்தோம்.

பத்மநாபன் அதிகமாகப் பேசக்கூடியவர் அல்ல என்பதை அவரைச் சந்தித்த சில மணி நேரங்களிலேயே நான் உணர்ந்தேன். ஆனால் மென்மையான புன்னகைகளை வெளிப்படுத்த ஏற்ற சந்தர்ப்பத்திற்காகக் காத்துக் கொண்டிருப்பதுபோல் ஒரு தயார்நிலை அவர் முகத்தில் எப்போதும் இருந்துகொண்டிருந்தது. அசட்டையின் சுருங்கலை நான் அவர் முகத்தில் பார்த்த நினைவில்லை. நண்பர்களின் பேச்சு உற்சாகமான பகுதிகளை உரசிக் கொண்டு போகும் போது, அவர் முகத்தில் சற்றுத் தாராளமான ஒரு புன்னகை மலரும். அது தான் அவருடைய அதிகபட்ச சிரிப்பு என்று நாம் எடுத்துக்கொள்ள வேண்டும். அவுட்டுச் சிரிப்பு வகையறாக்கள் எல்லாம் அவர் அங்கீகரித்திருக்கும் கலைகள் அல்ல.

அவர் எப்போதும் அமைதி என்ற சிம்மாசனத்தில் உட்கார்ந்திருப்பதுபோல் நமக்குத் தோன்றும். நட்புக்கு அட்டகாசம் தேவை என்று நினைப்பவர்களுக்கு அவர் ஆர்வத்தைத் தூண்டாதவராகவே போய்விடலாம். அவரைப் பார்த்ததுமே நம்பத் தகுந்தவராகத்தான் இருப்பார் என்று நமக்குத் தோன்றுமென்றால் அதில் ஆச்சரியப்படுவதற்கு ஒன்றுமில்லை. அவர் முகராசி அப்படி. உடல் மொழி அப்படி. அதோடு, நம்பிக்கை ஏற்படுத்தும் குரலும் அவருக்கு வாய்த்திருக்கிறது.

எங்கள் முதல் சந்திப்புக்குப் பின் இப்போது இருபது வருடங்கள் ஓடிவிட்டன. இடையில் பலமுறை அவரைச் சந்தித்திருக்கிறேன். நிறையவே பேசியிருக்கிறோம், முக்கியமாக, பிற நண்பர்கள் இல்லாதபோது. ஒரே இடத்தில் இரண்டு மூன்று நாட்கள்கூட ஒன்றாக இருந்திருக்கிறோம். சிராய்ப்போ, சிறு பிசிறோ இல்லாமல் உறவை இயன்றவரையும் பேணிக்கொண்டு போகும் சுபாவம் அவருக்கு. ஒருவர் எதிரே இருக்கும்போதோ அல்லது அவர் கண்டம்விட்டுக் கண்டம் குடிபோன பின்போ, எல்லோரும் அறியவந்திருக்கும் அவரது பலகீனத்தைக்கூட அவர் தொட்டுப் பேசி நான் கேட்டதில்லை. 'உங்களை ஒருவர் கடுமையாகத் தாக்கினாராமே' என்று தொலைபேசியில் நான் ஒரு தடவை விசாரித்தபோது, 'ஆமாம். சந்தர்ப்பம் அப்படி அமைந்துவிட்டது' என்றார். நடந்ததை மறைக்கவுமில்லை; சாடியவரைக் கோபித்துக்கொண்டு விமர்சிக்கவும் இல்லை. இவ்வாறு இரண்டு பக்கமும் தொடாத ஒரு ஒற்றையடிப் பாதையில் நடந்து போவதற்கு அவருக்கு யோசிக்க வேண்டிய அவசியமே இருப்பதில்லை. அவருடைய இயற்கையின் ஒரு பகுதி அது. ஒரு தடவையாவது பிறரை விமர்சனம் செய்தால் என்ன குடிமுழுகிப்போகும் என்ற கோபம்கூட நமக்கு வரலாம். மேலும் உலக மகா அயோக்கியர்களை, 'அவர் ஒரு மாதிரித்தான்' என்றேனும் சொல்வதில் என்ன பெரிய தவறு?

அவரைப் பேசவைப்பது ஒன்றும் அவ்வளவு கடினமான வித்தை அல்ல. தமிழ்நாட்டில் எந்தெந்த எழுத்தாளர்களைச் சந்தித்தீர்கள்? என்னென்ன புத்தகங்கள் வாங்கினீர்கள்? என்று அவருக்கு உகந்த இரண்டு கேள்விகளையும் ஒன்றாகக் கேட்க நமக்குத் தெரியுமென்றால், அவர் அரை மணி நேரமேனும் தொடர்ந்து பேசுவதைக் கேட்டபடி நாம் ஓய்வெடுத்துக் கொள்ளலாம்.

எழுத்தாளர்களைப் பார்ப்பதில் அவருக்கு நிறைய ஆசை. அவர் சந்திக்கும் எழுத்தாளர்கள் வழியாக அவருக்கு ஆக வேண்டிய காரியம் ஒன்றுமே இராது. கேள்விகள்கூட அதிகம்

இருக்காது. பார்க்க ஒரு ஆசை. பழைய நண்பர்களிடம் நட்பைப் புதுப்பித்துக்கொள்வதில் ஒரு ஆசை. இவற்றிற்கு மேல் எதுவும் இருப்பதில்லை.

எதையும் பரபரப்பாக அவர் செய்யாததால் அதிகம் ஒன்றும் செய்யவில்லை என்ற எண்ணம்தான் நமக்கு ஏற்படும். அவ்வாறு நம்பினால் ஏமாந்துபோவோம். அவர் கடுமையான உழைப்பாளி. உடல் வருத்தம் பார்க்காதவர். எடுத்தக் காரியத்தைச் சரிவர முடிப்பதில் குறியாக இருப்பவர். தன் காரியம் லோல்படலாம்; அடுத்தவர்கள் அல்லல்பட்டுவிடக் கூடாது என்று நினைப்பவர். புத்தகங்களை வேட்டையாடும் முயற்சியில் சென்னையின் பிரபல சிறுநீர்ச் சந்துகளிலும், நூற்றாண்டுகளாக குழந்தைகள் மலங்கழிக்கும் முடுக்குகளிலும் ஒளிந்துகொண்டிருக்கும் புத்தக நிலையங்களில்கூட அவர் புகுந்து புறப்பட்டிருக்கிறார். அந்தக் கடையில் என்ன பெரிய புத்தகம் இருந்துவிடப் போகிறது என்று நமக்குத் தோன்றலாம். சில நல்ல புத்தகங்கள் ஒளிந்துகொண்டிருக்கும் புத்தியைக் கொண்டவை என்பதிலும், கிளறுகிற கிளறலில் காதைப் பிடித்துத் தூக்கினால்தான் அவை தன் இருப்பைக் காட்டிக் கொள்ளும் என்பதிலும் அவருக்கு அசைக்க முடியாத நம்பிக்கை உண்டு. அவர் புத்தகங்களைக் கொள்முதல் செய்வதில்லை. அவர் வாங்கிய சில புத்தகங்களைப் பார்த்து, 'இதை எந்த வாசகன் படிப்பான்?' என்று நான் என் கொள்முதல் புத்தியைச் சார்ந்து அவரிடம் கேட்டிருக்கிறேன். உடனடியாக இலங்கைத் தமிழ் எழுத்தாளர் ஒருவரின் வித்தியாசமான பெயரைச் சொல்லி, 'அவருக்கு இது போன்ற புத்தகங்கள் பிடிக்கும்' என்று சொல்வார். இதிலிருந்து அவர் புத்தகங்களை வாசகர்களை மனதில் வைத்துப் பொறுக்கி எடுக்கிறார் என்பதை நாம் புரிந்துகொள்ள முடியும்.

புத்தகங்களை அவருடைய பாஷையில் அவர் எப்படித் 'தட்டிப் பார்க்கிறார்' என்பதைப் பற்றி யோசித்திருக்கிறேன். நிறையப் புத்தகங்களை அவர் விரும்பி வாங்கும்போது, நிறைய புத்தகங்களை அவர் அலாக்காக ஒதுக்கிவிடுவதையும் கவனித்திருக் கிறேன். அப்படி என்றால் அவருடைய 'தட்டிப்பார்ப்பதில்' மறைந்து கிடக்கும் யுக்தி என்ன? உமியிலிருந்து தவிடைப் பிரித்தெடுக்கும் சல்லடையை எங்கே அவர் ஒளித்துவைத்துக் கொண்டிருக்கிறார்? என்னளவில் எனக்குச் சில முடிவுகளுக்கு வர முடிந்திருக்கிறது.

அவருடைய விருப்பம் பொதுவாகப் புதுமையான புத்தகங் களைச் சார்ந்திருக்கும். புதுமை நன்றாக இருக்கலாம்; நன்றாக இல்லாமலும் இருக்கலாம். இருந்தாலும் புதுமையைத் தேடி வந்த எழுத்தாளனை மதிப்பதில் அவர் நம்பிக்கை கொண்டவர்.

இடதுசாரிப் புத்தகங்களை – இவை வலதுகோடி இடது சாரியாகவோ இடதுகோடி இடதுசாரியாகவோ இருக்கலாம் – தவறவிடாமல் வாங்கிக்கொள்வார். முக்கியமான பத்திரிகைகளின் புதிய இதழ்களைவிட அவற்றின் பழைய இதழ்கள் அவருக்குப் பிடித்தமானவை. அவைதானே வாங்கச் சிரமமானவை? அலைய வைப்பவை? தேடிச் செல்ல வேண்டியவை? அவற்றை விட்டு வைக்கலாமா?

இதை அடுத்து மொழிபெயர்ப்புகள். உலக மொழிகள் மீது – இந்திய மொழிகள் உட்பட – அவருக்கு எந்தப் பாரபட்சமும் கிடையாது. அதன் பின் முக்கியமான நாவல்கள், சிறுகதைத் தொகுப்புகள், கட்டுரைத் தொகுப்புகள், கவிதைத் தொகுப்புகள் ஆகியவற்றையும் வாங்குவார். எழுத்தாளர்கள் நல்ல வாசகர்களாகத் தான் இருப்பார்கள் என்று எடுத்துக்கொள்ளும் இளம் எழுத்தாளர்களும் புதிய வாசகர்களும், 'நாங்கள் எந்தெந்த புத்தகங்களைப் படிக்க வேண்டும் என்று நீங்கள் நினைக்கிறீர்கள்?' என்று கேட்பது ஒரு வழக்கம் அல்லவா? இதற்காக அவர்கள் மண்டையைக் குடைந்துகொண்டு அவஸ்தைப்பட வேண்டிய அவசியம் இல்லை. பத்மநாபன் பொறுக்கி எடுக்கும் புத்தகங்களின் பட்டியல் கைவசம் இருந்தால் அப்படியே கேள்வி கேட்பவர்களுக்குத் தந்துவிடலாம்.

சொன்னால் நம்பமாட்டீர்கள், பத்மநாபனுக்கு ஆயுதப் புரட்சியில் எப்போதும் ஒரு காதல் உண்டு. எந்த தேசத்தைச் சேர்ந்த புரட்சியாகவும் அது இருக்கலாம். புரட்சிகளைப் பற்றிய புத்தகங்கள் என்றால் அவர் கண்ணை மூடிக்கொண்டு அவற்றை எடுத்து வைத்துக்கொள்வார். இந்தக் காதலுக்கும் மாவீரர் பிரபாகரனுக்கும் எந்த சம்பந்தமும் கிடையாது. பிரபாகரனுடைய பெயர் என் காதில் விழுவதற்கு முன்பே பத்மநாபனின் காதலைப் பற்றி எனக்கு உள்ளுணர்வுகள் இருந்திருக்கின்றன. அவர் விரும்பும் புத்தகங்களின் விலை சற்று மலிவாக இருந்தால் அவர் வாங்கும் அளவும் ஒரு மடங்கு அதிகமாகிவிடும். இலங்கைத் தமிழ் வாசகர்கள் பணத்தை வீணாக்கிவிடக் கூடாது என்பதில் எப்போதுமே அவர் அக்கறையாக இருப்பார்.

புத்தகங்கள் வாங்குவதற்கு மேலாக அவரை அழுத்திக் கொண்டிருக்கும் மற்றொரு பொறுப்பு இலங்கைத் தமிழ் எழுத்தாளர்களின் படைப்புகளை தமிழ் வெளியீட்டாளர்களிடம் தந்து அதை வெளியிடச் செய்வதுதான். இதில் அவர் நிறைய வெற்றிகளும் சில பின்னடைவுகளும் பெற்றிருக்கிறார். காசு மீது சென்னை வெளியீட்டாளர்கள் கொண்டிருக்கும் கரிசனம் பற்றி அறிந்தவர்களுக்குத்தான் அவரது வெற்றிகள் பெரிய சாதனைகள்

சுந்தர ராமசாமி

என்பது தெரியும். ஈழத்து எழுத்தாளர்களின் சிறப்பான தமிழ்ப் புத்தகங்களின் புதிய பதிப்புகளைக் கொண்டுவரவும் அவர் முயன்றிருக்கிறார். ஒரு தடவை நான் அவரிடம், 'சம்பந்தப்பட்ட எழுத்தாளர்கள் உங்களிடம் புத்தகங்களை வெளியிடும் பொறுப்பை ஒப்படைத்திருக்கிறார்களா?' என்று கேட்டேன். அவருக்கே உரித்தான முறையில், 'வந்தால் நல்லதுதானே' என்றார். அதில் என்ன சந்தேகம்?

தமிழ் எழுத்தாளர்களுக்கும், இலங்கைத் தமிழ் எழுத்தாளர்களுக்கும் இடையே, நேரடி உறவுகளையும், புத்தக வாயிலான உறவுகளையும் உருவாக்கியிருப்பதிலும், தமிழகப் புத்தகங்களை ஈழத் தமிழ் வாசகர்களும், ஈழத் தமிழ்ப் புத்தகங்களைத் தமிழக வாசகர்களும் அறிந்துகொள்ள அவர் ஆற்றியிருக்கும் பங்கு பெரிது. அதற்கு மேல் ஈழத்து வாசகர்களின் தரமான வாசிப்பை அவர் மேலெடுத்தும் சென்றிருக்கிறார். ஈழத்துக்கும் தமிழகத்துக்கும் ஆன கலாச்சாரப் பரிவர்த்தனையை விரைவுபடுத்தியதில் அவர் ஆற்றியுள்ள பங்கு முக்கியமானது. அவ்வாறு ஒரு பங்கைத் தாம் ஆற்றியிருக்கிறோம் என்பதை இலங்கை எழுத்தாளர்களும், தமிழ் எழுத்தாளர்களும் ஒன்றாகக் கூடி அவருக்கு எடுத்துச் சொல்ல வேண்டியிருக்கிறது. செய்த காரியத்தின் முக்கியத்துவத்தை அவரும் புதிய தலைமுறையைச் சேர்ந்த வாசகர்களும் அறியும்படி செய்வது இரண்டு நாடுகளிலும் வாழ்ந்து வரும் எழுத்தாளர்களின் கடமையாகும்.

2

சென்ற (இதழ் 44) காலச்சுவடில் நான், 'ரூபர்ட் ஷெல்ட்ரேக்கின் சில சிந்தனைகள்' என்ற தலைப்பில் அவரது நேர்காணலில் இருந்து சில பகுதிகளைச் சுருக்கி மொழிபெயர்த்துத் தந்திருந்தேன். அதைப் பற்றி இன்று வரையிலும் ஏழு அபிப்பிராயங்கள் வந்து என்னை அசத்தியிருக்கின்றன. அக்கட்டுரையைப் படித்து மெச்சியவர்களில் நாலைந்து பேராவது என்னுடன் பகிர்ந்து கொள்ளத் தவறியிருப்பார்கள் என்று நம்ப ஆசைப்படுகிறேன். அப்போது மொத்தம் பன்னிரெண்டு பேரின் பாராட்டுகளுக்கு நான் ஆளாகி இருக்கிறேன் என்று வைத்துக்கொள்ளலாம். இது அறிவியல் யுகம். அறிவியல் பற்றிய ஞானத்தை பெருக்கிக்கொள்ள வேண்டும் என்பதை நாமும் நிதானமாக உணர்ந்து வருகிறோம்.

இரண்டு நண்பர்கள், 'ரூபர்ட் ஒரு போலி விஞ்ஞானி; அவனைப் போய் ஏன் அறிமுகப்படுத்த வேண்டும்?' என்று என்னிடம் கேட்டார்கள். இருவருமே என்னைவிடவும் அறிவியல் அறிவு கொண்டவர்கள். அவர்கள் பார்வையில் இது நியாயமான கேள்விதான். நான் செய்யும் காரியங்கள் சரியாக இருக்க

வேண்டுமென்று அவர்கள் விரும்புகிறார்கள். நான் ரூபர்ட்டை ஏன் அறிமுகப்படுத்தினேன் என்றால், அவர்கள் சொன்னது போல் உண்மையாகவே அவன் ஒரு போலி என்றால், போலி என்பது எனக்குத் தெரியாததால்தான் என்று நான் அவர்களிடம் சொன்னேன்.

போலியோ அசலோ, ரூபர்ட் அமெரிக்காவில் மதிப்பிழந்து கிடக்கவில்லை என்பதுதான் என் புரிதலாக இருக்கிறது. *எக்ஸோரியஸ் ஆக்ஸிடென்ட்* சிறந்த புத்தகம் என்பது என் மதிப்பீடு. இதில் நான் சறுக்கியிருக்க வாய்ப்பில்லை என்று நம்புகிறேன். பல அறிவியல் அறிஞர்களின் நேர்காணல்கள், அவர்களுக்கு இடையேயான விரிவான கருத்தரங்கம் ஆகியவற்றை ஒருங்கிணைத்து திறம்பட நடத்தியிருப்பவர் விம்கேய்ஸர். தொலைக்காட்சிகளுக்காக இவர் எடுக்கும் அறிவியல் சார்ந்த நிகழ்ச்சிகள் உலகமெங்கும் ஒளிபரப்பப்படுகின்றன. அவரது அறிவியல் சார்ந்த அறிவிலும், ஒவ்வொரு விஞ்ஞானியிடமும் அவர்களது துறை சார்ந்த கேள்விகளைக் கேட்பதிலும், கூறப்பட்ட கேள்விகள் சார்ந்து மேற்கொண்டு சந்தேகங்களைத் தொடர்வதிலும் அவர் கொண்டிருக்கும் ஆற்றல் மீது விஞ் ஞானிகள் மதிப்பும் நம்பிக்கையும் வைத்திருப்பதால்தானே அவர் ஒருங்கிணைக்கும் நிகழ்ச்சியில் பங்குபெற அவர்கள் இசைந்திருக்கிறார்கள்?

ரூபர்ட் மீது கேய்ஸர் வைத்திருக்கும் மதிப்பு அவருடன் கேய்ஸர் நடத்தியுள்ள நேர்காணலில் வெளிப்படுகிறது. கருத்தரங்கின்போதும், பிற விஞ்ஞானிகள் ரூபர்ட்டுடன் விவாதம் மேற்கொள்வதில் ஆர்வம் கொண்டவர்களாகவே இருக்கிறார்கள். இதற்கு மேல், நேர்காணலில் கேள்வி ஒன்றிற்குப் பதில் அளிக்கையில், ரூபர்ட் தனது சிந்தனைகளை நிரூபிக்கத் தனக்கு வலுவான ஆதாரங்கள் இன்னும் தேவைப்படுகின்றன என்றும், தன் ஆராய்ச்சியை, 'முற்றும் முடிவுமான உண்மையாக' தான் வலியுறுத்த விரும்பவில்லை என்றும் கூறுவதை நாம் கவனிக்க வேண்டும். அவர் போலி எனக் கருதப்படுவது அறிவியல் சார்ந்த கணிப்பு என்பதை நான் அறியாத நிலையிலும், அறிவியல் அறிஞர்கள் அவரது உத்தேச கருதுகோளை கேள்விக்கு உட்படுத்தியிருக்கிறார்கள் என்பதை வாசகர்களின் கவனத்திற்குக் கொண்டு வந்திருக்கிறேன்; கட்டுரையின் முன்னுரையில், பிரபல விஞ்ஞானியான டேனியல் சி டென்னெட், ரூபர்ட் பற்றி, 'ரூபர்ட் ஆழமான சிந்தனையாளர். ஆனால் அவரது அறிவியல் முடிவுகளில் நம்பிக்கை இல்லை' என்று கூறியிருப்பதையும் பதிவு செய்திருக்கிறேன்.

ஒரு அறிவியல்வாதியை சோதனைகள் சார்ந்த ஆராய்ச்சியில் அவன் ஈடுபட்டிருக்கும்போது, மெய்யான அறிவியல்வாதி என்றோ பொய்யான அறிவியல்வாதி என்றோ முடிவு கட்டுவது எந்த அளவுக்கு விவேகமானது? உலக அறிவியலின் வரலாற்றை மேற்போக்காக அறிந்திருப்பவர்களுக்குக்கூட, விஞ்ஞானிகள் தம் காலத்தில் கண்டடைந்த உண்மைகளை, அவன் வாழ்ந்த காலத்தில் தவறானவை என்ற முடிவுக்கு வந்த அரசும், மதத் தலைவர்களும், நிறுவனங்களும் மிகப் பெரிய பிழையைச் செய்தவர்கள் என அவர்களுக்குப் பின் வந்த காலம் நிரூபித்திருக்கிறது. சமகால விஞ்ஞானிகளும்கூட சக விஞ்ஞானியின் கண்டுபிடிப்புகளைப் பழித்திருக்கிறார்கள். இவ்வாறு தவறான முடிவுகளுக்கு சமூகம் வந்த காரணத்தால், அறிவியல்வாதிகள் எதிர்கொள்ள நேர்ந்த தண்டனைகள் வரலாற்றுக்கே களங்கத்தைச் சேர்க்கக் கூடியவையாக இருக்கின்றன. விஞ்ஞானிகள் கொல்லப்பட்டிருக்கிறார்கள். சமூக பகிஷ்காரத்துக்கு ஆளாகியிருக்கிறார்கள். சொந்த நாடுகளிலிருந்து வெளியேற்றப்பட்டிருக்கிறார்கள். மேற்கொண்டு ஆராய்ச்சியில் ஈடுபட முடியாத அளவுக்கு மனம் சிதறிப்போயிருக்கிறார்கள். இதனால் அரசுகளும், சமய நிறுவனங்களும் வரலாற்றில் அழிக்க இயலாத களங்கத்தை வாரிக்கட்டிக்கொண்டிருக்கின்றன. இவர்கள் எல்லோருமே புதிய சிந்தனை சார்ந்த கண்டுபிடிப்புகளுக்கு எதிரானவர்கள் என்பதைக் காலம் சந்தேகத்திற்கு இடமின்றிப் பதிவு செய்திருக்கிறது.

எந்த அறிவியல்வாதியின் கண்டுபிடிப்புகள் பிழையானவை என்ற முடிவுக்குச் சமூகம் வந்ததோ அவர்களுடைய சிந்தனை களைச் சார்ந்து மற்றொரு விஞ்ஞானி தன் பயணத்தைத் தொடங்குகிறான். இந்த இரண்டு நிகழ்வுகளுக்கும் இடையே பல சந்தர்ப்பங்களில் ஒருசில நூற்றாண்டுகளே முடிந்து போயிருக்கின்றன. முன்னவரின் சிந்தனைகள் சார்ந்து தன் பயணத்தைத் தொடர்ந்த விஞ்ஞானி சில கண்டுபிடிப்புகளை நிகழ்த்தும்போது தோல்வியடைந்ததாகக் கருதப்பட்டு அறிவியல் தளத்திலேயே இடம் இழந்து கிடந்த விஞ்ஞானியும் மேலெழுந்து வருகிறார். இவற்றிற்கான உதாரணங்களை எல்லாம் அறிவியல் வரலாற்றில் தேடிக் கண்டுபிடித்துத் தொகுத்தால் அது பல பக்கங்களுக்கு வரும். ஆனால் அறிவியல் வரலாறு ஒன்றைத் தெளிவாகவே நிரூபிக்கிறது. விஞ்ஞானிகளின் புதிய கண்டு பிடிப்புகளை அந்தந்தக் காலங்களில் சந்தேகப்பட்டவர்களையும் அவர்களது திட்டங்கள் நிறைவேறக்கூடியவை அல்ல என்று வாதாடியவர்களையும் காலம் பலமுறை தோற்கடித்திருக்கிறது. சாத்தியம் அல்ல என்று கருதப்பட்டவை சாத்தியமாகி அவை

இப்போது சாதாரணமாகிவிட்டிருக்கின்றன. நாம் ஒரு குறிப்பிட்ட காலத்தில் அறிந்துவைத்திருப்பதுதான் என்றென்றும் இறுதியான அறிவு என்ற முடிவு போல் அபத்தமானதும் ஆபத்தானதுமான சிந்தனை வேறெதுவுமே இல்லை என்றுகூடச் சொல்லிவிடலாம்.

நான் கூறியிருக்கும் கருத்துகள் சார்ந்து ரூபர்ட் உண்மையான விஞ்ஞானி என்று உறுதிப்பட்டுவிட்டதா என்று கேட்டால் இல்லை என்றுதான் பதில் சொல்ல வேண்டும். வரவிருக்கும் காலத்தின் பதிலுக்காகக் காத்திருப்பதுதான் விவேகமானது என்று நினைக்கிறேன்.

காலச்சுவடு 45, ஜன. பிப். 2003

9

கொடிக்கால் நட்பின் அலைகள்

நண்பர் கொடிக்காலைப் பற்றி, அவருடைய வாழ்க்கையைப் பற்றி, ஆழ்ந்து அறிந்தவர்கள் தொடர்ந்து பேசி இருக்கிறார்கள். அவர்கள் எல்லோருக்கும் என் வாழ்த்துகளைத் தெரிவித்துக் கொள்கிறேன். அத்துடன் சபையில் வீற்றிருக்கும் என் நண்பர்கள், கொடிக்காலின் நண்பர்கள், தமிழ்ச் சமூகம் சார்ந்த அக்கறை கொண்டவர்கள், தமிழ் மீது அக்கறை கொண்டவர்கள் எல்லோ ருக்கும் என் அன்பைத் தெரிவித்துக்கொண்டு என் பேச்சைத் தொடங்கலாம் என்று எண்ணுகிறேன்.

என்னுடைய நீண்டகால நண்பர்தான் கொடிக்கால். இல்லை என்று சொல்லவில்லை. ஆனால் இன்றைய கூட்டத்தில் பங்கெடுத்துக்கொள்ள வேண்டும் என்ற கட்டாயம் எதுவும் எனக்கில்லை. அவருடைய நண்பர்கள் சிலருக்கும் நான் இங்கு பேசுவது பிடிக்காது என்றே நினைக்கிறேன். அப்படிப் பார்க்கும்போது இந்தக் கூட்டத்திற்கு நான் பேச வந்தது, அவர் மீது நான் கொண்டிருக்கும் நட்புக்கும் அடிப்படையான மதிப்பிற்கும் அடையாளமாகவே எனக்குப் படுகிறது.

கொடிக்காலைப் பற்றிப் பேசும்போது நான் சொல்வது சரியோ, தவறோ, அவர் என் பேச்சை ஏற்றுக்கொள்கிறாரோ இல்லையோ, அவருடைய நண்பர்கள் ஏற்றுக்கொள்கிறார்களோ இல்லையோ, என் மனதுக்குப் படுபவற்றைச் சரியாகச் சொல்லி விடவேண்டும் என்ற எண்ணத்தில் இருக்கிறேன்.

முதன் முதலாகக் கொடிக்காலை எப்போது சந்தித்தேன் என்று எனக்கு சரியாகச் சொல்லத் தெரியவில்லை. ஏறத்தாழ 50 வருடங்கள்கூட இருக்கலாம் என்று நினைக்கிறேன். என் உணர்வு அப்படி இருக்கிறது. அவரைச் சந்தித்தபோது முதலில் மனத்தில் படிந்த விஷயங்களை இப்போது நினைவுகூர்ந்து பார்க்கிறேன். அப்போது இளைஞனாக இருந்த அவர் மிகவும் அழகான தோற்றம் கொண்டவராக இருந்தார். கதர் ஜிப்பா அணிந்திருப்பார். சிந்தனைவாதிகளாகவும் தேசப்பற்று மிகுந்தவர் களாகவும் கற்பனை செய்துகொண்டிருந்த நாங்கள் எல்லோருமே, அந்தக் காலத்தில் கதர் ஜிப்பாதான் அணிந்து வந்தோம். கதர் ஜிப்பாவுக்கு, 'எந்தத் தியாகத்துக்கும் தயார்' என்ற செய்தியும் அன்று இருந்தது. இன்று முதுமைக் கோலத்தில், காலம் கசக்கி வைத்திருக்கும் நிலையில் இருக்கும் அவரை, அன்று மிக அழகாக இருந்தார் என்று நான் சொல்வது மிகையாகவோ, கற்பனை யாகவோகூட உங்களுக்குத் தோன்றலாம்.

ஆரம்ப நாட்களில் என் மனதில் படிந்த மற்றொரு விஷயம் பிறர் கூறுவதைக் காது கொடுத்துக் கேட்பதில் அவர் கொண்டிருந்த நம்பிக்கைதான். அன்றும் இன்றும் எனக்கு அபூர்வமாகப்படும் குணம் இது. எவ்வளவு நேரம் யார் பேசினாலும் சரி, குறுக்கீடு செய்யாமல் தொடர்ந்து கவனித்துக்கொண்டே இருப்பார். இதற்கு அவருடைய அறிவு சார்ந்த தாகம்தான் காரணம் என்று நினைத்தேன். தானாகக் கற்றுக்கொள்ளுவதற்கான வாய்ப்புக் குறைவு என்றும் பிறர் மூலம்தான் தான் கற்றுக்கொள்ள முடியும் என்றும் அவர் நம்புவதாக எனக்குப் பட்டது. இவ்வாறு மனதிற்குப்படவேண்டியவர்கள் நிறையவே இருக்கிறார்கள். அவருக்குப் பட்டது. அது முக்கியம்.

என் மனதைக் கவர்ந்த மற்றொரு விஷயம் அவரது உடல்வாகு; கட்டு; ஆரோக்கியம். அவர் அறிந்தோ அறியாமலோ அவரது கண்கள் சிரித்துக்கொண்டே இருக்கும். அத்துடன் தன்னைத் துருத்திக்கொள்ளாமல் கூட்டத்தோடு கூட்டமாக அவர் கலந்து நின்ற தன்மை. அவரது உடல் மொழியோ, பேச்சோ யாரையும் உறுத்தக்கூடியதாக இருக்கவில்லை.

ஆரம்ப நாட்களிலேயே தன்னை, சமுதாய மாற்றம் சார்ந்த ஒரு தத்துவம் ஒன்றில், அதன் நடைமுறை வடிவமான இயக்கத்தில் பிணைத்துக்கொள்ள விரும்புகிறார் என்று எனக்குப் பட்டது. அப்போது பொதுவுடைமை இயக்கத்தின் அனுதாபியாக அவர் மாறியிருந்தது வெகு இயற்கையான காரியம். இந்தப் பொது லட்சியம் சார்ந்துதான் அவருக்கும் என் நண்பர்களுக்கும் உறவு

உருவாயிற்று. என் நண்பர்கள் வழியாகத்தான் நான் அவரை அறிந்தேன்.

அவருடைய பிரச்சினை அதிகமும் சமுதாயப் பிரச்சினையாக இருந்தது. பொருளாதார ஏற்றத்தாழ்வு சார்ந்த பிரச்சினையாகவும் இருந்தது. பெரிதும் பொருளாதாரப் பிரச்சினை மட்டும்தான் என் நண்பர்களுடைய கவனத்தில் அந்தக் காலத்தில் இருந்தது. பொருளாதார ஏற்றத் தாழ்வு அழிவதோடு சகல பிரச்சினை களுக்கும் தீர்வு கண்டுவிடலாம் என்று அவர்கள் நம்பினார்கள். அதே நம்பிக்கைதான் எனக்கும் அன்று இருந்தது. இது எங்களுடைய தத்துவ அறிவு சார்ந்து நாங்கள் வந்த முடிவல்ல. நாங்கள் நம்பிக்கை கொண்டிருந்த தலைவர்கள் ஆணித்தரமாகச் சொல்லி வந்ததை நாங்கள் நம்பினோம். எனக்குத் தெரிந்து எங்கள் நண்பர் வட்டத்தில் கொடிக்காலுக்கு மட்டும்தான் இந்தப் பொது நம்பிக்கைமீது, அவர் வெளியே சொல்லத் தயங்கும், அவநம்பிக்கை இருந்தது. அது அவருடைய பிறப்புச் சார்ந்து அவர் எதிர்கொண்ட துக்கத்தினால் வந்தது என்று நினைத்தேன்.

அவர் தலித் சமுதாயத்திலிருந்து வந்தவர். அந்தச் சமுதாயத்தைச் சேர்ந்தவர்கள் பல அவமானங்களுக்கு இன்றும் ஆட்பட்டு வருகிறார்கள். 1950களில் இக்கொடுமைகள் இன்னும் மிக அதிகமாகவே இருந்தன. தன்னை மட்டும் தனியாக மேலெடுத்துச் செல்ல முடியாது என்றும் தன் மக்கள் பெறும் விடுதலையின் வழியாகவே தானும் விடுதலை பெற முடியும் என்றும் அவர் கருதுவதுபோல் இருந்தது. காலப்போக்கில் அவரைப் பற்றி என் மனதில் உருவான சிந்தனைகள் இவை.

ஒருவனுக்குத் துயரம் ஏற்படுகிறபோது அவன் என்ன ஜாதி, பணக்காரனா, ஏழையா, நம்மூர்க்காரனா அல்லது வெளியூர்க்காரனா, ஆங்கிலம் படித்தவனா, தமிழ் மட்டும் தெரிந்தவனா என்பது பற்றியெல்லாம் சிந்தனை செய்யாமல், மனித துக்கமாக அதைக்கண்டு பகிர்ந்துகொள்ளக் கூடிய குணத்தைச் சிறுவயதிலேயே இயற்கையாகக் கொடிக்கால் கொண்டிருந்தார்.

ஏன் அவரை நான் மதிக்கிறேன் என்பதற்கான காரணங்கள் சிலவற்றையேனும் சொல்ல வேண்டும். மனித இருத்தல் சார்ந்த ஒரு துக்கம், Existential agony, அவரிடம் இருந்துகொண்டிருந் தது. ஆரம்ப காலத்திலிருந்தே இருக்கிறது. அவருக்கு இந்த வார்த்தைகள் எல்லாம் தெரியாது. கேட்டாலும் தெரியாது என்று வெளிப்படையாகச் சொல்லிவிடுவார். பெயர் முக்கியமில்லை.

மனநிலை முக்கியமானது. அவஸ்தை, அமைதியின்மை, மனத்தொந்தரவு முக்கியமானது.

முக்கியமாக இந்தியச் சமூகத்தில் பிறப்பு, வாழ்க்கையின் போக்கையே பெருமளவுக்குத் தீர்மானித்துவிடுகிறது. பிறப்புச் சார்ந்த ஏற்றத்தாழ்வை ஒரு சமூக நோய் என்றுகூடச் சொல்லி விடலாம். இந்திய வரலாற்றை ஒருமுறை புரட்டிப் பார்த்தவர் களுக்குக்கூட எழுதப்பட்ட வரலாற்றில் கிட்டத்தட்ட 3000 வருடங்களாக இந்த நோய் இருந்துகொண்டிருப்பது தெரியும். புத்தர் வேறு பல பிரச்சினைகள் பற்றி யோசித்திருப்பதுடன் ஜாதி சார்ந்த ஏற்றத்தாழ்வுகள் பற்றியும் யோசித்திருக்கிறார். யோசிக்க வேண்டிய சூழல் அவருக்கு இருந்திருக்கிறது.

பிறப்புச் சார்ந்த அவமானத்தின் துக்கம் சிறுவயதிலேயே கொடிக் காலை, அவரது வாழ்க்கைப் பார்வையைப் பாதித்து விட்டது என்பதைத் தொடர்ந்து உணர்ந்து வந்திருக்கிறேன். தன் துக்கத்திற்குப் பரிகாரம் காணும் வழியில், அவரது யோசனைகள் சார்ந்து பல வழிகளில் பயணம் செய்து பார்த்திருக்கிறார். பல சோதனைகளை மேற்கொண்டிருக்கிறார். பல்வேறு இயக்கங்களை நம்பி அவற்றுடன் தன்னை முழுமூச்சாக இணைத்துக் கொண்டு பணியாற்றியிருக்கிறார். ஆத்மார்த்தமாகச் செயல்பட்டிருக்கிறார். இந்த இயக்கங்களின் பட்டியலைத் தர எனக்கு இப்போது விருப்பமில்லை. அவர்தான் அது பற்றியெல்லாம் துல்லியமாக எழுதிவைக்க வேண்டும். நம் மக்களை, நம் சமுதாயத்தைப் புரிந்துகொள்ள அவ்விவரங்கள் நமக்குப் பயன்படும்.

தனது தனிப்பட்ட துக்கங்களைத் தாண்டியும் பல்வேறு பணிகளை அவர் செய்திருக்கிறார். பல தலைவர்களை வெவ்வேறு காலங்களில் நம்பியிருக்கிறார். அவர்களைச் சந்தித்து விவாதித்திருக்கிறார். வெவ்வேறு காலங்களில் தனக்கு ஏற்பட்டிருக்கும் நம்பிக்கை பற்றியெல்லாம் என்னைச் சந்திக்க நேருகிறபோது சொல்லியிருக்கிறார். மனத்தளவில் மிகுந்த அவநம்பிக்கையுடன், ஆனால் அதுபற்றி எதுவும் அவரிடம் சொல்லாமல், நான் கேட்டுக்கொண்டு வந்திருக்கிறேன. ஒரு இடைவெளிக்குப் பின் என்னைச் சந்திக்கும்போது தனக்கு ஏற்பட்ட ஏமாற்றங்களைப் பற்றியும் சொல்லியிருக்கிறார். சொல்வார் என்று சொல்வதை விடத் தொட்டுக் காட்டிப் பேசுவார் என்று சொல்வதுதான் சரி. சங்கடங்களை விவரிக்கக் கூச்சப்படக்கூடியவர் அவர்.

பிறரைக் குறை சொல்லக் கூச்சப்படக் கூடியவர். இவை யெல்லாம் அவருக்கு இயற்கையாகவே மிகுந்த வேதனையைத் தந்த அனுபவங்களாகத்தான் இருக்க வேண்டும். நம்புவது, தன்

நம்பிக்கை சார்ந்து ஒருவருடனோ அல்லது ஒரு இயக்கத்துடனோ இணைந்து ஆத்மார்த்தமாகப் பணியாற்றுவது, உள்ளூர ஏமாற்றத்திற்கு ஆளாகிக்கொண்டு வருவது, தனக்குத் தானே சமாதானம் தேடி அந்த ஏமாற்றங்களைச் சரிகட்டிக் கொண்டு வருவது, இயக்கம் அல்லது தனி நபர் சார்ந்த தொடர்பை இயன்றளவு நீட்டிக்க முயற்சிப்பது, அதன் பின் சமாதானம் செய்து கொள்வதும் சாத்தியமற்றுப் போகும்போது வெளியேறுவது. இந்தச் சூழல் வட்டம் தொடர்ந்து அவர் வாழ்க்கையில் நிகழ்ந்து வந்திருக்கிறது.

கொடிக்காலுக்குச் சில ஆற்றல்கள் அவருடைய வளர்ச்சிக்குச் சாதகமாக இருந்திருக்கின்றன. யாரைச் சந்தித்துப் பேசினாலும் தன்மீது அவர்களது நம்பிக்கையை அவரால் சம்பாதிக்க முடியும். ஒரு காரியத்தை எடுத்துக்கொண்டால் அதனை அவரால் வெற்றிகரமாக முடிக்க முடியும். எந்த வழியாகச் சென்றால் காரியத்தை முடிக்க முடியும் என்ற நடை முறைச் சாமர்த்தியம் சார்ந்த யோசனைகள் கொண்டவர்தான் அவர். தனக்காகவும் தனது குடும்ப முன்னேற்றத்திற்காகவும் இத்திறன்களைப் பயன் படுத்தும் சுயநலம் அவரிடம் இருந்திருந்தால் அவர் தன் காரியத்தைப் பார்த்துக்கொண்டு வெற்றிகரமாக வாழ்ந்திருக்க முடியும். ஆனால் அவர் அவ்வாறு எந்தக் காலத்திலும் சிந்திக்க வில்லை.

பொது இயக்கத்தில் ஈடுபட்டிருக்கும் தலைவர்கள் தனிப்பட்ட பெயரும் பெருமையும் சேர்க்கும் பணிகளைத் தங்கள் பக்கம் வைத்துக்கொண்டு, கடினமான பணிகளைத் தொண்டர்களிடம் தள்ளிவிடுவதை இயக்கத்தில் பணியாற்றியிருப்பவர்கள் எல்லோருமே அறிவார்கள். கொடிக்கால் இயக்கங்களில் பணியாற்றும்போது ஆகக் கடினமான பணிகளைத் தயங்காமல் எடுத்துக்கொள்ளக் கூடியவராக இருந்தார் என்பது கன்னியாகுமரி மாவட்ட அரசியல்வாதிகள் அனைவரும் அறிந்த ஒரு செய்தி யாகும்.

கொடிக்காலின் வாழ்க்கையைப் பற்றி யோசிக்கும்போது உலகெங்கிலும் உள்ள எழுத்தாளர்களின் வாழ்க்கை பற்றித்தான் எனக்கு நினைவு வருகிறது. இவர்களது தலைவிதியைப் பகிர்ந்து கொண்டு வருகிறவன்தான் தமிழ் எழுத்தாளனும். மனதார ஏற்றுக்கொள்ள அவனக்கு ஒரு தலைவனில்லை. நம்பிக்கை யுடன் ஒட்டி ஒழுக அவனுக்கு எந்த இயக்கமும் இல்லை. நம்ப ஆசைப்பட்டு நம்பத் தொடங்குவது, அதன் பின் காலப் போக்கில் அவநம்பிக்கை மண்ட, பின்வாங்குவது. எழுத்தாளனுக்குரிய அலைக்கழிப்பு இப்படித்தான் இருக்கிறது. அரசியல்வாதிகள்

பொதுவாக இவர்களைப் போல் இருப்பதில்லை. அவர்களிடம் எப்போதும் ஆயத்தச் சமாதானங்கள் இருக்கின்றன. கசப்புகளை விழுங்கிக்கொண்டு அவர்களால் இருக்க முடிகிறது. இணைந்திருக்கும் இயக்கம் ஒத்துவராதபோது விட்டுத் தொலைத்துவிட்டு வந்தால் தனிமை தன்மீதும் கவியும், அடையாளம் இல்லாமல் போகும் என்ற கவலையில் பலர் இயக்கங்களுடன் வலுக்கட்டாயமாகத் தங்களை இணைத்துக் கொண்டிருக்கிறார்கள். இந்த மனோபாவத்தில் இருந்து விடுதலை பெற்றவர் கொடிக்கால். அதனால் ஒரு எழுத்தாளனான எனக்கு அவரை இனம் காணவும் நெருக்கமாக உணரவும் முடிகிறது. எழுத்தாளனுடைய துக்கமும் கொடிக்காலின் துக்கமும் ஏகதேசமாக ஒன்றுதான்.

கொடிக்கால் எந்த இயக்கத்தில் இருந்தாலும் அவர்களில் ஒருவராகவும் அதே நேரத்தில் அவர்களை விட்டு அன்னிய மாகவும்தான் இருந்து வந்திருக்கிறார். இந்த 'இரட்டை நிலை' அவரிடம் தொடர்ந்து இருந்து வந்திருக்கிறது. இன்றும் இருக்கிறது என்றே நினைக்கிறேன்.

ஒரு முறை கன்னியாகுமரி விவேகானந்தர் பாறையில் நாங்கள் எல்லோரும் ஒரு கூட்டத்தில் கலந்துகொண்டோம். எதற்காகக் கூடினோம் என்பது என் நினைவில் இல்லை. கடல்மீது கொட்டிக் கொண்டிருந்த கண்ணைக் கூசும் வெளிச்சமும் அலைகளின் விளையாட்டும் உஷ்ணமும் தணுப்பும் கலந்த காற்றும் அற்புதமான மன எழுச்சியைத் தந்துகொண்டிருந்தது. அந்தக் கூட்டத்தில் அன்று கலந்துகொண்ட மற்றொரு நண்பரும் இப்போது இங்கு இருக்கிறார். அந்த கூட்டத்தில்தான் கொடிக்கால் இஸ்லாம் மதத்தைத் தழுவப்போகும் தன் முடிவை எங்களிடம் சொன்னார். பலரும் பல அபிப்பிராயங்கள் சொன்னார்கள். கொடிக்காலை நாங்கள் எல்லோருமாகப் பிடித்து வெளியே தள்ளுகிறோம் என்ற உணர்வு எனக்கு ஏற்பட்டது. வேறு மதத்தைத் தழுவ வேண்டாம் என்றும் பிறந்த மதத்தில் நின்றே போராடலாம் என்றும், தன் விருப்பம் போல் கிறிஸ்துவராகவோ, பௌத்தராகவோ அல்லது இஸ்லாம் மத நம்பிக்கை கொண்டவராகவோ வாழ்க்கையைத் தொடரலாம் என்றும் நான் சொன்னேன். கொடிக்கால் ஏற்கனவே சிந்தித்து முடிவு செய்திருந்த காரியம். தனது முடிவில் மாற்றம் எதுவுமில்லை என்று அவர் சொன்னார்.

வாழ்க்கை சார்ந்து கொடிக்காலின் கனவு எந்த அளவுக்கு நிறைவேறியிருக்கிறது? தனது தொண்டு பிறருக்குப் பயனுடையதாக இருந்திருக்கிறது என்றுதான் இன்றும் அவர் நம்பிக்கை கொண்டிருக்கிறாரா? அவர் புதிதாகத் தழுவிக்கொண்டு வாழ்ந்து

வரும் சமயம் அவருக்கு ஆத்ம திருப்தியைத் தருகிறதா? தன்னைச் சமமாகக் கண்டு தன்னிடம் தனித் தன்மையுடன் பழகுபவர்கள் சிலரையேனும் அவர் கண்டுபிடித்து விடுவாரா? வேற்றுமைகள் முற்றாக அழிந்துபோன சமுதாயம் வருவதற்கான வாய்ப்புக் குறைவு என்றாலும், ஏற்றத்தாழ்வுகள் மட்டுப்பட்ட நிலையேனும் இந்த மண்ணில் உருவாகும் என்று அவர் நம்புகிறாரா? இந்தக் கேள்விகளுக்கெல்லாம் அவர் மனத்தில் என்னென்ன பதில்கள் இருக்கின்றன என்று நான் யோசிக்கிறேன். அவைபற்றித் தெரிந்து கொள்ள எனக்கு மிகுந்த ஆர்வம் இருக்கிறது என்றாலும் அவரிடம் கேட்டுத் தெரிந்துகொள்ள வேண்டாம் என்று இருக்கிறேன்.

தன்னைப் பற்றியும், தன் வாழ்வில் பெற்ற துயரங்கள் சார்ந்தும் மகிழ்வுகள் சார்ந்தும் இந்தச் சமுதாயத்தின் முன் அவர் மனந்திறந்து பேசவேண்டும். அப்போது பிறரில் ஒருவனாக நின்று நானும் அவரது அந்தரங்கங்கள் பற்றித் தெரிந்து கொள்வேன். அவ்வாறு சொல்ல அவர் துணிந்தாலும் இன்று வரையிலும் இழக்காத ஒன்றைப் புதிதாக இழந்துவிட அவருக்கு எதுவும் இல்லை.

தன் அனுபவங்களை அவர் வெளிப்படையாகப் போட்டு உடைக்க வேண்டும். தான் களத்தில் நிற்பவன் மட்டுமல்ல, எழுத்திலும் நிற்பவன் தான் என்பதை அவர் நிரூபித்துக்காட்ட வேண்டும்.

(நாகர்கோவிலில் அசிசி பங்கு அரங்கில் 05.03.05 தேதியன்று கொடிக்கால் சேக் அப்துல்லாஹ் பாராட்டுக் கூட்டத்தில் பேசியதன் சுருக்கம். அன்று கூறத் தவறிவிட்ட ஒரு சில கருத்துக்கள் சேர்க்கப்பட்டிருக்கின்றன.)

புதிய பார்வை, ஆகஸ்ட் 16–31, 2005

விமர்சனம்

1

நகுலனின் நிழல்கள்

இந்த நாவலைத் தமிழ் வாசகர்களுக்கு அறிமுகம் செய்துவைப்பதில் மிகுந்த சந்தோஷமும் திருப்தியும் அடைகிறேன்.

நகுலனின் எழுத்து மிகவும் அயனான சரக்கு. புத்தம்புதிசாய் மிளிரும் சிருஷ்டி ஒவ்வொன்றும் நமக்கு முதலில் வேற்றுமை உணர்ச்சியையும் சில சமயம் ஏமாற்றத்தையும் அளித்துவிடுகிறது. நம்முடைய எதிர்நோக்குதல்களைப் பூர்த்தி செய்யும் உத்தேசம் அவற்றிற்கு அநேகமாய் இருப்ப தில்லை. ஒரு கலைஞன் பிறரை மறந்து தன்னை வெளிப்படுத்திக்கொள்ளும் முயற்சியாகவே பெரிதும் அது அமைகிறது. இதுபோன்ற முயற்சிகளி லிருந்துதான் புதிய சம்பத்துகள் எனக் கருதத் தகுந்த சிருஷ்டிகள் ஒரு பாஷைக்கு லபிக்கின்றன. 'நிழல்க'ளில் வெளிப்படுவது நாம் இன்றுவரையிலும் பரிச்சயப்பட நேராத ஒரு புதுக் குரலாகும். வாசகர்கள் போதிய அனுதாபத்துடன் இந்நாவலை ஒன்றுக்கு இரண்டுமுறை படித்துப் பார்க்கும் சிரமத்தை மேற்கொள்வார்கள் என்றால், சுகந்தமான இலக்கிய இன்பம் அவர்களுக்குக் கிடைக்குமென்று நம்புகிறேன்.

நமக்கு ரொம்பவும் பழக்கமான, வக்கணை யான கதைப் பிண்டம் இந்நாவலில் இல்லை. சுய அனுபவத்திலிருந்து திராணி யான கலையை உருவாக்குவதாகக் கற்பனை செய்துகொண்டு, இறக்கை கட்டி மேலே சென்று, கனவு கலைந்து விடாமல், நிஜத்தின் நிழல் படாத அண்டப்

புளுகுகளை வாரி இறைத்துச் செல்லும் சிறுமை இங்கு இல்லை. இங்கு அனுபவம் குறைந்தபட்ச மாற்றங்களுடன் கலை வடிவம் பெற்று, அந்த அனுபவத்திற்கே செழுமை ஊட்டி, மன நிறைவையும் முழுமை உணர்ச்சியையும் அளித்து விடுவது ஆசிரியரின் கலைத் திறனுக்குப் போதிய சான்றாகும்.

மிகச் சிறிய நாவல் இது. எனினும் இதைப் படித்து முடித்த பின், அனுபவத்தின் நானாவிதமான சஞ்சாரங்களைத் தாண்டி வந்த பின், சற்றுக் கனமான புத்தகம் ஒன்றைப் படித்து முடித்த பிரமை தட்டுகிறது. சுருக்கமாகக் கூறினாலும் விரிவான அனுபவங்களுக்கு நம்மை ஆளாக்கிவிடுகிறார் ஆசிரியர். பாத்திரங்கள் – அநேகமாக எல்லோருமே – மிக நன்றாக உருவாகியிருக்கிறார்கள் என்று சொல்லலாம். ஆசிரியர் இவர்களை நேர்ப்போக்கில் பிரஸ்தாபித்துக்கொண்டு போகையிலேயே, நாமும் அவர்களை இனங்கண்டுகொண்டு தாண்டிச் சென்றுகொண்டிருக்கிறோம். இரண்டொரு வரிகளில் பாத்திரங்களின் ஜீவ களையைப் பிடித்துவிட முடிகிறது ஆசிரியரால். சாரதியின் தகப்பனார், சமூக சேவகி சாரதா, பராங்குச நாயுடு, வேதவல்லி போன்றவர்கள் மட்டுமல்ல, ஒரு கணம் தோன்றி மறையும் ஹோட்டல் வெங்கு அய்யர்கூட – டிபன் அளிப்பதற்கு முன் துட்டைக் காட்டச் சொல்வதன் மூலம் – தன் முகத்தையும் காட்டிக் கொண்டுவிடுகிறார்.

கதை கூறும் முறையிலும் பேசுவது போல் அனாயாசமாய் எழுதிக் கொண்டு செல்வதிலும் வெளியாகும் ஆசிரியரின் ஒரு அபோதமான, கட்டற்ற தன்மை, மிகுந்த அழகாகப்படுகிறது. மனசின் முடுக்கத்திற்குப் பேனா விரைந்தோடிவிட்ட அழகு – படைப்பின் திட்டங்களும் ஓரம் செதுக்கிய விளிம்புகளும் உத்தியின் நகாசுகளும் கருத்துத் திணிப்புகளும் பார்த்துப் பார்த்து அலுத்துப்போன மனசுக்கு – மிகுந்த சந்தோஷத்தைத் தருவதாய் அமைந்துவிட்டது.

பழைய தலைமுறை, புதிய தலைமுறையைத் தங்களுடைய மன அபிலாஷைகளைப் பூர்த்தி செய்யும் கருவிகளாக உருவாக்க முயல்வதும் புதிய தலைமுறை தங்களுடைய சொந்த இச்சைகள் நிறைவேறத் தும்பு அறுத்துக்கொள்ளப் பிரயாசைப்படுவதும் குடும்பம் எனும் விவேக அமைப்பு அல்லது தளை உருவான காலத்திலிருந்தே எழுந்த பிரச்சினைகளாகவே இருந்திருக்க வேண்டும். அந்த அவஸ்தையையும் ஆத்மீக வேதனையையும் வீட்டிலும் வெளியிலுமாக – ஆசிரியரால் சோடை தட்டாமல் சொல்ல முடிந்திருக்கிறது. மகனுக்கு அப்பா, அப்பாக் குரங்கு

சுந்தர ராமசாமி

ஆகிவிடுவதும் அவர் பிரிவுக்காக அவனே மனங்கலங்குவதும் இரண்டுமே தவிர்க்க முடியாத மன நிலைகளாகவே இருக்கின்றன.

கடைசியில் வேதவல்லியின் வருகை, மிகுந்த ஆசுவாசத்தை அளிப்பதாக இருக்கிறது. 'உங்களுடைய ஆயிரம் மனக் கோணல் களை என்னால் தனியாக நின்று சமாளித்துக்கொள்ள முடியும்' என்று அவள் சொல்லிவிட்டது போல், கதை முடிவில், அலுப்புக்குப் பின் மீண்டும் வாழ்வின் மீது நாம் கொள்ள விழையும் நம்பிக்கையை அவள் மீது குவிக்கிறோம்.

நகுலனின் கலை ஊற்று மிக வளமானது எனும் நம்பிக்கையை இந்நாவல் எனக்கு ஏற்படுத்தியிருக்கிறது. இதன் மூலம் தமிழின் இலக்கியத் தரமான நாவலாசிரியர்களின் வரிசை யில் இடம்பிடித்துக்கொள்ளும் இவ்வாசிரியர், எதிர்காலத்தில் நாம் எண்ணிப் பெருமைப்படத் தகுந்த சிருஷ்டிகளைப் படைத்து விட்டார் என்றால், நான் ஆச்சரியம் அடைய மாட்டேன். என் நம்பிக்கை பலித்துவிட்டதை எண்ணித் திருப்திப்படுவதே அப்போது என்னுடைய காரியமாக இருக்கும்.

நகுலனின் 'நிழல்கள்' நாவலின் முன்னுரை,
ஜூன் 1965

2

புதுமைப்பித்தனின் மனக்குகை ஓவியங்கள்

எனக்கும் புதுமைப்பித்தனுக்குமான உறவு தெளிவாகவே இருப்பது போல்தான் இருந்தது, சென்ற வாரம் வரையிலும். சென்ற இருபது வருட காலத்திலும் 'நம்ம புதுமைப்பித்தன்தானே' என்ற எண்ணத்திலேயே எப்போதும் இருந்து வந்திருக்கிறேன் என்று தோன்றுகிறது. அவருடைய மன அறைகளின் சாவிக் கொத்து என் இடுப்பிலேயே தொங்குவது மாதிரியும் நடமாட்டங்களில் அது 'கிணிங் கிணிங்' என்று ஓசைப்படுத்துவது மாதிரியும் எண்ணிக்கொண்டிருந்ததின் அழகு, கையில் தராசைத் தந்து ஒருவர் எடை போடச் சொன்ன போது எனக்கே வெளிச்சமாகி விட்டது.

இவருடைய எழுத்தை வாசகர்களில் சிலர் வாங்கிக்கொள்வதில் ஆயாசப்படுகின்றனர் எனக் கூறி, என் வாசக அனுபவம் தேவை எனக் கேட்ட போதும், என் அனுபவம் பயன்படும் என்று சொன்ன போதும், பயன்படலாம் என நானே நம்பியபோதும் 'இவருடைய எழுத்தில் அப்படி என்ன இருட்டு, புதிர், முடிச்சு?' என நானே கேட்டுக்கொண்டேனே தவிர, எனக்கும் சற்று மேல் மூச்சு கீழ்மூச்சு வாங்கும் என்பது அப்போது தெரியாது.

சுமார் இருபது வருடங்களுக்கு முன்னர், புதுமைப்பித்தன் கதைகளுடன் எனக்கு முதல் பரிச்சயம் ஏற்பட்டது. அவருடைய இயற்பெயரோ இலக்கிய உலகில் அவருடைய ஸ்தானமோ பிற

விவரங்களோ அன்று எனக்குத் தெரியாது. நம்மிடையே அவர் இல்லை என்பதும் அன்று நான் அறிந்திராத ஒன்று. எடுத்த எடுப்பில் அவருடைய புனைபெயர் எனக்கு லேசான கசப்பை ஏற்படுத்தியது. காரணம் சொல்லத் தெரியவில்லை. தன்மை விளக்கமாகக்கொண்ட பெயர்கள் எனக்கு ருசிப்பதில்லை என்று சொன்னால், அதுவும் இன்றைய மனநிலையை ஒட்டிய விளக்கமே தவிர, அன்றைய காரணமாக இருக்கும் என்று சொல்ல முடியாது. ஏனோ பிடிக்கவில்லை.

இன்று அவருடைய எழுத்தை, அதன் தன்மைகளை முடிந்த வரையிலும் மனத்திரையில் விரித்துப் பார்க்கிறபோது, அப்பெயர் அற்புதமாய் அவருக்குப் பொருந்துவது தெரிகிறது. அதைத் தவிர்த்து மற்றொன்றைச் சூட்டுவது சாத்தியமற்றதாகவே படுகிறது. அவருடைய எழுத்துக்கு, அதன் நடை, எடுத்தாளும் விஷயம், அவ்விஷயத்தைக் கையாண்ட கோணம், சொல்முறை, உருவம், ஆரம்பங்கள், முடிவுகள், வருணனைகள், பாத்திர சிருஷ்டி, எழுத்தில் நீக்கமறக் கலந்து நிற்கும் விமர்சனப் பாங்கு, இன்னும் இழை கண்டு சொல்ல முடியாததும் ரசனைக்கு மட்டும் அனுபவ சாத்தியமாகிற சூட்சும அம்சங்கள் ஆகியவற்றை உணர்ந்து பார்த்தால், அவர் சூட்டிக்கொண்ட பெயர் அசைக்க முடியாதபடி அவருக்குப் பொருந்துவதை உணரலாம். எனக்கு இப்போதும் அப்பெயர் ருசிக்கவில்லை என்பது வேறு விஷயம். முக்கியமான விஷயம் அல்ல அது.

படைப்புக்கு முன்னாலேயே, அதன் கிளை படரும் காட்சிகளை உணர்வதற்கு முன்னாலேயே, எவ்வாறு அவர் இப்பெயரைத் தனக்குச் சூட்டிக்கொண்டுவிட்டார்? தான் நடந்து செல்லப்போகும் பாதைகள் எல்லாம் பயணத்தைத் தொடங்கும்போதே அவருடைய காட்சிக்குப் புலனாகி விட்டனவா? கலைஞர்களில் அநேகருக்கு அது மங்கலாகத் தெரியும் பிராந்தியம் அல்லவா?

இலக்கியப் படைப்பு அநேக சந்தர்ப்பங்களில் வெகுளித் தனமான காரணங்களோடுதான் துளிர்க்கிறது. பந்தமும் சுற்றமும் தங்களுடைய மனவுலகில் ஒரு நாற்காலி தருவதற்காக; தான் அசடு ஒன்றுமல்ல என்பதைப் பிறருக்கு உணர்த்துவதற்காக; எழுத்தை அச்சில் பார்த்ததும் நாளங்களில் ஓடும் லகரியைச் சற்று அனுபவிப்பதற்காக; வேறு எதை எதையோ இழந்து போனதற்குப் பதிலாக – இப்படி எத்தனையோ காரணங்கள். கலைஞனின் மனத்தில் அவனுடைய இளமைப் பருவத்தில் விரியும் கனவுகளை வார்த்தைகளில் தேக்குவது கடினம். தத்துவ வாதிக்குத் தனது எதிர்காலப் பயணத்தின் பாதை பளிச்சென்று

ஒரு கலை நோக்கு ❋ 221 ❋

தெரியாவிட்டாலும் அதன் கரைகளேனும் தெரிந்திருக்கும். அவனுக்குப் புத்தி முதலீடு. பதில் தேடி ஆராயும் நாட்கள் அவனுக்கு எதிர்காலம் தான் என்றாலும் தொடக்கத்தில் அவன் கேள்விமயமானவன்தான் என்றாலும் அவனுக்கு அவனுடைய கேள்விகளேனும் தெளிவானவை; சந்தேகங்கள் தெளிவானவை.

கலைஞனோ உணர்ச்சிகளை விரிப்பவன். சௌந்தரியம் அவனை இழுத்துச் செல்கிறது. சமூக அர்த்தத்தில் ஏதோ ஒரு கோணலுக்கு அவன் ஆட்பட்டுவிடுகிறான். அவன் உள்ளம் இளமையிலேயே வடுப்பட்டு விடுகிறது.

மேற்சொன்ன லட்சணங்களில் புதுமைப்பித்தனும் ஒரு கலைஞன். பெயரிலிருந்து ஆரம்பித்து, சற்றே திசை மாறிப் போவது போன்ற எண்ணத்தை ஏற்படுத்தியவாறு நான் அணுக முனைவதெல்லாம், புதுமைப்பித்தன் பெரிதும் உள்ளுணர்வு கொண்ட, அந்த உள்ளுணர்வின் அடிப்படையில் இளமையி லேயே எதிர்காலத்தில் தெளிவுறப் போகும் தன் முக விலாசத்தை மனக்கண்ணாடியில் முன்கூட்டிக் கண்டுகொண்டு விட்ட கலைஞன் என்பதை வற்புறுத்துவற்காகத்தான். நான் பின்னால் அவரைப் பற்றிப் போடப் போகிற தீர்மானங்களுக்கு எல்லாம் அவர் முன்னாலேயே பின் மொழிந்திருக்கிறார் என்று சொல்ல லாம். தன்னுடைய இலக்கிய முகத்தை முன்கூட்டி உணர்த்தும் விசேஷமான உள்ளுணர்வு ஒன்று அவருக்கு இருந்திருக்கிறது.

புதுமைப்பித்தனுடைய எழுத்து அவருடைய பலத்திற்கும் பலவீனத்திற்கும் சாட்சியாய் நம் முன் நிற்கிறது. இந்த இரண்டு அம்சங்களையும் 'புதுமைப்பித்தன் கதைகள்', 'காஞ்சனை' ஆகிய இரு சிறுகதைத் தொகுதிகளையும் ஆதாரமாகக்கொண்டு ஒரு வாசக அனுபவத்திற்குப் புலனாகிற தோரணையில் பார்ப்போம்.

புதுமைப்பித்தனின் இயல்புகளை நாம் தெரிந்துகொள்ள உபயோகப்படும் சில கேள்விகள் என்னிடம் எழுகின்றன.

திட்டம் என்பதிலும் பயிற்சி என்பதிலும் நம்பிக்கை கொண்ட கலைஞர்தானா இவர்? தனது உணர்ச்சிகளைப் புத்தி மண்டலத்திற்கு உயர்த்தி, இழை எடுத்து சோதித்துப் பார்ப்பதில் இவருக்கு ஆசை இருந்திருக்கிறதா? புலன்கள் வாயிலாக நாம் பெறும் அனுபவம் உண்மையாய் அமைவது கடினம், பொய்யாய்ப் போய்விடுவது சுலபம் என்ற ஜாக்கிரதை உணர்வு இவரிடம் தொழில்பட்டிருக்கிறதா? சைக்கிள் சக்கரத்தில் நாம் பார்க்கும் விதமாய், சிறுகதையின் ஜீவ தாதுவை மையத்தில் பொருத்தி, வெளிவட்டத்திலிருந்து கம்பிகளை இழுத்து உறுதிப்படுத்தும் பொறுமை, அதன் அவசியம், அதற்கான

பயிற்சி இவற்றிற்கெல்லாம் இவர் கட்டுப்பட்டவர்தானா? கதையிலிருந்து அனாவசியத்தை அகற்றினால் அவசியம் மேலும் துலங்கும் என்பதை இவருடைய கதைகள் எப்போதும் நமக்கு உணர்த்துகின்றன என்று சொல்ல முடியுமா? கதை அரங்கில் கதாபாத்திரங்கள் நடித்துக்கொண்டிருக்கும்போது திரைக்குப் பின்னாலிருந்து எட்டிப் பார்ப்பது, அதாவது தன் சொந்த அபிப்பிராயங்களுக்கும் இடம் போட்டுக்கொண்டு எழுதுவது, விவேகமல்ல என்ற விதியை விடாமல் பின்பற்றக் கூடியவரா இவர்? கதையைக் கடைசிவரையிலும் நடத்திக்கொண்டு சென்றுவிட வேண்டும் என்பதிலோ அல்லது சென்றுவிட முயல வேண்டும் என்பதிலோ இவர் காட்டும் நிர்ப்பந்தம் எவ்வளவு? சிக்கலான தடத்தில் போகிறபோது, சீதையைப்போல் விலை உயர்ந்த ஆபரணங்களைக் கழற்றிப் போட்டுக்கொண்டே போகா விட்டாலும், ஒரு லட்சிய வாசகன் எட்டிப் பிடித்துவிடுவதற்கு அவசியமான படிகளையேனும் கோடி காட்டிவிட வேண்டும் என்ற பொறுப்புணர்ச்சி எப்போதும் காட்டியவர் என்று இவரைப் பற்றிச் சொல்ல முடியுமா? தடம் தெரியாமலும் தனக்கே புரியாமலும் பேனா ஓட ஆரம்பித்தால் அதை இழுத்து நிறுத்தி மூடியை அதன் வாயில் செருகிவிடுவது விவேகமான காரியம் என்பதில் இவருக்கு நம்பிக்கை உண்டா?

மேற்கண்ட கேள்விகள் ஒவ்வொன்றுக்குமே எதிர்மறையான பதில் சொல்லும் நிலையில் நாம் நிற்கிறோம். மேதாவிலாசம் வாய்க்கப்பெறாத ஒரு கலைஞன் மேற்கண்ட பலவீனங்களால் கொடிய தண்டனைக்கு ஆளாகியிருப்பான் என்பதிலும் நமக்குச் சற்றும் உவக்காது போய்விட்ட அவன் எழுத்துக்கு, மேலே சொன்ன குறைகளில் சிலவற்றையேனும் காரணமாக எடுத்துக் காட்டிக் கொண்டிருப்போம் என்பதிலும் சந்தேகமில்லை.

கலையின் வெற்றிக்குத் துணை செய்யும் எனப் பெரிதும் நம்பப்படுகிற, மேதாவியான கலைஞன் பரவலாகப் பின்பற்றிய, சில வித்தையைக் கற்றுக் கொடுக்கும் பாடப் புத்தகங்களில் இடம்பெறத் தகுந்த நியதிகளை இரக்கமின்றி மிதித்துக்கொண்டே, பூரணத்துவம் பெறவில்லை என்றாலும் சில வெற்றிகளைச் சாதித்த புதுமைப்பித்தனின் கலை வன்மை பொருந்தியது. இவ்வெற்றியின் வசீகரம் அவருடைய எழுத்துகள் அனைத்திலும் இழையோடுவதையும் பார்க்கலாம்.

சூத்திரமாகச் சில வார்த்தைகளைச் சொல்லி இவரை உணர்த்த முயலும்போது, மேதாவிலாசம் பொருந்தியவர்; நியதிகளை அலட்சியம் பண்ணுகிறவர்; தான் வாழ்ந்த காலத்தின் கோலத்தில் அதிருப்தி தெரிவித்தவர்; மனித இயல்புகளை

ரசிப்பவர்; எழுத்தை ஆத்மார்த்தத்தோடு கையாண்டவர்; தனிமனிதன்மீது விழும் கட்டுப்பாடுகள் – அவை குடும்பம், தேசம், தேசியம், கட்சி, சமூகம், மொழி, கலை உலகு போன்ற எந்தத் திசையிலிருந்து வந்தாலும் சரி – அவற்றை ஏற்றுக்கொள்ளப் பிடிவாதமாய் மறுப்பவர்; தன்னுடைய உணர்வுகளையே பிரதானமாய் மதித்து அதன் வழியே செல்பவர்; வாழ்க்கையைத் திருத்தவோ மாற்றவோ செப்பனிடவோ சீர்குலைக்கவோ உருவாக்கப்படும் தத்துவங்களையும் அவற்றின் செயலுருவமான இயக்கங்களையும் அவநம்பிக்கைக் கண் கொண்டு பார்த்தவர்; பக்தி, பவித்திரம், அமானுஷ்யம் இவற்றிலிருந்து எழுந்த பீடங்களை – காலம் காலமாய் அதன்முன் மனிதன் தலைகுனிந்து நின்று களிம்பேறிப்போன பீடங்களை – தனது பலவீனமான கைகளால் அசைத்து, அப்பீடங்களிலுள்ள விக்கிரகங்கள் அசைவதைக் கண்டு உதட்டின் கோணத்தில் சிரிப்பை வரவழைத்துக்கொண்டவர் என்றெல்லாம் சொல்லலாம்.

பலவீனங்களைத் தாண்டி வெற்றிகளை எட்டிவிட்ட புதுமைப்பித்தனுக்குப் பின்னால், பலவீனங்களால் பாதிக்கப்பட்ட புதுமைப்பித்தனையும் பார்க்கிறோம்.

இவருடைய பல கதைகள் சிறுகதையின் தனிப்பெரும் குணமான உருவத்தைத் தாண்டி அப்பால் நகர்ந்துவிட்டவை. அப்போது எந்த அர்த்தத்தில் அவை சிறுகதை உருவம் பெறத் தவறியவை என்ற கேள்வி எழலாம்.

சிறுகதை என்ற தனியான, பிற இலக்கிய உருவங்களுக்கு வித்தியாசமான – கதைகளிலிருந்தும் துண்டாக வேறுபட்ட – ஒரு இலக்கியப் பிரக்ஞையை நாம் மனத்தில் பேணி வந்தோம் என்றால், இவருடைய கதைகளில் பல சிறுகதை உருவம் பெறத் தவறிவிட்டவை என்பதை உணர முடியும்.

அவ்வாறு கதைகளிலிருந்து வித்தியாசம் காட்டுகிற வேறு பட்ட சிறுகதை உருவப் பிரக்ஞை ஒன்றை நாம் வளர்த்துக் கொள்ள வேண்டியது அவசியம்தானா என்று கேட்கலாம். அவசியம் என நம்புகிறவர்களும் அவசியமில்லை என்று வாதாடு கிறவர்களும் நம்மிடையே இருக்கிறார்கள். அவசியம் என்பது என் அபிப்பிராயம்.

மையப் புள்ளி ஒன்றில் சுழல்வதும் கதையின் விரிவு அந்த மையப் புள்ளிக்கு வலுவூட்டும் ஆலாபனையால் அமைவதுமான கதைகளை நம்முடைய பழைய இலக்கியத்திலிருந்து, பழைய இந்திய இலக்கியத்திலிருந்து எடுத்துக்காட்டிவிட முடியும் என்று நம்பிவிடுவதற்கில்லை. அவ்வாறு ஏகதேசமாய் ஒன்று

எடுத்துக்காட்டப்பட்டாலும் அது தவறிப்போய் சரியான திசையில் விழுந்துவிட்ட தற்செயலான காரியமாக அமையுமே அல்லாது, அந்த சிருஷ்டியின் பின்னால் போதபூர்வமாய்த் தொழிற்பட்ட ஒரு உள்ளத்தைக் காணமுடியாது. நாம் மேலே சொல்லி வந்த சிறுகதையின் லட்சணங்கள் மேல்நாட்டுப் பரிச்சயத்தின் மூலமே நமக்குத் தெரியவந்தவை என்ற உண்மையை இன்றைய இலக்கிய உலகில் பலரைப் போலவே நானும் நம்புகிறேன். 1920க்கு முன்னர் தமிழில் இவ்வுருவம் சாத்தியமாகவில்லை என்பதையும் இலக்கியப் பிரக்ஞையுடன் பரவலாக உருவாக்கப்பட்ட கதைகள், அதாவது தமிழில் வசனத்தின் முதல் கலைப்படைப்புகள் காலமும் இயக்கமும் கூடித் தோன்றியது 1930க்குப் பின்னரே என்றும் சொல்ல வேண்டும். இந்த இலக்கியப் பிரக்ஞை கொண்ட முதல் கோஷ்டியில் முக்கியமானவர் புதுமைப்பித்தன்.

போதிய சிரத்தை எடுத்துக்கொள்ளப்படாததால் சிறுகதை உருவத்திலிருந்து நகர்ந்துவிட்ட இவருடைய கதைகளுக்கு உதாரணமாய் ஒன்றிரண்டைப் பார்ப்போம்.

'கலியாணி' என்ற கதை இவ்வாறு ஆரம்பமாகிறது :

> "வாணிதாஸபுரம் என்பது ஒரு பூலோக சுவர்க்கம். மேலே இருக்கும் பௌராணிகரின் சுவர்க்கம் எப்படியிருக்குமென்று அடியேனுக்குத் தெரியாது. ஆனால் இந்த சுவர்க்கத்தைப் பொறுத்தவரை இது வாணியின் கடைக்கண் பார்வை ஒரு சிறிதும் படாத இடம் என்பது எனக்குத் தெரியும்."

இதைத் தொடர்ந்து வாணிதாஸபுரத்தின் 'லொக்கேஷன்', யாருடைய துணையுமின்றி ஒரு குழந்தைகூட அவ்வூரை அடைந்து விடுவதற்குப் போதுமான பூகோளத் தகவல்கள்; நதி, வாய்க்கால், குளம் ஆகிய நீர் நிலைகள் காணப்படும் இடங்கள்; வாணிதாஸபுரம் நாகரிக மோஸ்தருக்கு ஆட்படாமலிருக்கும் தன்மை; கிராம மக்களின் பிழைப்பு விரிந்திருக்கும் கோலங்கள்; பிராமண தர்மத்தின் பிரதிநிதிகளின் ஜீவனோபாயம்; பிள்ளைமார்களின் குல தர்மம்; மறவர்களின் சோம்பல் தர்மங்கள்; பறைச்சேரியின் அவலம் முதலியனவற்றை மிக ரசமாய் இரண்டு பக்கங்களில் சொல்லி முடித்துவிட்டு, இரண்டாவது பகுதிக்கு வருகிறார் ஆசிரியர்.

> அர்ச்சகர் சுப்புவையர் ஏறக்குறைய மெஜாரிட்டியைக் கடந்துவிட்டவர். தமது 45ஆவது வயதில் மூத்தாளை இழந்துவிட, இரண்டாவது விவாகம் செய்துகொண்டார். இளையாள் வீட்டிற்கு வந்து சிறிது காலந்தான் ஆகிறது. அவள் சிறு குழந்தை. 16 அல்லது 17வயதுள்ள கலியாணி

சுப்புவையரின் கிரகத்தை மங்களகரமாக்கவே அவரது சமையற்காரியாகக் காலம் கழித்தாள்.

சிறுகதையின் உருவப் பிரக்ஞையை மனத்தில் கொண்டோம் என்றால் மேலே காட்டிய இரண்டாவது பகுதியிலேயே கதை ஆரம்பமாவது விரும்பத்தக்கது என்று சொல்லலாம். அப்படியானால் முதல் பகுதியில் அவர் அளித்திருக்கும் தகவல்கள் அவசியமற்றவையா, அத்தகவல்கள் இக்கதைக்கு வலுவூட்டவில்லையா, அவற்றின் நீக்கத்தில் கதை பாதிக்கப்படாதா ஆகிய சந்தேகங்கள் தோன்றுவது இயல்பு. முதல் பகுதியின் நீக்கத்தில் கதை குறைவுபடாது என்பது மட்டுமல்ல, மேலும் செம்மையாய்த் துலங்கும். ஏனெனில் முதல் பகுதி நீக்கப்பட்டாலும் அப்பகுதியிலுள்ள தகவல்கள் – சூழ்நிலையை நாம் மனத்தில் வாங்கிக்கொள்ள உபயோகப்படும் அத்தகவல்கள் – கதையின் மீதிப் பகுதியில் உள்ளார்ந்து நின்று ஜொலித்துவிடுகின்றன என்று சொல்லலாம். சொல்லப்படாத ஒன்று, சொல்லப்பட்டதற்கு நிகராகக் காரியம் ஆற்றுமா என்ற சந்தேகத்திற்கு, சில சந்தர்ப்பங்களில் சொல்லப் படாத நிலையிலேயே சொல்லப்பட்டதற்கும் மேலாகக் காரியம் ஆற்றும் என்பதுதான் பதில்.

ஒருவன் மிகப் பெரிய அடுப்பு ஒன்றில், அரை ஆள் உயரம் எழும்பியிருக்கும் ஜ்வாலையில் இரும்புத் தகடு ஒன்றைக் காய்ச்சிக் கொண்டிருக்கும் வண்ணத் திரைப்படக் காட்சியை மனத்தில் கற்பித்துக் கொண்டோம் என்றால், இரு விதங்களில் காமிராவில் இக்காட்சியைப் பதிவுசெய்ய முடியும். ஒன்று: தீக்கொழுந்து அடுப்பில் படர்ந்து நிற்பதையும், காய்ச்சுபவனின் மீசையும் தாடியும் கொண்ட, ஜ்வாலையின் வீச்சு செக்கச்செவேலென அடித்திருக்கும் முகத்தையும், சுத்தியல் தகட்டின்மேல் விழுவதால் எழும் ஓசையையும் இவ்வாறாக அக் காட்சியை முழுமையாகவே பதிவு செய்துவிடலாம். இது ஒரு முறை. மற்றொரு முறை: தீக்கொழுந்தில் சிவப்பேறி நிற்கும் அவன் முகத்தை மட்டும் காட்டித் தகட்டில் சுத்தியல் விழும் ஓசையைப் பின்னணியில் இணைத்து விடுவதாகும். அவ்வாறு காட்டப்பட்டாலும் அடுப்பும், அதில் கொழுந்து விட்டெரியும் ஜ்வாலையும் கிடுக்கியும் சுத்தியலும் தகடும் நம் மனக் கண்முன் தாமே விரிந்துவிடும். இங்குக் காட்டப்படாத அம்சம், காட்டப்படும் அம்சத்துக்குள் உள்ளார்ந்து ஜொலித்து நம் மனத்திரையில் உருவம் பெற்றுவிடுகிறது. இதேபோல் 'கலியாணி' என்ற கதையின் முதல் பகுதியிலுள்ள தகவல்கள், அவை நீங்கலாக உள்ள பகுதியில் பிண்டமாக இல்லாவிடினும் சூட்சுமமாகவேனும்

உணர்ந்துகொள்ளும்படி அமைந்திருக்கிறது. இரண்டாவது பகுதி மட்டுமே சிறுகதையாக முழுமையான உருவம் பெற்றிருக்கும்.

இதே பலவீனத்துக்கு ஆட்பட்ட மற்றொரு கதை 'சுப்பையா பிள்ளையின் காதல்கள்'. இதிலும் முதல் பகுதி துருத்திக்கொண்டு நிற்பதோடு, இரண்டாவது பகுதியின் ஆரம்பம் ஒரு சிறுகதையின் கச்சிதமான ஆரம்பம்போல் அமைந்திருப்பதைப் படிப்பவர்கள் உணர முடியும்.

உருவப் பிரக்ஞை காட்டும் கதைகளை சைக்கிளின் சக்கரத்திற்கு உவமித்துச் சொல்லலாம். முதல் பகுதி வெளியே நீண்டு நிற்கும், மேலே எடுத்துக்காட்டப்பட்ட தரத்துக் கதைகளை, வளையத்தை உந்துவதற்கு வசதியாய் அதோடு ஒரு கம்பியை இணைத்து வைத்துக் கொண்டிருக்கும் கிராமத்துப் பிள்ளைகளின் விளையாட்டுச் சக்கரத்துக்கு உவமித்துச் சொல்லலாம். சக்கரத்தோடு இணைக்கப்பெற்ற கம்பியே கதைக்கு முன்னால் நீட்டிக்கொண்டிருக்கும் முன் பகுதிகள் ஆகும். ஓரளவுக்கு மேல் இவ்வுதாரணங்களை அழுத்தமாக ஏற்றுக்கொள்வதும் ஒரு வாசகனின் மன உணர்வில் கொப்புளிக்கும் விமர்சன எண்ணங்களைக் கதையின் முடிவான நியதிகளை ஸ்தாபிக்கும் சட்டங்களாக எடுத்துக்கொள்வதும் விரும்பத்தக்கதல்ல என்பதையும் நாம் கவனத்தில் கொள்ள வேண்டும்.

இவருடைய கோணத்தில் விமர்சன வீச்சு ஓயாமல் குமிழியிட்டுக் கொண்டே இருக்கிறது. புதுமைப்பித்தனின் கலைமுகத்தின் ஒரு பகுதியாகவே இத்தன்மை இணைந்திருக்கிறது எனலாம். வாக்கியங்கள், கதைக் கரு, சம்பவம் அல்லது உரையாடல் – இவற்றுக்குப் பின் சொந்தக் குரலில் ஒரு சவுக்கின் சொடுக்கை நெடுகிலும் பார்க்கிறோம். கதை முடிவுக்குப் பின்னும் கூட ஒரு தடவை சவுக்கை சொடுக்கினால் தான் இவருக்குத் திருப்தி ஏற்படுகிறது போலும்!

பெட்ரோல் நாகரிகத்தைப் பெட்ரோல் நாகரிகத்தின் ஏகாதிபத்தியம் என்று சொன்னால்தான் இவருக்கு நிம்மதி. உஞ்சவிருத்தி என்ற சோம்பற் பயிற்சி, ஊர்க்காவல் என்ற சில்லறைக் களவு, டிராம் வண்டி எனும் நாகரிக யக்ஷன்; பணக்காரர்களான பூலோக தெய்வங்கள், இத்யாதி இத்யாதி.

கதையின் மையக் கருத்துக்கு அனுசரணையாய், அக்கருத்தை நம் மனத்தில் ஒரு வேகத்தோடு உந்துவதற்கு ஏதுவாய் வருணனையில் விமர்சனப் பாங்கு இணைந்து கலைவெற்றிக்கு உதவியிருக்கிறது. சில கதைகளில் சில சந்தர்ப்பங்களில் பாதகமாகவும் தொழிற்பட்டிருக்கிறது. வருணனையில் கலந்து நிற்கும்

விமர்சன நோக்கின் சாதகத் தன்மைக்கு ஒரு உதாரணம். 'கவந்தனும் காமனும்' கதையிலிருந்து ஒரு வருணனைப் பகுதி :

> நீங்கள் இரவு எட்டு மணிக்கு மேல் சென்னை மாநகரில் சுற்றிப் பார்த்திருக்கிறீர்களா? சுற்றியிருந்தால் நான் கீழே சொல்லும் விஷயம் உங்களுக்குப் பிரமிப்பை உண்டாக்காது.
>
> கண்ணைப் பறிக்கும் விளக்குகள், உள்ளத்தைப் பறிக்கும் நாகரிகம்! மனிதனின் உயர்வையும் உடையையும் ஒரே காட்சியில் காண்பிக்கும் நாகரிகச் சின்னங்கள்!
>
> இது கலியுகமல்ல, விளம்பரயுகம் என்பதற்குப் பொருள் தெரிய வேண்டுமானால், இந்த நகரத்தின் இரவைக் காண வேண்டும். இந்தக் கூட்டங்கள்! ஏன் இவ்வளவு அவசரம்? இதுதான் நாகரிகத்தின் அடிப்படையான தத்துவம் – போட்டி வேகம்.
>
> டிராம் வண்டிகளின் கணகணவென்ற ஓலம், ஒருவேளை இது நாகரிக யக்ஷனின் வெற்றிச் சிரிப்போ என்னவோ!
>
> பெண்களின் பல் வரிசைக்கு முத்துக் கோத்தாற்போல் என்கிறார்கள். இந்த வரிசையான மின்சார விளக்குகளுக்கு உபமானமாகத் தேவலோகத்திலும் இவ்வளவு பெரிய முத்து கிடையாதே!
>
> புதிதாக வந்தவன் மலைத்துப் போகலாம். உற்சாகப்பட முடியாது.
>
> வெளிச்சம்! வெளிச்சம்! கண்ணைப் பறிக்கும் வெளிச்சம்!
>
> இதுதான் தெரு மூலை!
>
> இதுதான் மனித நதியின் சுழிப்பு!
>
> இதற்கு உபநதிகள்போல் பெரிய கட்டடங்களுக்கிடையே ஒண்டி ஒடுங்கிப் போகும் ரஸ்தாக்கள்.
>
> இது வேறு உலகம்!

இங்கு விமர்சன நோக்கு கதையின் மையத்திற்கு வலுவூட்டும் முறையிலேயே அமைந்திருக்கிறது.

சில சந்தர்ப்பங்களில் கதையைக் கடைசிவரையும் நடத்திக் கொண்டு செல்வதில் இவருடைய பொறுமையின்மையைப் பார்க்கிறோம். மிகுந்த ஈடுபாட்டுடன் ஆரம்பித்து, களத்தை விஸ்தாரமாய் அமைத்து, பாத்திரங்களை ஒருவர் பின் ஒருவராக எழுப்பி, பெரும்போக்காக நகர்த்தும் சிரத்தை, பின்பகுதியில் சலிப்படைந்து சட்டென்று கால் கைகளைச் சுருக்கிக்கொண்டு

விடுவது தெரியும். 'துன்பக்கேணி', 'வாழ்க்கை' போன்ற கதைகள் இன்று நாம் அச்சில் பார்ப்பதைவிடவும் அதிக வனப்பும் கம்பீரமும் கொண்டதாய் ஆசிரியர் மனத்தில் இருந்திருக்க வேண்டும் என்று தோன்றுகிறது. அக்கதைகள் கேட்டு நின்ற தவத்தையும் உழைப்பையும் கலைஞன் கொடுக்கத் தவறிவிட்டான் என்றும் நமக்குத் தோன்றக்கூடும்.

'துன்பக்கேணி' அதன் முடிவை நெருங்குகிறபோது, முடித்து விட உந்தும் சோம்பல் மனம், அதுவரையிலும் கவனமாய் இழைத்துக் கொண்டு வந்த இழைகளையெல்லாம் எத்தனை அவசரமாக, இழை நுனிகளில் பட்பட்டென்று முடிச்சுப்போட்டு முற்றுப்புள்ளி குத்திவிடுகிறது!

இதற்கு மாறாக 'காஞ்சனை', 'சுப்பையா பிள்ளையின் காதல்கள்', 'செல்லம்மாள்', 'சாப விமோசனம்', 'ஒருநாள் கழிந்தது', 'மனித யந்திரம்', 'நினைவுப் பாதை' போன்ற கதைகளில் கதையைக் கடைசிவரையிலும் நடத்திச் செல்ல அவசியமான சிரத்தை எடுத்துக்கொள்ளப்பட்டிருக்கிறது என்பதையும் உணரலாம். அதிலும் 'செல்லம்மாள்', 'சாப விமோசனம்' என்ற இரண்டு கதைகளிலும் பேனா மிக அழுத்தமாயும் அமைதியாயும் நகர்வதைப் பார்க்க முடிகிறது.

தனக்கே புரியாத விஷயங்களைத் தவிர்த்துவிடும் நாகரிகம் காட்டாத கதையாக 'பிரம்ம ராக்ஷஸ்' என்ற கதையைச் சொல்லலாம். ஒரு விமர்சன மேதை தோன்றிச் சிக்கல் எடுக்க வேண்டிய கதை அது. சிக்கல் என்ற ஒரு குறைக்குத்தான் அல்லது நிறைவுக்குத்தான் – எப்படி வேண்டுமென்றாலும் வைத்துக்கொள்ளலாம் – அது பாத்திரமாகியிருக்கிறது என்றால் ஒரு விமர்சன மேதையின் பாதத் தூளியில் அதற்கு விமோசனம் கிடைக்கும். அதுவரையிலும் 'வார்த்தைகளை வைத்துக்கொண்டு ஜனங்களை பயங்காட்டுவது ரொம்ப லேசு' என்ற புதுமைப்பித்தனின் வார்த்தைகளை அக்கதையின் தலைப்புக்கு மேல் எழுதி வைத்துவிட்டுப் பொறுத்திருப்பதுதான் விவேகமான காரியம் என்று தோன்றுகிறது.

ஒரு அர்த்தத்தில் புதுமைப்பித்தன் அவருடைய காலத்தில் ஓங்கி நின்ற தனிமரம். வ.வே.சு. ஐயரின் காலத்திலிருந்து புதுமைப்பித்தன் காலத்துக்கு உள்ள இடைவெளி பத்தாண்டுகள்தாம் என்றாலும் 'மங்கையர்க்கரசியின் காத'லிலிருந்து புதுமைப்பித்தன் கதைகளுக்கு வரும்போது ஒரு கலைஞர் பல பத்தாண்டுகளை வேகமாக விழுங்கிவிட்டதனாலேயே இக்கதைகள் சாத்தியமாயின என்று தோன்றத்தான் செய்கிறது. புதுமைப்பித்தனின் வெற்றியும் தோல்வியும் சோதனையும் நவநவமான அம்சங்களை இழைத்துத்

தொழில்படும் போக்கும் வளம் மண்டிக்கிடக்கும் ஒரு இலக்கியப் பகுதியின் விளைவுபோல் தென்படுகிறதே அன்றி, ஒரு தனிப்பட்ட கலைஞனின் தனிப்பட்ட காரியமாகத் தோன்றுவதில்லை.

சிறுகதை வல்லுநர் என நாம் இன்றும் நம்பும் பலருடனும் சேர்ந்துதான் இவரும் தொழில்பட்டார் என்றாலும் திறமை எனும் வார்த்தையைச் சிறுமைப்படுத்திவிடும் மேதாவிலாசம் இவர் ஒருவருக்குத்தான் சித்தியாகியிருந்தது என்று சொல்லலாம். அவருடைய பலவீனங்களையும் இந்த மேதாவிலாசத்தின் ஒரு அம்சமாகக்கொள்வதில் தவறில்லை. பயிற்சியிலும் சூத்திரத்திலும் இலக்கிய நியதிகளிலும் இலக்கிய வல்லுநர்களின் பாடப் புத்தகக் கருத்துகளிலும் நம்பிக்கை வைக்க மறுப்பது மேதா விலாசத்தின் ஒரு பகுதியே. கலையை, அளவுகோலுக்கு ஏற்றபடி தயாரிப்பதைவிட, தனது ஆளுமைக்கு ஏற்றபடி சதையும் ரத்தமுமாய் நம்முன் தள்ளிவிட்டுச் சென்றுவிடுகிறது அது. சீவுளி போட்டுச் சீவிக் கொண்டிருக்க அது பொறுமை கொள்வதில்லை. கலையின் பூர்ணத்துவத்தை விடவும் இயற்கையின் ஜீவன் துடிப்பதையே – அது சற்று மோட்டாவாக இருந்துவிட்டாலும் பாதகமில்லை – ஆசைப்படுகிறது இவருடைய கலை மேதமை.

தன்னுள்ளிருந்து கலையின் புயலைப் பரப்பி அப்புயல் இட்டுச் சென்ற திசைகளில் எல்லாம் சுழன்ற ஒரு அசுரத்தன்மைக்கு ஆளான கலைஞர் இவர். இவருடைய தன்னிச்சையான வேகச் சுழற்சியில் கலையுலகில் சம்பிரதாய வேலிகள் எத்தனை சரிந்தன என்பதை இப்போது நாம் கற்பனை செய்து பார்ப்பது சிரமமான காரியம். தன்னுடைய ருசியையே ஆதர்சமாகக் கொண்டு இயங்கிவிட்ட போக்குக்கு, வெளியுலக இலக்கிய சம்பிரதாயங்கள் தன்னை நெருங்காமலே ஒதுங்கிப்போன கதை, தெரியாத ஒன்றாகவே இருக்கலாம். தனது இயற்கையான போக்கு, எத்தனை அலாதியானது என்பதை உணர, மற்றொரு பார்வையை இரவல் வாங்கிக்கொண்டால்தான் உண்டு. புதுமைப்பித்தனின் இயல்பு இந்த இரவல் பார்வைக்கு அப்பாற்பட்டது.

புதுமைப்பித்தனின் காலம் கலை மண்டிக்கிடந்த காலம் அல்ல. தமிழ் இலக்கியம் அவருக்கு எந்தச் சவாலையும் விடக்கூடிய நிலையில் இல்லை. தன்னிடம் உள்ளதைத் தான் அடைந்துவிட வேண்டும் என்று அவரை ஏங்க வைக்கும் சூழ்நிலை அன்றில்லை. காலம் புதுமைப்பித்தனுக்கு அவருடைய மேதாவிலாசத்தைப் பெரிதுபடுத்திக் காட்டும் காலமாகவும் இருந்திருக்கிறது. பழைய தமிழ் இலக்கியத்தின் கலைப் பகுதிகளில் ஈடுபாடு, மேல்நாட்டு இலக்கியப் பரிச்சயம், பத்திரிகையாளராக வேலை செய்ததன் காரணமாகக் காலத்தை உணர்ந்துகொள்ள வேண்டிய சூழ்நிலை,

விஞ்ஞானம், பொருளாதாரம், அரசியல், கலாச்சாரம் ஆகிய துறைகளில் நவீன மனிதனிடம் நாம் எதிர்பார்க்கும் பரிச்சயம், வாய்த்துடுக்கு, நண்பர்களான ரசிகர்கள், சுற்றிச்சூழக் கேவலத்தை அச்சேற்றிக்கொண்டு வரும் பத்திரிகைகள், இயற்கையாய் அவர் கொண்டிருந்த வித்தியாசமான கோலம், அக்கோலத்தை விரிக்க அவசியமான கலைத்திறன், இந்த நிலைமையிலும் பலமும் பலவீனமும் கொண்ட ஒரு ஆத்மா, எட்டாததையெல்லாம் தொட்டுவிட வேண்டும் என்று அப்போதும் கனவு கொண்டிருந் தால் அது ஆச்சரியம்; மனத்திற்குள் தனக்கே 'பேஷ்' போட்டுக் கொண்டிருந்தால் அது இயற்கை. புதுமைப்பித்தன் இந்த இரண்டு நிலைகளிலும் மாறிமாறி விழுந்தவர். மேலே குறிப்பிட்ட சூழ்நிலை காரணமாய் அமைந்திருக்கக் கூடும் என்று நாம் அனுமானிக்கும் மனநிலையிலிருந்து இரண்டு அம்சங்கள் புதுமைப்பித்தனின் இலக்கியத்தில் ஏறின. இரு வேறுபட்ட தன்மைகள் தோன்றின. பரிபூரண சுதந்திரத்தின் அழகுகள்; மிதமிஞ்சிப் போன சுதந்திரத்தின் குறைகள்.

இவ்விரு நிலைகளிலும் அவரிடமிருந்து நீங்காமல் நின்றிருந்த குணம் ஒன்றுண்டு. அதுதான் அந்தரங்க சுத்தி.

புதுமைப்பித்தனின் கதைகளைப் படிக்கும்போது மேதா விலாசம், அந்தரங்க சுத்தி, சுதந்திரம் என்று மூன்று வார்த்தை களையும் நமது அடிமனம் உச்சரித்துக்கொண்டுதானிருக்கும். புத்தியின் தணிக்கைக்குக் காத்திராத அவருடைய கலை உணர்ச்சி இம்மூன்று குணங்களிலிருந்தும் செழுமையை உறிஞ்சி அவருடைய கதைகளில் எத்தனையோ சோபைகளை ஏற்றியிருக்கிறது.

தனது மனப்பாங்கையும் எண்ணங்களையும் கூசாது வெளிப்படுத்திக் கொள்ளக்கூடிய கலைஞராக இருந்தார் அவர். கற்பனையிலும் கற்பனையை விரிக்கும்போது தாண்டிச் செல்லும் கருத்துகளிலும் அபிப்பிராயங்களிலும் வருணனைகளிலும் உவமைகளிலும் 'இது என்னுடைய ருசி, இது என்னுடைய எழுத்து, அனைத்தும் நான்' என்ற அடிநாதத்தைக் கேட்கிறோம். அவருடைய பிரக்ஞை வெளியில் சுதந்திரமாக அவர் சுழன்று வந்தார் என்று சொல்ல வேண்டும்.

ஆத்மார்த்தமான இயல்புகொண்ட கலைஞர், தன்னுடைய அனுபவத்திற்கு அப்பாற்பட்ட உலகத்தைத் தனது எழுத்துக்கும் அப்பாற்பட்டதாகக் கருதிவிடுகிறார். தான் உணராத அனுபவங் களை ஒதுக்கித் தள்ளிவிடுகிறார் இவர். தான் கண்டும் கேட்டும் பார்த்தும் பேசியும் தனது மனக்கோலத்தில் பதிந்துவிட்ட ஒரு உலகிற்கு, அந்தத் தாமிரவருணியின் கரைகளுக்கு மிகுந்த ஈடுபாட்டோடு மீண்டும் மீண்டும் வருவதை உணர்கிறோம்.

ஒரு கலை நோக்கு

அங்குள்ள கிராமங்களையும் அவற்றின் அமைப்பையும் சாலைகளையும் சோலைகளையும் பனங்காட்டையும் வண்டிப் பாதைகளையும் சுப்பையா பிள்ளைகளையும் சகரியாஸ் நாடார்களையும் பிள்ளைமார் தெருக்களில் அடிக்கிற வாசனைகளையும் அவருக்குச் சொல்லித் தீராது போலிருக்கிறது. 'இதையெல்லாம் கொஞ்சம் தனியாவர்த்தனம் பண்ணிவிட்டுத்தான் நான் என் கதைக்குள் போவேன். சோட்டா விமர்சகனின் கத்தி விழுந்தால் விழட்டும்' என்று அலட்சியப்படுத்தும் ஆசையுடன் அதையெல்லாம் எழுதியிருக்கிறார் அவர்.

அவருடைய கதாபாத்திரங்கள் பல்வேறுபட்ட மன இயல்புகொண்டவர்களாக இருப்பினும், பொதுவான குணம், அவர்கள் எல்லாரும் சாதாரண மனித சுபாவங்களுக்கும் எண்ணங்களுக்கும் கட்டுப்பட்டவர்கள் என்பதே. கனவு காண்பதும் கண்ட கனவு பொய்த்துப் போவதும் மீண்டும் கனவு காண்பதுமாக இருக்கிறார்கள் அவர்கள். இல்லாமை எனும் கொடுமை அவர்களைக் குதறிக் கொண்டிருக்கிறது. அவர்களில் ஒருவருக்கேனும் கடவுளை இன்னும் கண்ணாரக் காணவில்லையே என்ற ஏக்கம் வதைப்பதாகத் தெரியவில்லை. ஒரு பொய் சொல்லிவிட்ட பாவத்தின் குடைச்சலில் கண்ணுறங்க முடியாமல் போய்விடுகிற உத்தம ஜீவிகள் அல்ல அவர்கள். சமூக அந்தஸ்தைப் பெற்று, வீடும் வயலுமாக, பெண்களைச் சீரும் செனத்தியுமாய்க் கல்யாணம் செய்துகொடுத்து வயோதிகத்தில் அக்கடா என்று இருக்க நமக்கு லபிக்குமா என்று ஏங்குகிற ஜீவன்கள். மேல்தட்டுகளிலிருப்பவர்களைப் பார்த்துக் கொட்டாவி விடுகிறவர்கள். பரோபகாரம் என்ற கொடிய பழக்கத்திற்கு இந்தப் பொல்லாத காலத்திலும் ஆட்பட்டு வாயை இளித்துவிடுகிறோமே என்று எண்ணுகிறார்கள் அவர்கள். லட்சியத்தின் கறை படிந்த முகம் அவர்கள் ஒருவருக்கேனும் இல்லை.

தினசரி பத்திரிகைகளில் உழைத்தார் புதுமைப்பித்தன். அவருடைய காலத்தில்தான் இந்திய அரசியலில் தேச விழிப்பின் பேரலைகளான ஒத்துழையாமை இயக்கமும் உப்புச் சத்யாக்கிரகமும் நிகழ்ந்தன. காந்தி என்ற சுதந்திரச் சூரியனின் கிரணங்கள் மூலை முடுக்கெல்லாம் பரவிப் பிரேதங்களை உசுப்பிவிட்டுக்கொண்டிருந்த காலம். சமூகச் சீர்திருத்தங்களுக்கு எழுத்தாளர்கள் தங்களையும் தங்கள் பேனாவையும் அர்ப்பணித்துக்கொண்ட காலம். சமூகப் புண்கள் ஒன்று பாக்கியில்லாமல் அவர்களுடைய பேனாவுக்கு இலக்காகிக் கொண்டிருந்த காலம். புதுமைப்பித்தனின் காலமும் அதுதான் என்பதை அவருடைய எழுத்து நமக்குக் காட்டுகிறதா? புற உலக உத்வேகங்களுக்கு எளிதில் ஆட்படக்கூடியவர் அல்லர்

அவர். இது நிறையா குறையா என்பது அவரவர்கள் வகுத்துக் கொண்டிருக்கும் கண்ணோட்டத்தைப் பொறுத்தது. நாம் முக்கிய மாகத் தெரிந்துகொண்டு திருப்திப்பட வேண்டிய விஷயம், ஒரு கலைஞன் என்ற நிலையில் அவருடைய மனம் கவியாத, போலித்தனமான கிரீடங்களை அவர் தாங்கிக்கொள்ள மாட்டார் என்பதே. போலி உத்வேகத்தை ஏற்றுக்கொண்டு, கிளர்ச்சி பெற்று, கும்பலின் வாலில் அவசரமாய் இணைந்துகொண்டு விடும் கெட்டிக்காரத்தனத்தையே கண்டுகொண்டிருக்கிற நமக்கு, ரசனை காரணமாகவும் சுபாவ விசேஷம் காரணமாகவும் கலைஞனின் அந்தரங்க சுத்தமான ஒதுக்கம் கவர்ச்சியாகத் தோன்றாது. அவன் நம்பாத கோஷங்களுக்கு ஏன் அவன் இரண்டு 'ஜே' போட்டிருக்கக் கூடாது என்று நாம் கர்ஜனை செய்கிறோம். கலைஞன் நம்முடைய தேவைகளைப் பூர்த்திசெய்ய வரவில்லை என்பதும் தன்னுடைய தேவைகளையே பூர்த்தி செய்துகொள்ள வந்திருக்கிறான் என்பதும் உண்மையாக இருந்தாலும், சுவாரஸ்யமாகப்படாது.

விரக்திக்கும் மனக் கசப்புக்கும் ஆளான கலைஞர் இவர் என்று பரவலாகச் சொல்லப்பட்டுவிட்டது. இதை முதன்முதலில் சொன்னவர் புதுமைப்பித்தன்தான் என்பதும் நமக்குத் தெரியும். நம்முடைய சமூகத்தின் அதலபாதாள நிலையும் அவலமும் பொருளாதார நெருக்கடிகளும் பாதுகாப்பில்லாத வாழ்க்கையும் அவரைப் பாதித்துவிட்டன என்று காரணமும் காட்டுகிறார்கள். இதன் அர்த்தம் புற உலகமே இக்கசப்பு மண்டக் காரணமாக அமைந்தது என்பதே. அப்படியே இருக்கலாம் என்று ஏற்றுக் கொண்டே மற்றொரு கோணத்தில் யோசித்துப் பார்ப்போம்.

நமக்கு இன்று கிடைத்திருக்கும் அவருடைய வாழ்க்கை வரலாற்றுக் குறிப்புகளை அடிப்படையாக வைத்துக்கொண்டு பார்த்தால், புதுமைப்பித்தன் தனது இளம்பருவத்திலேயே குடும்பத்தின் நாலு சுவர்களுக்கு உள்ளேயே பல வடுக்களைப் பெற்றுக்கொண்டிருந்திருப்பார் என்ற எண்ணம் ஏற்படுகிறது. உயிர்ச்சத்துக் கிடைக்காத உடலில் சோகை படர்வதுபோல், அன்பும் அரவணைப்பும் கிடைக்காத, நேர்மாறாகப் புறக்கணிப்பே நித்திய அனுபவமாகிவிட்ட இளமை வாழ்வு, கசப்புக்கும் வெறுப்புக்கும் இலக்காக அமைந்துவிடுவது இயற்கையான காரியமாகும். இளமை வாழ்வோ கலைப்படைப்போடு வேறு எந்தக் காலப் பகுதியை விடவும் ஜீவனான தொடர்பு கொண்டது. 42 வருடங்கள் வாழ்ந்த புதுமைப்பித்தன் தன் வாழ்நாளில் முதல் பத்தாண்டும் கடைசிப் பதினைந்து ஆண்டும் திருநெல்வேலிச் சீமைக்கு வெளியே கழித்திருந்தும்கூட இளமைப் பருவத்தின் பிரதேசமான அச்சீமை அவருடைய கதை உலகில் எத்தனை

ஒரு கலை நோக்கு ❈ 233 ❈

வலுவான ஆட்சியைச் செலுத்துகிறது! அந்தப் பதினைந்து வருட வாசம் அவருடைய மனவெளியில் எத்தனை உக்கிரமாகக் கவிந்து ஆக்கிரமித்துக்கொண்டிருக்கிறது!

என் அனுபவத்தின் கடைசிப் பகுதியாய் புதுமைப்பித்தனுக்கும் அமானுஷ்ய சக்திகளுக்கும் உள்ள உறவைக் கோடி காட்டலாம் என்று நினைக்கிறேன்.

புதுமைப்பித்தனின் 'கடவுளும் கந்தசாமிப் பிள்ளையும்', 'கட்டிலை விட்டிறங்காத கதை', 'வேதாளம் சொன்ன கதை', 'காலனும் கிழவியும்', 'மனக்குகை ஓவியங்கள்' இவற்றினூடே பொதுவாக ஓடும் அடிச்சரடு ஒன்றிருக்கிறது. மனிதன் அண்ணாந்து பார்க்கும் பீடங்களைப் பாமர மனிதனின் லோகாயத விமர்சனத்திற்கு உட்படுத்தும் மனோபாவமே இங்குத் தொழில்படுகிறது. இவ்விமர்சனம் மிகவும் மதிக்கத்தகுந்த உருவகக் கதை மாதிரியோ அல்லது புராணக் கிண்டலாகவோ அல்லது நேரடியான விமர்சனத் தாக்குதல் போலவோ கதையின் சூழ்நிலைக்கேற்ப அமைகிறது. அமானுஷ்ய சக்திகளுக்கு முன் கூனிக் குறுகிப்போய் மனிதன் நிற்பது நமக்கு மிகவும் பரிச்சய மான காட்சியே. அந்தப் பரிச்சயமான இலக்கிய மரபுக்கு நேர் எதிரிடையான வக்கணை இது. புழுதியில் காலூன்றி பாவக் கறைபட்டு வாழ்க்கைக் கடனைச் சுமந்து நிற்கும் மனிதன், தன் நிலையை ஒப்புக்கொண்டு தனது விமர்சனத்தை அமானுஷ்ய சக்திகள்மேல் செலுத்துகிறான்.

'காலனும் கிழவியும்' கதையில், கிழவி காலனிடம் "நான் உன்கூட வரணுமாக்கும்? என்னக் கூட்டிக்கிட்டுப் போக ஒனக்குத் தெறமையிருக்கா? உன்னாலே என் உசிரைத்தானே எடுத்துக்கிட்டுப் போக முடியும்? இந்த உடலைத் தூக்கிக்கிட்டுப்போக ஒனக்குத் தெறமையிருக்கா?" என்று கேட்கிறாள். கிழவியின் வாய் வீச்சுக்குக் காலன் தலைகுனிந்துவிட்டான் என்ற தோரணை காட்டுகிறார் புதுமைப்பித்தன். "உன்னுடைய உடலைத் தூக்கிக்கொண்டு போவது என் வேலை அல்ல. அதற்கு முனிசிபல் லாரி வரும்" என்று லோகாயதப் பார்வையிலேயே யமனைப் பேச வைக்கத் தெரியாதவர் அல்ல புதுமைப்பித்தன். ரத்தம் சுண்டிப்போன கிழவியின் கையைப் பிடித்துக் காலனின் தலையில் குட்ட வேண்டும் என்பது மட்டுமே அவருடைய ஆசை. சர்வ வல்லமை பொருந்திய இப்பீடத்தை அசைப்பதற்கு மார்க்கண்டேயனையோ சாவித்திரியையோ எதிர்பார்க்காமல் கரிசல் காட்டுக் கிழவியை முன் நிறுத்திவிடுவதே புதுமைப்பித்தனின் தனிப் பார்வை எனலாம்.

‘வேதாளம் சொன்ன கதை’யிலோ இம்மனநிலை அப்பட்டமான கிண்டலாகக் கொப்புளிக்கிறது.

வேதாளம் சொல்கிறது :

“எனக்கு பார்வை கொஞ்சம் மங்கல். அதனால் தான் ... பார்வை மங்கக் காரணம் என்ன தெரியுமோ? நான் பிறந்தது திரேதா யுகம்?”

கதை தொடர்கிறது:

... என்னை அடிக்க வேதாளம் கையை ஓங்கியது.

திடீரென்று ஓங்கியதால் அதன் கை மளுக்கென்று சப்தத்துடன் சுளுக்கிக்கொண்டது. இந்தக் கிழ வேதாளத்தின்மீது நிஜமாகவே எனக்கு அன்பு தோன்றவும் அதன் கையைப் பிடித்து உதறித் தடவிவிட்டுக்கொண்டே “வயசு காலத்திலே இப்படி உடம்பை அலட்டிக்கொள்ளலாமா? நீர் பூர்வ ஜென்மத்திலே பிராமணன் தானே! அப்படியானால் தர்ப்பணம், சிரார்த்தம் செய்துவைத்துப் பிழைக்கலாமே” என்று ஆலோசனை சொன்னேன்.

“நீர் சொல்கிறதும் நல்ல யோசனைதான். ஆனால் எனக்கு வாதமாச்சே! குளிர்ந்த ஜலத்தில் குளித்தால் உடம்புக்கு ஒத்துக்கொள்ளாதே, என்ன செய்யலாம்?”

“அப்படியானால் உடம்புக்கு ஏதாவது டானிக் வாங்கிச் சாப்பிட வேண்டும். உங்கள் உலகத்தில் வைத்தியர்கள் கிடையாதா?”

கிண்டல் அப்பட்டமாகவே விரிகிறது.

மற்றொரு சந்தர்ப்பம் :

“என் பத்தினிப் பெண்ணே அருந்ததியே, புத்திரப் பேறு வாய்க்கா விடில் நம்முடைய ராச்சியம் சீரழிந்து குட்டிச் சுவராய்ப் போகுமே. க்ஷேத்திராடனம் செய்வோமா என்று கருதுகிறேன்.”

இவ்வார்த்தைகள் அரச கம்பீரத்துடன் ஒலிக்கின்றன. பட்டத்து மகிஷி பக்கத்தில் நின்றுகொண்டிருப்பதையும் நாம் கற்பனை செய்து கொண்டுவிடுகிறோம். ஆனால் இவ்வார்த்தைகளை உதிர்ப்பது மூட்டைப் பூச்சிக் கணவனாகும். அருகே இருப்பவள் மூட்டைப்பூச்சி மனைவியாகும். இங்குக் கிண்டலுக்கு அரச பவிஷு இலக்காகிறது என்பது தெளிவு.

மற்றொரு இடம்:

"வட்டும் கரித்துண்டும் இருக்கே, நீ வட்டாட வருதியா?" என்று கூப்பிடுகிறது குழந்தை, கடவுளை.

குழந்தையும் கடவுளும் வட்டு விளையாட ஆரம்பிக்கிறார்கள்.

ஒற்றைக் காலை மடக்கிக்கொண்டு நொண்டியடித்து ஒரு தாவு தாவினார் கடவுள்.

"தாத்தா தோத்துப்போனியே" என்கிறது குழந்தை.

கால் கரிக்கோட்டில் பட்டுவிட்டதாம்.

"ஆட்டம் தெரியாமல் ஆட வரலாமா?" என்று கேட்கிறது குழந்தை கடவுளிடம். ஒரே மனோபாவத்திலிருந்து வெளிப்படும் காரியங்கள்தாம் இவை.

'மனக்குகை ஓவியங்கள்' என்ற கதைக் கொத்திலும் இதே மனோ பாவம்தான், கிண்டலுக்கு மேற்பட்ட, தத்துவார்த்த அடிப்படையில், fable போன்ற இலக்கிய உருவத்தில் தரப்படுகிறது. இத்தலைப்பின் கீழ்காணும் ஐந்து பிரிவுகளையும் ஒரே மணியின் நாதமாகக் கொள்ளலாம்.

"ஹே மானுடா! ஏனப்பா உன் பார்வை குனிந்தே போய் விட்டது?" என்ற குரல் பல யோசனைகளுக்கு அப்பால் உள்ள மனிதனுடைய உள்ளத்தில் ஒலித்தது.

மனிதன் தன்னுடைய நம்பிக்கை வரண்ட கண்களுடன் அண்ணாந்து பார்த்தான்.

"நீர் எப்போதும் அங்கேயே இருக்கிறீரே?"

"நான் என்ன செய்யட்டும்? உன்னை மாசுபடுத்தும் அந்தப் புழுதி தோய்ந்த கரங்களுடன், மார்புடன் என்னைக் கட்டித் தழுவ முயலுகிறாயே?"

"என்னைச் சிருஷ்டிக்க நீர் உபயோகித்த புழுதியை விட்டு நான் எப்படி விலக முடியும்? அதை விட்டு விலகி நான் உம்மை எப்படி வரவேற்க முடியும்? நான் நிமிர்ந்து நேராக நிற்பதற்கே இந்தப் புழுதிதானே ஆதாரம்? புழுதியைக் கண்டு அஞ்சும் உமக்கு அதன்மீது நிற்கும் என்னை அறிந்துகொள்ள சக்தியுண்டா? நீர் அந்த சக்தி பெற்று கீழே வரும்வரை நான், இந்தப் புழுதியில் கண்டெடுத்த– அதில் என்னோடு பிறந்த என் சகோதரனான – இந்த

இரும்புத் துண்டை வைத்து, என்னைப் பாதுகாத்துக் கொள்கிறேன்" என்று பதில் சொல்கிறான் மனிதன்.

கடவுளுக்கும் மனிதனுக்குமான இடைவெளி லேசில் அடைபடக் கூடியதல்ல என்பதைப் புதுமைப்பித்தன் உணர்த்துவது மாதிரியும் இருக்கிறது. இந்நிலையை ஒரு அவலமாகக் காட்டாமல் மனிதனின் பக்கத்தில் நின்று கொண்டு அவனுடைய லோகாயத தர்மத்தைப் பேசுவது புதுமைப்பித்தனுக்கே உரிய கோணமாகும்.

கலைஞனுடைய தொழில் ஏதோ ஒரு நிமிஷத்தில் அதன் சிகரத்தை அடைந்துவிடுகிறது. அச்சிகரத்தை நாம் உணர்ந்து கொள்கிறபோது அவன் அதுவரையிலும் சிந்திவந்த வியர்வையும் சுமந்து வந்த சிலுவையும் நமக்கு அர்த்தப்படுகின்றன.

புதுமைப்பித்தன் 'சாப விமோசனம்' என்ற கதையில் தன் சிகரத்தை எட்டியிருப்பதாகச் சொல்லலாம். விமர்சன உலகில் மீண்டும் மீண்டும் சொல்லப்பட்ட இக்கருத்து ஆமோதிக்கத் தகுந்த ஒன்றாகவே எனக்குப்படுகிறது.

இந்தக் கதையைப் பற்றிச் சொல்லும்போது 'யார் எப்படிக் கருதினாலும் ராமாயணக் கதையின் அமைதி முற்றும் பொருந்தித் தான் இருக்கிறது' என்று தனக்கே ஒரு சபாஷ் போட்டுக் கொள்கிறார் கதாசிரியர். கதையைப் படித்துப் பார்க்கிறபோது 'அவர் பெருமைப்படுவது நியாயம்தான்' என்று நம்முடைய மனமும் எதிரொலிக்கும். தமிழில் இதுவரையிலும் எழுதப்பட்டுள்ள கதைகளில் ஒரு கலைஞனின் வெற்றியை இத்தனை வலுவாக முழங்கும் கதை, எனக்குத் தெரிந்தவரையிலும் மற்றொன்று இல்லை.

ஞானரதம், 1970

3

நாகராஜனின் உலகம்

நாகராஜனின் அச்சேறிய உலகம் 200 கிராம்தான் இருக்கும். வருடத்திற்கு அரை டன் கழித்துக்கொண்டிருக்கும் பட்டாளத்தின் மத்தியில், பாவம் நாகராஜன்! மூன்று லட்சத்திச் சொச்சம் விற்பனைப் பத்திரிகைகளில் இவர் உருப்படி ஒன்று கூட வெளியானதில்லை. அவருடைய மாணவர்களுக்குக்கூட, கணக்கு வாத்தியாரின் இந்த விஷமங்கள் தெரிந்திருக்க நியாயமில்லை. புரட்டிப் பார்த்த உறவுப் பெண்களோ 'சீ, அசிங்கியம்!' என்று சொல்லிவிட்டார்களாம்!

அவர் மீது இந்த உலகம் காட்டிய அக்கறை ஒருபுறமிருக்கட்டும்.

தன்னுடைய அனுபவ உலகத்தின்பால் நாகராஜனுக்கு ஏற்பட்ட தீவிர அக்கறையின் விளைவுகள் இக்கதைகள்.

கதைகள் என்றால் அவை எத்தனையோ விதங்களில் இல்லையா?

உய்விக்க வந்த கதைகள், கிழித்துக் காட்டப் பீறிட்ட கதைகள், சுத்திகரிக்கப் பிறந்த கதைகள். இன்னும் பண்பாடுகளைக் காக்க, தர்மங்களை நிலை நிறுத்த, சிதிலமடைந்த கற்புகளைப் புனருத்தாரணம் செய்ய...

இப்படி ஏதாவது கொஞ்சம் 'பெரிசாய்' இவர் கதைகளைப் பற்றிச் சொல்ல முடியுமா?

மன்னிக்கணும் ஸார். இவை கதைகள்தாம்.

கதைகள் மட்டும்தாமா?

மட்டும்தான்.

நோக்கம் என்னவாம்?

தெரியவில்லை. அக்கறையாக இருக்கலாம். அனுபவங்களைப் பற்றிய அக்கறையாக இருக்கலாம்.

இட்டுச் செல்ல வேண்டாம். வழிகாட்ட வேண்டாம். கோடியாவது காட்ட வேண்டாமா?

இட்டுச் செல்லலாம். தலைமைதாங்கி நடத்திச் செல்லலாம். செய்து காட்டியிருக்கிறார்கள் மகான்கள். செய்துகாட்டி வருகிறார்கள் பெரியவர்கள். இவருக்குக் கொடுத்துவைக்கவில்லை. கதைகள்தாம் எழுதியிருக்கிறார். ஆனால்...

என்ன ஆனால்?

ரொம்பவும் அருமையாக எழுதியிருப்பது மாதிரிப் படுகிறது. மகான்களுக்கு இன்னும் கிடைக்காத தரிசனங்கள் எல்லாம் இவருக்குக் கொஞ்சம் கிடைத்துவிட்டது மாதிரிப் படுகிறது.

ஓஹோ!

2

நாகராஜனை நான் சந்தித்தது பதினைந்து வருடங்களுக்கும் முன்னால். 1956இல். வஸ்தாதுகளின் உடலமைப்பில் எனக்கு ஒருவித ஆசையும் சலிப்பும் உண்டு. இதனால் நாகராஜனின் உடலமைப்பு என்னைக் கவர்ந்து, நெருங்கிப் பழகவிடாமல் தடுத்துக்கொண்டிருந்தது. ஸ்டாலின் மீசை வேறு, முரட்டு ஆத்மா என்று என்னுடைய கற்பனை கலந்த பயம் வேறு.

நாகராஜனின் கலையோ பேதைமையும் ஜாலமும் நளினமும் கொண்டது. எதிர்வீட்டு ஜன்னலில் தோன்றி சில கணங்கள் முகச்சேட்டைகள் காட்டி, நாம் மயங்கி நெகிழும்போது மறைந்து வெற்று ஜன்னலில் நம் பார்வையைப் பதியவைத்துத் தவிக்க வைக்கும் குழந்தை போன்றது.

நாம் மதிக்கத்தக்க இளம் கலைஞர்களுக்கும் மேடைகள் இல்லை. சீர்கெட்டுப்போன ரசனையின் புறக்கணிப்பில் அவர்கள் அங்கொன்றும் இங்கொன்றுமாகத் தம் முகங்களைக் காட்டிக்கொண்டு வருகிறார்கள். இவர்கள் எழுத்தில் எப்போதும் என்னைக் கவனப்படுத்தி வந்திருப்பவர் என் நண்பர் கிருஷ்ணன் நம்பி. நாகராஜனிடம் என் பார்வையைப் பதியவைத்தவரும் அவர்தான். குப்பைகளை மேயாமல், தெரிந்துகொள்ள

வேண்டியவர்களைத் தெரிந்துகொள்ளாத நஷ்டத்திற்கு ஆளாகாம லிருக்கும் சௌகரியத்தை நான் இவரால் அனுபவித்து வருகிறேன்.

இந்த எழுத்தாளர்கள் வரிசையில் நாகராஜன் மிகவும் முக்கியமானவர்.

3

இலக்கிய வித்தைகளை யார் கற்றுத்தர இயலும்? அதன் நயங்கள் சொல்லப்படுகையில் பாழ்பட்டுப்போகின்றன. பின்பற்றப்படுகையில் காலைவாரி விடுகின்றன. தன்னுடைய சுனைகளைத் தானே தேடும் முயற்சி அது. நாகராஜனின் கதைகள், இக்கதைகள் பிறப்பதற்கு முன்னரும் பிறந்த காலங்களிலும் அவர் மேற்கொண்டிருக்க வேண்டிய தவத்தையும் ஏக்கத்தையும் கட்டுப்பாட்டையும் உந்துதலையும் நமக்குக் காட்டுகின்றன. கலையின் நியதியை மதிக்கத் தெரிந்த எந்த ஆத்மாவுக்கும் இதை உணர முடியாமற்போகாது.

இவர் உலகம் வாழ்க்கையின் பின்கட்டு. முன்கட்டுக்கு என்ன என்று கேட்கலாம். திண்ணையில் பண்பாடு கொலு வீற்றிருக் கிறதே! நாம் பிறருக்குக் காட்ட ஜோடித்து வைத்திருக்கும் வேஷங்களில் கலைஞனுக்கு என்ன அக்கறை? அங்கே மடிப்புக் கலையாத அங்கவஸ்திரங்கள், புன்முறுவல்கள், தாம்பூலத் தட்டுகள், ஆண் சாமி படங்கள், பெண் சாமி படங்கள், வாங்கோ, வாங்கோக்கள் ...

கதைகளைச் சொல்லிச் சொல்லிக் கொல்ல வந்தவர் அல்ல இவர். விளக்கங்களும் உரைகளும் விரவிவரும் உபந்நியாசம் இலக்கியக் கலை ஆகாது என்பது இவருக்குத் தெரியும். பின்கட்டின் சாளரம் ஒன்றைத் திறந்துவிட்டு கம்மென்று வாயை மூடிக்கொண்டு நம்முடன் நின்றபடி உள்ளே எட்டிப் பார்க்கிறார் – இந்தத் தருணத்தில் சாளரத்தைத் திறந்தது தான் தான் செய்த ஒரே காரியம் என்ற பாவத்துடன். கெட்டிச் சாயங்கள் என்று நாம் நம்பிவரும் சில உருப்படிகள் சலவைக்கு ஆளாகின்றன.

சோமுப் பிள்ளை கட்டிலில் விழுந்துவிட்டார் (தீராக் குறை). ஒரு பெருங்கூட்டம் சுய கணக்குகளைப் புரட்டுகிறது. சொத்துச் சுகம், உரிமை, அன்பு, முக்கியத்துவம், சுதந்திரம், செல்லம் இவற்றின் பங்கீடு சரிசமமாகக் கணக்கில் வரவுவைக்கப்பட்டுள்ளதா? சாயங்கள் கரைகின்றன. யதார்த்த சொரூபங்கள் சருமங்களைக் கிழித்துக்கொண்டு வெளியே துருத்துகின்றன. தாய், தந்தை, மூன்று பிள்ளைகள், மூன்று புதல்விகள், பேரன், பேத்தி – பெரிய ஆலவிருட்சம் இது. உபந்நியாச எழுத்தாளருக்கு இத்தனை நபர்களையும் அறிமுகம் செய்துவைக்கவே பேனாவில் இருமுறை

மை நிரப்பிக்கொள்ள வேண்டியிருக்கும். ஆசிரியரின் தேர்ந்த கேமரா மனசு, திரை விலகியதுமே தன் கோணத்திலிருந்து பதிவு செய்து வர, பாத்திரங்கள் தங்கள் இயக்கங்களிலேயே தங்கள் முகங்களையும் தங்கள் மனங்களையும் உறவுகளையும் காட்டிக்கொண்டுவருகிறார்கள்.

நாடகம் நிகழ்ந்து முடிந்துவிட்டது. சாளரத்தை மூடுகிறார் ஆசிரியர். முகத்தைப் பார்க்கிறோம். 'மனைவிதான் களங்கமற்ற துணையா?' இத்தனை பேர்களிலும் வாயைத் திறக்காத அந்தப் பூச்சிதான் நம் மனத்தை நெகிழ வைக்கிறது. 'எனக்கு என்ன தெரியும்? இந்த இடத்தில் அப்படித்தான் தோன்றுகிறதோ?' என்று சந்தேகப்பட்டுக்கொள்கிறார் ஆசிரியர்.

முத்தாய்ப்பு வைத்து முடிவு சொல்ல ஆசிரியர் காட்டும் தயக்கம் – அல்லது பரிபூர்ண விலகல் – கலைப்பூர்வமானது. வாழ்க்கையின் பரப்பையும் விசித்திரங்களையும் சிக்கல்களையும் அனுபவப்பூர்வமாக மனத்தில் ஏற்றுக்கொண்டுவிட்ட கலைஞ னின் பொறுப்புணர்ச்சி அது. கதை 'பண்ணு'கிறவர்களோ முடிவு களையும் தீர்மானங்களையும் பாராவுக்குப் பாரா செங்கல் வண்டிகளாய்ச் சரித்துக்கொண்டிருக்கிறார்கள்.

கதை படுத்தும் பாட்டை இவர் எழுத்தில் தெரிந்துகொள்வது சுலபம். சதைக்கும் இளமை முறுக்குக்கும் ஏய்ப்புக் காட்டும் காதல், எலும்பு துருத்திய தோலுக்கும் வயோதிகத்துக்கும் மத்தியில் கொஞ்சி விளையாடும் (அங்கும் இங்கும்) உண்மையும் இவருக்குத் தெரியும் என்பதை ஏற்றுக்கொள்ளும் பொறுப்புணர்ச்சியும் நமக்கு இருக்க வேண்டும். முரட்டுத்தனமான உலகம் இவரைக் கவருவதைப் போலவே (அப்படி ஒரு காலம்! அப்படி ஒரு பிறவி!) ஒரு குழந்தையின் மென்மையான உலகமும் (பச்சக் குதிரை) இவரைக் கவரத்தான் செய்கிறது. அந்த அந்த உலகங்களுக்கு உரித்தான விசுவாசத்தைச் செலுத்தி, அந்த அந்த உலகங்களுக்கு உரித்தான நாதங்களை எழுப்பி, இந்த இரு உலகுகளையும் நாம் அனுபவித்து ரசிக்கும்படியாக எழுதிவிடுவது எல்லாவற்றிற்கும் மேலாக இவர் கலைஞர் என்பதால்தான் என்பதையும் நாம் உணர வேண்டும்.

மிகுந்த சொற் சிக்கனத்தோடு எழுதும்போதும் சித்திரங்களும் பாத்திரங்களும் எத்தனை முழுமையாக உருப்பெறுகின்றன! ஒரு சம்பாஷணையில், ஒரு சில வாக்கியங்களில், ரங்கநாயகியின் முகமும் அகமும் எத்தனை தெளிவாய் மலர்கின்றன (மிஸ் பாக்கியம்)! லக்ஷ்மி அம்மாளுடன், அவள் பெண் அரவிந்தா (எங்கள் ஊர்) பேசும் நிமிஷங்கள் மிகச் சொற்பமே. ஒரு குடும்பத்தின் சோக வரலாறே விவரணங்களோடு அதில் துலங்கி வெளிப்படுகிறது.

எங்கள் ஊர் என்ற கதை மிகவும் அழகாக உருவாகியிருக்கிறது. ஒரு நவீன கவிதை போல், நாம் மீண்டும் மீண்டும் படித்து ரசிக்கும்படி அமைந்துவிட்ட கதை அது. கோள் மூட்டும் ஜாலக்காரி பொதுப்படையாகப் பேசுவதுபோல் பாவனை காட்டி 'குண்டுணி'யை இடையே செருகுவது போல், ஊர் வனப்பின் லயிப்பினூடே சோகத்தை மீட்டுகிறார் ஆசிரியர்.

யாரோ முட்டாள் சொன்ன கதையை அவர் நிகழ்த்திக் கொண்டு போகும் முறையும் ரசிக்கும்படியாக இருக்கிறது, நிகழ்காலத்தில் இரண்டு கீற்று, நிகழ்ந்து முடிந்தவை இரண்டு கீற்று – இப்படி முடைகிறார் ஆசிரியர். மேற்பரப்பில் இது சாதாரண மாகத் தெரியலாம். எளிது என்றுகூடப் படலாம். கைவந்த வித்தைகளில் – பானை வனைவதிலிருந்து பல்லாங்குழி ஆடுவது வரையிலும் – அவற்றின் நேர்த்தி அவற்றைச் சாதாரணம்போல் காட்டுகிறது.

இந்தக் கலைஞரின் உலகத்திற்குள் உங்களை மகிழ்ச்சியுடனும் மிகுந்த நம்பிக்கையுடனும் அழைக்கிறேன்.

ஜி. நாகராஜனின் 'கண்டதும் கேட்டதும்'
சிறுகதைத் தொகுப்பின் முன்னுரை, ஏப்ரல் 1971

4

தோப்பில் முகம்மது மீரான்:
யதார்த்தம் - அதன்
சருமமும் சாரமும்

மீரானின் முதல் நாவல் 'கூனன் தோப்பு'. இதன் பின் இவர் எழுதியுள்ள நாவல்கள் முதலில் பிரசுரம் கண்டிருக்கின்றன. இவர் சற்று வித்தியாசமான படைப்பாளி. வணிக இதழ்களின் துணை இல்லாமலே இவர் வாசக வரவேற்பைப் பெற்றிருக்கிறார். டாக்டர் நுஃமான் இவரைப் பற்றி எழுதியிருக்கும் ஒரு கட்டுரையில் மலையாள எழுத்தில் இவர் தன் நாவல்களை முதலில் எழுதிக் கொள்கிறார் என்றும் பின் தமிழுக்கு மாற்றுகிறார் என்றும் குறிப்பிட்டிருக்கிறார். இவர் கற்ற மொழி மலையாளம். பரிச்சயமும் மலையாள யதார்த்த நாவல்களில். சொந்த ஊர் தமிழ்நாட்டில் கேரள எல்லையை ஒட்டி.

இந்த வித்தியாசமான பின்னணி தமிழ்ச் சூழலில் இயற்கையாக வளர்ந்து வரும் ஒரு சராசரி எழுத்தாளன் பெற முடியாத வலுக்களை மீரானுக்குத் தந்திருக்கிறது. தமிழ் வணிக இதழ்கள் ஜோடனை செய்துவைத்திருக்கும் அபத்தத் தளத்திற்கு ஆளாகாமல் இவர் தப்பித்துக் கொண்டு விட்டார். அத்துடன், இவருடைய இரு நாவல்களி லிருந்து – ஒரு கடலோர கிராமத்தின் கதை, கூனன் தோப்பு – நாவல் பற்றிய ஒரு முன்வரைவு இவர் மனத்தில் கிடப்பது தெரிகிறது. நடுத்தரமானதும் நடுத்தரத்திற்கும் சற்று மேலோ என்ற சந்தேகத்தை

ஒரு கலை நோக்கு

எழுப்பக்கூடியதுமான மலையாள யதார்த்த நாவல்களுக்குரிய முன்வரைவு இது. கதைப்போக்கைத் தாண்டி வாழ்வின் விரிவைத் துழாவும் பெரிய நாவல்களுக்குரிய சுதந்திரம் தேவையற்ற மலையாள சஞ்சிகை நியதிகளுக்கு உட்பட்ட நாவல்கள் இவை. அத்துடன் சிறுகதை வடிவம் உறுதிப்பட்ட பின் படைக்கப்படும் நாவல்கள் என்பதால், சிறுகதைகளுக்குரிய வடிவ இறுக்கம் கொண்டவை. மீரானின் 'கூனன் தோப்பு'ம் சிறுகதை போல் ஒரு நெருக்கடியில்தான் ஆரம்பமாகிறது. அதன் பின் அந்நெருக்கடி தோன்றக் காரணங்கள், பதற்றத்தின் உள்ளடுக்குகள், பகிரங்கப் படும் மோதல்கள், உச்சக்கட்ட அழிவுகள், உணர்வுகள் வடியும் இறக்கம். நிதர்சன உலகத்தைக் கண்முன் நிறுத்த இவர் காட்டும் பின்னணிச் செய்திகளும் தடயங்களும் சாட்சியங்களும் அளவில் சற்று அதிகமாகவே இருக்கின்றன. யதார்த்தத்தை இறுகப் பற்ற விழையும் ஆளுமையின் வெளிப்பாடு இது.

மீரானை ஒரு தமிழ் எழுத்தாளர் என்று சொல்வதைப் பார்க்கிலும் ஒரு தமிழ் நாட்டுப்புறக் கலைஞர் என்று சொல்வது அதிகப் பொருத்தமாக இருக்கும். உடலாலும் குரலாலும் பாவனை களாலும் கிராமியக் கலைஞர்கள் தங்கள் சிட்சைகளுக்கு உட்பட்ட கலைகளை நிகழ்த்திக் காட்டுவதுபோல் வாழ்நிலை அனுபவத்தில் பெற்ற சில சிட்சைகளை மொழியை ஊடகமாக வைத்து இவர் நிகழ்த்திக்காட்டுவதுபோல் தோன்றுகிறது. அறிவாற்றல்களைத் தங்கள் கலை சார்ந்த அளவில் நாட்டுப்புறக் கலைஞர்கள் சுருக்கிக்கொண்டிருப்பதும் சகஜ மனங்களின் ஆதரவை நிகழ்காலத்தில் எதிர்பார்த்து நிற்பதும் அவர்கள் குடும்பத்தைச் சேர்ந்தவர் இவர் என்ற எண்ணத்தை மேலும் வலுப்படுத்துகின்றன. 'இன்று இல்லை என்றாலும் நாளை நான் ஏற்றுக்கொள்ளப்படுவேன்' என்ற வாசகம் நாட்டுப்புறக் கலைஞர்கள் மனத்தில் இல்லாதது போலவே இவர் மனத்திலும் இல்லை.

விபர சூட்சுமங்களோடும் அதன் அடுக்குகளோடும் தனக்கு முற்றாகத் தெரிந்த ஒரு அனுபவ உலகத்தையே மீரான் வெளிப்படுத்துகிறார். அறிந்தவற்றை மட்டுமே சொல்வதும் ஒரு தமிழ் அதிசயம்தான். வாழ்வின் சகல மண்டலங்களையும் கற்பனையின் வீச்சில் அள்ளலாம் என்று, கள ஆராய்ச்சிகளுக்கு அகப்படாத வாழ்க்கைச் சூட்சுமங்கள் எதுவும் இல்லை என்று கொள்ளும் நம்பிக்கைக்கு எதிர்நிலை இது. மீரானின் அனுபவ உலகம் பொதுவான தமிழ்ப் படைப்புகளின் தரங்களுக்கு அப்பால் கரடுமுரடானது. முள்ளும் புதரும் விஷச் செடிகளும் கொண்ட காடு போல் கிடக்கிறது அது. ஆனால், முட்செடிகளும் பூக்கின்றன. சிறிய அழகான பூக்கள். பருவம் கூடும் காலங்களில்

அவை அதிக அழகுடன் காட்சியளிக்கின்றன. பூக்களைச் சொல்ல முட்களை மறைக்க வேண்டியதில்லை. அறிந்துகொள்ள வேண்டிய மனிதத் தேவையின் முன் பூக்களுக்கு நிகரான இடம் முட்களுக்கும் உண்டு. நம் பொய்முகங்களுக்கு இவர் எழுத்து மூலம் ஒரு சில அடிகளேனும் விழுந்திருக்கின்றன. அந்த அளவுக்கு நல்லது. இவரைப் பார்க்கிலும் ஆழமான கலைஞர்கள் வரும்போது மேலும் சில நயமான அடிகள் நமக்குக் கிடைக்கும். நாம் பொத்திவைத்துக்கொண்டிருக்கும் பொய்மைகள் அந்த அளவுக்குத் தடித்திருக்கின்றன.

பிடுங்கி எடுக்கும் வாழ்க்கையை எதிர்கொள்ளும் சவாலின் முன் இணைந்தும் பகிர்ந்தும் வாழ எவ்வளவோ நியாயங்கள் மனித ஜீவன்களுக்கு இருந்தும்கூட, பிரிவுகளில் அவை சரிந்து கிடக்கும் நிலை இவருக்கு விசனம் தருகிறது. ஜாதி, மதம், வாழ்நிலை ஏற்றத்தாழ்வுகள் என எண்ணற்ற பிரிவுகள். இதற்கு மேல் புலப்படாத மனப் பிரிவுகளும் இருக்கின்றன. தெரியாத குறைகளும் வாழ்க்கையைச் சிதைப்பதில் மிகக் கூர்மையான பங்கை ஆற்றிக்கொண்டிருக்கின்றன. இவை சார்ந்த உள்போதம் இவருக்கு இருக்கிறது. அத்துடன் தத்துவவாதிகளின் சமூகக் கருத்துகளை நிரூபித்துக் காட்ட இவர் தன் அனுபவங்களைப் பயன்படுத்துவதில்லை. தன் அனுபவங்களைக் கலைரீதியான பரிசோதனைக்கு இவர் உட்படுத்தும்போது மேலெழுந்துவரும் உணர்வுகள் மனித உரிமைகள் மீது இவர் கொள்ளும் நம்பிக்கையை வெளிப்படுத்துகின்றன. இவ்வகையான உணர்வுகளை உள்ளடக்கிய படைப்புதான் முற்போக்கு இலக்கியத்தின் அசல் என்று சொல்ல வேண்டும்.

2

'கூனன் தோப்பு' நாவலில் இரண்டு சமூகங்கள் மோதிக்கொள் கின்றன. வேறுபட்ட மதங்கள், தொழில்கள், அதிகார வட்டங்கள். இடரீதியாகப் பெயர்கள் துறை, மேகரை என்பன. ஜாதியும் மதமும் துள்ளி விளையாடும் அகண்ட இந்தியாவின் துணுக்குகள். இங்கு மத அதிகாரங்களும் சமூகக் கட்டுமானங்களும் மனித அக்கறையின்றிக் கிடக்கின்றன. மனிதர்கள் தங்கள் வேற்றுமை களை முன்னிறுத்தி அடித்துக்கொண்டு சாகிறார்கள். இந்தச் சூழலில் பிரிவுகளுக்கும் மனித சாரங்களுக்கும் இடையில் மீரானின் கவலைகள் படருகின்றன.

கோழி அலி உண்மையில் கோழியைத்தான் திருடினான். ஏன் திருடினான் என்றால் கோழி அலி என்பதால்தான். நினைத்துப் பார்க்கத் தெரிந்தால் ஒரு சில்லறைத் திருட்டு. கோழியின் சொந்தக் காரியான லில்லியின் பெண்மையை அவன் சீண்டினான் என்று

கிளப்பிவிடப்படுகிறது. காலங்காலமாக வளர்க்கப்பட்டிருக்கும் வேற்றுமைகளுக்கு இது போன்ற கற்பனைத் தீனி தேவைப்படுகிறது. இவ்வாறு வளர்த்து விடப்படும் துவேஷங்கள்தாம் இன்றும் இந்திய வாழ்க்கையைச் சீரழித்துக்கொண்டிருக்கின்றன. அதன்பின் புல்பாஸ் வீர ஆவேசத்துடன் வரும்போது நியாயத்தின் எளிய கோட்டை வரையக்கூடியவன் அவன் என்று நாம் நம்ப ஆசைப்படுகிறோம். ஆனால் அவனோ இரு உலகங்களில் கிழிபட்டுக்கொண்டிருக்கிறான். லில்லி மீது அவனுக்கு ஒரு கண். லில்லியைத் துன்புறுத்தியவனை அவன் தட்டிக்கேட்டால், லில்லி மனத்தில் தன் படிமம் வளரும் என அவன் எண்ணுவதை ஒரு காதலனின் இயற்கையான ஆசை என்று சொல்ல வேண்டும். அப்படியென்றால், அவன் எதிர்கொள்ள வேண்டியவன் அலி என்ற தனி மனிதன். ஒரு ஆரோக்கியமான சமூகத்தில் இப்படித் தான் நிகழ்ந்திருக்கும். ஆனால், வேற்றுமைகளை முன்னிறுத்தி வளர்க்கப்பட்ட ஒரு சமூகத்தில் மோதல்கள் வெடிக்கக் காத்துக் கொண்டிருக்கின்றன. அலியை விட்டுவிட்டு அலியின் மதத்தைச் சேர்ந்த மற்றொருவனைத் தாக்க முற்படுகிறான் புல்பாஸ். இந்த இனங்காணலின் தலைகீழ்த் தன்மையில்தான் ஜாதி, மதக் கலவரங்களின் ஆணிவேரே அடங்கியிருக்கிறது. இவ்வாறான ஒரு கோணல் பார்வை ஏற்படுவதற்கான அகக் காரணங்களும் புல்பாஸுக்கு இருக்கின்றன. புல்பாஸின் தாயின் மதம் ஒன்று; தகப்பனின் மதம் மற்றொன்று. துறையில் இருக்கும் தாய்க்கும் மேகரையில் இருக்கும் தகப்பனுக்கும் பிறந்தவன் அவன். சொந்தம் கொண்டாடத் தனக்கென ஒரு சுற்றம் இல்லாது தத்தளித்துக் கொண்டிருப்பவன். தன் தாயின் சுற்றத்துடன் தன்னை இணைத்துக்கொள்ள அலியின் மதத்தைச் சார்ந்தவர்களைத் தாக்குவது அவனுக்குக் கைக்கு வந்த உபாயமாகிவிட்டது. உள்ளடுக்குகள் பற்றி மீரான் கொண்டிருக்கும் போதத்தைக் கோடி காட்ட ஒரு உதாரணமாகவே இதைச் சொல்கிறேன்.

கோழித் திருட்டிலிருந்து தோன்றிய பொறி, துவேஷங்களின் புதர்க் காட்டில் பற்றிக் கொழுந்துவிட்டு எரிந்து நெருப்பில் ஊரே அழிகிறது. மிருகங்களைவிடக் கேவலமாகத் தாக்கிக் கொள்கிறார்கள். சகல நாசங்களும் விளைந்த பின், தேங்கி நிற்கும் துக்கத்தின் முன், கடல் நீச்சலில் கை சோர்ந்து கரையும் தெரியாது மூழ்கும் மனிதன் போல் மீண்டும் அந்தப் பழைய கேள்வியை எழுப்புகிறான் அவன்.

மனிதன் உண்மையானவனா?

அல்லது அவனுடைய அடையாளங்கள்தாம் உண்மை யானவையா?

இங்கு நாவலிலிருந்து ஒரு காட்சியைச் சொல்ல வேண்டும்.

'பதினான்கு வயதுடைய ஒரு பெண்ணின் சடலம். முழு நிர்வாணமாக மல்லாந்து கிடக்கிறது. மேல் நோக்கி நிற்கும் சிறு குசங்களில் பற்கள் பதிந்த வடுக்கள். இழுத்துக் கிழித்த ஜம்பர், பாடி. இருபக்கமாக விரிந்த கைகள். தொடையில் காய்ந்து ஒட்டிய ரத்தம்...

யார்?

மௌனம்.

எப்படி அடையாளம் சொல்ல முடியும்? எதை அடையாளம் கண்டு சொல்ல முடியும்.

துறையில் உள்ளதா? மேகரையில் உள்ளதா?

எல்லோரும் குழம்பினர்.'

அடையாளத்தை முன்னிறுத்திக் குதறப்பட்ட குழந்தை. இப்போது அம்மணத்தில் அடையாளம் தெரியவில்லை.

இந்தக் குதறுலுக்கு யார் பொறுப்பு?

3

நாட்டுப்புறக் கலைஞர்களைப் போல் தம் சிட்சைகளில் கற்ற உருப்படிகளை மீண்டும் நிகழ்த்திக் காட்டுவது மொழி சார்ந்த கலைஞர்களுக்கு சாத்தியம் இல்லை. கிராமியக் கலைகளில் அவற்றின் எல்லைகளை அழித்துக்கொண்டே முன்பாயும் பயணம் இல்லை. அறியாத ஆழங்களுக்கு எதிர்பாராமல் போய்ச் சேரும் அரிய தருணங்களும் இல்லை. நாவல் கலையோ பெரிய சவாலைக் கொண்டது. அறியவராத ஊனங்களையும் அது பதிவில் இழுத்து நம் அனுபவ உலகத்தின் அடர்த்தியைக் கூட்டிக்கொண்டே போகிறது.

வாழ்நிலையில் பிரச்சினைகளும் ஊனங்களும் எப்போதும் இருக்கின்றன. பிரச்சினைகள் சருமங்களில் தோன்றும் கொப்புளங்கள் போல் உறுத்துபவை என்றால், ஊனங்கள் மொழிக்குள் வராமல் திமிறிக்கொண்டு வாழ்க்கையை குலைப்பதில் சூட்சுமமான பங்காற்றிக்கொண்டிருப்பவை. ஊனங்கள் படைப்பாளியின் நுண்ணுணர்வில் படுவதன் மூலமே அனுபவ உலகின் முதல் பதிலைப் பெறுகின்றன. இந்தியாவில் பிரச்சினை மயமான வாழ்க்கையில் படைப்பாக்கங்களில் பிரச்சினைகளே முன்னுரிமை பெறுவது இயற்கைதான். ஆனால், நவீன அறிவு, பிரச்சினைகளை மேலோட்டமாகப்

பார்த்து மதிப்பிடும் சாத்தியக் கூறுகளை நொறுக்கிவிட்டது. இந்த நொறுங்கல் புரட்சிகளின் சரிவுகள் மூலம் வரலாற்றில் உறுதிப்பட்ட பின் மனித ஊனங்கள் பற்றிய கண்டுபிடிப்புகளைப் பெருக்கி அனுபவ மண்டலங்களை விரிப்பதே பெரிய படைப்பு களின் இன்றைய குறிக்கோளாய் இருக்க முடியும்.

அறிவுச் சாரங்களால் பகுக்கப்படாத வாழ்நிலை அனுபவங் களை முன்வைத்து இனி, படைப்பில் ஆழங்களை நோக்கிச் செல்ல இயலாது. அனுபவங்களில் தோற்றங்களே – பல சந்தர்ப்பங்களில் தோற்றங்களின் மேலோட்டங்களே – கிடைக்கின்றன. பிரச்சினைகள் ஊனங்களுடன் அல்ல; தோற்றங்களுடனேயே உறவாடிக்கொண்டு கிடக்கின்றன. இந்தியப் படைப்புகளின் உள்ளடக்க வரலாறுகளை ஆராய்ந்தால், படைப்பில் நேற்று எடுத்தாளப்பட்ட பிரச்சினைகள் வாழ்க்கையில் இன்றும் எஞ்சி நிற்கும் நிலையிலேயே படைப்புகள் அப்பிரச்சினை களை விட்டுவிட்டு அடுத்த அடுக்குகளுக்குத் தாண்டியிருப்பது தெரியும். உதாரணமாக விதவைகளின் அவலம் அல்லது வரதட்சணை போன்ற பிரச்சினைகளை முன்வைத்து யோசிக்கலாம். படைப்பு களில் இப்பிரச்சினைகள் இன்று இடம்பெறுவதில்லை. நேற்று இவை இடம் பெற்றபோது புதிய புரிதல்கள் நிகழ்ந்தன. இவற்றையே இன்று எடுத்தாளும்போது வாழ்வில் இவை இருக்கும் நிலையிலும் படைப்பில் அலுப்பைத் தருகின்றன. இதன் மூலம் கண்டுபிடிப்பு எனும் இலக்கிய நியதி உறுதிப்படுகிறது. இன்றுகூட மீண்டும் இப்பிரச்சினைகள் எடுத்தாளப்பட்டு மீண்டும் கலை வெற்றி கூடும் என்றால், புதிய கோணத்தில் அப்பிரச்சினை முன்வைக்கப்பட்டதே காரணமாக இருக்கும். புதிய கோணம் என்பது பிரச்சினையை எப்போதும் ஊனத்தைப் பார்த்து நகர்த்துவதுதான். பகுதியிலிருந்து முழுமையை நோக்கிப் பாய்வதுதான்.

மீரானின் பிரச்சினைகள் நாம் மொழி மூலம் முன்னரே அறிந்தவை தாம். அறிந்த இப்பிரச்சினைகள்கூட ஆர்வத்தைத் தூண்டக் காரணம் இவை முதன்முதலாகக் கலை அனுபவத்திற்கு ஆளாக்கப்படுவதும் முற்றிலும் அறியவராத பின்னணியின் ஜீவகளையில் பொருத்தப்பட்டிருப்பதும் ஆகும். சமூக யதார்த்தங் களில் கலைகளைக் கூட்டும் மீரானைப் போன்ற கலைஞர்கள் தங்கள் வாழ்க்கை அனுபவங்களை அறிவுச் சாரங்களில் பகுத்து முழுமையின் ஆழங்களைத் தேட வேண்டிய கலைச் சூழல் இன்று உருவாகிவிட்டது. கலையின் குறிக்கோளாக இந்தப் பயணம் நிகழும்போது புற உலகத்தின் அடையாளங்களில் இவர்கள் வைத்திருக்கும் அதீத நம்பிக்கைகள் மட்டுப்படும். படைப்பில் சகல காரியங்களும் குறியீடானவையே. பின்னணி

சுந்தர ராமசாமி

சார்ந்த விபரங்கள், கொச்சையின் இயற்கை, பழக்க வழக்கங்கள், வாழ்நிலை சார்ந்த வெவ்வேறு அடையாளங்கள் போன்றவற்றைப் பெரிய மூட்டை முடிச்சுகளாகக் கட்டத் தொடங்கினால் சுமையின் அழுத்தத்தில் பயணத்தின் தூரம் குறையும். யதார்த்தம் சார்ந்த தோற்றங்கள் அனுபவப் பரிமாற்றத்திற்காக முன்வைக்கப் படுபவையே. நிகழாததை நிஜம் என நம்ப வைத்து வாசகப் பகிர்வுக்கு வழிகோலும் உத்தியே அவை. இவ்வுண்மையை அறியாத அல்லது ஏற்காத அறிஞர்களும் விமர்சகர்களும் கல்விமான்களும் எழுத்தாளனின் இச்சரும வித்தைகளைப் போற்றிக் காத்துக்கொண்டிருப்பார்கள். அவர்களுடைய கல்வித்துறை ஆராய்ச்சிகளுக்குச் சரும வித்தைகள் வளைந்து கொடுக்கும் அளவுக்குச் சாரங்கள் சார்ந்த ஆழங்கள் வளைந்து கொடுப்பதில்லை. மொழிவழிப்பட்டவற்றை மீண்டும் நிகழ்த்தித் தன் படிமத்தை உறுதிப்படுத்திக்கொள்வது அல்ல; படிமங்களை விட்டெறிந்துவிட்டுச் சாரங்களை நோக்கிய பயணங்களை மேற்கொள்வதே பெரிய கலைஞர்களின் லட்சியமாக எப்போதும் இருந்துவந்திருக்கிறது.

தோப்பில் முகம்மது மீரானின் 'கூனன் தோப்பு'
நாவலின் முன்னுரை, டிசம்பர் 1992

5

நாஞ்சில் நாடனின் நாஞ்சில் நாடு

நாஞ்சில் நாடனின் படைப்புலகத்தை மூன்று சொற்களில் நினைவூட்டிக்கொள்ளலாம். கிராமம். நகரம். பயணம்.

நாஞ்சில் நாடனின் எழுத்தை அவருடைய சொந்த வாழ்க்கையை மறந்து படிக்க முடியாமல் போய்விட்டது என் பலவீனம். அதனால் நான் சொல்லவருபவை விமர்சனமாக நிமிராமல் வெறும் அனுபவப் பதிவாக முடிந்துபோய்விடலாம். அவருடைய எழுத்து அவருடைய வாழ்க்கையுடன் இணைந்து என் மனதில் விரியும்போது நான் வித்தியாசமான அனுபவங்களைப் பல சந்தர்ப்பங்களிலும் பெறுகிறேன். படைப்பு மட்டுமே சார்ந்து பெறும் அனுபவம்தான் இயற்கையானது என்று நம்புகிறேன். இன்றைய வாசகனும் நாளை வர விருக்கும் வாசகனும் பெறும் இயற்கை அனுபவம் அது. அவரைப் பற்றி அவர் மூலமாகவே அறிந்திருக்கும் நிலையில் எப்படி என்னை ஒழுங்குபடுத்திக் கொண்டால் வாசக அனுபவத்தை மட்டும் பெற முடியும் என்பது எனக்குத் தெரியவில்லை.

வாழ்க்கையிலும் சரி, எழுத்திலும் சரி, நாஞ்சில் நாடனை ஒரு விவசாயி என்றே சொல்ல வேண்டும். 'வயல்களிலும் தென்னந்தோப்புகளிலும் வேர்வை சிந்த வேலை செய்வது எனக்கு மன நிறைவைத் தரும் அனுபவம்' என்று ஒருமுறை

நாஞ்சில் நாடன் என்னிடம் சொன்னார். அவருடைய பேச்சு மூலம் அவரை நேசிக்கக் கிடைத்த சந்தர்ப்பங்களில் ஆக முக்கிய மானது எனக்கு இதுதான். வாழ்க்கை தரும் ஆரோக்கியத்தில் மையம் கொண்டிருக்கிறான் விவசாயி.

அவன் நிற்கும் இடம் மண். அவன் நிற்கும் இடம் வெளி. இதனால் புற உலகம் அதன் வீரியத்துடன் அவன் மீது கவிகிறது. காற்று, மழை, வெயில், வெளிச்சம். இந்த ஒற்றைச் சொற்களின் வகைபேதங்கள் முக்கியம். இவற்றின் வகைபேதங்கள் அனைத்தும் விவசாயிகளின் உணர்வுகளில் கலந்திருக்கின்றன. இயற்கையின் மிகப் பெரிய முக விலாசம் அவன் உணர்வில் கலந்திருக்கிறது. விளைச்சல்களை உறுதிப்படுத்தும் வகையில் அவன் பணியாற்றியாக வேண்டும். ஆனால் அவன் உடல் வருந்த உழைத்த பின்பும் நோக்கம் சார்ந்த விளைவுகள் கூடும் என்பதற்கு உத்திரவாதம் இல்லை. இயற்கையின் கூறுகள் அனைத்தும் அவனுக்கு உதவுகின்றன. அவையே அவனைச் சோர்வில் ஆழ்த்தும் வகையில் அவன் நலன்களுக்கு எதிராகத் திரும்பு கின்றன. புற உலகில் சாதகமாக நிற்பவையே பாதகமாகவும் மாறும் நிலை புற உலகத்திற்கும் அவனுக்குமான உறவை ஒரு நிச்சயமற்ற தளத்திற்குத் தள்ளிவிடுகிறது. இந்நிலையில் நின்று அவன் வாழ்க்கையைப் புரிந்துகொள்ளும் விதம் தத்துவம் சார்ந்த பொதுமை உணர்வுக்கு அவனை நகர்த்திவிடுகிறது என்று சொல்ல லாம். தன் வாழ்க்கை அனுபவம் சார்ந்து ஒரு விவசாயி பேசுவது நகரத்தைச் சார்ந்த ஒரு பணியாளன் பேசுவதைவிடவும் சுவையும் ஈர்ப்பும் கண்டுபிடிப்பும் கொண்டதாக இருக்கலாம். விரிந்த வாழ்க்கையுடன் அவன் கொள்ளும் நெருக்கமும் விலகலும். இந்நிலை படைப்பிற்கு மிக முக்கியமானது.

இளமையில் தன் பின்னணி சார்ந்து விவசாயக் கலாச்சாரத் தில் ஊறிப்போயிருந்த நாஞ்சில் நாடன் தன் பணி சார்ந்து நகர வாழ்க்கைக்குள் தன்னைத் திணித்துக்கொள்ள வேண்டிவந்தது. கிராமத்தை இழப்பது என்பது விவசாயக் கலாச்சாரத்தின் சகல கூறுகளையும் இழப்பதுதான். வயற்காடுகள், தோப்புத் துரவுகள், வெட்டவெளி, இயற்கை, மண் சார்ந்த கலைகள், மண் சார்ந்த மனிதர்கள், மண் சார்ந்த உறவுகள். பெரிய இழப்புகள் இவை. ஆனால் இந்த இழப்புகள் தாம் நாஞ்சில் நாடனின் படைப்புக்கே அடிப்படையாக நிற்கும் உந்துசக்தியும்கூட. விவசாய வாழ்க்கையில் நிகழ்வது போலவே பாதகம் சாதகமாகிறது இங்கு. இழந்ததை அவர் மீண்டும் பெற்றாக வேண்டும். நான்கு சுவர்களுக்குள் மேஜையின் முன் நாற்காலியில் அவர் தன்னை அறைந்துகொண்டாயிற்று. மேலே போலிக் கூரை. போலி

வெளிச்சம். போலிக் காற்று. போலிப் பேச்சு. போலிச் சிரிப்பு. இந்தச் சூழலில் இழந்துபோன விவசாய வாழ்க்கையை மீண்டும் பெற முடியுமா? இறந்துபோன விவசாயியின் மனநிலையை மீண்டும் உயிர்ப்பிக்க முடியுமா? இவைதாம் நாஞ்சில் நாடனின் சவால்கள்.

இழந்துபோனவற்றை நினைவில் மீண்டும் படைப்பது, படைத்தவற்றைப் பகிர்ந்து தக்கவைத்துக்கொள்வது, இவை இழந்த வாழ்க்கையை மீட்டெடுப்பதுதான். அவர் இழந்த கடந்த காலத்தை அவர் மீட்டெடுக்கும்போது நாம் இழந்த கடந்த காலத்தையும் நாம் சிறிது தக்கவைத்துக்கொள்ள முயலுகிறோம். மனங்கள் தாவிச் செல்லும் கலையின் ஆற்றல் இது. நாஞ்சில் நாடனின் எழுத்தில் இந்த விவசாயக் கலாச்சாரத்தின் மறு உயிர்ப்புத்தான் மிகவும் சத்தான பகுதி. அலுப்புச் சலிப்பின்றி மீண்டும் மீண்டும் இந்த உலகத்திற்குள் அவர் வருவதையும் அவ்வுலகம் சார்ந்த அனுபவ சாரங்களில் திளைப்பதையும் பார்க்கலாம். தான் கடந்து வந்த வாழ்க்கையை நம்ப, நம்பி உயிர்ப்புப் பெற அதை ஜீவனுடன் படைத்தாக வேண்டும். படைப்பின் ஜீவன் எப்போதும் துல்லியமான விபரங்களைக் கேட்டு நிற்கிறது. விபரங்களைப் போலவே விபரங்களின் வகைதொகைகளும் முக்கியமானவை. அவருடைய எழுத்தில் மரம், குளம், தெரு, புல், பூச்சி, பூண்டு போன்ற பொதுப்பெயர்கள் எதுவும் கிடையாது. ஒவ்வொன்றும் அதற்கு உரித்தான தனிப்பெயருடன்தான் வருகிறது. இந்தப் பெயர்களை அடுக்கிக்கொண்டுபோவதில் அவர் பெறும் உவகையை நுட்பமான வாசகன் உணர முடியும். மற்றுமொரு வலு இவருடைய மொழி. கிராமிய வாழ்க்கையின் சாரத்திலிருந்து அவர் நெய்தெடுத்துக்கொண்டிருக்கும் மொழி. கிராமிய மக்களுடைய பேச்சுகளிலிருந்தும் தென்னந்தோப்பின் சலசலப்பிலிருந்தும் தவளைகளின் வறட்டுக் கத்தல்களிலிருந்தும் உருவாக்கிக்கொண்டது என நமக்குச் சொல்லத் தோன்றும் மொழி. தன் அனுபவங்களின் பிரிக்க முடியாத பகுதியாக இந்த மொழி இருப்பதால் சொல்லவந்த விஷயங்களின் நுட்பங்கள் சேதாரமாகாமல் மிக அனாயாசமாகச் சொல்லிவிடுகிறார்.

அவருடைய எழுத்தின் மற்றொரு பகுதி அவர் பொருந்த முயலும், பொருந்தியும் பொருந்த முடியாமல்போகும் நகரத்தைப் பற்றியது. நகரத்தைப் பற்றிக் கூறவரும்போது இழந்துபோன கிராம வாழ்க்கையின் சோகப் பூச்சுத்தான் படருகிறது. வாழ்வுக்கெதிரான பிழைப்பாகவும் ஜோடனையாகவும் அந்நியமாகவும் காட்சி தரும் நகர வாழ்க்கையில் கரையாமல் கட்டிதட்டிக்கொண்டு நிற்கும் ஜீவனின் வேதனையை உணர முடிகிறது. கிராமத்தில்

சுந்தர ராமசாமி

தன்னை இனங்கண்டுகொள்ள இந்த ஜீவனுக்கு எவ்வளவோ இருந்தன. இதம் தரும் அரவணைப்புகள் இருந்தன. நகரத்தில் தன்னைக் கண்டுகொள்ள அடையாளம்கூட இல்லை. தன் உடல்கூட அங்குத் தனக்குச் சொந்தமில்லை. முதலாளிக்கு அடகுவைக்கப்பட்டிருக்கிறது அது.

கிராமமும் சொந்தமில்லாமல் நகரமும் சொந்தமில்லாமல் போனபின் மிஞ்சுவது கிராமத்திலிருந்து நகரத்திற்கும் நகரத்திலிருந்து கிராமத்திற்கும் போகும் பயணங்கள்தாம். இந்தப் பயணங்கள் இருவிதமான வாழ்க்கையும் பறிபோய்விட்டதன் குறியீடு. திரிசங்கு நிலையின் குறியீடு. நகரத்திலிருந்து கிராமத்திற்கு வந்து நிலைக்க முடியாது. கிராமத்திலிருந்து நகரத்திற்குச் சென்று ஒட்ட முடியாது. ஆகவே பயணங்களும் வீணாகிவிடுகின்றன. பதற்றமாகவும் இருக்கிறது. பயணங்களில் எப்போதும் இட நெருக்கடி. இருக்கைகளை மாற்றிக்கொள்ள வேண்டிய அசௌகரியம். படுக்கைகளை மாற்றிக்கொள்ள வேண்டிய அசௌகரியம். ஒரு வண்டித் தொடரிலிருந்து மற்றொரு வண்டித் தொடருக்குத் தொற்றிக்கொள்ள வேண்டிய அவஸ்தை.

இந்த வகையில் பார்க்கும்போது ஒரு முழுமையான உலகம் நாஞ்சில் நாடனின் எழுத்து மூலம் உருவாகிவருவது தெரிகிறது. திட்டமிட்டு உருவாக்கப்பட்ட உலகமா இது? திட்டமிட்டு ஒரு உலகத்தை உருவாக்க முடியுமா? படைப்பைத் தூண்டுவது படைப்பாளி வாழ்வின் தளத்தில் கொள்ளும் முரண்பாடுதான். இந்த முரண்பாடு படைப்பாளியைத் துயரத்தில் ஆழ்த்துகிறது. தனக்கும் தன் அனுபவங்களுக்கும் தன் உணர்வுகளுக்கும் உண்மையாக இருப்பவன் தன் உலகத்தைப் படைத்துத் தன் துயரத்தைச் சக மனிதர்களுடனும் பகிர்ந்துகொண்டுவிடுகிறான்.

இழந்துபோன ஒன்றைப் பாராட்ட முற்படும்போது நம்மை யறியாமலே மிகை வந்துவிடுகிறது. இழந்த வாழ்க்கையைச் சொல்ல வந்த நாஞ்சில் நாடனிடம் மிகை என்பதே இல்லை. கிராமிய வாழ்வின் மீது அவர் புனிதம் எதுவும் ஏற்றவில்லை. இழந்துபோன கிராமிய வாழ்க்கையையும் அவர் சுதந்திரமாக மறுபரிசீலனை செய்கிறார். அதேபோல் அவரால் ஒட்ட முடியாத நகர வாழ்க்கை யைப் பற்றி அவருக்குக் கரிப்பு இல்லை. அந்த வாழ்க்கை முறையை யும் கோடானுகோடி மக்கள் ஏற்றுக்கொண்டிருப்பது அவருடைய விவேகத்திற்குத் தெரிகிறது. நகர வாழ்க்கைக்கு மாற்றாக அவர் கிராமிய வாழ்க்கையை நமக்குச் சிபாரிசு செய்யவும் இல்லை. தன்னுடைய இயற்கை சார்ந்த ஏக்கங்களைப் பிறர் மீது சுமத்தும் அபத்தம் அவரிடம் இல்லை. இவ்வளவு நிலைகளும் – ஓரம்

ஒரு கலை நோக்கு ❋ 253 ❋

சார மறுக்கும் நிலைகள் இவை – வாழ்க்கையின் சிக்கல் பற்றி இவருடைய புரிதலைத்தான் வெளிப்படுத்துகின்றன.

திட்டவட்டமாக நாஞ்சில் நாடன் என்ன சொல்கிறார் என்று கேட்கலாம். முடிவாகவும் திட்டவட்டமாகவும் நாஞ்சில் நாடன் ஒன்றையும் சொல்லவில்லை. எனக்குத் தெரிந்து எந்தக் கலைஞனும் முடிவாக ஒன்றும் சொல்லிவிடவில்லை. ஒன்றை அழுத்திச் சொல்ல மறுத்தவர்கள் எண்ணற்ற அனுபவங்களை உயிர்ப்பித்து வாழ்க்கையின் பெரும் வீச்சிற்குள் நம்மைத் தள்ளியிருக்கிறார்கள். முடிவாகவும் ஆணி அடித்தாற் போலவும் சொன்னவர்கள் இல்லையா? இருக்கிறார்கள். அவர்கள் அநேகமாக அவர்களுக்கு முன்வந்தவர்கள் உருவாக்கித் தந்திருக்கும் கருத்துகளுக்குத் தான் கற்பனை வடிவம் தர முயன்றிருக்கிறார்கள். அவர்களுடைய கற்பனை வடிவங்களைப் படிப்பதைவிட அவர்களுக்கு முன்வந்தவர்களின் கருத்துருவங்களையே நாம் படித்துவிடலாம். அந்தக் கருத்துருவங்கள் கற்பனையின் இடையூறின்றி எளிமையாகவேனும் இருக்கும்.

இப்போது நாம் அவருடைய 'பேய்க்கொட்டு' என்ற சிறுகதைத் தொகுப்புக்கு வரலாம். நாஞ்சில் நாடனின் உலகத்திற்கு உரித்தான குணங்கள் அனைத்தும் கொண்டவைதாம் இந்தக் கதைகளும். சொல்லாமல் விட்டுவிட்ட இரண்டு குணங்களையும் இப்போது நாம் சேர்த்துக்கொள்ளலாம். ஒன்று: வெளிப்படையாகத் தெரியும் விமர்சனம். இரண்டு: நகைச்சுவை உணர்ச்சி. (எ.கா: சிறியன செய்கிலாதார், உழவாரப் படையாளி) இக்கதைகள் எல்லாமே நாஞ்சில் நாடனின் கதைகளுக்குரிய எதிர்பார்ப்புகளைக் காப்பாற்றிக்கொண்டும் போகின்றன. இவற்றில் எவற்றையும் நாம் தூக்கிச் சொல்லவோ தாழ்த்திப் பேசவோ முடியாது. இக்கதைகளில் கூடியிருக்கும் நிறைவுகள் சகஜமாக இவருக்குக் கைவந்தவை.

கைவந்தவற்றை ஒதுக்கிவிட்டு அடுத்தபடிக்கு நகருவதைப் பற்றியும் ஒரு படைப்பாளி யோசித்துப் பார்க்க வேண்டும். இக்கதைகள் எதுவும் பெரிய தோல்விகளை அடையாதது எனக்கு ஏமாற்றமாக இருக்கிறது என்று சொன்னால் அதைச் சரிவர நாஞ்சில் நாடன் புரிந்துகொள்வார் என்ற நம்பிக்கை எனக்குண்டு. பெரிய தோல்வி என்பது பெரிய முயற்சியைச் சார்ந்தே வர முடியும். குழவியைப் பந்தாட முடிந்துவிட்டால் அதன் பின் அம்மியைத்தான் தூக்க வேண்டும். கைகால்கள் முறிந்து போகலாம். கனமானவற்றைத் தூக்கிக் காயம் பட்டு நிற்பதும் படைப்பாளிக்குப் பெருமைதான்.

கிராம வாழ்க்கையை இழந்ததுபோல் இன்றுவரையிலும் படைப்பில் அவர் சேர்த்து வைத்துக்கொண்டிருக்கும் சகல சொத்துகளையும் அழகுகளையும் இழந்து ஏழ்மைக்கோலம் பூண்டு நின்றால் எப்படி இருக்கும் என்று யோசித்தேன். அந்த ஏழ்மை அவருக்குப் புதிய சவால்களைத் தரக்கூடும். இந்த நெருக்கடியிலிருந்து புதிய நாஞ்சில் நாடன் பிறக்கலாம். நிறைவாகத் தந்துகொண்டிருப்பவரிடம் அதிகம் கேட்டு நெருக்கடிக்கு அவரை உள்ளாக்குகிறோமே என்று தோன்றலாம். அதிகம் எதிர்பார்க்க அதிகம் பேர் நமக்கு இல்லை.

கோவை விஜயா பதிப்பகத்தினரும் தமிழ்நாடு கலை இலக்கியப் பெருமன்றத்தின் குமரி மாவட்டக் கிளையும் இணைந்து 22.1.95 அன்று நாகர்கோவிலில் நடத்திய நாஞ்சில் நாடனின் 'பேய்க்கொட்டு' சிறுகதைத் தொகுப்பு வெளியீட்டுக் கூட்டத்தில் படித்த கட்டுரை.

காலச்சுவடு, டிசம்பர் 1995

அஞ்சலி

1

மௌனி

> திரை அருகில் இருந்தாலும், அப்புறம் என்ன என்று அறியக் கூடவில்லை; நீக்கியும் கண்டு சொல்ல முடியவில்லை.
>
> மௌனி ('எங்கிருந்தோ வந்தான்')

மௌனி மறைந்துவிட்டார். மரணம் அவர் மீதும் கவிந்துவிட்டது.

மரணம் அதன் பாரபட்சமற்ற தன்மையையும் நிச்சயத் தாக்குதலையும் ஒவ்வொரு முறை நிரூபிக்கும் போதும் நாம் மீண்டும் அதிர்ச்சிகொள்கிறோம். மரணத்தை சகஜமாகக் கண்டு, அதன் வருகை வரை யிலும், முன்கூட்டிக் கணிக்க இயலாத வாழ்வின் இதழ் விரிப்புகளைப் புதுமையாகக் காண வேண்டிய நாம், அனைத்தையும் பழமையாகக் கண்டு, ஆகப் பழமையான மரணத்தை மட்டுமே புதுமையாகக் காண்கிறோம்.

மௌனி மறைந்துவிட்டார். ஆனால் அவருடைய படைப்புலகமோ இதோ இப்போதும் நம் கைக்கு எட்டும் தூரத்தில் இருக்கிறது. நினைத்த மாத்திரத்தில் இப்போதும் நாம் அதன் உள்ளே நுழைய முடியும். முன் எண்ணங்களை உதறிவிட்டு, மன வாசல்களையும் சற்றே திறந்து வைத்துக் கொண்டோம் என்றால், மௌனியின் எழுத்துருவம் ஒரு புதிய பரிமாணத்தை இப்போதும் நமக்குத் தரக்கூடும்.

படைப்பாளியின் மறைவு, அவன் படைப்பின் மீது நமக்கு அனுதாபத்தை ஏற்படுத்தும் என்றால்,

படைப்பைவிடப் படைப்பாளி முக்கியம் என்றாகிவிடும். காலத்தை முறியடிக்க முன்னும் கலையை ஒருவன் உருவாக்கிய பின்னரும், காலத்தால் வீழ்ந்துவிடும் உடலைப் பற்றிக்கொண்டிருக்க முடியுமா? தன் அழிவுக்கு எதிராகக் காலத்தின் மீது நகர்த்த, தனக்கென்று எதுவும் இல்லாத உடலாகக் கலைஞனை எப்படிக் காண முடியும்? மௌனி என்ற ஜீவிதத்தின் அர்த்தம் இப்போதும் இருந்துகொண்டிருக்கிறது. அதற்கே உரித்தான வியாகூலங்கள், சஞ்சலங்கள், அழகின் மின்னல்கள், திக்பிரமைகள், பரிதவிப்புகள் எல்லாம். தனிமனிதனின் வாழ்வுபோல் அலங்கோலமாக இல்லாமல், கட்டுமானத்துடன், பொருள்சார்ந்த வடிவத்தில் நம்முன் இருக்கிறது அது.

இவ்வாறெல்லாம் யோசித்த பின்னரும் மனத்தை வெறுமை கவ்வுகிறது. மாற்றாக மௌனியின் படைப்புலகத்தை மீண்டும் இப்போது நினைவுகூர்ந்து பார்க்கலாம். அவர் படைப்புக்கும் நமக்குமான உறவைத் துல்லியப் படுத்திக்கொள்ள மீண்டும் ஒரு பிரயாசை நாம் எடுத்துக்கொள்வோம் என்றால் அதுவே நாம் அவருக்குச் செலுத்தும் அஞ்சலியாக இருக்கும்.

வாழ்வை உள்ளடக்கிக்கொண்டு, ஆனால் முற்றாக அதை விளங்கிக் கொள்ள முடியாத பிரமிப்பை எப்போதும் நமக்குத் தந்தபடி சுழன்றுகொண்டிருக்கும் இந்தப் பூமி எனும் ஆகர்ஷண மண்டலத்துக்கு மேலே, மற்றொரு சிறு ஆகர்ஷண கோளமாக அந்தரத்தில் தொங்குகிறது மௌனியின் படைப்புலகம். தெளிவும் தெளிவின்மையும், சிறிது வெளிப்படையும் அதிக ரகசியங்களும், காரிருளும் மின்னல் கீற்றுகளும் கொண்ட கோளம் இது. ஆனால் விடாது நம்மை ஆகர்ஷித்து, களைப்பின்றிப் பின்தொடர்ந்து விரைய, சுகமான வற்புறுத்தலைத் தந்துகொண்டும் இருக்கிறது. இந்த மண்ணின் வெளிப்பாடுகளுக்கும் அந்தரத்தில் தொங்கும் இந்த ஆகர்ஷண கோளத்திற்குமான வேற்றுமைகள் வெளிப்படையானவை. மண்ணின் கோலங்களையோ ஸ்தூலப் பிரதிபலிப்புகளையோ யந்திர வியாபகங்களையோ லௌகீக நியதிகளையோ பிரதிபலிக்க மறுத்த கோளம் இது. வீச்சின்றிச் சுருங்கி தன் மண்ணையும் உதறிவிட்ட இந்தச் சிறிய கோளம் நம்மை ஏன் ஆகர்ஷிக்க வேண்டும்? நம் தளத்தை அது நிராகரித்தது போல் அதையும் நமக்கு ஏன் நிராகரிக்க முடியாமல் போயிற்று?

புற வீச்சின் வியாபகத்தைப் படைப்புத் தேவை சுருக்கிக் கொண்டுவிட்ட மௌனியின் எழுத்துகளில் எப்போதும் ஒரு வாலிபன் வருகிறான். அவன் காதல் ஏக்கம் கொண்டிருக்கிறான். காதலில் தன்னைக் கரைத்துக்கொள்வதில் உவகை பொங்க நிற்கிறாள் அவன் காதலிக்கும் யுவதியும். இந்த இரு ஜீவன்களின்

இடையே நிகழும் ஆகர்ஷணம் மனத்தளத்தில் விரிந்து, புறத்தளத்தில் சிறிது நிகழ்கிறது. ஆகர்ஷணம் அல்ல; ஆகர்ஷணத்தின் விளைவான வியாகூலம்தான் தொடர்ந்து இங்கு மீட்டப்படுகிறது. இந்தச் சோக மீட்டலுக்கு அழுத்தம் தரும் ஸ்வர ஸ்தானங்களும் நாதங்களும் பின்னணிகளுமே இந்த மண்ணிலிருந்து இவர் படைப்பில் இடம்பெறுகின்றன. சோகம் கவிந்து நிற்கும் மனத்திற்குச் சுருதிகூட்டவே புறஉலக வர்ணனைகளும் பயன்படுகின்றன. பரஸ்பர ஆகர்ஷணத்திலும் பிரிவிலும் வியாகூலமுறும் இந்த ஜீவன்களின் ஜோடிகள் ஒருவரையொருவர் அதிகம் அறிந்தவர்களும் அல்லர். ஒரு ஜீவன் மற்றொரு ஜீவனைச் செய்திவசமாகவே அறிந்திருக்கிறது. அல்லது தூரப் பார்வையில் சிறிது தெரிந்துகொண்டிருக்கிறது. அல்லது கிட்டப்பார்வையில் சற்றே அதிகமாக உணர்ந்துகொண்டிருக்கிறது. அறியநேர்ந்த இந்தக் கீற்று அனுபவங்களைச் சார்ந்து அல்ல, இக்கீற்றுகள் உருவாக்கும் கற்பனையைச் சார்ந்தே காதலின் ஆகர்ஷணம் உள் பெருக்காக மனங்களில் மண்டுகிறது. ஒருபோதும் இந்த ஜீவன்கள் இணைவதும் இல்லை. இணைவதற்கான பிரயாசைகள் மேற்கொள்வதும் இல்லை. யதார்த்தத் தளத்தில் கூடி முயங்கும் உன்னிப்பும் இவர்களுக்கு இல்லை. கூடி முயங்குவதில் பெறும் இன்பத்திற்காக அல்ல; பிரிவின் துக்க லகரியை உண்டு, கவித்துவப் புலம்பலுக்குத் தங்களை ஆட்படுத்திக்கொள்ளவே ஆகர்ஷணம் கொள்ள முன்னுவதுபோல் நம்மை எண்ண வைத்துவிடுகின்றன இந்த ஜீவன்கள். இவ்வாறு இணைய முடியாமல் போனதற்கு, இளமையில் பாய்ந்து குறுக்கிட்டு ஒருவரை விழுங்கிவிடும் மரணம், எப்போதும் ஒரு காரணமாக இருக்கிறது. மரணத்தின் சொரூப உக்கிரம்கூட இல்லாத அற்ப அபத்தங்களும்கூடக் காரணங்களாகிவிடுகின்றன. எப்படியும் இணைய முடியாமல் போகிறது. இதுதான் முக்கியம். அடைவதற்காக ஜீவனைப் பிடுங்கும் வேட்கையும் அடைய முடியாமல் போகும் அவலமும். இதுதான் மௌனியின் மையமான தந்தி. இதையே வெவ்வேறு வார்த்தைகளில், வெவ்வேறு பின்னணிகளில், வெவ்வேறு பெயர்களில், வெவ்வேறு கோலங்களில் அவர் மீட்டுகிறார். மௌனியின் கலையில் காதலைச் சார்ந்து நிகழும் இந்த அவலங்கள் நம் அனுபவத்தில் முழு வாழ்வையும் தொட்டு விரிவுகொள்கின்றன.

மௌனியின் கலைக்கும் நம் வாழ்வுக்குமான தொடர்பு மந்திரவாதிக்கும் கண்கட்டு வித்தைக்குமான தொடர்பைப் போன்றது. வாழ்வின் தளம்போல் மந்திரவாதியும் நிஜம். பொருள் வேண்டி நிற்கும் வாழ்வின் நிலையை மௌனியின் கலை ஏற்றுக் கொண்டிருப்பதால் தான் அவலப் பூச்சான அவரது கலைக்

கண்கட்டு வித்தைகள் ஆழ்ந்த அர்த்தத்தைப் பாய்ச்சுகின்றன. வாழ்வின் நிலையில் கனவு, ஸ்திதியின் குரூரம், அவலம் மூன்றும் ஒன்றிலிருந்து மற்றொன்றைப் பிரிக்க முடியாமல் பின்னிக் கிடக்கின்றன. இவ்வனுபவங்களின் மையம் மௌனியின் கலை உலகத்தின் மையத்தால் அதிர்வு கொள்கிறது. அங்கு காதலுக்கு எதிராக முறிவுகள், கனவைப் பறிக்கும் மரணங்கள், இசைக்கு எதிராக அபஸ்வரங்கள், தோற்றத்துக்கும் நிஜத்திற்குமான முரண் நிலைகள், என்ன ஏது என்று தெரியாத புதிர், திக்பிரமை.

நமது போதாமையை எப்போதும் நாம் உள்ளூர உணரும் வகையில் வாழ்வு தொடர்ந்துகொண்டிருக்கிறது. இப்போதாமை நம்மை வருத்தம்கொள்ளச் செய்கிறது. அள்ளி அள்ளிப் பிடிக்கும்போதும் பிடிப்பை வழுக்கிக்கொண்டு தூரத் தூரப் போகிறது வாழ்க்கை. நாம் நம்மைக் காட்டிக்கொள்ள விரும்பும் முகமூடிகளுக்கு அப்பால், நமது சித்தாந்தங்களுக்கும் தத்துவங் களுக்கும் அப்பால் நமது மரபு சார்ந்த வலுக்களுக்கு அப்பால் உள்ளூர போதாமையின் துக்கம் நம்மைச் சங்கடப்படுத்திக் கொண்டிருக்கிறது. எதையும் முற்றாக அறியவோ அணைக்கவோ சொந்தமாக்கிக்கொள்ளவோ நம் விருப்பம்போல் இயக்கவோ முடியாமல் போகும் போதாமை இது. இந்த அபூர்ணத்தின் துக்க நிலையை மௌனியின் கலை ஸ்பரிசித்து மீட்டுகிறது. காதல் எனும் முகாந்திரத்தை முன் நிறுத்தி எழுப்பப்படும் மீட்டல்களின் அதிர்வுகள் முழு வாழ்வுக்குமாக விரிகின்றன. அந்தரத்தில் தொங்குவது போன்ற இவரது ஆகர்ஷண கோளம் வாழ்வின் அபூர்ணத்தின் குறியீடே. இவரது மொத்தப் படைப்பும் ஒரு குறியீடாகத் தோற்றம் தரும் வலிமையும் இறுக்கமும் கொண்டது.

***கொல்லிப்பாவை*, 1985**

2

இ.எம்.எஸ்.
(1909 – 1998)

1998 மார்ச் மாதம் 19ஆம் தேதி திருவனந்த புரத்தில் மருத்துவமனையில் தனது 89ஆவது வயதில் நிமோனியா நோயின் பக்கவிளைவாக ஏற்பட்ட மாரடைப்பில் காலமானார் இ.எம்.எஸ். முழுப்பெயர் ஏலம்குளத்து மனக்கால் சங்கரன் நம்பூதிரிப்பாட்.

பள்ளிப் பருவத்திலேயே தான் பிறந்த ஜாதி யான நம்பூதிரிப் பிராமணர்களின் நிலப்பிரபுத்துவ சிந்தனைகளையும் ஜாதிப் புத்தியையும் பழைமை வாதத்தையும் விமர்சிக்கத் தொடங்கினார். அவரது சமூகச் சிந்தனையின் துவக்கம் இது. 1932இல் தனது 22ஆவது வயதில் ஒத்துழையாமை இயக்கத் தில் இணைந்து கல்லூரிப் படிப்பை நிறுத்தி விட்டு அரசியல் களத்தில் நுழைந்தார். அன்று துவங்கிய பயணம் இறுதிவரை இடைவெளியின்றி யும் ஓய்வின்றியும் முன்னகர்ந்து சென்றது. நினைவுகொள்ள சில புள்ளிகளும் திருப்பங்களும்: யோகக்ஷேம சபை (இ.எம்.எஸ்.ஸின் சொற்களில் 'நம்பூதிரியை மனிதன் ஆக்குவதற்காக'), காங்கிரஸ் சோஷலிஸ்ட் கட்சி, கம்யூனிஸ்ட் கட்சி, தலைமறைவு வாழ்க்கை, சொத்தில் பெரும்பகுதியை இயக்கத்திற்கு அளித்தல், சிறைத் தண்டனை, இரண்டாவது உலகப்போரை 'மக்கள் போர்' எனக் கட்சி வரையறுத்தபோது இயக்கத்திற்கு ஏற்பட்ட நெருக்கடியை எதிர்கொள்ளல், ஜனநாயகத்தை ஏற்று தேர்தலில் வெற்றி, கேரள முதலமைச்சர், கட்சியின்

அகில இந்தியச் செயலாளர், வெளிநாட்டுப் பயணங்கள், பல புத்தகங்களைப் படைத்தல், எண்ணற்ற இதழியல் கட்டுரைகள், பிளவுபட்ட கட்சியின் தலைமை ஏற்றுச் செயல்படல், மீண்டும் முதலமைச்சர், இறுதிவரையிலும் கட்சியின் தத்துவ வழிகாட்டி.

உலகத்திலேயே தேர்தல் மூலம் ஆட்சிக்கு வந்த முதல் கம்யூனிஸ்ட் அமைச்சரவையின் தலைவர் என்ற அளவில் 1957இல் இந்தியாவும் உலகமும் இ.எம்.எஸ்ஸைக் கவனிக்கத் தொடங்கிற்று. உலக மக்களின் விடுதலையைக் குறிக்கோளாகக் கொண்ட மார்க்சியச் சிந்தனையை இளமையிலேயே ஏற்றுக் கொண்டவர் இ.எம்.எஸ். அறிவுப்பூர்வமான அவர் தத்துவப் பார்வை உலகம் தழுவி நின்றாலும் கேரள மக்களைச் சார்ந்தும் மண்ணைச் சார்ந்தும் கலைகளைச் சார்ந்தும்தான் அவர் உணர்வுப்பூர்வமாக இயங்கினார். இயக்கம், தத்துவம், இலக்கியம், கலைகள், அறிவுத்துறைகள் ஆகியவை சார்ந்த தன் சிந்தனைகளை நாள்தோறும் வெளிப்படுத்தி கேரள மக்களின் கூட்டுச் சிந்தனை இயக்கத்தின் போக்கை ஏதோ ஒரு வகையில் நிர்ணயித்துக் கொண்டிருந்தவர்.

நிலச்சீர்திருத்தத்தை இந்தியாவில் முதன்முதலில் அமுல்படுத்தியவர். இந்திய விவசாயிகளின் பிரச்சினைகளை அறிவுப்பூர்வமாகவும் திட்டவட்டமாகவும் கற்றறிந்த சிந்தனை யாளர்களில் முதன்மையானவர். அவரது செயல்பாடுகள் மூலம் கேரளக் கிராமிய வாழ்வின் அடிப்படைக் குணத்தில் ஒரு பெரும் மாற்றம் நிகழ்ந்தது. இம்மாற்றம் நவீன கேரளத்திற்கே அச்சாணியாக இன்றும் இயங்கிக்கொண்டிருக்கிறது. கல்வித் துறையிலும் தான் பெற்றிருந்த அதிகாரத்தின் எல்லைக்குள் நின்று புரட்சிகரமான மாற்றங்கள் செய்தவர்.

இந்தியச் சிந்தனை மரபின் இரு போக்குகளை – லோகாயதம், ஆத்மீகம் – தெளிவாகக் கற்றறிந்த பண்டிதர் என்பதை வரலாற்றாசிரியர்கள் ஒப்புக்கொள்கின்றனர். மனித வாழ்க்கையின் சகல நடைமுறைப் பிரச்சினைகளையும் நேற்றைய வரலாற்றையும் வர இருக்கின்ற காலத்தையும் மார்க்சியப் பார்வையில் ஒருங்கிணைக்க முயன்று அப்பெரும் முயற்சி பரிசளித்த நெருக்கடிகளையும் தத்தளிப்புகளையும் கருத்துலகவாதிக்குரிய தைரியத்துடன் எதிர்கொண்டவர். 'மக்களுக்குக் கற்றுத்தந்த ஆசான்' என்ற விவரிப்புக்கு முற்றிலும் பொருத்தமானவர். இ.எம்.எஸ்ஸின் ஆரம்பகாலப் படைப்புகளைப் படித்தவர்கள் வரலாற்றில் தானும் தன் இயக்கமும் ஆற்ற இருக்கின்ற பங்கு பற்றி அவர் சில தெளிவுகளைத் தன் இளம் வயதிலேயே கொண்டிருந்தார் என்பதற்கான தடயங்கள் இருப்பதாகக்

கூறுகின்றார்கள். தன் சாதனை ஒரு தனி மனிதனின் சாதனை மட்டுமல்ல என்பதிலும் தத்துவமும் இயக்கமும் இணைந்து நின்றதில் கூடிய விளைவு என்பதிலும் கடைசிவரையிலும் தெளிவாக இருந்தார்.

இ.எம்.எஸ்ஸைப் பற்றி அவரது பங்கை ஏற்றுக்கொள்ளும் சிந்தனையாளர்களின் விமர்சனங்களும் உள்ளன. இயக்கத்திற்குள் கருத்துகள் எதிர்நிலைகளில் திரண்டு மோதல்கள் உருவாகும் நேரத்தில் முடிவுகள் எடுப்பதில் அவருக்கு நேர்ந்த தாமதங்கள் விமர்சனத்திற்கு உள்ளாகியிருக்கின்றன. முரண்களைச் சார்ந்த மோதல்கள் உருவாகும்போது புத்தரைப் போல் இரு ஓரமும் சாராமல் நடு வழியைப் பின்பற்றுவதில் குறியாக இருந்திருக்கிறார் என்ற மதிப்பீடும் உள்ளது. இலக்கியப் படைப்புகள் சார்ந்த அவரது ஆரம்பகாலச் சித்தாந்தங்களும் கோட்பாடுகளும் நகைப்புக்குரியவை. இலக்கிய ஈடுபாடு கொண்ட ஒருவர் அன்று எடுத்த முடிவுகள் இன்றும் புதிராகவே நிற்கின்றன. தத்துவவாதியாக அவருக்கு உயர்ந்த இடம் தர விரும்புகிறவர்கள் கூட மார்க்ஸுடனோ லெனினுடனோ மா சே துங்குடனோ அவரை ஒப்பிட்டுப் பேச விரும்புவதில்லை. சித்தாந்தியாக இ.எம்.எஸ்ஸின் நன்கொடை இந்தியச் சூழலில் மார்க்சியத்தை நடைமுறைப்படுத்த அவர் எழுதிச் சேர்த்த அத்தியாயங்களைச் சார்ந்து நிற்பதாகக் கூறுகிறார்கள். ஜனநாயக மார்க்சியத்தின் தந்தை என்று அவரைக் கூறலாம். ஜனநாயக மதிப்பீடுகள் ஒரு எல்லை வரையிலும் அமுலாகிவிட்ட ஒரு சூழலில் மார்க்சிய இயக்கம் எதிர்கொள்ள நேரும் பிரச்சினைகளைத் தெளிவுபடுத்தும் விதமாக அவர் உருவாக்கிய கருத்துகள் முக்கியமானவை. இந்தியச் சூழலில் தொழிலாளி வர்க்கம் எப்படிச் செயல்பட வேண்டும்? குடியரசுத் திட்டத்தை ஏற்றுக்கொண்ட நிலையில் மக்களுக்கு எப்படி சேவை செய்ய வேண்டும்? தேசிய விடுதலை இயக்கம், மொழிப் பிரச்சினை, ஜாதிக்கெதிரான இயக்கம் இவற்றைத் தொழிலாளி வர்க்க அரசியலில் எவ்வாறு ஒன்றிணைப்பது? இவை சார்ந்த சிந்தனைகள் அவருடைய சுயப்பார்வையிலிருந்து உருவானவை என்ற மதிப்பீடு பரவலாக உள்ளது.

காலச்சுவடு 21, ஏப்ரல் – ஜூன் 1998

3

சி.சு. செல்லப்பா
(1912 - 1998)

சி.சு. செல்லப்பாவின் மறைவு தன்னலத்தை முதன்மைப்படுத்தாமல் கொள்கையை முன்வைத்துப் போராடும் எழுத்தாளனுக்கு மற்றுமொரு நம்பிக்கைத்தூண் சரிந்துவிட்ட சங்கடத்தைத் தரக் கூடியது. கடைசிவரையிலும் எழுதிற்று அவர் கை. அந்த வகையில் அது நிறைவுகூடிய வாழ்க்கை. பரிசு, பணம், புகழ் ஆகியவற்றைக் கண்டு மிரளக் கடைசிவரையிலும் மறுத்த படைப்பாளி அவர். விமர்சனம், மறுபார்வை, விழிப்பு நிலை அளிக்கும் தார்மீகக் கோபம் இவையின்றி ஒரு படைப்பாளி இல்லை.

செல்லப்பா பிறந்தது மதுரை மாவட்டத்திலுள்ள வத்தலகுண்டு. சொந்த ஊர் சின்னமனூர்.

சிறுகதை, நாவல், விமர்சனம், கவிதை, மொழி பெயர்ப்பு ஆகிய துறைகளில் செல்லப்பா உழைத்திருக் கிறார். மொழிப்பற்றும் தேசப்பற்றும் கொண்டவர். தியாகங்களை ஏற்றவர். அசௌகரியங்களுக்கு அஞ்சாதவர். மதுரைக் கல்லூரியில் படிக்கும்போதே காந்திய இயக்கத்தில் பங்குகொண்டார். 1942 தனிநபர் சத்தியாகிரகத்தில் பங்கு கொண்டு சிறை சென்றார்.

'சந்திரோதயம்,' 'தினமணி' இதழ்களில் உதவி ஆசிரியராகப் பணியாற்றினார். அவரது முதன்மையான சாதனை 'எழுத்து' இதழ்தான். மிக மோசமான பொருளாதார நெருக்கடியைப் பொருட்படுத்தாமல் அந்த இதழைப் பத்தாண்டுகளுக்குமேல் கொண்டுவந்தார். இந்த நூற்றாண்டின் தமிழ் இலக்கிய வளர்ச்சியில் இது ஒரு திருப்புமுனை. 'எழுத்து' இதழ் மூலம் புதுக்கவிதை உறுதிப்பட்டது. புகைப்படம் எடுப்பதில் செல்லப்பாவுக்குத் தனி ஈடுபாடு உண்டு.

சிறுகதை எழுத்தாளராகச் செல்லப்பாவின் சாதனை பொருட்படுத்தத்தக்கது. அமெரிக்கச் சிறுகதையின் தொழில் திறனால் பாதிக்கப்பட்டவர் அவர். உருவச் சிறப்பு மிகுந்த, லட்சியங்களை நோக்கியோ அல்லது லட்சியங்களின் சரிவை நோக்கியோ நகரும் கதைகள் அவருடையவை. வாழ்விலும் இலக்கியத்திலும் அவர் இலக்கணத்தின்மீது அழுத்தமான நம்பிக்கை கொண்டவர். ஒழுக்கம், உண்மை, எளிமை ஆகியவை அவருக்கு முக்கியமானவை.

சேமிப்பில் நம்பிக்கை இல்லாத அவருக்குச் சிக்கனத்தில் மிகுந்த நம்பிக்கை. இந்தக் குணங்களை அவரது படைப்புகளும் பிரதிபலிக்கின்றன. இலக்கணத்தில் அழுத்தம் கொண்டிருந்த அவர்தான் கவிதையை இலக்கணத்திலிருந்து விடுவிக்கவும் முயன்றார். புதுக் கவிதைக்கு ஒரு இலக்கணம் வகுக்க வேண்டும் என்ற எண்ணம் அவருக்கு இருந்தது. காலப்போக்கில் புதுக்கவிதை 'எழுத்து' இதழைத் தாண்டி சரமாரியாக விரிவுகொள்ளத் தொடங்கியபோது அதை அவரால் கட்டிப்போட முடியாமல் ஆயிற்று.

விமர்சகராக அவர் உருவாக்கிய கருத்துகள் பிரிட்டிஷ் விமர்சன மரபின் பாதிப்பைப் பெற்றவை. தமிழில் விமர்சன மரபைத் தோற்றுவிக்க முயன்ற புலவர்களும் இந்த மரபில்தான் நம்பிக்கை வைத்தார்கள். அவர்கள் தாங்கள் உருவாக்கிய அளவுகோலைப் பண்டைய இலக்கியத்தைப் பார்க்க எடுத்துச் சென்றபோது செல்லப்பா ஏறத்தாழ அதே அளவு கோலைப் புதுமை இலக்கியத்துக்குக் கொண்டுவந்தார். இந்த அளவில் அவரை ஒரு நவீனப் புலவர் என்று அழைக்கலாம்.

அவருடைய 'வாடிவாசல்' குறுநாவல் மிகச் சிறப்பாக உருவாகியிருக்கிறது. பிற நாவல் முயற்சிகள்: 'ஜீவனாம்சம்', 'சுதந்திர தாகம்' ஆகியவை. பாரதிக்குப் பின் கவிஞர் என்றால்

அவருக்கு ந. பிச்சமூர்த்தி; சிறுகதை எழுத்தாளர் என்றால் பி.எஸ். ராமையா. இவர்களை உறுதிப்படுத்தக் கடுமையான உழைப்பை மேற்கொண்டார்.

'எழுத்து' இதழுக்குப் பின் வந்த சிறுபத்திரிகை இயக்கத்தைச் செல்லப்பா கண்டுகொள்ளவில்லை.

காலச்சுவடு 24, ஜனவரி – மார்ச் 1999

4

ரகுநாதன் :
காலத்தில் கரையாத
அத்தியாயம்

1923இல் பிறந்த ரகுநாதன் 2001இல், வருடத்தின் கடைசி நாளில் மறைந்தார். அப்போது அவருக்கு வயது 78.

ஐம்பது ஆண்டுகள் ரகுநாதனின் நண்பனாக இருக்க எனக்கு வாய்ப்பு கிடைத்தது. நான் பார்க்க வேண்டும் என்று ஆசைப்பட்ட முதல் எழுத்தாளரே அவர்தான். 'இலக்கிய விமர்சனம்' நூலில் தன் கருத்துகளை மிகக் கறாராக அவர் முன் வைத்திருந்தது; மனத்தை வசீகரித்த சொல்லாட்சி; கவித்துவம் மிகுந்த நடை ஆகியவை என்னைக் கிறங்கடித்திருந்தன. அத்துடன் அவர் தம் சிறுகதைகளுக்குத் தேர்வு செய்யும் கருக்கள் அளித்த அதிர்ச்சி அவர்மீது ஈர்ப்பை ஏற்படுத்தின. ('ஆனைத்தீ' என்ற கதையைப் படித்துவிட்டு அடைந்த பரபரப்பை இன்றும் உணர முடிகிறது.) அவருடைய பல்துறை சார்ந்த அறிவு பொறாமையைத் தூண்டிற்று. இவையெல்லாம் புதுமைப்பித்தனின் ஆவி அவரிடம் மட்டுமே குடிகொண்டிருப்பதைத்தான் எனக்கு உறுதிப்படுத்திற்று. நேரில் சந்தித்தபின் எங்கள் உறவு நெருங்கி வந்தது. ரகுநாதன் உறவுகள் சார்ந்து உணர்ச்சியை வெளிப்படுத்திக்கொள்ளக் கூடியவரோ கலகலப்பாகப் பேசக்கூடியவரோ அல்ல. இருப்பினும் அவர் என்மீது காட்டிய நேசம் அன்றைய என் நெல்லை நண்பர்களுக்கு வியப்பை யும் மகிழ்ச்சியையும் அளித்தன.

ஒரு மாத இதழ் தொடங்கும் அளவுக்கு மூலதனமோ பிற வசதிகளோ அன்று அவருக்கு இல்லை. இளம் எழுத்தாளர்களுக்கு ஒரு களம் அமைக்க வேண்டும் என்ற ஆசையில்தான் அவர் 'சாந்தி'யைத் தொடங்கினார். முதன்முதலாவதாக அந்தப் பத்திரிகையில் எழுதிய எழுத்தாளர்கள் பலர். அவர்கள் தம் எழுத்து வாழ்க்கைக்கு நம்பிக்கை பெற்றது ரகுநாதனின் மூலமும் 'சாந்தி'யின் மூலமும்தான்.

ரகுநாதனின் இலக்கிய வாழ்வை மூன்று பகுதிகளாகப் பிரிக்கலாம். ஒன்று: 1940இலிருந்து 50வரையிலும் அவரைத் தத்தளிக்கச் செய்த காலம். இரண்டு: 50க்கு மேல் மார்க்சியத்தை முழுமையாக ஏற்றுக்கொண்டு அவர் படைப்பில் ஆழ்ந்திருந்த உறுதியான காலம். இந்தக் காலத்தில்தான் இடதுசாரி இலக்கிய வாதிகளைப் பாதித்த 'பஞ்சும் பசியும்' நாவல் வெளிவந்தது. மூன்று: 1970க்கு மேல் அவர் ஆராய்ச்சியிலும் இலக்கிய விமர்சனத்திலும் அதிக ஊக்கத்துடன் வெளிப்பட்ட காலம்.

நாற்பதுகளில் அவர் எழுதியவற்றில் மிக முக்கியமான புத்தகம் 'இலக்கிய விமர்சனம்' மட்டுமே. பிற புத்தகங்களான 'புயல்', 'முதலிரவு', 'ஆணா? பெண்ணா?', 'கன்னிகா' போன்றவை வாழ்க்கைச் சோதனைகள் அளித்த தத்தளிப்பின் விளைவு என்று சொல்லலாம். இப்புத்தகங்களுக்கு இன்று இலக்கிய மதிப்பு இல்லை.

அவர் எழுதிய சிறுகதைகள், கவிதைகள் வாசகனைத் தீவிர உணர்ச்சிக்கு ஆட்படுத்தியவை. செய்த மொழிபெயர்ப்புகள் மிக நேர்மையானவை. இவற்றிலெல்லாம் அவரது படைப்பாற்றல் வெளிப்படுகிறது.

அவருடைய பொற்காலம் அவர் தீவிரமாக ஆராய்ச்சியிலும் இலக்கிய விமர்சனத்திலும் இறங்கிய காலம்தான்.

மூன்று படைப்பாளிகளிடம் அவர் உயிர்ப்பிணைப்புக் கொண்டிருந்தார். கம்பன், பாரதி, புதுமைப்பித்தன்.

'இளங்கோ அடிகள் யார்?' என்ற தலைப்பில் வெளிவந்த விரிவான ஆராய்ச்சியும் பாரதியைப் பற்றி வெளிவந்த பல நூல்களும் புதுமைப்பித்தனின் வாழ்க்கை வரலாறும் அவரைப் பற்றி எழுதிய பிற கட்டுரைகளும் புதிய பார்வைக்கும் புலமை ஆற்றலுக்கும் எடுத்துக்காட்டுகளாக இருக்கின்றன. கம்பனைப் பற்றி எழுத வேண்டும் என்ற அவரது கனவு நிறைவேறாமல் போயிற்று. இந்தக் கலைஞர்கள்மீது அவர் கொண்டிருந்த மனப்பிணைப்பில்தான் அவரது படைப்பு நாளம் கடைசி வரையிலும் துடித்துக்கொண்டிருந்தது.

எதைப் பற்றிச் சொன்னாலும் தான் சொல்பவை இதுவரை யிலும் சொல்லப்படாதவையாக இருக்க வேண்டும் என்பதில் ரகுநாதனுக்கு மிகுந்த வெறி இருந்தது. இந்த வெறி சார்ந்த குறிக்கோளை அடைய மிகக் கடுமையாக அவர் உழைக்க வேண்டி யிருந்தது. தன் செயல் மூலம் தான் பெறக்கூடிய லாபம், புகழ், அங்கீகாரம் ஆகியவற்றை என்றுமே அவர் கணக்கிலெடுத்துக் கொண்டதில்லை. தன்னால் முன் வைக்கப்படும் கருத்துகளின் கூர்மை, ஆற்றல், அவை நிகழ்த்தும் சமூக மாற்றம் ஆகியவையே அவர் முன் நின்றிருந்தன. இதில் சமரசமற்று காட்டிய பிடிவாதம் மூலம் அவர் எதிர்கொள்ள நேர்ந்த இழப்புகள் கணிசமானவை. இருப்பினும் தன் குறிக்கோள் சார்ந்த முடிவை அவர் கடைசிவரையிலும் தளர்த்திக்கொள்ளவே இல்லை.

இளங்கோவையோ பாரதியையோ புதுமைப்பித்தனையோ முன்னிட்டுப் பேசும்போது, அவர்கள் தரப்பு, கோலாகலமான வெற்றியை அடைய வேண்டும் என்ற ஒரே குறிக்கோள் சார்ந்து அவர் தன்னை ஏவிவிட்டுக்கொள்கிறார். அந்த வெற்றிக்குத் துணை நிற்கும் சகல தடையங்களையும் ஒன்றுவிடாமல் கண்டெடுத்து, அவற்றைத் தன் பார்வையில் விளக்கி, ஒரு மையத்தில் குவித்து, தன் படைப்பு நாயகனின் கழுத்தில் மாலைகளாக விழும்படி செய்கிறார். இதில் அவர் வெளிப்படுத்தும் ஒரு வழக்கறிஞருக்குரிய அசாதாரணமான ஆற்றலின் மூலம் ஆராய்ச்சிக்குரிய சமன்நிலை சிறிது பாதிக்கப்பட்டுவிடுகிறது என்ற மதிப்பீடும் உள்ளது.

சமூக மாற்றத்திலும் மதிப்பீடுகளிலும் அவர் மிகுந்த நம்பிக்கை கொண்டவர். சமத்துவத்தைக் கனவு கண்டவர். அக்கனவு கூடிவர குறுக்கே நிற்கும் அதீத கற்பனைகளை முற்றாக அகற்றி யதார்த்தப் பார்வையைத் தழுவிக்கொண்டவர். அவர் கனவு கண்ட பொற்காலம் மண்ணில் இறங்கிவர ஒரு நூற்றாண்டோ அல்லது பல நூற்றாண்டுகளோ ஆகலாம். ஆனால் என்றேனும் அக்கனவு இந்த மண்ணில் நிறைவேறினால் அதற்கு ரகுநாதன் ஆற்றிய பங்கு மிக முக்கியமான ஒரு அத்தியாயமாக இருக்கும்.

இந்தியா டுடே, ஜனவரி 16–31, 2002